அரங்கு நிறைந்தது
(நீங்கள் அவசியம் காணவேண்டிய 100 திரைப்படங்கள்)

ஆத்மார்த்தி

தமிழினி

அரங்கு நிறைந்தது
கட்டுரைகள்

ஆத்மார்த்தி

முதல்பதிப்பு : டிசம்பர் 2022 •
கணினி: பி.கி.ராம்குமார் •
அச்சு: மணி ஆப்செட், சென்னை - 14.

© ஆத்மார்த்தி

வெளியீடு:

தமிழினி
63, நாச்சியம்மை நகர், சேலவாயல், சென்னை - 51.
email:tamilinibooks@gmail.com
Webjournal:tamizhini.in

ரூ. 390

உள்ளே...

1.	ஹரிதாஸ்	1
2.	நாம் இருவர்	5
3.	வேலைக்காரி	9
4.	ரத்தக்கண்ணீர்	14
5.	கூண்டுக்கிளி	18
6.	அந்த நாள்	23
7.	மலைக்கள்ளன்	26
8.	மனோகரா	29
9.	சபாஷ் மீனா	35
10.	கல்யாணப் பரிசு	37
11.	அடுத்த வீட்டுப் பெண்	41
12.	பாசமலர்	46
13.	திருடாதே	49
14.	பலே பாண்டியா	54
15.	காதலிக்க நேரமில்லை	56
16.	புதிய பறவை	58
17.	பச்சை விளக்கு	60
18.	சர்வர் சுந்தரம்	63
19.	எங்க வீட்டுப் பிள்ளை	66
20.	திருவிளையாடல்	69
21.	துலாபாரம்	73
22.	வசந்த மாளிகை	75
23.	கௌரவம்	79
24.	உலகம் சுற்றும் வாலிபன்	82
25.	நான் அவனில்லை	86
26.	பதினாறு வயதினிலே	89
27.	ருத்ர தாண்டவம்	93
28.	ஆறிலிருந்து அறுபது வரை	99
29.	உதிரிப்பூக்கள்	102
30.	பசி	106
31.	அந்த ஏழு நாட்கள்	111
32.	பில்லா	114
33.	மூடுபனி	117

34.	வறுமையின் நிறம் சிவப்பு	120
35.	ஜானி	123
36.	கிளிஞ்சல்கள்	125
37.	தில்லுமுல்லு	127
38.	கண் சிவந்தால் மண் சிவக்கும்	130
39.	ஆண் பாவம்	132
40.	ஒரு கைதியின் டைரி	136
41.	மீண்டும் ஒரு காதல் கதை	139
42.	சம்சாரம் அது மின்சாரம்	141
43.	ஊமை விழிகள்	144
44.	மௌனராகம்	146
45.	நாயகன்	148
46.	கடலோரக் கவிதைகள்	152
47.	வீடு	154
48.	அபூர்வ சகோதரர்கள்	157
49.	கரகாட்டக்காரன்	160
50.	மௌனம் சம்மதம்	163
51.	மைக்கேல் மதன காமராஜன்	165
52.	நடிகன்	168
53.	சின்னத்தம்பி	170
54.	அழகன்	172
55.	அமரன்	175
56.	தலைவாசல்	178
57.	ஆவாரம்பூ	181
58.	ஜென்டில்மேன்	184
59.	ஹானஸ்ட்ராஜ்	187
60.	மகாநதி	190
61.	பாட்ஷா	194
62.	அவதாரம்	199
63.	காதல் கோட்டை	204
64.	பூவே உனக்காக	207
65.	இருவர்	210
66.	காதலுக்கு மரியாதை	213
67.	சேது	216

68.	வாலி	218
69.	முகம்	221
70.	ரிதம்	224
71.	பார்த்தேன் ரசித்தேன்	228
72.	டும் டும் டும்	230
73.	ஆளவந்தான்	233
74.	பார்த்திபன் கனவு	236
75.	அன்பே சிவம்	239
76.	காக்க காக்க	247
77.	குடைக்குள் மழை	250
78.	கில்லி	253
79.	காதல்	256
80.	சந்திரமுகி	259
81.	புதுப்பேட்டை	262
82.	இம்சை அரசன் 23ஆம் புலிகேசி	269
83.	பருத்திவீரன்	272
84.	சுப்ரமணியபுரம்	274
85.	தசாவதாரம்	280
86.	யாவரும் நலம்	283
87.	நான் கடவுள்	286
88.	எந்திரன்	290
89.	தமிழ்படம்	292
90.	யுத்தம் செய்	295
91.	ஆடுகளம்	299
92.	ஆரண்ய காண்டம்	302
93.	துப்பாக்கி	305
94.	சூது கவ்வும்	308
95.	மதயானைக் கூட்டம்	312
96.	மெட்ராஸ்	315
97.	சதுரங்க வேட்டை	319
98.	தர்மதுரை	323
99.	பிச்சைக்காரன்	326
100.	பரியேறும் பெருமாள்	329

1 ஹரிதாஸ்

நாடகம் கலை இலக்கியம் திரைப்படம் பத்திரிக்கை பதாகைகள் மற்றும் சாளரக் காட்சிகள் ஆகிய யாவையும் நமது புரையோடிய உலகின் அனைத்து வெளிப்பாடுகளையும் சுத்தப்படுத்தி ஒரு தார்மீகமான அரசியல் மற்றும் கலாச்சார யோசனையில் ஆழ்த்த வேண்டும்.

- அடால்ஃப் ஹிட்லர்

செல்வந்தன் ஹரிதாஸ் முதலில் மனைவி பேச்சைக் கேட்டுக் கொண்டு தாய் தந்தையரை புறந்தள்ளுகிறான். பிறகு ரம்பா எனும் நடனமாதுவின் பரிச்சயம் கிடைத்ததும் அவளுக்காக மனைவியை ஏய்க்கிறான். ரம்பாவோ தன்னை அவமானப் படுத்திய ஹரிதாஸின் மனைவி லட்சுமியைப் பழிவாங்க திட்டம் தீட்டி முதலில் தாய் தந்தையரிடமிருந்து ஹரி லட்சுமி இருவரையும் பிரித்து பிறகு ஹரியின் சொத்துக்களை எழுதி வாங்கிக் கொள்கிறாள். தான் ஏமாற்றப் பட்டதை உணர்ந்து லட்சுமியோடு செல்வந்தத்தை இழந்த ஹரிதாஸ் வெளியேறுகிறான். திடீரென முனிவர் தோன்றுகிறார். அவரை ஹரி ஏளனம் செய்கிறான். அவனது கால்கள் துண்டாகின்றன. அவன் முனிவரைக் கெஞ்சுகிறான். அவனது தாயும் தந்தையும் அங்கே வருகையில் முனிவர் மறுபடி அவனுக்குக் கால்களை அளிக்கிறார். தாய் தந்தை ஹரி மூவரும் சேர்கிறார்கள். பிறகு லட்சுமி தன் தந்தை வீட்டுக்குக் கோபித்துக் கொண்டு போய்விடுகிறாள். அவரோ அவளை நீ உன் கணவனோடு தான் இருக்க வேண்டுமென்று அனுப்பி விட மறுபடி வந்து மூவரோடு இணைந்து நால்வராகின்றனர். எல்லா சொத்துக்களையும் அரசர் ரம்பாவிடமிருந்து பறித்து மாதவிதாஸிடம் வழங்குகிறார்.ஹரிதாஸ் தன் சொத்துக்களை தானம் செய்துவிடு என மாதவிதாஸ் வசமே தந்துவிடுகிறான். ரம்பா அரசரால் மன்னிக்கப்பட்டு அவளும் ஆன்மீகத்தைத் தன் பாதையென்று ஏற்கிறாள். தாய் தந்தையர் மனம் கோணாமல் அவர்களுக்கு சேவை புரியும் ஹரிதாஸின் கண்களுக்கு கிருஷ்ணபரமாத்மா காட்சியளிக்கிறார். அவனோடு அவனது குடும்பத்தார் அனைவருக்கும் அந்த பாக்கியம் கிடைக்கிறது. படத்தின் மொத்தம் இருபது பாடல்களுக்கு முன்பின்னாய் இந்தக் கதை நமக்கெல்லாம் காணக்கிடைக்கிறது.

பாபநாசம் சிவன் எம்கேடி கூட்டணி பல நல்ல பாடல்களைத் தமிழ்த் திரைக்கு அளித்தவர்கள். இந்தப் படத்தில் பாபநாசம் சிவன் இசையமைத்ததை பதிவுசெய்து அளித்த இசையமைப்பாளர் ஜி.ராமநாதன். இதன் முதல் காட்சியே வசனத்திலிருந்தல்ல வாழ்விலோர் திருநாள் என்று தான் ஆரம்பிக்கிறது. தீபாவளி ரிலீஸை முன்னிட்டு திட்டமிடப்பட்டதோ என்னவோ மன்மத லீலையை வென்றார் உண்டோ என் மேல் உனக்கேனோ பாராமுகம் என்று பாகவதர் பாடிய பாடல் காலங்களைக் கடந்து இன்றளவும் தமிழின் க்ளாசிக் ஆரம்பங்களில் ஒன்றெனத் திகழ்கிறது. பாகவதரின் குரல் வகைமைகளுக்குள் அடங்காதது. மென்மையும் உறுதியும் மிக்கது. ஒப்பிடுவதற்குச் சிரமமான தனித்துவம் மிக்கது. ஒரே நபரின் அடுத்தடுத்த பாடல்கள் கேட்பவரைப் பரவசத்தில் ஆழ்த்துவதற்கு அவற்றிடையே தொடர்பொதுத் தன்மைகள் மிகுந்திருத்தல் அவசியம். ஆனால் பாகவதர் தன் குரலைப் பொதுவில் நிறுத்தித் தொனி என்பதைத் தன் தனித்த அடையாளமாக மாற்றுவதைத் தொடர்ந்து கடைப்பிடித்தார். இதே படத்தில் இடம்பெறுகிற அன்னையும் தந்தையும் பாடலாகட்டும் கிருஷ்ணா முகுந்தா முராரே ஆகட்டும் வெவ்வேறு தன்மைகளில் பெருக்கெடுப்பவை. தனித்தொலிப்பவை.

இளங்கோவன் எழுதிய கதை வசனத்தை இயக்கியவர் சுந்தர் ராவ் நட்கர்னி. வசனங்கள் ஆங்காங்கே தூய தமிழும் பல இடங்களில் வடமொழிக் கலப்புடனும் அமைந்திருந்தது இன்றைக்குப் புதிதாய்க் கேட்க வாய்க்கையில் வினோதமாய் ஒலிக்கிறது.

முதன் முதலில் சந்திக்கும் ஹரிதாஸ் ரம்பா இருவரையும் உடனிருப்போர் அறிமுகம் செய்து வைக்கும் காட்சி ஒரு ஸாம்பிள் இங்கே “சகல சம்பர்ண கலா பூஷித தர்க்க சாஸ்த்ர பாண்டித்ய

சங்கீத ரசஞான ஸ்ரீப்ரிய ஸ்ரீமான் ஹரிதாஸ் ப்ரபு" என ஹரிதாஸை ரம்பாவிடம் அறிமுகம் செய்துவிக்கிறான் கண்ணன். பதிலுக்கு இன்னொருவர் முன் வந்து "நாட்டியக் கலாமணி நாரீரமணி கானலோல வீணாவாணி வேணுகான வினோதினி குமாரி ரம்பா" என்று ஹரிதாஸுக்கு ரம்பாவை அறிமுகம் பண்ணுகிறார்.

டி.ஆர்.ராஜகுமாரி என்.சி. வசந்தகோகிலம், டி.ஏ. மதுரம் என மூன்று நடிகைகளின் வெவ்வேறு பாத்திர வெளிப்பாடுகளும் ஹரிதாஸ் படத்தை வெற்றிகரமாக்கியதில் பெரும்பங்கு வகித்தவை.என். எஸ்.கிருஷ்ணன், டி.ஆர்.ராமசாமி, அண்ணாஜிராவ், எஸ்.ஆர். கிருஷ்ணன் என நடிகர்களும் அவரவர் பாத்திரங்களில் பொருந்தி நடித்தனர். முக்கியமாக என்.எஸ்.கே மதுரம் இணையின் இயல்பான காதலும் திருமணமும் பின்னர் அவர்கள் வாழ்வில் வந்து செல்லும் மாதவிதாஸ் பாத்திரத்தில் நடித்த டிஆர்ராமசாமியின் சிண்டுமுடிதலை கலைவாணர் சமாளிக்கிற விதமும் குறிப்பிடத் தக்கவை. ஹரிதாஸின் கதை எளிமையான ஒன்று.சென்ற நூற்றாண்டின் ஆரம்ப காலத்தில் அல்ல அதற்கு முந்தைய காலத்தின் கதையாக்கத்தோடு பொருத்திப் பார்க்க வேண்டிய பழைய கதை.

தமிழ் சினிமாவின் முதல் சூப்பர் ஸ்டார் எம்.கே.தியாகராஜ பாகவதர்.தமிழ்த் திரைப்படங்களின் ஆரம்ப காலத்தில் மேடை நாடகங்களின் வழக்கமான கட்டுமானத்தை அப்படியே பின்பற்றியே திரைப்படங்களை எடுக்க முனைந்தார்கள். திரைக்கதை என்று பெரிதாக அலட்டிக் கொள்ளவில்லை.மக்களுக்குப் பரிச்சயமான புராண இதிகாச கதைகள் அறிந்த சம்பவங்களைக் கலைத்தும் சேர்த்தும் வெட்டியொட்டியும் செய்யப்பட்ட கதைகள் போதுமானதாக இருந்தன. கண் முன் நிகழ்த்துக் கலையாகப் பார்த்துப் பரிச்சயமான கதைகளைத் திரைக்கு அப்பால் நிசமாகவே நின்றும் நடந்தோடியும் நடிப்பதாகவே திரைப்பட ரசிகனின் ஆரம்ப எண்ணங்கள் வாய்த்தன. அவர்களைத் திரைக்கு அழைத்து வருவதற்கான பெரிய சாகசமாகத் திகழ்ந்தவை பாடல்கள்.அது பாடல்களின் காலம்.

எம்.கே.டி சரசரவென்று புகழ் ஏணியில் ஏறியவர்.உச்சம் தொட்டவர்.அங்கேயிருந்து வீழ்ந்தவர்.ஹரிதாஸின் கதையின் நகர்திசைக்கும் அவரது வாழ்க்கைக்குமான பெரிய வித்யாசங்கள் இல்லை.1944ஆமாண்டு நவம்பர் 8 ஆம் தேதி சினிமாதூது பத்திரிக்கையை நடத்திய லட்சுமிகாந்தன் கத்திக்குத்துக்கு ஆளாகி இன்ஸ்பெக்டரிடம் மரண வாக்குமூலமளித்து மறுதினம் பெரிய ஆஸ்பத்திரியில் உயிரிழந்து உடலானார்.அன்றைய காலகட்டத்தின் மகா பிரபலங்கள் மூவர் ஒருவர் கோவை பட்சிராஜா குழுமத்தின் உரிமையாளர் செல்வந்தர் ஸ்ரீராமுலு.அடுத்தவர் கலைவாணர் என்.எஸ். கிருஷ்ணன் மூன்றாமவர் சூப்பர் ஸ்டார் எம்.கே.தியாகராஜபாகவதர்.

மூவருக்கும் லட்சுமிகாந்தன் கொலைக்கும் முகாந்திரம் உள்ளதென வழக்குத் தொடுக்கப் பட்டது.கைது செய்யப்பட்ட மூவரில் ஸ்ரீராமுலு மட்டும் குற்றம் நிரூபணமாகாமல் பின்னர் விடுவிக்கப் பட்டார்.என். எஸ்.கே மற்றும் எம்கேடி இருவரும் சிறையில் அடைக்கப் பட்டனர். அரசாங்கம் ஆகப் பரபரப்பான இரண்டு பேரின் கால்ஷீட்டுக்களை மொத்தமாகக் கைப்பற்றியது.சினிமாவும் நிசமுமாய் இருவேறு உலகங்கள் அதிர்ந்தன.பின் காலத்தில் அவர்கள் இருவரும் அதே வழக்கை மறுமுறை நடத்தியதில் விடுவிக்கப் பட்டார்கள் என்றாலும் இழந்த புகழும் பொருளும் மீளவில்லை.

என்.எஸ்.கே பலவித பாத்திரங்களை ஏற்றார் எனினும் எம்.கேடி 1959 ஆமாண்டு மரிக்கும் வரை மொத்தம் அவர் நடித்தது 14 படங்கள் தான்.ஹரிதாஸ் அவர் நடிப்பில் உருவாகி ஒரு தீபாவளிக்கு ரிலீஸ் ஆகி அடுத்த இரண்டு தீபாவளிகளைத் திரையரங்கில் பார்த்து மொத்தம் 110 தொடர்ச்சியான வாரங்கள் ஒரே அரங்கில் ஓடிய மாபெரும் பெருமையை அடைந்தது. பாகவதர் லட்ச ரூபாய் சம்பளம் பெற்றார் என்பர் விவரமறிந்தோர். இன்றைக்குப் பல கோடிகளுக்குச் சமம். தன் இறுதிக் காலத்தில் பக்தி மார்க்கத்தில் தீவிரமாக ஈடுபட்டார். பாடல்களுக்குத் தன்னை ஒப்புக் கொடுத்து எண்ணிலடங்காத இதயங்களைக் கவர்ந்த மாபெரிய நட்சத்திர பிம்பம் எம்.கே.டி. அவருடைய குரல் அவர் வாழ்ந்த காலம் இரண்டையும் இணைத்துப் பார்க்கையில் புரியவரும் பேருரு.

ஹரிதாஸ் வேர்ப்பலா.

2 நாம் இருவர்

பழிவாங்குவதலில் பெரும்பணம் இருப்பதில்லை.

THE PRINCESS BRIDE *படத்தில் நாயகன் இனிகோ மோண்டோயா*

(Mandy Patinkin)

அண்ணன் தம்பி இருவரின் கதை. நாம் இருவர் ராமசாமிக்கு ஜெயக்குமார் சுகுமார் இரண்டு மகன்கள். வாழ்வின் லட்சியமாக சினிமா எடுப்பது தான் எனப் பெருங்காலத்தையும் நிறையப் பணத்தையும் இழந்து மனம் மாறித் திரும்புகிறான் சுகுமார். அவனைத் தாயன்போடு ஏற்கிறான் ஜெயக்குமார். பணம் கண்ணை மறைக்கத் தன் பேத்தி வயதில் இருக்கும் கண்ணம்மாவை இரண்டாவது கலியாணம் செய்துகொள்ளத் துடிக்கிறார் ராமசாமிப் பிள்ளை. பேங்கர் சண்முகம் பிள்ளையும் அவரும் கூட்டு சேர்ந்து கள்ளச் சந்தை வியாபாரத்தில் ஈடுபட்டுக் கோடிகளைக் குவித்துப் பணத்தைப் பதுக்குபவர்கள். கண்ணம்மாவைக் காதலிக்கிறான் சுகுமார். ஒரு நாள் ஒரு கொலை நடக்கிறது.அதற்கான சூழலை முதலில் பார்த்துவிடுவோம்.

சண்முகம் பிள்ளை தன் வீட்டுத் தோட்டத்தில் செய்தித்தாளைப் புரட்டிக் கொண்டிருக்கிறார். அதில் வந்திருக்கும் செய்தியை வாய்விட்டுப் படிக்கிறார். ஆயிரம் ரூபாய் ஐநூறு ரூபாய் நோட்டுக்கள் செல்லாது என்பதப் படித்ததும் அதிர்ச்சியின் உச்சத்துக்குச் செல்லும் அவர் "என் பணமெல்லாம் போச்சே செல்லாதா பணம்" என்றபடியே அங்கே இருக்கும் பெஞ்சியில் அமர்கிறார். நியாயப் படி அப்படியே விட்டிருந்தல் சற்றைக்கெல்லாம் அவரே நெஞ்சடைத்துச் செத்திருப்பார். ஆனால் கருப்புத் துணியைத் தன் மீது போர்த்திக் கொண்டு ஒரு உருவம் அவரைக் கத்தியால் குத்திக் கொலை செய்துவிட்டுத் தப்பும். பேங்கர் சண்முகம் பிள்ளையைக் குத்திக் கொன்றது யார்..?

தன் மகள் கண்ணம்மாவோடு பேசியதற்காக சுகுமாரனைக் கன்னத்தில் அடித்து அவச்சொல் பேசி அவமதிக்கிறார் சண்முகம் பிள்ளை. சுகுமார் தான் அவரைக் கொன்றதாக வழக்கு தொடங்குகிறது.

தன்னைத் தொழிலில் ஏமாற்றிப் பெருந்தொகையை

அபகரித்து விட்டதால் தானே சண்முகம் பிள்ளையைக் கொன்றதாக விளக்குகிறார் அவருடைய பார்ட்னர் ராமசாமிப் பிள்ளை. தன் தம்பி சுகுமாரனுக்குப் பெண் கேட்டுச் சென்ற தன்னை அவமரியாதை செய்த ஆத்திரத்தில் அவரைக் கொன்றுவிட்டதாகச் சொல்கிறான் சுகுமாரனின் அண்ணன் ஜெயக்குமார்.

தன் காதலை நிராகரித்த படியால் தந்தை என்றும் பாராமல் அவரைக் கொன்றதாகப் பழியேற்கிறாள் கண்ணம்மா.

கோர்ட் குழம்புகிறது முடிவில் ராமசாமி தான் அவரைக் கொன்றதாக நிரூபணமாகிறது. மற்றவர்கள் விடுதலை செய்யப்படுகின்றனர்.

தன் பெண் கண்ணம்மா மீது மையல் கொண்டிருக்கும் ராமசாமிப் பிள்ளையின் ஆசையை நெய் ஊற்றி வளர்த்தபடி ப்ளாக் மார்க்கெட் தொழிலில் அவருடைய பெரும்பணத்தை சேகரித்துக் கொண்டு கொழுத்த லாபம் அடைவார் சண்முகம். அவ்வப்போது வந்து நமக்குள்ள என்னங்க என்று குசலம் பேசிச் செல்லும் ராமசாமிப் பிள்ளை ஒரு கட்டத்தில் வந்து தன் பங்குப் பணத்தையும் லாபத்தையும் கேட்கும் போது இவ்ளோ தான் கிடைச்சது என்று ஏய்த்து அவரிடம் பொய்க் கணக்கை நீட்டுவார். அதிர்ச்சி அடைந்து என்னய்யா இது உம்ம பொண்ணை எனக்கு கட்டி வைப்பீர்னு தானே இத்தனை நாளும் கணக்கு வழக்கெல்லாம் பாராம இருந்தேன் என்று அயர்வார் ராமசாமி. அதற்கு போய்யா கட்டையில போறவயசுல கல்யாணம் என்ன வேண்டி கிடக்கு என்று

நிசமுகம் காட்டுவார். இன்னும் அதிர்ந்து ஒழுங்காகத் தன் பாகப் பணத்தைத் தர வேண்டும் ராமசாமியிடம் நான் தர்ற பணத்தைப் பேசாம வாங்கிட்டு கௌம்புறதானா கௌம்பு இல்லாட்டி கோர்ட்ல பார்த்துக்க என்பார் ஈவிரக்கம் ஏதுமின்றி இன்னும் அதிர்ச்சியாகி என்னய்யா இது ப்ளாக் மார்கெட் பஞ்சாயத்தை கோர்ட்டுக்கு எப்படி கொண்டுபோறது நான் சும்மா விடுவேன்னு நினைக்காதே உன்னைய கவனிச்சிக்குறேன் பார் என்று முகம் வெளிறி அங்கே இருந்து கிளம்புவார். உடனே தன் ஸீட்டிலிருந்து எழுந்திருக்கும் சண்முகம் பிள்ளை போடா..இவன் ஒரு திருட்டுப் பய நான் ஒரு திருட்டுப் பய இவன் என்ன என்னைக் கவனிக்கிறது?" என்பார் அஸால்டாக. தமிழ் சினிமாவின் ஆரம்ப காலத்தில் மிகையும் புனைவுமற்ற யதார்த்த பாணி நடிப்பையும் இயல்வழக்கு வசன உச்சரிப்பையும் கொண்டு அறிமுகமான படத்திலேயே எல்லோரின் கவனம் கவர்ந்தார் வீகே ராமசாமி.நெடுங்காலம் வற்றா நதியென்று ஆயிரத்துக்கும் மேற்பட்ட படங்களில் நடித்தவர் தமிழின் முதன்மையான குணச்சித்திர நடிகர்களில் ஒருவரெனப் போற்றப்படுபவர் வீ.கே.ஆர்.

ஆர் சுதர்ஸனம் இசை. மகாகவி பாரதியாரின் பாட்டுக்கள் தேசியவசம் ஆவதற்கு முன் ஏவி.எம் வசம் இருந்தபடியால் அனேக பாடல்கள் இந்தப் படத்தில் பயன்படுத்தப் பட்டிருந்தன. கேபி காமாட்சிசுந்தரமும் சில பாடல்களை எழுதினார். டி.ஆ.மகாலிங்கம் டி.எஸ்.பகவதி டிகே பட்டம்மாள் தேவநாராயணன் எம்.எஸ். ராஜேஸ்வரி ஆகியோர் பாடியது மொத்தம் 15 பாடல்கள் இடம்பெற்றன.

ஏவிமெய்யப்பன் இயக்கினார். ப.நீலகண்டனின் நாடகம் தியாக உள்ளம் நாம் இருவர் எனும் பெயரில் படமாக்கம் கண்டது. அவரே படத்தின் வசனத்தையும் எழுதினார். டி ஆர் ராமச்சந்திரன் டிகே ராமச்சந்திரன் பி.ஆர் பந்துலு சாரங்கபாணி குமாரி கமலா ஆகியோருடன் வீகே ராமசாமி இதன் மூலம் அறிமுகமானார். அவருக்கு வயது வெறும் 21 ஆனால் சண்முகம் பிள்ளையாக ஜொலித்தார் வீகே.ஆர்.

டி.ஆர் மகாலிங்கம் பெரும் புகழேந்திய படங்களில் ஒன்று நாம் இருவர்.

சினிமா பேசத் தொடங்கிப் பாடல்களின் பிடியினின்று மெல்ல வெளியேறி வசனகாலத்தில் நுழையத் தலைப்பட்ட முற்பகுதியில் வெளியான சமூகப் படங்களில் மிக முக்கியமானது நாம் இருவர். கதாபாத்திரங்களின் வினோதமான பேராசைகள் கோபங்கள் இயலாமை ஆத்திரம் ஆகியவற்றின் பின்னலாகவே கதையைப் பின்னியிருந்தது பெரிதும் ரசிக்கவைத்தது. நடிப்பில் நாடகமேடையில்

முன்னின்ற படி நடிப்பதை நெருக்கமாய்ச் சென்று படமாக்கும் ஆதிகால யுத்தியைத் தாண்டி பலவிதமான ஷாட்களும் கேமிரா கோணங்களைக் கலைப்பதன் மூலமாகப் பார்ப்பவர் மனங்களைப் பல வித உணர்வுகளுக்குத் தயாரித்து விடுகிற உத்திகளுக்காகவும் டி.முத்துச்சாமியின் ஒளிப்பதிவும் ராமனின் எடிட்டிங்கும் கவனிக்கத் தகுந்தவைகளாகின்றன. டாக்கி என்பதைப் பாடல்களின் பேர்சொல்லி வரவேற்றாக வேண்டிய காலகட்டத்தில் வீகேராமசாமியின் முழு போர்ஷனுமே இயல்காலப் பேச்சுவழக்கில் அமைக்கப் பட்டிருந்தது இன்றளவும் ரசிக்க வைக்கிறது.

நாம் இருவர் அன்பின் கதையாடல்.

3 வேலைக்காரி

எமைல் ஜோலா : ஏன் பிக்வார்ட் எதையுமே சொல்லவில்லை..? லூஸி ட்ரிஃபெஸ் : கர்னல் பிக்வார்ட் ஒரு நல்ல அதிகாரி. அவரது உயரதிகாரிகள் கேட்டுக்கொண்டதற்கிணங்க அவர் அமைதி காத்தார்.

எமைல் ஜோலா: அதாவது அவர்களுக்கெல்லாம் உண்மை தெரியும், தெரிந்த உண்மையைச் சொல்லாமல் மறைக்குமாறு அவருக்கு உத்தரவிட்டார்கள் அப்படித் தானே..?

"The Life of Emile Zola" ***(1937)***

பால்முனி ஜோலாவாகவும் கேல் சொண்டர்கார்ட் லூஸியாகவும் தோன்றிய படத்தின் வசனம்.

இஷ்டத்துக்குக் கதை பண்ணினார்கள். பலரும் ஆளுக்கொரு யோசனை சொல்ல அத்தனையையும் ஒரே படத்தில் எப்படியாவது கொண்டுவந்து விடுவதற்காக மாயம் மந்திரம் என கழற்றிய தலை உடைந்த கை எல்லாவற்றையும் பல தினங்கள் கழித்தெல்லாம் ஒட்டுகிறாற் போலவும் சாபம் பெற்று மானாக நரியாக கரடியாக மாற்றப் பட்டு பல காலம் கழித்து மறுபடி மனித உருவுக்குத் திரும்பினாற் போலெல்லாம் புராண காலக் கதைகளை மாவாய்ப் பிசைந்து அவரவர் மனவோட்டத்துக்கேற்ப படங்கள் வந்து கொண்டிருந்தன போதாக் குறைக்கு இருமினால் பாட்டு தும்மினால் கானம் நடுவே ரெண்டு சாங் அப்புறம் சிலபல டான்ஸ் ஒரு வித்யாசமான கோஷ்டிப்பாடல் எனக் குறைந்தது பாஞ்சு இருவது பாடல்கள் இல்லாமல் எப்படி ஸார் படம் என்று தமக்குத் தாமே கேட்டுக் கொண்டார்கள். எத்தைத் தின்றால் பித்தைத் தெளியும் என்று ஒவ்வொரு படத்திலும் கண்ணை மூடிக் கொண்டு அடுத்தவர் வழியிலேயே தாங்களும் செல்வதே ஸேஃப்டி என்று தமிழ்த் திரையுலகம் இருந்த காலத்தில் தான் அது நிகழ்ந்தது.

திராவிட இயக்கத்தைச் சேர்ந்தவர்கள் வாழ்வாதாரத்துக்கு மட்டும் என்றோ அல்லது அரசியல் கொள்கைகளை விதந்தோதுவதற்கு மட்டும் என்றோ பிரித்தறியவில்லை என்றாலும் சினிமா என்னும் புதியகாற்று இனி நெடுங்காலத்துக்குச் செல்வாக்காய்த் திகழப் போகிறது என்பதை உணர்ந்தார்கள். பல ஆளுமைகள் நேரடி

அரசியலை மக்களிடம் எடுத்துச் செல்வதை ஒருபுறம் நிகழ்த்திக் கொண்டே சினிமாவினுள்ளே என்ன செய்ய முடியுமோ அதை எல்லாம் செய்தார்கள். திருவாரூர் தங்கராசு துவங்கி அறிஞர் அண்ணா வரை அப்படிப் பலரும் தங்கள் கொள்கை முகத்தைத் தமிழ்ப்புலம் அறியச் செய்வதற்காகத் திரைப்பட ஊடகத்தைப் பற்றிக் கொண்டார்கள். அப்படியானவர்களில் கலைஞரின் பங்கும் புகழும் அளப்பரியது. கலைஞர் முழுமையான திரைப்பட ஆளுமை என்பதைத் தன் வாழ்காலமெங்கும் நிரூபணம் செய்தவர். அண்ணா அவரது பங்குக்குப் பல படங்களில் தானும் பணியேற்றவர் தான்.

1949 ஆம் ஆண்டு திராவிட முன்னேற்றக் கழகம் பிறந்த வருடம். அதே வருடம் வெளியான வேலைக்காரி திரைப்படம் அதன் வசன வீர்யங்களுக்காகப் பெயர் போன படம். சட்டம் ஒரு இருட்டறை அதில் வக்கீலின் வாதம் ஒரு விளக்கு அது ஏழைகளுக்குக் கிட்டாதது என்பது மிகவும் பிரபலமான வசனத்துளி இன்னொரு புகழேந்திச் சொல்லாடல் கத்தியைத் தீட்டாதே உன் புத்தியைத் தீட்டு என்பது. அண்ணா தன் தமிழாலும் அதன் சுவையாலும் எல்லோரையும் கவர்ந்தார். அடுக்குமொழி அண்ணாத்துரை என்று எங்கே பார்த்தாலும் பேச்சாக இருந்தது. இந்தப் படத்தின் மையக் கதை அதன் புதுமை என்பதை எல்லாம் விடவும் மொத்தப் படமுமே பகுத்தறிவின் பல அடுக்குகளை எடுத்து வைத்ததை மக்கள் வரவேற்று அது குறித்த கலந்துரையைத் திரையரங்கைத் தாண்டி நிகழ்த்தியது அண்ணா எனும் மந்திரப் பெயர் நிகழ்த்திக் காட்டிய மாயம் தான்.

எம்.என்.நம்பியார் இதில் மூர்த்தியாகவும் சாமியார் ஹரிஹரதாஸ் ஆகவும் நடித்தார். இரண்டு வேடங்களில் ஒன்று இன்னொன்றைக் கொலை செய்வது போல் அவர் நடித்தது கதாபாத்திரமாக்கலின் அரிய வகை முரண் அதை எல்லோரும் போற்றும் வண்ணம் நடித்திருந்தார் நம்பியார். இன்னொரு பேராளுமை டி.எஸ்.பாலையா தன் குரலாலும் முகமொழியாலும் நடை உடை பாவனைகளாலும் ஆனமட்டும் தன் பாத்திரத்துக்கு நியாயம் செய்யத் தெரிந்த பாலையா இந்தப் படத்தில் மணி எனும் நண்பன் கதாபாத்திரத்தில் வெளுத்து வாங்கினார். கதையின் பெரும் போக்குகளை எல்லாம் நிகழ்த்துகிற ஆக வீரியமான பாத்திரம் அவருடையதாகவே

இருந்தது.டி.பாலசுப்ரமணியம் வேதாசலமாக வந்தார். வீஎன் ஜானகி சரசா வேடத்தில் நடித்தார். முஸ்தஃபா சுந்தரம் பிள்ளையாகத் தோன்றினார். புளிமூட்டை ராமசாமி பாலுமுதலியாக வந்திருந்தார்.

வேலைக்காரி படத்தின் கதை இதுதான்.

பெரும் செல்வந்தரான வேதாச்சலம் முதலியாரிடம் வட்டிக்கு பணம் வாங்குகிறார் சுந்தரம்பிள்ளை சொன்னபடி திருப்பித்தர முடியாமல் போகும் சுந்தரம்பிள்ளையை ஊர் மத்தியில் அசிங்கப்படுத்தி விடுகிறார் வேதாச்சலம் அவமானம் தாங்க முடியாமல் சுந்தரம் தன் வீட்டில் தூக்கிட்டு தற்கொலை செய்து கொள்கிறார் வெளியூரில் வேலை பார்த்துக்கொண்டிருக்கும் சுந்தரத்தின் மகன் ஆனந்தன் எப்படியாவது தன் அப்பா சாவுக்கு பழி வாங்கியே தீருவேன் என்று சபதம் எடுக்கிறான் பெரும் பணக்காரனுடன் நேருக்கு நேராய் எப்படி மோதுவது என்று சமயம் பார்க்கும் ஆனந்தனுக்கு நண்பன் மணி உதவுகிறான்.

மணியின் நட்பின் காரணமாகத் தானும் ஒரு பகுத்தறிவு வாதியாக மாறுகிறான் ஆனந்தன். தன் நிலைமைக்காக கடவுளை நிந்திக்கிறவனைக் கோயிலிலிருந்து ஊரார் துரத்துகிறார்கள். மணியின் யோசனையினால் ஒரு பாழடைந்த இடத்தில் ஒளிந்து கொள்கிறான் ஆனந்தன் அந்த இடத்தில் ஒரு சாக்கு மூட்டை அதில் ஒரு பிணம் மேவார் விலாசம் எனும் ஊரைச்சேர்ந்த பரமானந்தம் எனும் செல்வந்தன் உடையது அவன் பார்ப்பதற்கு ஆனந்தனை போலவே இருக்கிறான் அவனது டைரியிலிருந்து அத்தனை விபரமும் தெரிந்துகொள்கிறார்கள் மணியும் ஆனந்தும் அவர்களுக்கு சாதகமான முக்கிய விஷயம் எதுவென்றால் பரமானந்தத்தின் அம்மாவுக்கு கண் தெரியாது ஆகவே பிணத்தை மறைத்து விட்டு மேவார் விலாசம் செல்லுகிறான் ஆனந்த் அங்கிருந்து பணக்கார பரமானந்தமாகத் திரும்பிவந்து ஒரு மாபெரும் டீபார்ட்டி கொடுக்கிறான். வேதாச்சலத்தின் ஒரே மகள் சரசாவை திருமணம் செய்து கொள்கிறான்.

வேதாசலத்தின் குடும்பத்தை மெல்லக் கையிலெடுக்கும் ஆனந்தன் அவரது மகன் மூர்த்தியை குடும்பத்தை விட்டு வெளியேறச் செய்கிறான். வெளியேறும் மூர்த்தி அமிர்தத்தை விரும்புவது

ஆனந்தனுக்குத் தெரியும். வேதாசலத்திடம் பணிபுரிபவர் அமிர்தத்தின் தந்தை. தன் முதலாளிக்கு ஒவ்வாத திருமணத்தை செய்யவியலாமல் அவரோ அமிர்தத்தை வேறோரு கிழவனாருக்கு கல்யாணம் செய்து வைக்கப் பார்க்கிறார். சண்டை போட்டு வீட்டை விட்டு வெளியேறும் மூர்த்தியை அவனது நண்பர்கள் கைவிடுகின்றனர். அவனோ வேறுவழியின்றி சாமியார் ஹரிஹரதாஸின் ஆசிரமத்தில் அடைக்கலமாகிறான். அவர் ஒரு போலிச் சாமியார் என்பது பிறகு தான் தெரியவருகிறது மூர்த்திக்கு. அமிர்தம் தன் வீட்டை விட்டு வெளியேறுகிறாள். அவளைத் தன் மகள் என்று நினைக்கிறார் மகளை இழந்த கோடீசுவரர் ஒருவர். ஆசிரமத்தில் சாமியார் ஒரு தள்ளுமுள்ளில் கொல்லப்படுகிறார். மூர்த்தி கைதாகிறான். அமிர்தம் இறந்து விட்டதாகத் தனக்குக் கிடைத்த தகவலை உண்மையென நம்பி மனம் மருகிக் கொண்டிருக்கிறான் மூர்த்தி ஆனந்தனை வடநாட்டு வக்கீல் என மாறுபட்ட தோரணையில் அழைத்து வந்து வேதாசலத்துக்கு அறிமுகம் செய்கிறான் மணி.

ஆனந்தன் வழக்கை கோர்ட்டில் மூர்த்தி சார்பாக நடத்துகிறான். கொல்லப் பட்ட சாமியார் ஒரு நெடுங்காலக் குற்றவாளி போலீசாரால் தேடப்பட்டவன் என்பது தெரியவருகிறது. தற்காப்புக்காகத் தான் கொலை நிகழ்ந்ததென்று வலிமையாகத் தன் வாதங்களை எடுத்துவைக்கிறான் ஆனந்தன். மூர்த்திக்கு சாமியாரைக் கொல்வதற்கென்று காரணமோ முகாந்திரமோ இல்லை என்று வழக்கிலிருந்து அவனை விடுவிக்கிறது நீதிமன்றம். மிகவும் மகிழ்வோடு தன் உயிரை மீட்டுக் கொடுத்த ஆனந்தனிடம் உனக்கு என்ன வேண்டுமோ கேள் என்னை விடுவித்ததற்கான ஊதியமாகத் தருகிறேன் என வாக்களிக்கிறான். பாலு முதலியாரின் மகளைத் திருமணம் செய்துகொள்ள வேண்டுமென அவனிடம் கேட்கிறான் ஆனந்தன். அவனும் அதற்கு ஒப்புக் கொள்கிறான். முதலில் அமிர்தத்தைக் கண்டு அதிர்ச்சியடைகிறான் மூர்த்தி திருமணம் நடந்த பிறகு முதலியாரிடம் உன் மகன் திருமணம் செய்திருப்பது ஒரு வேலைக்காரனின் மகளைத் தான். உன் மகளின் கணவனான நானும் சுந்தரம் பிள்ளையின் மகன் தான் தெரிந்து கொள் என்று ஆவேசமாக உண்மையை உடைக்கிறான். சுந்தரம் பிள்ளைக்குத் தான் செய்த கொடுமைகளை ஒப்புக்கொண்டு மனம் வருந்தும் வேதாசலம் மனமுருகி மன்னிப்புக் கேட்கிறார். குடும்பம் ஒன்றாகி நன்றாகிறது.

ஏ.எஸ்.ஏ சாமி இயக்கிய மாபெரும் வெற்றிப் படம் வேலைக்காரி எஸ்.எம்.சுப்பையா நாயுடு சி.ஆர்.சுப்பராமன் இசை இரட்டையரின் நல்லிசை படத்தைப் பேரானந்த அனுபவமாக நிகழ்த்திற்று. மேற்கத்திய வாத்திய இசைக்கோர்வைகள் பலவற்றைத் தொகுத்து மாலையாக்கித் தந்தனர். ஓரிடம் தனிலே நிலை இல்லாதுலகினிலே உருண்டோடிடும் பணம் காசெனும் உருவமான பொருளே எனும்

பாடல் வித்யாசமான இசையோடு குழைந்தொலித்தது. இது ஒரு ஃபாஸ்ட் பீட் ரகப் பாடல். தொன்மமும் லேசான அயர்ச்சியும் கலந்தொலிக்கும் இசையுடன் வேறுபாடின்றிக் கலந்து நகர்ந்தது பிலீலாவுடன் கேவி.ஜானகி இணைந்து பாடிய இதனை உடுமலை நாராயண கவி எழுதினார். லலிதா பத்மினி நாட்டியத்தோடு இதனைப் பார்த்து மெய் சிலிர்த்தவர் பலர். அந்தக் காலத்தின் ரேடியோ ஹிட் இந்தப் பாடல் ஒரு க்ளாசிக் முத்து.

நாயகனாக நடித்த கே.ஆர். ராமசாமியின் நீதிமன்றத் தோற்றம் சிகையலங்காரம் இன்னபிற இத்யாதிகள் அந்தக் காலகட்டத்தின் ஹாலிவுட் சூப்பர்ஹிட் படமான தி லைஃப் ஆஃப் எமைல் ஜோலா படத்தின் நாயகர் பால்முனியைப் போல அமைக்கப் பட்டிருந்ததாக அனேகர் கூறுவர். வேலைக்காரி தமிழ்த் திரையுலகின் திரைக்கதை நகர்தலை வசனப்போக்கை கதாபாத்திரங்களின் கட்டுமானத்தை எல்லாம் மாற்றி அமைத்த முதல் கால ட்ரெண்ட் செட்டர் படமானது.

வேலைக்காரி மலைவன மழை

4 ரத்தக்கண்ணீர்

கதையின் செல்திசை எப்போதும் முன்தீர்மானங்களுக்கு உட்பட்டது. எழுதிய கதைக்கும் திரைவழி கடத்தப்படுகிற கதைக்கும் இடையிலான பெரு வித்தியாசங்கள் ஒருபுறம் இருக்கட்டும். கோட்பாடுகளின் படி வரைமுறைகள் இலக்கணங்களுக்கு உட்பட்டு எடுக்கப்படுகிற திரைப்படக் கலையில் தன்னளவில் மீறல்களுடன், கலைதல்களின் மூலமாகவும் பல்வேறு யுக்திகளைப் பரிசீலிக்கிற அல்லது அனுமதிக்கிற முயல்வுகளாகவும் அமையும்போது பரீட்சார்த்த சினிமாவாகிறது. எல்லாக் கலைகளைப் போலவும் சினிமாவும் தான் அடுத்து நகர வேண்டிய நகர்தல் திசையையும், புதிய வரைவிலக்கணங்களையும் அடுத்த காலத்திற்கான கோட்பாடுகளையும் உருவாக்க முயலுகிற மற்றும் உருவாக்குகிற தன்மையுடனானது.

இந்தியத் திரைப்படக் கலை கூத்து மற்றும் நாடகம் போன்ற நிகழ்த்துக் கலைகளின் பதிவு வடிவமாக ஆரம்பகாலம் முதலே புரிந்துகொள்ளப்பட்டு வந்திருக்கிறது. எங்கனம் சமூக வரையறைகளுக்கு உட்பட்டே முன் காலத்திய கலை வடிவங்கள் நிகழ்த்தப்பட்டு வந்தனவோ அங்கனமே அடைப்புக் குறிகளுக்குள் இருந்தாக வேண்டிய நிர்ப்பந்திக்கப்பட்ட சொற்களின் கூட்டு அர்த்தமாகவே சினிமாவும் இருக்க நேர்ந்தது. நூறு வருடத்தைத் தொட்டுக் கொண்டிருக்கும் இந்திய சினிமாவின் சரித்திரத்தில் இந்திய அளவில் தொடர்ந்து நம்பப்பட்டு வருகிற திரையாக்க பெரும்பாலானவை மக்களின் ரசனை சார்ந்து எடுக்கப்பட்ட முன் முடிவுகள் ஆகவே இருப்பது தெளிவு. இன்றளவும் கதை என்பது அதன் ஆகம விதிகளுக்கு உட்பட்டு மட்டுமே இயங்கக் கூடியதாக இருக்கிறது சிலவற்றை மீறுவது ஊறாகும் என்றபோதும் பெரும்பாலான நம்பிக்கைகள் திரை வணிகம் சார்ந்த தொடர்நம்பகத்தின் நிர்ப்பந்தங்களே.

இந்த நவீன காலத்திலேயே படத்தின் மைய இழையை தாண்டி பெரிய அளவில் மாற்றத்தையோ புரட்சியோ திரைப்படத்தால் நிகழ்த்திவிட முடியாது என்பது நிதர்சனம். காலம் காலமாக சொல்லப்பட்டு நம்பப்பட்டு பிடிவாதமாக பின்பற்றப்பட்டு

வந்து கொண்டிருக்க கூடிய எந்த ஒரு விதிமுறையும் கண்டுகொள்ளாமல் மிகவும் புரட்சிகரமாக

சற்றேறக்குறைய 65 ஆண்டுகளுக்கு முன்னால் தயாரிக்கப்பட்ட தமிழ் திரைப்படம் ரத்தக்கண்ணீர்.

இந்தியாவின் இதுவரை-யிலான மிகச்சிறந்த பத்து படங்களை வரிசைப்படுத்தினால் அதில் ரத்தக் கண்ணீருக்கு இடம் இருக்கும் தமிழில் முறியடிக்கப் படாத முதலிடத்தில் இன்றளவும் வீற்றிருப்பதும் ரத்தக்கண்ணீர் தான்.

முற்பகல் செய்யின் பிற்பகல் விளையும் என்கிற ஒரு கோட்டை எடுத்துக்கொண்டு மனம் திருந்தினால் மார்க்கம் உண்டு என்பது போன்ற பல கற்பிதங்களை அடித்து நொறுக்கியது ரத்தக்கண்ணீர் ஆங்கிலேயன் விட்டுச் சென்ற பிற்பாடு மேற்குத் திசை மீதான இந்திய மோகத்தை இந்தப் படத்தின் அளவு இன்னொரு படம் சாடியது இல்லை வெள்ளைக்காரன் நம்மை விட உயர்ந்தவன் என்கிற எண்ணத்தில் தொடங்கி மேட்டிமைத்தனம் ஆக கட்டமைக்கப்பட்ட வல்லாதிக்க சிந்தனைகள் பலவற்றையும் தூள் தூளாக்கியது ரத்தக்கண்ணீர் மேடை நாடகமாக பலமுறை நிகழ்த்தப்பட்ட கதை-வசனத்தை திருவாரூர் தங்கராசு எழுத கிருஷ்ணன் பஞ்சு இரட்டையர்கள் இதனை இயக்கினார்கள் நேஷனல் பிக்சர்ஸ் பெருமாள் முதலியார் இதனை தயாரித்தார். திரைப்படத்தை கலையாக பயிலுகிற ஒவ்வொருவரும் காணவேண்டிய முதல் பாடமாகவே ஆதார அரிச்சுவடி ஆகவே ரத்தக்கண்ணீர் திரைக்கதை விளங்குகிறது.

வெளிநாட்டில் படித்துவிட்டு ஊர் திரும்புகிறான் மோகன் அவன் ஒரு செல்வந்தர் வீட்டுப் பிள்ளை. தகப்பன் இல்லாத குடும்பத்தை அவன்தான் நிமிர்த்த போகிறான் என்று காத்திருக்கிறார் தாய்வந்து சேர்பவர் முற்றிலுமாக தன்னை மேல்நாட்டு மோகத்துக்கு ஒப்புக்கொடுத்தவனாக இருக்கிறான்.

மெல்ல மெல்ல அவனது பலவீனங்கள் அவனைச் சார்ந்தவர்களை அதிர்ச்சிக்கு உள்ளாக்குகிறது அவனது நண்பன் பாலுவும் மோகனின் அம்மாவும் ஒரு திருமணத்தை ஏற்பாடு செய்தால் சரியாகிவிடும் என நம்புகிறார்கள் தினந்தோறும் மோகன் தேடி செல்லுவது காந்தா எனும் வஞ்சகி என யூகிக்க முடியாத கெடுமதி கொண்ட பெண்ணை. அவள் மீதான மோகத்தில் மோகன் அங்கேயே தவம் கிடக்கிறான். தனக்கு சந்திராவோடு திருமணமான பிற்பாடு மாமனாரை அவமதிக்கிறான் அம்மாவை எட்டி உதைக்கிறான் நண்பனை சுடுசொல் சொல்லி தள்ளி வைக்கிறான். மனைவியை ஏறெடுத்தும் பார்ப்பதில்லை. இத்தனைக்கும் பின்னால் அன்னையின் மரணத்திற்குப் பிறகும் பணப்பெட்டியோடு காந்தா வீடே கதி என்று இருக்கும் மோகனுக்கு மெல்ல ஆட்கொல்லி நோய் வருகிறது. அது ஒரு சர்ப்பத்தைப் போல அவனைப் பற்றிக் கொள்கிறது இனி அவன் தேற மாட்டான் என்று ஆகும் போது மெல்ல அவனை கைவிடுகிறாள் காந்தா.

சில மனிதர்கள் வாழ்வில் நுழைந்தால் அவர்களை வைக்கிற இடத்தில் இருத்துவது உசிதம். இல்லாவிடில் வாழ்வு என்னாகும் இருக்கும் போது கண்மண் தெரியாத ஊதாரி ஒருவன் கண் தெரியாத போது என்னவாகிறான் கோலம் அழிகிறது மெல்ல மெல்ல கண் பார்வை போகிறது. காந்தாவால் செல்வம் அனைத்தும் பறித்துக் கொள்ளப்பட்டு விரட்டி அடிக்கப் படுகிறான் மோகன். ஒரு கட்டத்தில் யாசித்து அடுத்தவர் உதவியுடன் உண்ண வேண்டிய நிலைக்கு தள்ளப்படுகிறான் மனசாட்சியே இல்லாமல் தன் வாழ்வின் சரிபாதியை வாழ்ந்தவன் எல்லாவற்றையும் உணரும் போது காலம் கடந்து விடுகிறது தன்னால் சந்திராவின் வாழ்க்கை பாழாகி விட்டது என்பதை உணர்ந்து வேதனையுறும் மோகன் அவளை தன் நண்பன் பாலுவோடு இணைந்து வாழுமாறு வேண்டிக்கொண்டு தன் வாழ்வின் முடிவை நோக்கிச் செல்கிறான் மரணம் அவனைத் தழுவிக் கொள்கிறது ஊரில் எல்லோரும் பார்க்கும் இடத்தில் உருக்குலைந்த கோலத்தோடு மோகனின் சிலை இருக்கிறது அந்தச் சிலையின் கதையை பாலு ஊர்மக்களுக்கெல்லாம் எடுத்துரைக்கிற ஒரு புள்ளியில் தான் ரத்தக்கண்ணீர் படம் தொடங்கி முடிகிறது உலகின் நாகரீகமெனும் பெயரிலான பொய்கள் புரட்டுக்கள் பகுத்தறிவுக்கு ஒவ்வாத கருத்துக்கள் பக்தி என்னும் பெயராலும் பந்தம் எனும் பேராலும் பலவற்றாலும் எப்படி மனிதன் கட்டுண்டு கிடக்கிறான் என்பதை எல்லாம் முதல் முறையாக இந்திய அளவில் பெரிதாய்ப் பேசிய திரைப்படம் ரத்தக்கண்ணீர்.

எம்.ஆர்.ராதா எனும் மகா நடிகனின் குரலும் முகமும் உடல்மொழியும் ரத்தக்கண்ணீர் திரைப்படத்தின் தூண்களைப்

போல் ஓங்கி நின்றன. Ss ராஜேந்திரன் சந்திரபாபு எம்.என்.ராஜம் ஆகியோரின் அளவான நடிப்பு வளமாயிற்று. ஜெயராமனின் பாடல் இசையும் விஸ்வநாதன் ராமமூர்த்தியின் பின்னணி இசை ஏற்பும் இப்படத்தின் பலங்கள். வசனத்திற்கான பெரு விருப்பப் படமாக ரத்தக்கண்ணீர் இன்றளவும் விளங்குகிறது இந்தியாவின் நடிக பள்ளிகளில் மிக முக்கியமான ஒரு ஆதாரமேதமை எம்.ஆர்.ராதா என்றால் அது மிகையல்ல.அரசியல் சமூகம் மதம் திரைப்படத் துறை உள்பட இந்தப்படம் பகடி செய்யாத விஷயமே இல்லை எனும் அளவுக்கு நம்பமுடியாத நேர்மையோடு கண்கள் முன் விரிகிறது ரத்தக்கண்ணீர்.

அற்புதம் என்றால் அது ஒரு முறை நிகழ்வது அற்புதம் என்றால் அது மீவுரு செய்ய இயலாதது.

காலம் கடந்து மிளிர்வது..

ரத்தக்கண்ணீர் ஒரு அற்புதம்

5 கூண்டுக்கிளி

1 ஒருவரின் தனிப் பாணி என்பது தனித்துவத்துடன் கலந்து கவர்கையில் நிகழ்வதன் தொடர்செயல்.

(யாரோ)

2 ஒருவரது அபிமானம் ஏற்படுத்தக் கூடிய கவர்தலின் விளைவாக மக்கள் அவரைத் தொடரவும் அவரோடு சூழ்ந்திருக்கவும் அவர்களது ஆதிக்கத்துக்கு உள்ளாகவும் விரும்புகின்றனர்.

(ரோஜர் டாவ்ஸன்)

இந்தியாவின் மாபெரும் படம் எது யாரைக் கேட்டாலும் ஷோலே தொடங்கி பாகுபலி வரை எவ்வளவோ படங்களைச் சொல்வார்கள். தமிழில் கூட சந்திரலேகா தொடங்கிச் சந்திரமுகி வரை எவ்வளவோ உதாரணப்பூக்கள். எல்லாவற்றின் பின்னாலும் திரைக்கதை தொடங்கி படமாக்கல் வரையிலான பிரம்மாண்டம் அதன் செலவுக்கணக்கினை முன்வைத்து கணக்கிடப் பட்டிருக்கும்.

என்னைப் பொறுத்தவரை டி.ஆர்.ராமண்ணா இயக்கிய கூண்டுக்கிளி அதன் அரிதினும் அரிய நடிகர் பங்கேற்பின் காரணமாக இந்தியாவின் மாபெரும் படமாகிறது. எம்.ஜி.ராமச்சந்திரனும் சிவாஜி கணேசனும் இணைந்து நடித்த ஒரே படம்.

இரயிலின் முன் விழுந்து தன்னை மாய்த்துக் கொள்ளத் துணிந்தான் ஜீவா. அவனைக் காப்பாற்ற அங்கே வருகிறான் தங்கராஜ். அவர்கள் பால்ய சினேகிதர்கள். "பள்ளிப் படிப்பாலும் பழகின தோசத்தாலும் மட்டும் நாம் ஒன்றுபட்டவர்களல்ல பகுத்தறிவின் பலத்தாலும் பணத்திற்கு நம்மை விற்காத பண்பாலும் நாம் ஒன்றுபட்டவர்கள்" என்கிறான் தங்கராஜ்யாரிடம் ஜீவாவிடம். ஜீவா யார். தங்கராஜின் ஆப்த நண்பன். இருவருடைய ஆரம்பகாலங்கள் ஒன்று தான். என்ன நடந்தது ஏன் இப்படித் தற்கொலையை நாடிச் சென்றாய்? எனக் கேட்கும் தங்கராஜிடம் பதிலாகத் தன் முன் கதையை சொல்கிறான் ஜீவா. பெண் பார்க்கத் தன் குடும்பத்தோடு சென்று அவளைப் பார்த்த மாத்திரத்தில் மனம் மயங்குகிறான். கூடவே வந்திருக்கும் சினேகிதக்காரன் ஜீவாவை கிண்டல் செய்கிறான். "தலை- நிமிர்ந்து உட்காரடா வீரத்தமிழனே என்னப்பா வெட்கமா?" தனக்கு

நிச்சயமாகப் போகும் நல்மதியைப் பற்றி அங்கேயே வருணிக்கிறான் ஜீவா." கணக்கான முகவெட்டு கம்பீரமான உடற்கட்டு"

அடுத்த கட்டமாய் நிச்சயதார்த்தமும் கல்யாணமும் என்று பேசிவிட்டுத் தன் இல்லம் திரும்புகிற ஜீவா சதா சர்வ காலமும் கனா காண்கிறான். தானாகப் புலம்புகிறான் தனக்கு வரப்போகிறவளை எண்ணி எண்ணி. நண்பன் வந்தது கூடத் தெரியாமல் எப்படிப் பிதற்றுகிறான் என்றால் " அதற்குப் பிறகு அவளே என் கண்ணானாள். அதற்குப் பிறகு பார்க்கின்ற பெண்களின் முகத்திலெல்லாம் அவளையே பார்த்தேன். அவளே என் காதானாள் அதனால் கேட்கும் குரல்களிலெல்லாம் அவள் குரலையே கேட்டேன்." என்று உருகுகிறான் ஜீவானந்தம்.

விதி என்பது வேறுகதையைத் தன் வசம் வைத்துக் கொண்டு எல்லோர் வாழ்க்கையையும் மாற்றுகிற க்ரூரமான கதாசொல்லி அல்லவா..? நொடித்து குடும்பத்தோடு வேறெங்கோ கிளம்பிப் போய்விடுகின்றனர் பெண்வீட்டார். தன் காதல் ராணியைக் கண்டே தீர்வது என அலைந்து திரிகிறான் ஜீவானந்தம். தங்கராஜிடம் கதறுகிறான் "அடுத்த கிராமத்துக்குப் போனேன் அங்கேயும் அந்தக் கிளி இல்லை எவளுக்காக வீட்டை விட்டு வெளியே வந்தேனோ அவளை அடையாமல் வீடு திரும்புவதில்லை என்ற உறுதியோடு கால் போன வழியெல்லாம் நாளை மறந்து மாதத்தை மறந்து வருடத்தை மறந்து நடந்து கொண்டே இருந்தேன். என்ன நடந்து என்ன பிரயோசனம்? செயற்கை அழகால் கண்ணைக் கவரும் காகித மலர்களைத் தான் என்னால் காண முடிந்தது இயற்கை அழகோடு இனிய மணம் வீசும் அந்த வண்ண மலரை என்னால் காண முடியவில்லை. கடைசியில் வாழ்விலே அவளை மறக்க முடியாவிட்டாலும் சாவிலாவது அவளை மறக்கலாம் என்ற ஒரே நம்பிக்கையோடு இங்கே வந்தேன்.அதிலேயும் எங்கேயிருந்தோ வந்து நீ மண்ணைப் போட்டு விட்டாயே."

இதுவரை கேட்டுக் கொண்டிருக்கும் தங்கராஜ்.

" ஹூம் உன் கதையிலே புத்திசாலித்தனம் இல்லையாவிட்டாலும் புதுமை இருக்கிறது இதுவரை நானும் எத்தனையோ கதைகளைக் கேட்டிருக்கிறேன் அந்தக் கதைகளிலெல்லாம் தனக்குப் பிடித்தமான காதலனைக் கல்யாணம் செய்துகொள்ளவேண்டுமென்பதற்காகப் பெண்தான் கற்பைக் காப்பாற்றிக் கொள்வதற்காகக் கஷ்டப்படுவாள் நீயோ அவள் போனால் இன்னொருத்தி என நினைக்காமல் இத்தனைவருட காலம் உன் கற்பைக் காப்பாற்றிக் கொள்ளக் கஷ்டப்பட்டுக் கொண்டிருக்கிறாய் ரொம்ப ஆச்சரியம் தாண்டா வா உனக்கந்தக் கனவுக்கிளி தானே வேண்டும். நான் கண்டுபிடித்துத் தருகிறேன்."

இதை நம்பவில்லை ஜீவானந்தம்.

"வேண்டாம் தங்கராஜ் வீண் முயற்சி அப்போது அவள் பொந்துக்கிளியாய் இருந்தாள். இப்போது எவனிடம் கூண்டுக்கிளியாய் இருக்கிறாளோ.

அதிலும் அன்று நீ பார்த்த தென்றலல்ல நான். எனக்காக உன் வீட்டு சன்னலைத் திறந்து விட புயல் உள்ளே நுழைய விட்டால் உன் வீட்டின் அமைதியும் குலைந்து விடலாம்." என மறுக்கிறவனின் கை பற்றி தங்கராஜ் "புயலடிக்கும் போது வீட்டின் சன்னலை இழுத்து மூட எனக்குத் தெரியும் வாடா." என்று அழைக்கிறான். "வந்த பின் மூடுவதை விட வருவதற்கு முன்பே மூடுவது நல்லது." எனப் பேசிக் கொண்டிருக்கும் போதே அவனைத் துரத்தி வரும் மக்களும் கான்ஸ்டேபிள் ஒருவரும் ஜீவானந்தத்தை மன ஒழுங்கின்றிச் செய்த சிறுசிறு பிழைகளை அடுக்கி ஸ்டேஷனுக்கு அழைத்துச் செல்கிறார்கள். தன் வீடு திரும்புகிறான் தங்கராஜ்.

சாட்சிகள் இல்லை என்று ஜீவாவை விட்டு விடவே அவனை அழைத்து வந்து தன் ஃபாக்டரி மேனேஜரிடம் கைகாலைப் பிடித்துக் கெஞ்சி ஜீவாவுக்கும் ஒரு வேலையை வாங்கித் தருகிறான் தங்கராஜ்-.தன் மனைவி ஊரிலிருந்து திரும்பும் வரை தனக்கு உணவளிக்கும் அம்மாவிடமே ஜீவாவுக்கும் உணவு ஏற்பாட்டை செய்து தருகிறான். தன் வீட்டின் அடுத்த போர்சனையே ஜீவாவின் குடித்தனத்திற்கு ஏற்பாடு செய்கிறான் தங்கராஜ். ஊருக்குச் சென்றிருக்கும் அவனது மனைவியும் மகளும் திரும்புகிறார்கள். தங்கராஜின் மகனைக் கொஞ் சுகிறான் ஜீவா. தங்கராஜ் வெளியே சென்றுவிட ஜீவா வென்னீர் கேட்கிறான் கொண்டு வரும் தங்கராஜின் மனைவி தான் தனது உயிரை விட மேலாக மதிக்கும் காதல் கிளி என்பதைக் கண்ட மாத்திரத்தில் மயக்கமுறுகிறான். ஊரார் கூடிவிடத் தங்கராஜ் திரும்பி வரும் போது ஜீவா மயக்கம் தெளிகிறான். தங்கராஜின் மனைவி மங்களாவுக்கு முன்னர்த் தன்னைப் பெண் பார்க்க வந்தது ஜீவா என்பதே தெரியாது. வரனின் முகத்தைக் கூடப் பாராமல் தாய்

தந்தையரின் ஆணைக்கிணங்கி பொம்மை போல பெண் பார்க்கும் படலத்தில் இடம்பெற்று நீங்கியவள் அவள்.ஆதலினால் அவளுக்கு ஜீவாவைத் தெரியவே தெரியாது ஜீவா ஏற்கனவே நோய்மையின் உச்சத்தில் உழலும் மனதோடு உறைந்திருப்பவன். வெளித்தோற்றத்துக்கு அவன் சாதாரணம் நோக்கித் திரும்பி விட்டாற் போலத் தோற்றமளித்தாலும் உள்ளே அவன் மனம் இன்னமும் அமைதியுறவில்லை என்பது நிஜம், மங்களா ஒரு பாட்டுப் பாடேன். உன் சங்கீதத்துலயாவது அவன் சஞ்சலம் தொலையுதான்னு பார்ப்போம் என்கிறான் தங்கராஜ். ம்ஹூம் நான் மாட்டேன் என்று மறுக்கிறாள் மங்களா. கற்றதைக் கரைச்சா குடிக்கப் போறே சும்மா பாடுன்னா.

சொல்ல வல்லாயோ கிளியே எனும் பாரதியார் பாடலைப் பாடுகிறாள். தன் மனம் தன்னைக் கொல்லாதா என்று ஏங்குகிறான் ஜீவா. அவனை அவனால் வெல்ல முடியவில்லை. சந்தர்ப்ப வசத்தால் ஜீவாவுக்குப் பதிலாகத் தான் சிறைக்குச் சென்று விடுகிறான் தங்கராஜ். தன் குடும்பத்தை ஜீவா சிரமேற்கொண்டு காப்பான் என நம்பும் அவனது நம்பிக்கை வீண் போகிறது.நிராசை ஜீவாவின் மதியைக் கெடுக்கிறது. சந்தர்ப்பங்களைத் தனக்குச் சாதகமாக்கிக் கொள்ளும் போது மனிதன் மதங்கொண்ட களிறாகிறான். அவனது எண்ணம் புரிந்து அவனிடமிருந்து விலகிச் செல்கிறாள் மங்களா. சிரமத்தோடு தன் மகன் கண்ணனைக் காக்கிறாள். கண்ணனுக்கு நோய் உண்டாகி அவன் தவிக்கிறான். தன் ஆசைக்கு இணங்கும்படி வற்புறுத்துகிறான் ஜீவா. கண்ணனை மருத்துவமனையில் சேர்த்து விட்டு உதவி நாடி ஜீவாவை வேண்டி வரும் மங்களாவை வற்புறுத்தும் ஜீவாவுக்கு மின்னல் வெட்டிக் கண்பார்வை போகிறது. தங்கராஜ் சிறையிலிருந்து வெளியே வருவதும் நிகழவே ஜீவா மீது ஆத்திரமாகி அவனைக் கொல்வதற்காக ஓடுகிறான். அங்கே சொக்கி வந்து ஜீவாவை விட்டுவிடுமாறு கெஞ்சுகிறாள். நம்புவதற்கு ஒரு அளவுண்டு. நீ உன் நண்பனை ஏன் அளவுக்கு மீறி நம்பினாய் எனக் கேட்கும் போது தன் தவறு புரிந்து அவர்கள் இருவரையும் விட்டு விலகித் தன் மகன் கண்ணனையும் மங்களாவையும் சென்று சேர்கிறான் தங்கராஜ்.

கூண்டுக்கிளி எம்ஜி.ராமச்சந்திரன் மற்றும் சிவாஜி என்கிற இரண்டு பொருத்தமற்ற நடிப்புக் கரைகளுக்கு நடுவே கலந்து ஓடிய

ஒரே கடலாம் நடிப்பாற்றலுக்காகவும் எப்போதைக்குமான ஒற்றை சாட்சியமாக நம் முன் நிகழ்ந்த படம். இதன் இசையில் தன்னால் ஆன மட்டிலும் புதுமைகளைப் புகுத்தி இசைத்திருப்பார் கேவி மகாதேவன். சிவாஜி மயக்கமுறும் காட்சி முழுக்க அந்தக் கால ஃப்யூஷன் இசை பொங்குமாங்கடலாய் வியாபிக்கும். மகாதேவ மந்திரஜால இசை என்றால் தகும்.

இன்னொரு மாமேதமை விந்தனுடையது. ஒரு காட்சியில் அண்ணன் என்ற உணர்வோடு காய்ச்சலில் கனன்று கொண்டிருக்கும் ஜீவாவின் நெற்றியில் பற்றிட்டபடியே சீக்கிரம் திருமணம் செய்துகொள்ளுமாறு எடுத்துரைப்பாள் மங்களா. அவள் மீதான தன் மனமறை இச்சையை சொல்லாமல் சொல்ல முயலுவான் ஜீவா.அந்த இடத்தில் வசனம் தமிழும் காதலும் இயலாமையும் தெறித்துப் பூக்கும் மின்பூக்களாகவே தோன்றும்.கத்தி மேல் நடனம் என்றால் தகும்;

"மங்களா சிரிக்காமல் சிரிக்கும் அவள் செவ்விதழ்கள் சொர்க்கத்தின் வாசற்கதவுகள் பேசாமல் பேசுமவள் பேச்சு சொர்க்கத்தின் ப்ரேமகீதம், தொட்டவுடன் எங்கேயோ தூக்கிச் செல்லும் அவள் ஸ்பரிசம்.ஆஹா...அதுதான் சொர்க்கத்தின் சொல்லித் தெரிந்து கொள்ள முடியாத அர்த்தம். அதை என்னால் மறந்து விட முடியுமா மங்களா"

இதற்குப் பிறகு தான் மனதை மறைக்க முடியாமல் வெடித்துச் சிதறும் ஜீவா எனும் பிம்பம்.

தஞ்சை ராமையா தாஸ் எழுத்தில் "ராத்திரிக்கு புவ்வாவுக்கே லாட்டரி வாழ்க்கை லைட்டெரிய பணம் தானே பேட்டரி ராப்பகலா அலைஞ்சாலென்ன நாய் போலத் திரிஞ்சாலென்ன அந்தக் காலத்தின் சந்தோஷக் குத்தாட்டப் பாடல் கவர்கிறது.

தீபாவளி கொண்டாட்டத்தை முன்வைத்து வாங்க எல்லாருமே சேர்ந்து ஒன்றாகவே என்ற கவி காமு ஷெரீஃப் எழுதிய பாடல் கேட்பதற்குப் புத்திசையும் புதுக்குரலுமாக மிளிர்கிறதென்றால் ஆயிரம் தெறல்களாய் இருளிலிருந்து தொடங்கும் இப்பாடலின் படமாக்கல் அந்தக் காலகட்டத்தின் நவீனம்.

கூண்டுக்கிளி அடுத்த காலங்களில் நினைத்தே பார்க்க முடியாத நடிகசாகசம்.

எம்ஜி.ஆர் சிவாஜி எனும் இருபறவைகளின் வாழ்வில் அபூர்வமாய்த் தோன்றிய மந்திரவாதம்.

இருவரின் ஒரே நிழல்.

6 அந்த நாள்

எப்போது முதல் துப்பாக்கிக் குண்டு உங்கள் தலையைத் துளைக்கிறதோ அப்போது அரசியல் மற்றும் எல்லா குப்பைகளும் சன்னலுக்கு வெளியே போய்விடுகின்றன.

ஹூட்(எரிக் பானா)

ப்ளாக் ஹாக் டவுன் படத்தில்

படத்தின் முதல் ஸீனிலேயே ஒரு துப்பாக்கி வெடிப்பதும் ஒருவன் குண்டடி பட்டு வீழ்வதும் படம் பார்க்கிறவர்களது கவனத்தை மொத்தமாகக் கவரும் தானே அதுவும் குண்டடி பட்டுச் சாய்ந்தது தங்கள் அபிமானத்துக்குரிய நாயகன் சிவாஜி கணேசன் என்றால் எதிர்பார்ப்பு எகிறுமா எகிறாதா படம் இப்படி ஆரம்பிக்கிறதென்றால் முழுப்படமும் இனி என்னவாக நிகழும் சிவாஜி எதுவும் கௌரவத் தோற்றமா அல்லது இது கனவு என அடுத்த ஸீனில் எழுந்து அமர்ந்து எல்லோரையும் ஏமாற்றப் போகிறாரா.? பொதுவாக நாயகன் இறக்கிறாற் போலப் படத்தின் கடைசியில் காட்டுவதற்கே அத்தனை துணிச்சல் இல்லாத அந்தக் காலத்தில் இப்படி ஒரு படத்தை முதல் ஸீன் என்று ஆரம்பிக்க எவ்வளவு பெரிய தைரியம் வேண்டும்..?

அந்த நாள் படம் அப்படித் தான் ஆரம்பித்தது. தன் வீட்டில் உலவுகிற சின்னையா அடுத்த வீட்டில் படாரென்று துப்பாக்கி வெடிக்கும் சப்தம் கேட்டு போலீசை அழைக்க ஓடுகிறார். எதிரில் வரும் ஆபீசரைப் பதற்றத்தோடு விஷயம் சொல்லி அடுத்த வீடு நோக்கி அழைத்து வருகிறார்.உள்ளே வீழ்ந்து கிடப்பவனின் பெயர் ராஜன். அவனொரு ரேடியோ இஞ்சினியர். அவனைக் கொன்றது யார் என்று துப்புத் துலக்க இன்ஸ்பெக்டரோடு சி.ஐடி சிவானந்தமும் உறுதுணையாக இருக்கிறார்.

ராஜனுக்கும் அவன் தம்பி பட்டாபிக்கும் சொத்துச்சண்டை உள்ளது.அதனால் அந்தக் கொலையைப் பட்டாபிதான் செய்திருப்பான் என்று அவன் மனைவி ஹேமா கூறுகிறாள். அவள் மீது ஆத்திரமடையும் பட்டாபி தன்னை விட ஹேமாவுக்குத் தான் ராஜன் மீது ஆத்திரம் அதிகம் என்று திருப்புகிறான். முதலில் எதுவும் பேசாதவள் பிறகு அம்புஜம் எனும் நடனப்பெண்ணுடன் ராஜனுக்கு

சினேகிதம் உண்டென்றும் அவர்களுக்கிடையே ஏற்பட்ட மனஸ்தாபத்தினால் அவள் தான் ராஜனைக் கொன்றிருப்பாள் என்று தன் கருத்தைப் பகிர்கிறாள். அம்புஜத்தைக் கண்டு பிடித்து அவளைக் கிடுக்கிப் பிடி போட்டுக் கேட்கின்ற போலீஸாரிடம் அவள் தான் ராஜனைக் கொல்லவில்லை என்றும் பக்கத்து வீட்டில் வசிக்கும் சின்னையா தான் ராஜனைக் கொன்றிருக்க வேண்டுமெனவும் அதற்கான முகாந்திரத்தின் வழி விளக்குகிறாள். ஒவ்வொருவரும் தாங்கள் இல்லை என்பதைச் சொல்வதோடு இன்னார் தான் கொன்றிருக்க வேண்டுமென்ற சந்தேக வலையை அடுத்தவர் மீது படர்த்திக் கொண்டே செல்ல ஒரு வட்டமடித்து ஆரம்பித்த இடத்துக்கு வந்து நிற்கிறது வழக்கு.

இன்னும் விசாரிக்க வேண்டியிருப்பது ஒரே ஒரு நபர் தான். அது தான் உஷா செத்துப் போன ராஜனின் மனைவி.அவளோ கணவனை இழந்த துக்கத்தில் ஆழ்ந்திருக்கிறாள். ஒரு முடிவுக்கு வரமுடியாத சி.ஐ.டி சிவானந்தம் யதேச்சையாகத் தனக்குக் கிடைக்கும் துண்டுச்சீட்டை திரும்பத் திரும்பப் படித்து ஒரு முடிவுக்கு வருகிறார். ராஜனின் வீட்டுக்கு வழக்கில் விசாரிக்கப்பட்ட அனைவரையும் அழைத்து அணிவகுக்கச் செய்கிறார். ஒவ்வொருவர் கையிலும் ஒரு துப்பாக்கி அது வெடிக்குமே தவிர அதில் தோட்டா இராது. அப்படியான டம்மி துப்பாக்கியைத் தந்து சின்னையா அம்புஜம் ஹேமா பட்டாபி இவர்களோடு உஷா கையிலும் துப்பாக்கி தருகிறார். தன்னை ராஜன் என்று பாவனை செய்து சுடச் சொல்கிறார்.

உஷாவால் சரியாக சுடமுடியாமல் போகவே அழுதுகொண்டு உள்ளே சென்றுவிடுகிறாள். மற்றவர்களால் சரிவரத் துப்பாக்கியைக் கையாளத் தெரியவில்லை. ஆனாலும் பட்டாபியையும் ஹேமாவையும் கைது செய்யச் சொல்கிறார் சிவானந்தம். உள்ளே இருந்து திரும்பி வரும் உஷா தன் கணவனைத் தானே சுட்டுக் கொலை செய்ததாக ஒப்புக்கொள்கிறாள்.

கணவன் ஜப்பான் நாட்டுக்கு விலை போய் அவர்கள் நம் நாட்டைக் குண்டுகளெறிந்து துவம்சம் செய்ய உதவுகிற கெடுமதியன் என்பதை உணர்ந்து நாட்டைக் காக்கவே தன் கணவனென்றும் பாராமல் அவனை உஷா கொன்றழிக்கிறாள் என்பது தெரியவரும்

அரங்கு நிறைந்தது | 25

போது அழகான த்ரில்லர் படமாக அந்த நாள் எல்லோருக்கும் உவப்பான ஒன்றாக மலர்ந்தது.

தமிழ்த் திரையுலகம் பாடல்களின் பிடியில் சிக்குண்டிருந்த போது பாடல்கள் ஏதும் இல்லாமல் வெளியான முதல் படம் அந்த நாள். எஸ்.பாலச்சந்தர் ஜப்பானிய இயக்குனர் அகிராகுரோசோவா இயக்கிய ரஷோமானின் பாதிப்பில் அந்த நாளை உருவாக்கினார். தமிழின் மடைமாற்றுத் திரைப்படங்களில் ஒன்றாக எண்ணற்ற விஷயங்களுக்கான முன்னோடியாக அந்தநாள் திகழ்ந்தது. பராசக்தி படத்தில் தன் சிறந்த நடிப்பாற்றலை நிரூபித்தபடி அறிமுகமான சிவாஜி கணேசன் திரைவாழ்வில் அவர் நடித்தளித்த ஆகச்சிறந்த படங்களில் ஒன்று அந்த நாள். படத்தில் அவர் தான் நாயகன் அவரே வில்லன். தன் கெடுமதியை பார்ப்பவர் மனங்களில் சிந்தாமல் சிதறாமல் இடம்மாற்றிவிடும் வகையில் தன் அபாரமான நடிப்பாற்றலால் மிளிர்ந்தார் சிவாஜி. மேலும் அவர் இந்தப் படத்தில் குரலை பெரிதும் உயர்த்தாமல் பேசிநடித்ததும் முகமொழியால் பல முக்கியக் காட்சிகளை நகர்த்திய பாங்கும் பெரிதும் போற்றத் தக்கது. சிவாஜிகணேசனுக்கு தேசிய விருதை வழங்கியிருக்க வேண்டும் என்று மெச்சத் தக்க பல படங்களைத் தன் நடிப்பு வாழ்வில் தந்தவர் தான் அவர். என்றாலும் பராசக்திக்கு அடுத்து அப்படி புகழத்தக்க அடுத்த படமாக அந்த நாள் படத்தை சொல்லலாம்.

இசை ஒளிப்பதிவு எடிடிங்க் என எல்லாமே கச்சிதமாகத் துணை நின்றன. பண்டரிபாய் ஜாவர் சீதாராமன் டிகே பாலச்சந்திரன் பிடிசம்மந்தம் சட்டாம்பிள்ளை வெங்கட்ராமன் ஆகியோர் நடித்திருந்தனர்.

ஏவி.எம்மின் அந்த நாள் எந்த நாளும்

7 மலைக்கள்ளன்

ஆட்டுக்குட்டிகள் சிங்கங்களாக மாறும் வரை எழுந்திரு மீண்டுமீண்டும் எழுந்திரு.

- ராபின் ஹூட்

நாமக்கல் கவிஞர் என்றழைக்கப்படுகிற இராமலிங்கம் எழுதிய நாவல் தான் மலைக்கள்ளன். எழுதிய கதை சினிமாவாகும் வரை சாதாரணமாகத் தான் இருந்தது. நம் நாட்டில் எடுக்கப் பட்ட ராபின் ஹூட் அல்லது மாஸ்க் ஆஃப் ஜோரோ டைப் படம் என்று இதனைச் சொல்லலாம். மலைக்கள்ளன் சிவாஜி கணேசனின் வாழ்வில் மறக்க முடியாத படம். சிவாஜி படமில்லையே என முகம் சுருக்குவோருக்கு அதனால் தான் மறக்க முடியாத படமென்றானது என்பது விசேஷ தகவல். எம்.ஜி.ஆரை இதில் நடிக்க வைக்கும் எண்ணம் துளியும் இல்லாமல் சிவாஜி தான் இதன் நாயகனாக நடிக்க வேண்டுமென்று ஒற்றைக்கால் தவம் கூட இருந்து பார்த்தார். பட்சிராஜா ஸ்டூடியோ அதிபரும் இதன் தயாரிப்பாளர் மற்றும் இயக்குனருமான ஸ்ரீராமுலு. ஆனால் அவர் கால் வலித்தது தான் மிச்சம். சிவாஜி இந்தப் படத்தினுள் வரவியலாமற் போனது வரலாறு. இன்னொரு மாபெரும் வரலாறு அதுவரைக்கும் ஏழெட்டு வருடங்களாக ஒரு மாபெரும் ஹிட் படத்துக்காகக் காத்திருந்த எம்ஜி.ராமச்சந்திரனுக்கு மலைக்கள்ளன் கொடுத்த மணிமழை சொல்வழி விரியப் புரிந்துவிடாத மாபெரும் ஒன்று. படிகளில் ஏறிக்கொண்டிருந்த நடிகரைப் பறவை போலாக்கி உச்சிக்கு அழைத்துச் சென்று அங்கே நிறுத்தி வைத்தது இந்தப் படம்.

ஏட்டு 411 ஆக நடித்த டி.எஸ்.துரைராஜ் நடன இணை சாயி சுப்புலட்சுமி வில்லனாக நடித்தவர் ஸ்ரீராம் காத்தவராயனாக நடித்த ஈ.ஆர் சகாதேவன் சுரபி பாலசரஸ்வதி சந்தியா ஆகியோரும் நடித்திருந்தனர்.சப் இன்ஸ்பெக்டராக நடித்தவர் எம்ஜி.சக்கரபாணி.

எஸ்.எம்.சுப்பையா இசையில் பானுமதி தன் சொந்தக் குரலில் சில பாடல்களைப் பாடியது வசீகரித்தது. சவுந்தரராஜன் பாடிய ***எத்தனைக் காலம் தான் ஏமாற்றுவார் இந்த நாட்டிலே*** எனும் பாடல் இன்றளவும் விரும்பி ஒலிக்கப் படுகிற காற்றாளும் கானமாக விளங்குவது. இசையமைப்பாளராக மட்டுமன்றி இந்தப்

படத்தில் ஒரு டாக்டர் வேஷத்தில் தோன்றவும் செய்தார் சுப்பையா.

விஜயபுரியின் குற்ற இருளுக்கு யார் காரணம்..? காத்தவராயன் அறியப்பட்ட கேடி. அவன் பின்னால் இருப்பது குட்டிப்பட்டி ஜமீன் தார் மற்றும் இளம் செல்வந்தன் வீரராஜன் ஆகியோர் இவர்களுக்கே சவாலாக விளங்கும் இன்னொருவன் தான் மலைக் கள்ளன். அவனது சாகசங்கள் தனித்து ஒளிர்பவை. அவன் எப்படி இருப்பான் என்று யாருமே பார்த்ததில்லை.

நேர்மையான செல்வந்தர் சொக்கேசர். அவருடைய தங்கை காமாட்சி சிறுவயதிலேயே கணவனை இழந்தவள் அவளுடைய ஒரே மகன் குமரவீரன் சின்னப் பையனாக இருக்கும் போது தொலைந்து போகிறான். சொக்கேசருடைய மனைவியும் சீக்கிரமே விண்ணகம் சென்றுவிடவே அண்ணன் சொக்கேசருடைய ஒரே மகளான பூங்கோதையை பரிவுடன் வளர்த்தபடி அவர்களோடு இருக்கிறாள் காமாட்சி.

சொக்கேசருடைய உறவுக்காரனான வீரராஜனுக்கு பூங்கோதை மீது லயிப்பு அவளுக்கோ அவன் தீயவன் என்பதால் வெறுப்பு.

அந்த ஊரைச் சேர்ந்த இன்னொரு பணக்கார வணிகன் அப்துல் ரஹீம். அவனும் அடிக்கடி காணாமல் போகிறான். கேட்பவர்களுக்கு அவன் தன் வாணிப சங்கதிகளுக்காக பயணத்திலிருப்பதாகக் கூறுவான்.

காவல் துறை என்ன செய்கிறது என்கிற எல்லோருடைய கூச்சலுக்கு அப்பால் அந்த ஊருக்கு மாற்றலாகி வருகிறார் சப் இன்ஸ்பெக்டர் ஆறுமுகம். அவருடைய உதவிக்கு அமர்த்தப்படுகிற கான்ஸ்டபிள் கருப்பையாவோ பயந்தாங்கொள்ளி மற்றும் கை நீட்டுபவரும் கூட.

எதை விசாரிக்கப் பார்த்தாலும் தன் அனுமான தீர்மானங்களைக் கொண்டு தடையாகவே கருப்பையா உடன் வருகிறார்.

இப்படியான கதைப் போக்கில் ஒரு தினம் செல்வந்தர் சொக்கேசன் ஊரில் இல்லாத சமயம் அவரது ஒரே மகள் பூங்கோதை மர்ம நபர்களால் கடத்தப்படுகிறாள். துப்புகளைப் பின்னொற்றிச் செல்கையில் பூங்கோதை மலைக்கள்ளனின் பாதுகாவலில் இருப்பதாகத் தெரியவருகிறது.

மலைக்கள்ளனின் வசம் இருக்கும் பூங்கோதைக்கு அவளைக் கடத்தத் திட்டமிட்டு அதைக் காத்தவராயன் மூலம் செயல்படுத்தவும் செய்தது வீர ராஜன் தான் என்பது தெரிகிறது. அவர்களது திட்டத்தை முறியடித்துத் தான் மலைக்கள்ளன் அவளைத் தன் வசமாக்கியது புரிகிறது. மெல்ல மெல்ல மலைக்கள்ளனின் நல்ல குணமும் மக்கள் மீது அவன் கொண்டிருக்கும் அப்பழுக்கற்ற அபிமானமும் எல்லாம் புரியவரும் பூங்கோதை.

மெல்ல மெல்ல ஸ்டாக் ஹோம் சிண்ட் ரோமுக்கும் திரைக்காதலுக்கும் உள்ள பிணைப்பின் பிரகாரம் கெட்டவன் என்று தள்ளிய அதே மலைக்கள்ளனை நல்லவன் எனப் போற்றத் தொடங்குகிறாள்.

கதாகாலத்தின் கடைசிச் சதுக்கத்தில் மலைக்கள்ளன் தான் அப்துல் ரஹீம் என்ற பெயரில் வாழ்கிற தன் அத்தை மகன் குமரவீரன் என்பது பூங்கோதைக்குத் தெரியவந்து இருவரும் வாழ்வில் இணைகிறார்கள்.

சுபம்.

8 மனோகரா

ஒரு மறுமலர்ச்சியைத் துவக்குவதற்கு பெரும் செல்வந்தர்கள் மற்றும் செல்வாக்கானவர்களின் இடங்களுக்குச் செல்லக் கூடாது.யாருடைய மகிழ்ச்சியின் கோப்பைகள் காலியாக இருக்கின்றனவோ அந்த வறிய எளிய மனிதர்களைத் தேடிச் செல்ல வேண்டும்.

- லா வாலஸ்

பென்ஹர் திரைப்படத்தில் கலைஞர் மு.கருணாநிதியின் திரை பங்களிப்பு ஒரே ஒரு படத்தின் மூலமாக விளங்கிக் கொள்ள கூடியது அல்ல இந்தியாவின் மாபெரும் வசனகர்த்தா யார் என்று கேட்டால் தாராளமாக அவரது பெயரை சொல்லலாம் அவருக்கும் எம்ஜிஆருக்குமான நட்பு அளப்பரியது பின்நாட்களில் தமிழகத்தை ஆட்சி செய்யும் அரசியல் எதிரியாகவும் எம்ஜிஆர் மாறினார். அவருக்குப் பின்னால் கருணாநிதிக்கும் ஜெயலலிதாவுக்கும் தமிழக அரசியலின் எதிர் எதிர் துருவங்கள் பகிர்ந்தளிக்கப்பட்டன தன் வாழ்நாளில் பெரும்பகுதி கலைஞர் தன்னை ஒரு திரைப்பட ஆளுமையாகத் தொடர்ந்து முன்னிறுத்திக் கொண்ட ஒருவராகவே இருந்தார் கலைஞருக்கு எழுத்தின் மீதான பிடிமானம் அளவற்றது தன் பதின்ம வயதில் இருந்தே பேனாமுனை மூலமாக தான் நினைத்த எல்லாவற்றையும் பிசகாமலும் அழகாகவும் எடுத்துரைப்பதில் அவர் வல்லவராகவே இருந்தார்.

தமிழ் திரையின் செல்திசையினை 1945 ஆம் ஆண்டு வாக்கில் அண்ணா இளங்கோவன் போன்றவர்கள் மாற்றி அமைக்க முற்பட்டனர். புராண மாயஜாலப் படங்கள் மக்களை சலிக்கச் செய்திருந்த வேளையில் சமூக மற்றும் சரித்திரப் படங்களுக்கென்று பெரும் எதிர்பார்ப்பு கூடியபடி இருந்தது. அப்போதுதான் வசன எழுத்தின் மாபெரும் ஆளுமையாக கருணாநிதி முன்வந்தார் அவர் எழுதிய வசனங்கள் கல் மொழிகள் ஆகவே நிரந்தரித்தன.பிறருக்கு மத்தியில் மென்மேலும் புதியவர் ஆகவே தன்னை தக்க வைத்துக் கொண்டார் கருணாநிதி அடுக்கு மொழியும் சிலேடையும்தான் கொண்ட அரசியலை கிடைத்த இடத்தில் எல்லாம் புகுத்தி விடக்கூடிய சூசகம் மற்றும் மாறாத மொழிப் பற்றும் கருத்து வன்மையும் உறுதியும் கருணாநிதியின் அடையாளங்களாகத் திகழ்ந்தன.

ஒரு உதாரணமாக மனோகரா படத்தில் மனோகரனின் தந்தையான அரசரின் ரெண்டாவது தாரமான வசந்த சேனையின் வஞ்சக எண்ணம் படம் முழுக்க வெளிப்படும் ஒரு கட்டத்தில் அவள் எறியும் கத்தி அவளது மகன் மீதே பட்டு அவன் கீழே சாய்ந்து வீழ்வான். அவனை தூக்கி தலையை தன் மடியில் வைத்துக் கொள்ளும் நாயகன் மனோகரனிடம் **அண்ணா இனி இந்த நாட்டை நீ தான் ஆள வேண்டும்** என்று கூறியபடியே கண்ணை மூடுவான். அந்தக் காலத்தில் திமு கழகம் ஆட்சிக்கு போட்டியிடும் அரசியல் இயக்கமாக மாறி இருக்கவில்லை. காங்கிரஸ் ஆட்சி நடந்து கொண்டிருந்தது அப்போது அண்ணா ஆட்சிக்கு வந்தால் தான் நாடு நலமாகும் என்பதை ஒரு கதாபாத்திர வசனத்தின் வழியாக புகுத்தி விடும் வல்லமை கருணாநிதியிடம் இருந்தது.

சிவாஜி கணேசன் கருணாநிதி அவர் எழுத இவர் பேச ஏற்கனவே பராசக்தி திசை எங்கும் பட்டொளி வீசி பறந்துகொண்டிருந்த புகழ் கொடியை ஏற்றி வைத்திருந்தது வசந்தசேனையாக வில்லியாக டி.ஆர். ராஜகுமாரி அவரது மகனாக வசந்தமாக காகா ராதாகிருஷ்ணனும் மனோகரன் ஆக சிவாஜிகணேசனும் மனோகரனின் தாயாராக கண்ணாம்பா மந்திரியாக ஜாவர் சீதாராமன் அரசராக சதாசிவராவ் ஆகியோர் உயிர்ப்புடனான நடிப்பை நல்கினர்.

சாதாரண பழி சூழ்ச்சி வஞ்சகம் இவற்றுக்கப்பால் உரிமையை மீட்கும் ஒரு ராஜகுமாரனின் கதைதான் ஆனால் அதை சொன்ன விதம் பக்கம் பக்கமாக எழுதி தரப்பட்ட வசனங்களை பேசியதன் மூலமாக அற்புதமான திரைமலரென மலர்ந்தது மனோகரா திரைப்படம் இந்தப் படம் ஏற்கனவே 18 ஆண்டுகளுக்கு முன்னால்

பட்டு பி ஜி வெங்கடேசன் என்பவர் நாயகனாக நடித்து படுதோல்வி அடைந்தது என்பது குறிப்பிடத்தக்கது மறுபிறவி கண்ட மனோகரா தமிழ் திரையுலக வசனத்திற்கு மணிமண்டபம் கட்டினாற் போல் மாபெரும் வெற்றி அடைந்தது.

பொறுத்தது போதும் பொங்கி எழு என்று கண்ணாம்பா கூறுகிற காட்சியில் ரசிகர்கள் மெய்சிலிர்த்து மெய்மறந்து மெய் வளர்த்தார்கள் அழகு தமிழுக்கு ஏற்கனவே பெயர் போனவராகத்தான் கண்ணாம்பா விளங்கினார். இந்தப்படம் அவருக்கு ஒரு மகுட வைரம் தன் தனித்த குரலால் ஜாவர் சீதாராமன் விலகித் தெரிந்தார் காக்கா ராதாகிருஷ்ணன் என்று அவர் பெயர் சொன்னாலே நெடுங்காலம் அசட்டு வசந்தன் ஆகவே நினைவு கூறப்பட்டார்.மனோகரா உண்மையில் ஒரு திரைப்படமல்ல. எழுத்தின் வழி காவியம். இலக்கியச்சாறு என்றும் குன்றாத தமிழ் அற்புதம்.

அரசர்: மனோகரா! உன்னை எதற்காக அழைத்திருக்கிறேன் தெரியுமா?

மனோகரன்: திருத்திக் கொள்ளுங்கள் அரசே! அழைத்து வரவில்லை என்னை. இழுத்துவரச் செய்திருக்கிறீர்கள்.

அரசர்: என் கட்டளையைத் தெரிந்து கொண்டிருப்பாய் நீ.

மனோகரன்: கட்டளையா இது? கரை காண முடியாத ஆசை! பொன்னும், மணியும், மின்னும் வைரமும் பூட்டி மகிழ்ந்து கண்ணே முத்தே என்றெல்லாம் குலவிக் கொஞ்சி, தந்தத்தால் ஆன கட்டிலிலே, சந்தனத் தொட்டிலிலே, 'வீரனே! என் விழி நிறைந்தவனே!' வீர வழி வந்தவனே என்று யாரைச் சீராட்டி பாராட்டினீர்களோ அவனை அந்த மனோகரனை சங்கிலியால் பிணைத்து, சபை நடுவே நிறுத்தி சந்தோஷம் கொண்டாட வேண்டும் என்ற தங்கள் தணியாத ஆசைக்குப் பெயர் கட்டளையா தந்தையே?

அரசர்: நீ நீதியின் முன்னே நிற்கும் குற்றவாளி! தந்தையின் முன் தனயனல்ல இப்போது!

மனோகரன்: குற்றவாளி! நான் யாருக்கு என்ன தீங்கிழைத்தேன்? என்னால் பாதிக்கப்பட்டவர்கள் யார்? அரசே! தந்தையின் முன் தனயனாக அல்ல, பிரஜைகளில் ஒருவனாக கேட்கிறேன். கொலை செய்தேனா? கொள்ளையடித்தேனா? நாட்டைக் கவிழ்க்கும் குள்ளநரி வேலை நான் செய்தேனா? குற்றம் என்ன செய்தேன் கொற்றவனே, குற்றம் என்ன செய்தேன்? கூறமாட்டீர்களா? நீங்கள் கூறவேண்டாம்.

இதோ அறங்கூறும் அமைச்சர்கள் இருக்கிறார்கள். மறவர் குடிப்பிறந்த மாவீரர்கள் இருக்கிறார்கள்! மக்களின் பிரதிநிதிகள்

இந்த நாட்டின் குரல்கள் இருக்கிறார்கள். அவர்கள் கூறட்டும்... என்ன குற்றம் செய்தேன்?

சபையோர்: குற்றத்தை மகாராஜா கூறத்தான் வேண்டும்.

அரசர்: இது உங்களுக்கு சம்பந்தம் இல்லாதது.

மனோகரன்: சம்பந்தம் இல்லாதது சபைக்கு வருவானேன்? குடும்பத்தகராறு கொலு மண்டபத்துக்கு வரும் விசித்திரத்தை சரித்திரம் இன்றுதான் முதன் முதலாகச் சந்திக்கிறது மகாராஜா!

அரசர்: போதும் நிறுத்து... வசந்த விழாவில் நீ செய்த தவறுக்காக வசந்த சேனையிடம் மன்னிப்புக் கேட்கவேண்டும்.

மனோகரன்: அதற்குத்தான் காரணம் கேட்கிறேன்!

அரசர்: எதிர்த்துப் பேசுபவர்களுக்கு ராஜசபையில் என்ன தண்டனை தெரியுமா?

மனோகரன்: முறைப்படி மணந்த ராணிக்கு சிறைத்தண்டனை அளித்துவிட்டு, மூலையில் கிடந்ததற்கு முடிசூட்டியவர்களுக்கு அளிக்கப்படும் தண்டனையை விடக் குறைவானதுதான்.

அரசர் மனோகரா நீ சாவுக்குத் துணிந்துவிட்டாய்.

மனோகரன் ஆமாம் நீங்கள் வீரராக இருக்கும் போது பிறந்தவனல்லவா நான். சாவு எனக்கு சாதாரணம்.

அரசர்: ஆத்திரத்தைக் கிளப்பாதே! நிறைவேற்று. அரசன் உத்திரவு.

மனோகரன்: அரசன் உத்திரவென்ன? ஆண்டவனின் உத்திரவுக்கே காரணம் கேட்க ஆரம்பித்து விட்டார்கள். அரசே! சிறைச்சாலைக்குச் செல்ல வேண்டும் தாய் என்று கேள்விப்பட்ட பிறகும் அடங்கிக் கிடப்பவன் ஆமை!

அரசன்: தாய்க்கும், தந்தைக்கும் வேற்றுமை அறியா மூடனே! தந்தையின் ஆணை கேட்டு தாயாரின் தலையை வெட்டி எறிந்த பரசுராமனைப் பற்றி கேள்விப்பட்டிருக்கிறாயா நீ?

மனோகரன்: பரசுராமன் அவதாரம். மனோகரன் மனிதன்!"

கடைசிக் கேள்வி என் கட்டளைக்கு வணங்கப் போகிறாயா இல்லையா..?

மனோகரன் மன்னிப்புக் கேட்க வேண்டும் மனோகரன் அதுவும் அரை நொடியில் அரை நொடியென்ன? அதற்குள்ளாகவே ஆனால் யாரிடம் கேட்கவேண்டும் தெரியுமா..?

கோமளவல்லி கோமேதகச்சிலை கூவும் குயில் குதிக்கும் மான் என்றெல்லாம் உம்மால் புகழப்படும் இந்தக் கோணல் புத்திக்காரியின் கொள்ளிக் கண்களை கொடிய நாக்கை என் கூர்வாளுக்கு இரையாகத் தந்துவிட்டு அதை எதிர்த்தால் உம்மையும் உமக்குப் பக்கத்துணையாக வந்தால் அந்தப் பட்டாளத்தையும் பிணமாக்கிவிட்டு சூன்யக்காரிக்கு ஆலவட்டம் சுற்றியவர்களை சுடுகாட்டுக்கு அனுப்பிவிட்டேன் என்று சுழலும் வாளுடன் சூழும் புகழுடன் என் அன்னையிடம் ஓடி மன்னிப்புக் கேட்கவேண்டும்.நிறைவேற்றட்டுமா அந்த உத்தரவை.. தயார் தானா தயார் தானா..?

இது ஒரு சின்ன உதாரணம். மொழியைக் கொண்டு என்ன வெல்லாம் செய்யலாம் என்பதை நன்கு உணர்த்திய படம் மனோகரா.

பாடல்களும் தொழில்நுட்ப இசையும் ஒளிப்பதிவும் எல்லாம் கூடி வந்த ஒரு படமாகவே மனோகரா விளங்கியது வசூலில் மாபெரும் சாதனை புரிந்தது உண்மையில் சுதந்திரப் போராட்டத்திற்கு பின்னால் நாடு விடுதலை அடைந்தபிறகு காங்கிரஸ் பேரியக்கத்தை எதிர்த்து அரசியல் செய்வதற்கு தனிப்பெரும் கொள்கையென திராவிடத்தை முன்வைத்து பெருக்கெடுத்தோடும் பெருவெள்ளத்தைத் திசை திருப்பினாற் போல மக்களின் மனமாற்றித் திராவிட இயக்கம் தன்னை நிலைநிறுத்திக் கொண்டதற்கு காட்சி ஊடகமான சினிமா மற்றும் பத்திரிகை ஊடகம் இவ்விரண்டையும் சரிவரப் பயன்படுத்திக் கொண்டது முக்கியக் காரணமாயிற்று.

அயராத பயணங்களும் அசராத பேச்சுக்களும் மனதில் ஐயப்பாட்டையும் வினாக்களையும் ஏற்படுத்தி விடுகிற நேர்த்தியும் அவர்கள் மொழியிலிருந்து தங்களுக்குத் தேவையான கருத்துக்களை பதில்கள் ஆக்கி பெற்றுக் கொள்ளுகின்ற லாவகமும் கிடைத்த சந்தர்ப்பங்கள் எதையும் நழுவ விடாமல் அரசியல் செய்கிற அயராத உழைப்பும் கொண்ட கொள்கையில் உறுதியும் திராவிட இயக்கத்தின் வெற்றிக்கு அடிகோலிய இந்த இடத்தில் இயக்கத்தையும் மனிதர்களையும் பிரித்துப் பார்ப்பது கடினம் என்றாலும் கே.ஆர்.ராமசாமி, எஸ்.எஸ்.ராஜேந்திரன், எம்.ஆர். ராதா, ராமச்சந்திரன் போன்றோர் நாடறிந்த முகமலர் நடிகர்களை நேசிக்க பெருங்கூட்டத்தைத் தயாராக்கி அவர்களது புகழைக் குன்றாவொளியென்று வளர்த்தெடுத்ததன் பின்னாலும் தங்கள் எழுதுகோல் இருக்குமாறு வெகுசிலர் பார்த்துக்கொண்டார்கள் அப்படியானவர்களில் அறிஞர் அண்ணாவும் கலைஞர் கருணாநிதியும் முதலிரண்டு பெயர்கள் என்பது மறுப்பதற்கில்லை.

பம்மல் சம்மந்த முதலியாரின் கதையான மனோகரா படத்தை கருணாநிதி வசனம் எழுத எல்வி ப்ரசாத் இயக்கினார்

எஸ்.வி.வெங்கட்ராமன் மற்றும் டி.ஆர்.ராமநாதன் இருவரும் இசைத்தனர்.

கருணாநிதி தன் வசனங்களை விதை மணிகளைப் போல் பயன்படுத்தினார் அதற்கான அறுவடையில் அவர் மிகவும் கவனமாக இருந்தார் சினிமா ஊடகத்தின் சக்தி என்ன என்பதை கடைசிவரை புரிந்து வைத்திருந்தவர் அவர் எந்த இடத்தில் யாரை தாண்டித் தன்னால் என்ன நிகழ்த்த முடியும் என்பதை முழுவதுமாக அறிந்தவராக அவர் இருந்தார் மனோகரா படத்தில் கண்ணாம்பாவையும் சிவாஜி கணேசனையும் விட மற்ற எல்லோரையும் விட அது ஒரு கலைஞர் படம் கண் மூடித் திறக்கையில் பார்க்கும் திருமுகம் போல் மனோகரா என்றதும் எழக்கூடிய முதல் ஞாபகம் கருணாநிதி எனும் பெயர் தான் நடிகர் திலகம் என்று போற்றப்பட்ட சிவாஜிகணேசனுக்கு ஒரு பரிசை போல இதை நிகழ்த்தி தந்தவர் கலைஞர் ஐந்துக்கும் மேற்பட்ட தலைமுறையைச் சேர்ந்த நடிகர்களுக்கு வசனம் எழுதியவர் சண்டைக்கும் போருக்குமான வித்தியாசத்தை நன்கறிந்தவர் ஒரு முழுமையான போராளி போராளிக்கு போர் என்பது ஒரு ஆட்டமே அன்றி துளியும் அதில் அச்சமிராது. கருணாநிதி மொழியின் மீது மழையாய்ப் பொழிந்தவர். இயற்றமிழின் மகாவுரு.

9 சபாஷ் மீனா

தனவந்தர் சதாசிவத்தின் மகன் மோகன். ஊதாரி. பொறுப்பற்றவன். தந்தையின் கோபத்திற்கு அப்பால் அவர் நண்பர் அப்பாதுரை வீட்டுக்குப் பட்டணத்துக்கு அனுப்பப் படுகிறான். பணக்கார மோகன் இடத்திற்கு ஏழைசேகர் மாறுகிறான். ஏழையாகத் தன்னை மாற்றிக்கொண்டு காதல் பித்தேறி அலைகிறான் மோகன். அவன் விரும்புகிற யுவதியோ பணம் என்றாலே வெறுப்பவள். தன் அப்பாவின் சினேகிதர் மகன் என்றதால் எளிதாகக் கல்யாணம் கூடும் என்ற முதல் வரியை பற்றிக் கொண்டு புதிய மோகனை நிஜமோகன் என்று நம்பி காதலிக்கிறாள் அப்பாதுரையின் மகள் மாலதி.இரண்டு மோகன்கள் இரண்டு காதல்கள் ஒரு நிஜப் பொய்.ஒரு பொய்நிஜம். ஆள்மாறாட்டம்.பிடிபடும் வரை கதைரதம் நகர்வதில் பிசகில்லை. பிடிபடுங்கணம் உண்மை அவிழ்ந்து காதல்கள் கூடி சுபம்.

பி.ஆர் பந்துலு திரைக்கதையைப் படமாக்குவதில் மேதை.ப.நீலகண்டனின் எழுத்தில் சபாஷ் மீனா காலங்கடக்கும் அற்புதம். ரங்காராவ், பி.எஸ்.ஞானம், பி.ஆர் பந்துலு போன்றவர்களின் பங்கேற்புகளுக்கு மத்தியில் இந்தப் படத்தின் குன்றாவொளி சந்திரபாபு. சேகராகவும் ரிக்சாவண்டி இழுக்கும் சென்னைவாசியாகவும் இரட்டை வேடங்களை ஏற்ற சந்திரபாபு பேசிய சென்னைத் தமிழ் படம் வந்த காலத்தில் மட்டுமல்லாது இன்றைக்கு வரை உலராப்பெருநதியாக தொடர்ந்து புகழப்படுகிறது.

நகைச்சுவையின் கடினம் முயன்று பார்த்தால் தெரியும். தொண்ணூறுகளின் மத்தியில் வெளியாகிப் பெரும்வசூலையும் புகழையும் எய்திய உள்ளத்தை அள்ளித்தா படத்தின் மைய இழை அப்படியே சபாஷ் மீனா தான். நகல்நதியே பெருவெள்ளமாய் ஓங்குகிறதென்றால் நிசத்தின் நீர்மை குறித்துப் பேசத் தேவையில்லை. ஆரம்பக் காட்சி தொடங்கிப் படம் நிறைவு வரைக்கும் சபாஷ் மீனா சிரிப்புப் படங்களில் முதல்சிலவற்றில் இடம்பிடிக்கும்.இதன் இந்தி மீவுரு தில் தேரா தீவானாவுக்காக தமிழில் சந்திரபாபுவின் பாத்திரத்தை ஏற்ற மெஹ்மூத் சிறந்த குணச்சித்திர நடிகருக்கான ஃபிலிம்ஃபேர் விருதை 1962 பெற்றார்.

மிகத்தைரியமான திரைக்கதை அமைப்புக்காகவும் இந்தப் படம் முக்கியமானது. டைப் அடித்துக் கொண்டே புகை பிடித்துக்

கொண்டே பேசுகிற காட்சியில் சந்திரபாபுவின் முகபாவங்கள் மகாரசம். ஓட்டல் அறையைக் காலி செய்வதற்காக ஆட்கள் வரும்போது மெய் மறந்து தான் வாசிக்கும் இசையில் தன்னையே மறந்து கொண்டிருக்கும் காட்சியில் சிவாஜி அள்ளுவார். சிவாஜியும் சந்திரபாபுவும் மறுபடி சந்தித்துக் கொள்ளும் காட்சிகள் வெடியைக் கொளுத்திக் கையில் பற்றினாற் போல் அதகளம். டி.ஜி.லிங்கப்பாவின் இசையும் கு.மா.பாலசுப்ரமணியத்தின் சொல்லாடலும் படத்தின் பலங்கள். சித்திரம் பேசுதடி என் சிந்தை மயங்குதடி இன்றளவும் நின்றொலிக்கும் நல்லிசை.

தமிழின் மறக்க முடியாத நகைச்சுவைப் படங்களில் ஒன்று சபாஷ்மீனா.

10 கல்யாணப் பரிசு

நானொரு உலகைப் பற்றி கனா கண்டேன். அதை நான் ஒருபோதும் பார்க்கப் போவதில்லை என நினைத்திருந்தேன்.பின்னொரு தினம் அதனுள் நான் நுழைந்தேன்.

- ஜெஃப் பிரிட்ஜஸ் (டிரான்)

ஸ்ரீதரின் அறிமுகம்

ஸ்ரீதர் தமிழில் விளைந்த முதல் தனித்துவ இயக்குநர் எனலாம். அது வரையிலான படங்களைத் திரையில் காண்பதற்கான ஒரு முன் தீர்மானத்தை தொடர் அபிமானத்தை நடிகர்களும் இசையமைப்பாளர்கள் கவிஞர் பாடகர்களும் ஏற்படுத்தி வந்தனர். முதன் முறையாக ஸ்ரீதர் படம் என்று கிளம்பித் தியேட்டர் சென்ற ரசிகர்களைத் தயாரித்துக் கொண்டவர் ஸ்ரீதர். பின் நாட்களில் கே.பாலச்சந்தர் மகேந்திரன் பாலுமகேந்திரா பாரதிராஜா ஆர்சி.சக்தி ருத்ரய்யா மணிரத்னம் என அந்தப் பட்டியல் நெடிதோங்கிற்று என்றாலும் அதன் முதற்பெயர் ஸ்ரீதர்.

ஸ்ரீதர் மெல்லிய உணர்விழைகளின் மூலமாக காதலின் ஆரம்பத் தயக்கங்களையும் நெடுங்காலத் தைரியமின்மையையும் காதலர்க்கிடையிலான புரிதல் கோளாறுகள் பிறமனிதர்களின் ஊடாட்டம் இன்னபிறவற்றாலெல்லாம் காதலர்களிடையே ஏற்படுகிற அத்தனை கருத்துவித்யாசங்களையும் மென்மையான திருப்பங்களாகக் கொண்டு தன் படங்களை அமைத்தவர். விதவிதமான பாத்திரங்களோ அல்லது மீறல்களோ அவர் படங்களில் தென்பட்டதை விட யாருக்கு வேண்டுமானாலும் நடக்கலாம் என்ற மாதிரியிலான கதைப்பின்னல்களைக் கையிலெடுப்பதைத் தொடர்ந்தார்.குறிப்பாக முக்கோணக் காதல் கதைகள் ஸ்ரீதரின் விருப்பசினிமாக்களின் விளைநிலங்களாகின.

கல்யாணப் பரிசு ஸ்ரீதரின் இயக்கத்தில் முதற்படம்

பாஸ்கர் வசந்தி மற்றும் கீதா

பாஸ்கரும் வசந்தியும் காதலர்கள். வசந்தியின் அக்கா கீதாவுக்கு அது தெரியாது. கீதா ஒருதலையாய் பாஸ்கரை விரும்பத் தொடங்குகிறாள். அக்காவுக்காகத் தன் காதலை மறக்கிறாள் வசந்தி. கீதாவுக்கும் பாஸ்கருக்கும் திருமணமாகிறது. பாபு பிறக்கிறான்.

கீதா நோய்வாய்ப்படுகிறாள். இறக்கும் தருவாயில் தான் பாஸ்கரும் வசந்தியும் முன்பு காதலித்த விசயமே அவளுக்குத் தெரிகிறது. முன்பே வசந்தியை அவள் திட்டியதில் எங்கே சென்றாள் எனத் தெரியாமல் போகிறது. கீதா இறக்கும் தருவாயில் வசந்தியை பாஸ்கர் திருமணம் செய்து கொள்ள வேண்டுமென்று சொல்லி மரிக்கிறாள். வசந்தியைத் தேடி வரும் பாஸ்கர் அவளை நெடுங்காலமாய் ஒருதலையாய் காதலிக்கும் ரகுவின் வேண்டுகோளை ஏற்று அவர்கள் திருமணம் நிகழவிருப்பதை அறிந்து அங்கே செல்கிறான். திருமணம் முடிந்திருக்கிறது. கல்யாணப் பரிசாக பாபுவை அவர்கள் வசம் தந்துவிட்டு தானும் தன் காதலுமாய் நீங்குகிறான்.

இரண்டாம் உலகம்

பாஸ்கரின் நிஜ உலகத்தினுள்ளே சம்பத்தின் பொய்யுலகமும் ததும்புவதே கல்யாணப் பரிசு படத்தின் கதைக்கட்டுமானம்.

நிசம் நிறையவே கிடைக்கும் இந்த நாட்டில் இப்படி ஒரு பரிசுத்தப் பொய்மை அபூர்வமானது.ஆகவே சம்பத்தின் உலகம் இங்கே முக்கியமானதாகிறது.

சம்பத்தின் முன் கதை

சம்பத் படித்தவன். ஆனால் படிப்பை முடித்தவனல்லன். விளைவை யோசிக்காமல் பொய் சொல்லி விடுகிற சுயநலவாதி. அவன் பாஸ்கரின் நண்பன் பாஸ்கர் தான் கல்யாணப்பரிசு படக்கதையின் நாயகன் என்றாலும் சம்பத்தின் கதையில் எதிரே வருகிற எல்லோருக்கும் இரண்டே வாய்ப்புகள் தான். ஒன்று சம்பத்தின் பொய்களைத் தெரிந்து நாளும் படபடத்துத் திரியலாம். அல்லது அவன் பொய்களை அறியாமல் அவற்றுக்குத் தங்களை ஒப்புக்கொடுக்கலாம். பாஸ்கர் உள்ளிட்ட வெகு சிலரே அவனது பொய்களினுள்ளே வந்து செல்பவர்கள்.பிற எல்லோருடைய சஞ் சாரமும் வெளியே தான்.

திட்டமிட்ட சதிகளல்ல சம்பத்தினுடையவை. அவன் போகிற போக்கில் அவிழ்த்து விடுகிற டுப்புகள் ஆரவாரம் அடங்குவதற்குள் அவற்றிற்கான பலாபலன்களை அவனுக்குத் தந்து விடுபவை. சோப்புக்குமிழிகளின் ஜீவிதமும் சம்பத்தின் பொய்களின் உயிர்த்தலும் ஒரே போன்றவை தான். அவனுக்குத் தான் செப்பிய பொய்களின் மீது எந்தப் பிடிப்பும் இருப்பதில்லை. அவை நேர்த்திக் கொடுக்கிற சொகுசுகளுக்குள் ஒய்யாரமாகத் திரிவதே அவனது வேலை.துளை-யிடப் பட்ட பலூனாய் வெடித்துச் சிதறுகையில் படாரென்று தரையில் வீழும் கணத்தில் அங்கே இருந்து எழுந்தோடுவதற்காகத் தன் அடுத்த பொய்யை விஸிலடித்துப் பற்றிக்கொண்டு படபடக்கும் பொய்களின் ஸ்பைடர்மேன் தான் சம்பத்.அவனுக்குத் தன் பழைய

பொய்கள் குறித்து எந்தப் பயமும் இருப்பதில்லை. எடு அடுத்த பொய்யை ஏன் அப்டி செய்தேன் தெரியுமா என்பதிலிருந்து அதனை விரி. நம்பி விட்டார்களல்லவா போகிற வரை போகட்டும் என்று விட்டேற்றியாய் முன் நகர்கிற ஞானம் அவனுடையது.

மாலினி மணாளன்

மாலினியின் தந்தை அவளுக்குப் படித்த நல்ல வேலை-யிலிருக்கிற பட்டணத்து மாப்பிள்ளையை வரனாய்ப் பார்க்கிற சேதி தெரிந்ததும் நானே நல்வரன் என்று படிக்காத படிப்பை பார்க்காத வேலையை தனது என்று நிலைநிறுத்தி அவளைக் கலியாணம் செய்து கொள்கிறான் சம்பத். பட்டணத்தில் ஜாகை. தினமும் மாலினி சமைத்துத் தருகிற மதிய மாலை உணவுகளை கட்டி எடுத்துக் கொண்டு ஆளில்லாத பார்க்குக்கு வந்து சேர்பவன் தான் மட்டும் ஆடுகிற சீட்டாட்டத்தை பகல் உணவு வரை ஆடுவான். பிறகு லன்ச்சை முடித்துக் கொண்டு நல்ல தூக்கம் தூங்குவான். அப்புறம் எழுந்து ஃப்ளாஸ்கில் இருக்கிற காஃபி டிபன் இத்யாதிகளை உட்கொண்டானென்றால் சலிக்க அலுக்க வேலை முடித்த பாவனையில் ஏழு மணி வாக்கில் கிளம்பி வீட்டுக்குச் செல்வான். அங்கே யதேச்சையாக சந்திக்கும் தன் கல்லூரி நண்பன் பாஸ்கரைத் தன் வீட்டின் தனியறையில் தங்குவதற்காக உள்வாடகைக்கு அழைத்துச் செல்கிறான்.

பொய் நிஜம் மற்றும் சேல்ஸ் மேனேஜர்கள்

மன்னார் அண்ட் கம்பெனியில் சம்பத்தாகிய தான் தான் மேனேஜர் என்கிற தன் பெரும்பொய்யின் உப-பொய்யாக பாஸ்கரை அதே கம்பெனியின் சேல்ஸ் மேனேஜராகத் தன் மனதார நியமித்த சம்பத்தின் பொய்யுலகில் நடுநடுங்கியபடியே திரிகிறான் பாஸ்கர்.

வினை எப்படி வருகிறது என்றால் அவர்கள் திருமணத்தில் கலந்து கொள்ள முடியாத மாலினியின் உறவுக்காரரர் அவர்களை திருமணம் விசாரிக்க வீட்டுக்கு வருகிறார். அவர் தான் சென்னையிலிருக்கக் கூடிய ஒரே மன்னார் அண்ட் கம்பெனியின் மேனேஜர் என்பது தெரியவருகிறது. பாஸ்கர் தான் மட்டும் தப்பி ஓடிவிடுகிறான். வந்த மாமன் மாலினியிடம் எச்சரித்துவிட்டுச் செல்கிறார். அவர் சொல்வது சரிதான். மன்னார் அண்ட் கம்பெனிக்கும் சம்பத்திற்கும் எள் நுனி அளவும் சம்மந்தம் இல்லை என்பது தான் நிசமாயிற்றே.

மனைவி மாலினியிடம் உண்மைகளை ஒப்புக்கொள்கிறவன் ஒரு மாதம் டைம் கேட்கிறான். அதற்குள் நல்லதோர் வேலையை அமைத்துக் கொள்வதாக சத்தியம் செய்து அப்போதைக்கு சமரசம் செய்து கொள்கிறான். அடுத்து அவன் எடுப்பது தான் அவதார விபரீதம்.

எழுத்தாள அவதாரம்

இதுவரை தனது முகத்தைக் காட்டியிராத எழுத்தாளர் பைரவன் என்பது தானே என்று தன் மனைவியிடம் அளந்து விடுகிறான். சென்ற பொய்யாவது பர்ஸனல். திஸ் டைம் தி பொய் இஸ் சோஷியல் ஆல்ஸோ அல்லவா மாலினி பாவம். தன் கணவன் உண்மையாகவே எழுத்தாளன் தான் என்று நம்புகிறாள். தன் தோழிகளிடத்திலெல்லாம் பின் விளையப்போகும் சாத்தான் பூக்களைப் பற்றிக் கொஞ்சமும் எண்ணாமல் எழுத்தாளர் பைரவன் தன் கணவர் தான் என்று அகமகிழ்கிறாள்.

நேர்காணல் படலம்

தோழியர் எல்லோரும் வீட்டுக்கு வந்து அவனைச் சந்திக்கிறார்கள். எழுத்தாளர் பைரவனுக்கான அவர்களது ரசிகைகளின் கேள்விகளுக்குப் பொய்யை ஒரு அங்கி போலணிந்த சம்பத் அளிக்கும் பதில்கள் சகட்டு மேனிக்கு அமைகின்றன. ஒருவழியாக நேர்காணல் படலத்திலிருந்து நீங்கித் தப்பித்தோம் பிழைத்தோம் என்று நிம்மதி ஆகிறான் சம்பத்.

வந்தது யுத்தம்

எழுத்தாளர் பைரவனுக்குப் பாராட்டு விழா நடக்கப் போகிறது பொன்முடிப்பெல்லாம் வழங்கப் போகிறார்கள் என ஊரே திமிலோகப்படுகிறது. சம்பத் கலங்குகிறான். ஒரு பொய்யை சொல்லி விட்டு உள்பக்கமாய்த் தாளிட்டுக் கொண்டு சற்று நிம்மதியாக இருக்க விடுகிறதா இந்த உலகம் என்ற விசனத்தோடு என்ன நடக்கிறது என்பதை ஒரு கை பார்க்கத் துணிகிறான். நான் போயி பாராட்டு விழாவுல கலந்துகிட்டு வந்துர்றேன் என்று எளிய முறையில்

தானும் வந்தே தீருவேன் என்று பிடிவாதம் பிடிக்கும் மாலினியை சமாளித்து விட்டு எங்கே ஊர்சுற்றி விட்டு மாலை செண்டு சகிதம் வீடு திரும்புகிறான்.

கிழிந்த பொய்த்திரை

எப்படி நடந்தது என்று கேட்கும் மாலினியிடம் தன் மனதிலிருந்து பாரபட்சமில்லாமல் பலநூறு பொய்களை எடுத்து விரிக்கிறான். ஏகமாய்ப் புளுகித் தள்ளுகிறான் பைரவன் சேவை நாட்டுக்குத் தேவைன்னார் கமிட்டி சேர்மன், டூ அவர்ஸ் நான் பேசினேன் என்கிறான் பைரவன் எல்லாவற்றையும் கேட்ட மாலினி இந்த மாலைக்கும் செண்டுக்கும் எவ்ளோ குடுத்தீங்க என்று கேட்பதன் மூலமாய் முடித்து வைக்கிறாள்.

பிடிபட்ட சம்பத்உடல் நடுங்கி வீழ்கிறான்.

ஊர் ஊராய்த் தேநீர்

மனம் திருந்தினானா அல்லது இனிப் பொய்களுக்கு வழி-யில்லை என்பதால் மனம் மாறினானா என்று தீர்மானமாய்ச் சொல்ல முடியாது. டீ கம்பெனியின் ஏஜன்ஸி எடுத்து அவனும் மாலினியும் கைக்குழந்தையைக் கையோடு அழைத்துக் கொண்டு சொந்த வேனில் ஊர் ஊராய்ச் சென்று தேநீர் விற்று ஜீவனம் போற்றுகிறதாக முடிவடைகிறது சம்பத்தின் பொய் களைந்த கதை.

தனக்கென்று எந்த அறமும் அற்ற சம்பத் மாதிரியான மனிதர்கள் நம்மைச் சுற்றியெல்லாம் இருந்து கொண்டே இருப்பார்கள். அவர்களை முற்றிலுமாகத் துண்டித்து விட்டு ஒரு உலகத்தை நம்மால் கற்பனை செய்துவிடவே முடியாது. நம்மையே இடுபொருளாக்கி நாம் செய்து பார்க்க விழையும் கேளிக்கையின் நாயகர்கள் சம்பத்கள் தானே பிறகெப்படி அவர்களை அகலுவதும் நீங்குவதும்

கதைக்குள் கதை

ஸ்ரீதரின் நகைச்சுவை உணர்வு அளவுகடந்தது. தன் படத்தின் கதையில் எத்தனை சதவீதத்தை நகைச்சுவைக் காட்சிகளின் கரங்களில் ஒப்படைப்பது என்ற விஷயத்தில் அவர் கண்டிப்புக் காட்டியதே இல்லை. அவரது பல படங்கள் அதன் மையத் தன்மையைத் தகர்த்து அவற்றின் நகைச்சுவைக் காட்சிகளுக்காகவே காலம் கடந்து இன்றளவும் நினைவு கூரப்படுவதும் விரும்பப் படுவதுமாகத் தொடர்வதன் ரகசியமும் ஸ்ரீதரின் நகைச்சுவை உணர்வும் அதனை அவர் நம்பிய விதமும் தான். காதலிக்க நேரமில்லை ஊட்டி வரை உறவு என நிறைய உதாரணங்களைச் செப்ப முடியும் என்றாலும் கதைக்குள் கதையாகத் தன் முதல் படத்தில் அவர் வடித்து

வைத்த மினியேச்சர் உலகம் அபாரமானது. இன்னும் எத்தனை காலமானாலும் தகர்க்க முடியாத பேரெழிலாக உறைந்திருப்பது.

கல்யாணப் பரிசு உணர்ச்சிப் பூர்வமான காதலை மறக்க முடியாத காதல் நாயகனின் சிலிர்க்க வைக்கும் கதையாக சொல்ல விழைந்த படம். மாபெரும் வெற்றியைப் பெற்றது. ஏ.எம்.ராஜா அதுவரை பாடகராக அறியப்பட்டிருந்தாலும் கல்யாணப் பரிசு மூலமாக அவர் இசை அமைப்பாளராகத் தோற்றமெடுத்தார். வாடிக்கை மறந்ததும் ஏனோ துள்ளாத மனமும் துள்ளும் காதலிலே தோல்வியுற்றான் காளை ஒருவன் உன்னைக் கண்டு நானாட என்னைக் கண்டு நீயாட போன்ற காலத்தால் அழியாத பாடல்களை பட்டுக்கோட்டை கல்யாண சுந்தரத்தின் பேனாவழி சாத்தியம் செய்தார் ஏ.எம்.ராஜா, ஜெமினி கணேசன், சரோஜாதேவி, கே.ஏ.தங்கவேலு, பி.எஸ்.சரோஜா, நாகேஸ்வரராவ், ஆகியோரின் தோன்றல்களினால் பரிமளம் பூத்தது கல்யாணப் பரிசு.

இவ்வாறாக ஸ்ரீதர யுகம் தோன்றியது.

கல்யாணப் பரிசு காலகால வைரம்.

11. அடுத்த வீட்டுப் பெண்

"கடவுள் ஒரு நகைச்சுவை நடிகர், சிரிப்பதற்கு அஞ்சுகிற பார்வையாளர்களின் மத்தியில் பரிமளிப்பவர்"

- வால்டேர்

எந்தப் படம் ஜெயிக்கும் என யாரால் யோசிக்க முடியும்? ஆரம்பிக்கும்போது எல்லாமே பணமாய் அள்ளிக் கொட்ட வேண்டும் என்கிற ஆசையில்தான் ஒவ்வொருவரும் படமெடுக்க வருவது. எப்படி சீட்டாட்டத்தில் யார் ஜெயிப்பார்கள் எனச் சொல்ல முடியாதோ, சினிமா ஆட்டத்திலும் அப்படித்தான்.

வெற்றிகரமான நடிகையாக வலம் வந்த அஞ்சலிதேவி, தன் கணவர் ஆதிநாராயணராவ் தயாரிப்பு மற்றும் இசையமைப்பில் அஞ்சலி பிக்சர்ஸ் சார்பாகத் தயாரித்த படம் 'அடுத்த வீட்டுப் பெண்'. இப்படித்தான் பேசி ஆரம்பித்திருப்பார்கள் போல. 'என்னங்க, ஜாலியா ஒரு படம் எடுப்போமா?' தமிழின் உலர் நகைச்சுவைத் திரைப்படங்களின் வரிசையில் முதன்மையான இடத்தை இந்தப் படத்துக்கு வழங்கலாம். டி.ஆர்.ராமச்சந்திரன் குழந்தைப் பேறில்லாத காரணத்தினால் அறுபது வயதில் இரண்டாம் திருமணத்துக்குப் பெண் பார்க்கும் தன் செல்வந்த மாமாவிடம் முரண்பட்டுக் கோபித்துக் கொண்டு, அத்தை இருக்கும் வீட்டுக்குச் செல்லும்போது, அடுத்த வீட்டுப் பெண் அஞ்சலி தேவியைப் பார்த்து, அவர் மேல் காதலாகி, அதற்காகத் தன் லீடர் தங்கவேலுவிடம் காதல் ஐடியாக்களைக் கேட்டு, அவற்றில் நாலு பழுத்து, ரெண்டு பலனின்றி, எப்படியாவது அஞ்சலிதேவியின் நன் மதிப்பைப் பெற்றுவிட மாட்டோமா எனக் காதலுக்குச் சரிப்பட்டு வரவே வராத தன் முகத்தை வைத்துக் கொண்டு ஒரு வழியாக அவரது காதலை வென்றெடுப்பதுடன் சுபமாகிறது படம்.

அருண் சவுத்ரி எழுதிய **பஷேர் பாரி** என்ற பெங்காலிப் படம் அடுத்த வீட்டுப் பெண்ணாகத் தமிழிற்பெயர்ந்தது. இதே படம் தெலுங்கில் பக்க இண்ட்டி அம்மாயி என்ற பெயரில் 1953 ஆமாண்டும் பிறகு 1981 ஆமாண்டும் வெவ்வேறு குழுவால் இரண்டு முறை திரையாக்கம் கண்ட படம் இந்தியிலும் இதே படம் இருக்கிறது. சகல திசைகளிலும் வெற்றி பெற இதன் எளிய கதையும் அழகான மலர் போன்ற நகைச்சுவையும் தான் காரணம் அடுத்த ஒன்று இசை.

படத்தின் நாயகன் தங்கவேலுவா டி.ஆர். ராமச்சந்திரனா என்று கேட்குமளவுக்கு படத்தின் பெரும்பலமானார் தங்கவேலு. ஏ.கருணாநிதி சட்டாம்பிள்ளை வெங்கட்ராமன் ஃப்ரெண்ட் ராமசாமி ஆகியோர் தங்கவேலுவின் சகாக்கள். வயோதிகப் பணக்காரர், பாட்டு வாத்தியார், தங்கவேலுவுக்கும் சரோஜாவுக்கும் காதல், சரோஜாவின் அப்பா, மற்றும் அஞ்சலிதேவியின் அப்பா எனப் படத்தின் சகல கதாபாத்திரங்களும் கலகலப்பை ஊட்டுகிறாற் போல் பாந்தமான கதை. 'எது எது எப்பெப்ப எப்டியெப்டி நடக்குமோ அது அது அப்பப்ப அப்டியப்டிதான் நடக்கும்' என்று சதா முழங்குவார் அஞ்சலிதேவியின் அப்பா. எப்போதாவது தப்பு விடுவாரா எனப் பார்த்து ஏமாறுவது ஜாலியான புதிர். அதற்கு முந்தைய காலத்தின் மௌனப் படமாக்கலின் செல்வாக்கு இந்தப் படத்தில் குட்டிக் குட்டிக் காட்சிகள் வசனமின்றியும் மௌனகால இசையுடனும் கவர்ந்தன. ஆதிநாராயண ராவ் அதிகம் சோபிக்காத, வெளித்தெரியாத மகா மேதை. இந்தப் பாடல் வெளிவந்த காலத்தில் இத்தனை இசை வெரைட்டியோடு இன்னொரு படம் இல்லவே இல்லை என்று சொல்லும் அளவுக்கு ஆதிநாராயண ராவின் இசை தேன் ததும்பும் பாடல்கள் பதினைந்துக்கும் மேற்பட்ட பாட்டுக்கள் காலம் தாண்டி இன்றளவும் ஜெயித்தொலிப்பதற்கான முக்கிய காரணம் ஆதிநாராயண ராவின் இசைபற்றிய அறிதலும், ரசனை குறித்த புரிதலும் இணையும் புள்ளிதான் எனச் சொல்லத் தோன்றுகிறது.

கற்றார் நிறைந்த சங்கமிது பாடல் ஏஎல்.ராகவன் பாடியது. இதன் துள்ளியோடும் நீர்த்தன்மை குறிப்பிடத் தக்கது.

வாடாத புஷ்பமே வனிதா மணியே என்றாரம்பிக்கிற பாடல் பீபி ஸ்ரீனிவாஸ் அளித்தது.

கண்ணாலே பேசிப் பேசிக் கொல்லாதே பாடல் இப்படத்தின் கையெழுத்துப் பாடல்

கண்களும் கவிபாடுதே பாடல் கொண்டாட்டத்தின் ஊடுபாவு

மாலையில் மலர்ச்சோலையில் மனங்களை மயக்கித் தரும் மதுமழை.

பாடல்களுக்கு அதன் வகைமைகளைப் படைத்துத் தந்த விதத்தில் அடுத்த காலங்களில் திரைப்பாடல் எனும் பண்டம் என்னவாகவெல்லாம் உருமாற்றம் கொள்ளும் என்பதை மிகத் தெளிவான அறிதலுடன் படைத்தார் ஆதி. நதிக்குத் தெரியும்தானே நாளை தான் வளைந்து நெளியப்போகும் பாதை. இசையென்பது அவருக்கு நதி. தஞ்சை ராமையாதாஸின் எளிய வசனங்களும் இனிய பாடல்களும் வேதாந்தம் ராகவைய்யாவின் திட்டமிட்ட இயக்கமும், மொத்தப் படத்தின் கனத்தையும் தாங்கிப் பிடித்தன. நாகேஸ்வரின் ஒளிப்பதிவும் என்.எஸ்.பிரகாசத்தின் எடிட்டிங்கும் கூறத்தக்கவை.

அஞ்சலி பாட்டு வாத்தியாரை ஏமாற்ற, பாட்டு வாத்தியார் அதை நிஜமென்று நம்ப, தன் காதலனைப் போல் பாட்டு வாத்தியாரைப் பார்க்குக்கு அழைத்துச் செல்வார் அஞ்சலி, அதாவது டி.ஆர். ராமச்சந்திரனை வெறுப்பேற்றுவதற்காக வாத்திக்கு பிரமோஷன். அஞ்சலியைச் சந்தோஷப்படுத்துவதாக நினைத்து டி.ஆர்.ஆரை ஏழெட்டு நிஜ குண்டர்களோடு சேர்ந்து அடித்து நொறுக்கிவிடுவார் வாத்தி. காயத்தோடு காய்ச்சலும் வந்து படுக்கையில் நொந்து கிடக்கும் மன்னாரு என்கிற டி.ஆர்.ராமச்சந்திரனை மெல்ல மெல்ல கசிந்துருகிக் காதலும் ஆவார் அஞ்சலி.

இந்தக் காட்சியை அடுத்து வந்த அறுபது ஆண்டுகள், அதாவது இன்றுவரை மீவுருச் செய்யாத தமிழ்ப்படமே இல்லை என்கிற அளவில் தன் அத்தனை கனிகளையும் உதிர்த்துத் தந்த ஒரு முதிய மரம் போல் இருந்து கொண்டிருக்கிறது இந்தப் படம். ஒரு கல்ட் க்ளாஸிக்காக கலாச்சார அகல் விளக்காகவே அணையா தீபமென இன்றளவும் பாடல்களாலும், நடிப்பாலும், வசனத்தாலும், காட்சிகளாலும் ஓங்கி ஒளிரும் காதலின் எளிய காவியம் அடுத்த வீட்டுப் பெண்.

சிரித்தால் இனிக்கும்.

12 பாசமலர்

கதை ஏபி கொட்டாரக்கரா வசனம் ஆரூர் தாஸ் இசை விஸ்வநாதன் ராமமூர்த்தி பாடல்கள் கண்ணதாசன் ஒளிப்பதிவு விட்டல்ராவ். இயக்கம் ஏ.பீம்சிங்

1961 ஆமாண்டு வெளியான பாசமலர் தமிழின் சிறந்த குடும்பப் பாசத் திரைப்படங்களில் ஒன்றெனத் திகழ்வதற்குப் பல காரணங்கள் இருக்கக் கூடும். நடிகர் திலகம் என விளிக்கப் பட்ட சிவாஜிக்கு நடிகையர் திலகம் எனப் போற்றுவந்தப் பட்ட சாவித்ரி தங்கை. பெற்றோரை இழந்த பின் தானே தன் தங்கைக்கு சகலமுமாகிறான் ராஜூ. தங்கை ராதாவின் முகம் பார்த்தே வாழ்பவன் ராஜூ.வேலை பார்க்கும் ஆலை முடங்கிப் போகையில் தான் சிறுவயதிலிருந்து சேமித்த ஆயிரம் ரூபாயை (இன்றது பல லட்சம்) அண்ணனிடம் தந்து தனக்கு நன்றாய்த் தெரிந்த பொம்மை செய்தலையே தொழிலாகச் செய்யுமாறு அறிவுறுத்துகிறாள். குறுகிய காலக் கடின உழைப்பில் ராஜூ பெரும் பணத்தை ஈட்டுகிறான். தனக்கு முந்தைய ஆலையில் வேலை வாங்கிக் கொடுத்த நண்பன் ஆனந்தைத் தற்செயலாகச் சந்திக்கிறான்.அவனுக்குத் தன் தொழிலில் வேலையும் அளிக்கிறான்.

தன் தங்கையும் ஆனந்தனும் விரும்புவதை அறிந்த ராஜூ முதலில் கடுமையாக நடக்கிறான். தங்கையின் ஆழக்காதல் அறிந்த பிற்பாடு ஆனந்தனையே அவளுக்கு இணையராக்கி மகிழ்கிறான். ராஜூவுக்கும் டாக்டர் மாலதிக்கும் மணமாகிறது. ஆனந்தனின் குடும்பத்தோடு அனைவரும் ராஜூவின் மாளிகையிலேயே வாழ்வைத் தொடங்குகின்றனர். குடும்பம் எனும் ஒரு சொல்லுக்குள் அமைதியும் ஆர்ப்பரிப்பும் தனியே இடம்பெறுவதில்லை.மாறாக குடும்பத்தாரின் குண நன்மைகளைப் பொறுத்து அவை இரண்டும் முடிவாகின்றன.

ஆனந்தன் தன் அத்தையின் பேச்சை புறந்தள்ள முடியாதவனாகிறான். அத்தையின் சூதும் சுயநலனும் குடும்பத்தைத் துண்டாடுகிறது. குடும்பம் உடைந்து பிரிகிறது. எத்தனையோ முயன்றும் தங்கை குடும்பத்தோடு இணைய முடியாத ஏக்கம் அண்ணனும் தங்கையும் பிரிவெனும் புயலைத் தாளவொண்ணாமல் பரிதவிக்கின்றனர். குடும்பத்தை விட்டு வெகுதூரம் சென்று பலகாலம் கழித்துத் திரும்பும் ராஜூவால் தன் தங்கையை சந்திக்கக் கூட முடியாமற் போகிறது. துவண்டு திரும்புகிறவன் பட்டாசுவெடித்தலினின்றும்

ஒரு குழந்தையைக் காப்பாற்றப் போய் அவனது கண்பார்வை பறிபோகிறது. மருத்துவமனைக்கு வரும் ராதா சொல்லித் தான் ராஜூவால் காப்பாற்றப் பட்டது ராதாவின் குழந்தை என்பது தெரியவருகிறது. ராஜூ இறக்கிறான்.ராதாவும் அண்ணன் மீதே சரிந்து விழுந்து இறக்கிறாள். பாசமலர்கள் என்றென்றும் வாடுவதில்லை என்பதைப் பறைசாற்றியபடி படம் நிறைகிறது.

நாடகத் தன்மை மிகுந்தொளிர்ந்த சினிமாவின் தொடக்க காலத்தின் ஆகக் கடைசி பருவத்தின் பெருவெற்றி சினிமா என நம்மால் பாசமலரை சுட்ட முடிகிறது. அதற்குப் பல காரணங்கள். மையக்கதையாடலின் பலத்தைவிடக் கொஞ்சமும் குறைவற்ற உபகதையாடல்கள் இந்தப் படத்தின் பெரியதோர் பலமாகவே திகழ்ந்தன. தொழிலாளியாக ஜெமினியும் முதலாளியாக சிவாஜியும் வார்த்தை மோதலில் ஈடுபடுகிற நெடிய காட்சி முதல் உதாரணம். சிவாஜி இன்ஸ்பெக்டரை அழைத்துப் பேசும் போது குழப்பம் என்பதைத் தன் முகத்தில் மட்டுமல்லாது தொனியிலும் நிகழ்த்தி இருப்பார். விருந்தொன்றில் சிவாஜியும் எம்.என்.நம்பியார் மற்றும் எம்.என்.ராஜம் இருவரும் சந்திக்கும் போது சிவாஜி மற்றும் ராஜம் ஆகியோரது உடல்மொழியும் முகபாவங்களும் பேசாமல் பேசிக்கொள்ளும் அன்றைய காலத்துக் காதல் ஆதார கணத்துப் பரிமாற்றத்தின் ஏக்கம் தவிப்பு இன்னபிறவற்றை எல்லாம் அழகுற எடுத்தியம்பிற்று. ஒரு சிட்டிகை கூடுதலானாலும் மிகை நடிப்பு என்று தள்ளப்பட்டிருக்கும். அதனதன் இடத்தில் அந்தந்தச் சொற்களை நிறுத்தி உணர்வுகளைப் பெருக்கி அற்புதமான நடிப்பை நல்கினார் சிவாஜி.

சாவித்ரி சென்று நம்பியாரிடம் நின்றுபோன சிவாஜி ராஜம் இருவரின் திருமணத்தை நடத்துவதற்காகக் கேட்கும் போது

நம்பியாரின் நடிப்பு அந்த ஒரு காட்சி வாழ்காலத்துக்குப் போதுமான ஒளிர்தலை நிகழ்த்திற்று என்பது என் அபிப்ராயம். ஒரு கட்டத்தில் மெல்லக் கனியும் நம்பியாரின் முகம் அடுத்த கணம் லேசாய்ச் சிரிப்பார். அந்த அளவு அந்தச் சிரிப்பிற்கான வழங்கல் மாபெரிய நுட்பமான குணவாளத்தைப் பறைசாற்றும்.முன்பின் காணவியலா அற்புதமாக்கிற்று.

இந்தக் கதை என்பது இம்மாதிரியான கதைகளின் கூட்டுப்பிரதி. இவற்றுக்கு ஒருமித்த புள்ளியிலான ஒற்றை முடிவு என்பது யூகத்திற்கு அப்பாறபட்டது. அப்படியான கதையை சோகத்திலாழ்த்தி முடித்தது ரசிகர்களின் மனங்களில் அண்ணன் தங்கை எனும் உறவுக்கு என்றைக்குமான போற்றிச்சித்திரமாக வணக்கத்திற்குரிய கதாபாத்திரங்களாக நடிகர்களாக ஏன் ஞாபகங்களாகவும் பாசமலர் சிவாஜி சாவித்ரி ஆகிய பதங்களை மாற்றிற்று. வாழ்க்கைக்குள் சினிமாவை அழைத்தலின் ஒரு பங்காகவே இன்னமும் கல்யாணம் அண்ணன் தங்கைப்பாசம் போன்ற பலவற்றிற்கும் பாசமலரின் கதைமாந்தர்களும் அவர்களிடை உணர்வுப்பெருக்கமான பாசம் ஆகியவை சுட்டப்படுகிறது.

பாசமலரின் பாடல்கள் தனித்த அடையாளம் கொண்டு பெருகுபவை. முழுமையான ஆல்பம் என்று பாசமலரின் பாடல்பேழையைச் சொல்ல முடியும். வாழ்வின் பல அணுக்கத் தருணங்களை ஒட்டிய சொற்களை இசையை அவற்றுக்கான இடம்பெறலை மன ஓட்டங்களை எல்லாம் எடுத்து வைக்கும் இசைவழி சாட்சியங்களாகவே பாடல்கள் விளங்கின. எதைச் சொல்லி எதை விட்டாலும் அது குற்றம் மொத்தமாகவே பாடல்கள் அனைத்தும் தங்கம்.

பாசமலர் பீம்சிங் செய்து காட்டிய மேஜிக். அது வித்தகமா திறமையா திறனா கலையா என்றெல்லாம் பகுத்துப் பார்ப்பதை விடவும் பாசமலர் படத்தின் ஒரேயொரு வருகையைக் கொண்டாடுவதே ரசிகன் செய்தாக வேண்டிய ரசனை ஆகமம். வாடாபாச மலர்மல்லி.

13 திருடாதே

திருடனாய்ப் பார்த்துத் திருந்தாவிட்டால் திருட்டை ஒழிக்க முடியாது.

- பட்டுக்கோட்டை கல்யாண சுந்தரம்

படத்தின் தொடக்கமே ஆங்கிலப் படங்களுக்கு இணையான விறுவிறுப்போடு அமைந்திருக்கும். நகைக்கடை கண்ணாடியை உடைத்து ஒரே ஒரு நெக்லேஸை மட்டும் எடுக்கும் பாலு துரத்தப்படும் போது யாருமறியாமல் அவனைக் காப்பாற்றுகிறது ஒரு உருவம். அந்த உருவத்தை பார்த்து விடலாம் என்று தீப்பெட்டி எடுத்து உரசுகிறான் பாலு.அந்த ஒளியை ஊதி அணைக்கும் அவ்வுருவம்.

"இருட்டிலே ஏற்பட்ட சினேகம் இருட்டிலேயே இருக்கட்டும். உன் திருட்டைப் பத்தி நான் யாருட்டயும் சொல்லமாட்டேன்உன்னைத் துரத்திட்டு வந்தவங்க போயிட்டாங்க.இனிமே நீ போகலாம்".

என்று வழியனுப்புகிறது. பாலு அங்கேயிருந்து மெல்ல நகர்ந்து காணாமற் போகிறான்.

இப்போது வெளிச்சம் அந்த இருள்முகம் மீது பாய்கிறது. அங்கே நிற்பவன் துளசிங்கம் (எம்.என்.நம்பியார்.)

அதன் கையில் பாலு திருடி வந்த நெக்லேஸ்

நம்மிடம் இப்படிச் சொல்கிறான் துளசிங்கம்.

"அவன் திருட்டுக்கு ராஜான்னா நான் திருட்டுக்கு சக்கரவர்த்தி"

இதிலிருந்து கிளைத்துத் தான் கதைபெருகுகிறது.

பாலு வேலை கிடைக்காததால் தன் தாயைப் பேணவேண்டுமே என்ற நோக்கத்தில் திருடனாகிறான். திருட்டு என்பதன் யாதொரு விளைவையும் அறியாமல் அவ்வப்போது திருட்டுகளில் ஈடுபடுகிறான். ஒரு கட்டத்தில் தபாலாபீஸில் பணம் கட்ட வந்திருக்கும் ராஜூவிடமிருந்து பணத்தைத் திருடுகிறான். பணம் பறிபோன அதிர்ச்சியில் ராஜூ காலமாகிறான். தன் செயலின் விளைவை அறிந்து மனம் நொறுங்கும் பாலு ராஜூவின் வீட்டைத் தேடிச் சென்று அவர்கள் வீட்டை அடகிலிருந்து மீட்க தான் கொள்ளையடித்த

பணத்தைத் தந்து உதவுகிறான்.

ராஜூவின் முதலாளி பொன்னம்பலத்தின் இரண்டாவது முகம் பர்மாவில் தேடப்படுகிற பெருங்கொள்ளையன் துளசிங்கம் என்பது யாருக்கும் தெரியாதது. அவனிடமிருந்து ராஜூ எடுத்துச்சென்று பாலுவிடம் களவுகொடுத்த பணம் கூட வங்கியில் கொள்ளையடிக்கப் பட்ட பணத்தின் விள்ளல் தான். இது தெரியவரும் போது போலீஸ் பாலுவைத் தேடுகிறது.

பொன்னம்பலத்தின் அண்ணன் மகள் பாலு மீது ஒருதலைப் பித்தாகிறாள். அவனையே மணக்க வேண்டுமென்று பல சாகசங்களைச் செய்து பார்க்கிறாள். எல்லாமே பொய்க்கின்றன. பொன்னம்பலத்துக்கும் பிரத்யேக நோக்கங்கள் இருக்கின்றன. இருவருமே எப்படியாவது பாலுவை அவளுக்கு திருமணம் செய்தாக வேண்டும் என்று தீராப் பேராவலோடு திரிகின்றனர்.

ஒரு கட்டத்தில் பாலு காவலர்களுக்குத் தப்பி ஒளிந்தபடிநிசத் திருடனைக் கண்டுபிடிக்க முனைகிறான். அவனது உற்ற நண்பன் ஜம்பு அவனுக்கு உதவுகிறான். ராஜூவின் தங்கை சாவித்ரி பாலு மீது தன் உயிரையே வைத்திருக்கிறாள். முதலில் பாலுவை நம்பாத அவள் பிற்பாடு நிசம் தெரிந்து தெளிகிறாள். கடைசியில் குற்றவாளி பொன்னம்பலத்தைக் காவலர்கள் கைது செய்கிறார்கள்.பரிசும் பாராட்டும் தந்து பாலுவை கவுரவிக்கும் அதே சமயத்தில் பழைய குற்றங்களுக்காக அவனுக்கு 3 மாத சிறைத் தண்டனை வழங்கப் படுகிறது. தன்னைப் புடம் போடுவதற்கான நற்சந்தர்ப்பமென்று எண்ணி மகிழ்ச்சியோடு அதனை ஏற்கிறான் பாலு.

பட்டுக்கோட்டை கல்யாண சுந்தரம் எழுதிய திருடாதே பாப்பா திருடாதே கடந்த நூற்றாண்டு உலகத்துக்கு அளித்த நன்மறைகளில் ஒன்று. திரைப்பாடல் என்பதனைத் தாண்டிப் பள்ளிகளில் பாடமாக்கப் படவேண்டிய ஒன்று. அதன் தத்துவ அலசலும் ஏன் திருடக் கூடாது என்பதற்காக அவர் தரும் விளக்கங்களும் கடைசியில் அவர் முன் வைக்கிற தீர்வுகளுமாக இப்பாடல் திறந்து தருகிற ஞானம் பெரியது.

எஸ்.எம்.சுப்பையா நாயுடுவின் இசை மேதமைக்கு நல்லதொரு

எடுத்துக் காட்டாக திருடாதே படத்தை சொல்ல முடியும். படத்தின் டைடிலின் பொழுது அவர் இசைத்துத் தரும் கோர்வை ரசிக மனங்களை ஒரு வித்யாசமான அனுபவத்தினை நோக்கித் திருப்பி வைக்கிறது. படமெங்கும் பல இடங்களில் இடைமௌனத்தைத் தன் அதீதமான ஒப்பில்லா இசைக்கோர்வைகளின் மூலமாக எஸ்.எம்.எஸ். வழங்கிய அனுபவம் அலாதியானது. குறிப்பிட்ட ஒரு இடத்தில் சரோஜாதேவியை அடைத்து வைத்திருப்பார் நம்பியார். அங்கே இருந்து தப்புவதற்காக காவலுக்கு இருக்கும் குண்டு என்பவனை நைச்சியமாகப் பேசி ரேடியோவை ஒலிக்கச் செய்வார் சரோஜாதேவி. அப்போது ஒலிக்கும் இசையின் துள்ளல் 60 வருடங்களைக் கடந்தும் தன் புத்தம்புதுத் தன்மையைத் தக்கவைத்திருப்பது ஆச்சரியம். என்னருகே நீ இருந்தால் என்ற பாடல் அனைத்து காலப் ப்ரியப் பாடல்களின் வரிசையில் வரும் ஒன்று. எல்லாவற்றுக்கும் மேலாக இந்தப் படத்தில் அரிதினும் அரிய பைலா வகை பாடலொன்றை இசைத்திருப்பார் எஸ்.எம். எஸ் கண்ணும் கண்ணும் சேர்ந்தது எனத் தொடங்கும் அப்பாடல் அந்தக் காலத்தில் எப்படிக் கொண்டாடப்பட்டது என்பதைத் தாண்டி இரண்டாயிரமாம் ஆண்டுவாக்கில் தயாரான அலைபாயுதே படத்திலிடம் பெறுகிற செப்டம்பர் மாதம் எனத் தொடங்கும் வேகவகை ராப் பாடலுக்கான முன்னோடியாக விளங்குவது அழகிய திருப்பம். இரண்டு பாடல்களுமே அடுத்தடுத்த இயங்குதிசைகளில் நகர்பவை என்பது தொடங்கி இரண்டுக்குமான ஒற்றுமைகள் அதிகம். தன் செல்வாக்கை அழுத்தந்திருத்தமாக அலைபாயுதே பாடலில் பதிந்திருக்கும் கண்ணும் கண்ணும் பாடல்.

ரிக்ஷாக்காரன் படத்துக்கு இந்தியாவின் சிறந்த நடிகர் விருது பெற்றார் எம்ஜி.ஆர். ஆனால் அவரது நடிப்பு வரிசையில் திருடாதே படத்துக்காக அந்த விருதை வழங்கியிருந்தால் இன்னும் பொருத்தமாக இருந்திருக்கும். திருட்டு என்பதன் விளைவுகளைப் பற்றியெல்லாம் இன்னும் கொஞ்சம் விலகியிருந்தால் மேலோட்டமான பிரச்சாரப் படமாக மாறியிருக்கும் அபாயத்தைத் தன் அளவான ஈடுபாட்டாலும் இயல்பான நடிப்பாலும் கச்சிதமாக நிறைவேற்றித் தான் ஏற்றவேடத்துக்கு நியாயம் செய்தார் எம்ஜி.ஆர்.

சரோஜாதேவி நம்பியார் நாகையா டணால் தங்கவேலு உள்பட அனைவருமே மிளிர்ந்தார்கள். ப.நீலகண்டனின் துல்லியமான இயக்கம் எம்ஜி.ஆர் எனும் நாயகபிம்பத்தை வலுவாக மக்கள் மனங்களில் செதுக்கித் தந்தது.

கண்ணதாசன் தன் பன்முக ஆளுமையை நிரூபித்த படங்களில் முக்கியமான படம் திருடாதே.பாடலாசிரியராக கவிஞராக அறியப்பட்ட அவர் சிறந்த வசனகர்த்தாவாக மிளிர்ந்தார்.

வாழ்க்கைக்கு எடுத்துச் செல்வதான வசனங்களை எழுதியதற்காகக் காலம் கடந்து போற்றப் பட வேண்டியவராகிறார்.

திருடாதே படம் அதன் வசனத்திற்காக மேலோங்கிய கவனத்திற்கு உரியதாகிறது.

பாலுவின் அம்மா ஜம்புவிடம்

அம்மா: ஏம்பா இப்பிடித் திருடித் திங்குறியே உனக்கு வெக்கமாயில்ல.

ஜம்பு: ஏம்மா எனக்கு முன்னால திருடிக்கிட்டிருந்த எவனுக்கும்மா வெக்கமிருந்தது எனக்கிருக்கறதுக்கு..?

அதே ஜம்புவை மறுபடி அழைத்து நன்றாக உணவளிக்கும் அன்னையிடம்

உணவுக்கு நன்றி சொல்கிறான் ஜம்பு.

அம்மா: ஆமா...உலகத்துலயே பசி தான் பல கொடுமைகளுக்கு காரணமாயிருக்கு.

ஜம்பு: ஆங்க்....அப்டி சொல்லுங்க..இது தெரியாம ஒருத்தன் அட்றாங்குறான் ஒர்த்தன் புடிறாங்குறான் காலை ஒட்றாங்குறான் போலீஸ் ஸ்டேஷனுக்கு நட்றாங்குறான்..ஏது ஏது வருங்காலத்துல திருடவிடமாட்டானுங்க போலருக்கே.

அம்மா: எதுக்காகப்பா திருடணும் உன்னைப் பார்த்தா நல்ல பிள்ளை மாதிரி தெரியுதே நாணயமா வாழக்கூடாதா..?

நீ ஒருத்தன் கிட்டே திருடுனா அந்தப் பணத்தைப் பறிகொடுத்தவன் எவ்வளவு வேதனையடைவான்..? அதை சம்பாதிக்க அவன் எவ்வளவு கஷ்டப்பட்டிருப்பான்..? உலகத்துலயே ஈனத்தனமான தொழில் திருடறது தான்ப்பா..

மானமா உயிர்வாழ முடியலைன்னா செத்தாவது போகலாம். திருடக் கூடாது.

பாலுவிடம் சாமியார் நாகையா

அய்யய்யோ இன்னொரு தடவை அப்படிச் சொல்லாதே. தாயின் பேரால திருடுறேன்னு சொல்லாதே அப்பா... நமக்கெல்லாம் கண் கண்ட தெய்வம் தாய்தான். எந்தத் தாயும் தன் மகன் திருடித் தன்னைக் காப்பாற்றுவதை விரும்பவே மாட்டா.இன்னைக்கு செய்யுற சின்னத் திருட்டு நாளைக்குப் பெரிய கொள்ளை கொலை வரைக்கும் போனாலும் போகலாமப்பா. தம்பி கொஞ்சம் மனசைக் கட்டுப்படுத்திக்கிட்டா நீயும் சமூகத்தில நல்ல மனுஷனாயிடுவே

அரங்கு நிறைந்தது | 53

அப்பா.

ராஜூவின் மனைவி ராஜூவிடம்

கவலைப்படாதீங்க.

மானம் உயிருக்கு நகை

இது உடலுக்குத் தானே நகை..?

அவசரத்துக்கு உதவாதது அழகுக்கு எதுக்கு

இதை வித்து அந்தப் பணத்தோட சேர்த்து ஊருக்கு அனுப்பி வையுங்க.

பாலு சாமியாரிடம்

நான் திருடிக்கிட்டு இருந்தேன் யாரும் என்னைய ஒன்னும் சொல்லல திருடு ரக நிப்பாட்டினேன் எல்லாரும் என்னை நல்லவன் சொல்லனும்னு நினைச்சேன் எல்லாரும் திருடன் சொல்றாங்க.

கண்ணதாசன் தானே அத்தனை கதாமாந்தருமாக மாறி அவரவர் மனங்களை ஊடுருவி எண்ணங்களை அகழ்ந்தெடுத்து அத்தனை வசனங்களை அமைத்தார் என்றால் நம்பலாம். திரைப்படம் சமூகத்தைப் பண்படுத்தக் கூடிய ஊடகம். பல்லாயிரக்கணக்கான மனிதர்களை அது பண்படுத்தி இன்னும் மேன்மையை நோக்கி அழைத்துச் செல்ல வல்லது. தன் திரைப்படங்களின் சின்னஞ்சிறிய அசைவுகளையும் உன்னிப்பாக மேற்காணும் கட்டுப்பாட்டிற்கு உகந்து அடங்கிச் செல்வதாகவே அமைத்துக் கொண்டார் எம்ஜிஆர். அவரது சமூகப் பங்களிப்புகளாகவும் அரசியலுக்கான அடித்தளங்களாகவும் அவரது படங்களைப் பார்க்கலாம். கதாபாத்திரத்தின் சின்னஞ்சிறிய மௌனம் கூட மக்களுக்குத் தான் அளிக்கும் சமிஞைகள் என்பதை நன்கு உணர்ந்திருந்ததால் தான் அவர் நிழலைப் பின்பற்றி நிஜத்திலும் கோலொச்சினார்.

இதற்கான சின்னஞ்சிறு சான்று திருடாதே மற்றும் நல்லதுக்குக் காலமில்லை என இரண்டு டைடில்களை இப்படத்துக்காக திரைக்கதையை கண்ணதாசனோடு சேர்ந்தெழுதிய வித்வான் லட்சுமணன் பரிந்துரைத்த போது நல்லதுக்குக் காலமில்லை என்று எம்ஜி.ஆரே சொல்லிட்டார் என்று பலரும் நம்பத் தொடங்கிவிடுவார்கள்.ஆகவே திருடாதே என்பதே டைடிலாக இருக்கட்டும் என்று கறார் காட்டினாராம்.

எம்ஜி.ஆர். மாண்புமிகு நடிகர்.

14 பலே பாண்டியா

இரண்டு மனிதர்கள் ஐந்து வேடங்கள் என இந்தக் கட்டுரைக்குத் தலைப்பிடலாம்.

தன் வாழ்க்கை வெறுத்து தற்கொலைக்கு முயல்கிறான் பாண்டியன்.அவனை ஒரு மாதம் கழித்து நீ தற்கொலை செய்துகொள் என்று தன்னோடு அழைத்து வருகிறான் கபாலி. ஒரு மாதம் கழித்து அவனைத் தன் சகா மருதுவை விட்டுக் கொன்று இன்ஷூரன்ஸ் தொகை 1 லட்சத்தை அடைய திட்ட்டமிடுகிறான். தன் தற்கொலை எண்ணத்திலிருந்து மீட்டு தனக்கொரு புதிய வாழ்க்கையைக் காட்டிய தெய்வமனிதனாகவே கபாலியைப் போற்றுகிறான் பாண்டியன். இதற்குள் வசந்தி எனும் பணக்காரப் பெண்ணைக் காப்பாற்றி அவளது தந்தையின் அன்புக்குப் பாத்திரமாகிறான். தன் மகனாகவே பாண்டியனைத் தத்தெடுத்துக் கொள்கிறார் செல்வந்தர். கபாலி பாண்டியனைக் கொன்றுவிட்டு மருதுவை அவன் இடத்துக்கு மாற்றிவிட்டால் லட்சங்களை அனுபவிக்கலாம் என்று புதிய திட்டத்தை வரைகிறான். பாண்டியனைக் கடலில் எறிகிறார்கள். பாண்டியனின் இடத்தில் அவனுடைய உடன்பிறந்த அண்ணன் ஷங்கர் மாற கபாலிக்கும் மருதுவுக்கும் திகைப்பு. மீனவர்களின் உதவியால் பாண்டியன் பிழைத்து வந்து சகோதரனுடன் சேர்ந்து எப்படி வெல்கிறான் என்பதே மிகுதிக் கதை.கபாலி தவறுதலாகத் தன் நண்பன் மருதுவைக் கொன்றுவிட்டுத் தானும் தற்கொலை செய்து கொள்வதோடு படம் முடிகிறது.

சிவாஜி மூன்று வேடத்திலும் எம்.ஆர்.ராதா இரண்டு வேடத்திலும் நடித்ததனாலேயே தன்னைப் பன்மடங்கு அதிகரித்துக் கொண்டது இந்தப் படத்தின் மதிப்பு என்றால் அது மிகையல்ல. மாமா மாப்ளே என்று சிவாஜியும் எம்.ஆர்.ராதாவும் பாடும் நீயே உனக்கு என்றும் நிகரானவன் என்ற பாடல் அதில் நடித்த இருவரைத் தாண்டி பாடிய டிஎம்.சவுந்தரராஜன்.

இசையமைத்த மெல்லிசை மன்னர்கள் விஸ்வநாதன் ராமமூர்த்தி பாடலை எழுதித் தந்த கவியரசர் கண்ணதாசன் மற்றும் இப்படத்தை நம்ப முடியாத குறுகிய காலத்தில் உருவாக்கிய பீ.ஆர்.பந்துலு ஆகிய யாவர்க்கும் பொருந்தும். இந்தப் படத்தின் எல்லாப் பாடல்களுமே சூப்பர் ஹிட் வகையறாக்கள் தான். பாலாஜி மற்றும் தேவிகா

ஆகியோரும் இப்படத்தில் தங்கள் பங்கைச் சிறப்பித்திருந்தார்கள். உருவ ஒற்றுமை என்பதற்கான தீர்மான விளக்கம் எதையும் இந்தப் படம் கொண்டிருக்கவில்லை.

இரண்டு சிவாஜிகளும் அண்ணன் தம்பி என்பதே கூட வழமைக்கு விரோதமான ஒரு உள்சுற்றுத் தான் என்பது ஈர்ப்புக்குரியது. அதுவரைக்குமான பொய்க்கயிறுகளை எல்லாம் அறுத்தெறிந்து விட்டுத் தன் சுதந்திர நகர்தலினால் இப்படம் பார்வையாளர்களைக் கவர்ந்தது. படத்தின் தொடக்கத்தில் சிவாஜி தற்கொலை செய்து கொள்வதாக அறிவிப்பதை எம்.ஆர்.ராதா அவருடைய மனதை மாற்றுவதிலிருந்து தொடங்கும்.வாழ நினைத்தால் வாழலாம் என்ற பாடல் நடுவே வரும். படத்தின் இறுதியில் நல்ல உறவுகள் கண் நிறைந்த காதல் செழுமையான செல்வந்தம் என எல்லாம் கிடைத்து அவர் சந்தோஷமாக வாழ்வதாகப் படம் நிறையும்.தற்கொலை எண்ணத்திலிருப்பவனைத் தன் பிடிக்குள் கொணர்ந்து அவனது மரணத்தினால் தனக்கொரு பெரிய ஆதாயம் கிடைக்கவேண்டும் என்பதற்காக அவனைக் காப்பாற்றுவது போல நடிக்கும் வில்லன் கபாலி கடைசியில் ஷண நேரத்தில் தற்கொலை செய்து கொள்வதோடு கெடுவான் கேடு நினைப்பான் எனும் பழைய சொல்லாடலை மெய்ப்பித்தவாறு படம் முடிந்தேறும்.

1962 ஆமாண்டு மே மாதம் பூஜை இடப்பட்டு படம் தொடங்கி பதினைந்து தினங்களுக்குள் மொத்தப் படப்பிடிப்பும் முடிவுற்று அதே மாதம் 26ஆம் தேதி இப்படம் வெளியாகி பெருவெற்றி பெற்றது. சிவாஜி எம்.ஆர்.ராதா எனும் மாயக்கலைஞர்களின் அடங்கா வேடப்பசி இதனை சாத்தியப்படுத்திற்று.மிக வெள்ளந்தியான கதாமாந்தர்களும் நம்பமுடியாத அன்பின் ஊற்றான கதை நகர்வுகளையும் தாண்டி நகைச்சுவை மிகுந்த இக்கதையின் காட்சி அமைப்பிற்காகவும் என்றென்றும் விரும்பத்தகுந்த இதன் வசனங்களுக்காகவும் பலே பாண்டியா படம் காலங்கடந்து வைரமென மின்னுகிறது.

15 காதலிக்க நேரமில்லை

ஒரு மலையின் உச்சியிலிருந்து இன்னொரு மலையின் உச்சிக்குத் தாவினாற் போல் தன் படங்களின் கதாநிலத்தை ஒன்றுக்கொன்று யூகிக்கவே முடியாத வித்யாசங்களைக் கொண்டு அமைத்தவர் இயக்குநர் சீ.வி.ஸ்ரீதர். ஒவ்வொரு மனிதரைக் கொண்டும் காலம் தன் கையெழுத்தை இடும்.அந்த வகையில் ஸ்ரீதரின் காலம் என்று ஒரு முழுமையான கலாவுலகத் தேருலா இருந்தது என்று சொல்ல முடியும்.எத்தனையோ படங்களை இயக்கி இருந்தாலும் காலத்தை வென்ற ஸ்ரீதரின் படைப்புகளில் முதன்மையானது 1964ஆம் ஆண்டு அவர் உருவாக்கி அளித்த காதலிக்க நேரமில்லை.

சின்னமலை எஸ்டேட்டுக்கு மட்டுமல்ல பெரும் காசுக்கும் அதிபதி விசுவநாதன். ஒரே மகன் செல்லப்பா சினிமா எடுக்கப் போவதாக சுற்றித் திரிய பட்டணத்தில் கல்லூரி படிப்பு முடித்து விட்டுத் தகப்பன் வீடு நோக்கி வருகின்றனர் அவரது மகள்கள் காஞ்சனாவும் நிர்மலாவும் தந்தையின் எஸ்டேட் மேனேஜராக இருக்கும் அஷோக்கோடு முட்டிக் கொள்கிறது நிர்மலாவுக்கு. காஞ்சனாவின் மனம் ஏற்கனவே சென்னையில் தனக்கு அறிமுகமான வாசுவின் வசம் இருக்கிறது. வாசுவும் அஷோக்கும் பலகால சிநேகிதர்கள்.

விசுவநாதனின் அகந்தை நிர்மலாவின் செல்வத் திமிர் அஷோக்கின் வேலை போகிறது. எஸ்டேட்டை விட்டுக் கிளம்ப மறுக்கும் அஷோக் ஒருதலையாக நிர்மலாவை காதலிக்கத் தொடங்குகிறான். நண்பனின் காதலை நிறைவேற்றித் தருகிற பரோபகார நோக்கத்திற்காக மாபெரும் செல்வந்தர் சிதம்பரமாக வயோதிக வேடம் பூண்டு அங்கே வந்து சேர்கிறான் வாசு. தன்னை விடப் பணம் என்றதும் விசுவநாதன் வாயெல்லாம் பல் ஆகிறார்.அவர் மகன் செல்லப்பாவோ ஓஹோ ப்ரொடக்ஷன்ஸ் எனும் தன் கனவுசி-னிமா நிறுவனத்தின் வா-யிலாகத் தான் எடுக்க விழையும் படத்திற்கு

அரங்கு நிறைந்தது | 57

செல்வந்தரிடமிருந்து கதையும் பணமும் கிடைக்காதா என்று முயன்று பார்க்கிறான். வாசுவின் தந்தையும் விசுவநாதனும் பால்ய ஸ்னேகிதர்கள் என்பது ஒரு முடிச்சு. வாசுவுக்கும் விசுவத்தின் மகள் காஞ்சனாவுக்கும் பேச்சளவில் திருமணம் நிச்சயமாகிறது.

ஆள்மாறாட்ட போலிவேடதாரி குழப்பங்கள் யாவும் தீர்ந்து விசுவநாதனின் மூன்று மக்களுக்கும் ஒரே தினம் அடுத்தடுத்த கூடங்களில் திருமணம் நிகழ்ந்தேறுவதோடு சுபம் என்று நிறைகிறது காதலிக்க நேரமில்லை படம்.

நாகேஷ் மற்றும் பாலையா இருவருடைய ஒப்பிடுவதற்காகாத நடிப்பு இந்தப் படத்தின் முதல் பலம். கதையின் எல்லாக் காட்சிகளிலும் வண்ணத்தைப் போலவே செல்வந்தம் ததும்பும் இப்படியொரு படம் இதற்கு முன் வந்ததில்லை என்றாற் போல் எஸ்டேட் பங்களா மலைப்பாதைகள் கார் ஜீப் இத்யாதிகள் எனப் பலவும் இப்படத்தின் கதை நகர்வுக்குத் துணை நின்றன. பாடல்களும் இசையும் தொய்விலாப் பேரின்பத்தை வழங்கின. நெஞ் சத்தை அள்ளிக்கொஞ்சம் தா தா பாடல் முன்பின் அறியாத தன் பூங்குரலால் ஒளிரச் செய்தார் ஜேசுதாஸ்.

நாகேஷ் தன் முகமொழி மூலமாகவும் குரலாலும் ஏற்ற இறக்கங்களோடும் அடுத்தடுத்த காட்சிகளை விவரிப்பதன் மூலமாகத் தன் திரைப்படத்துக்கான கதையை தந்தை பாலையாவுக்கு விவரித்து அவர் முதுகுத் தண்டை உறையச் செய்யும் காட்சி இந்தியத் திரைவானின் ஆகச்சிறந்த நகைச்சுவைக் காட்சிகளில் ஒன்றெனத் தனிக்கிறது.

16 புதிய பறவை

இனிமையான புன்னகைகள் இருண்ட ரகசியங்களை வைத்திருக்கின்றன.

- *சாரா ஷெப்பர்ட்* (Flawless)

தலையைச்சுற்றி மூக்கைத் தொட்ட பறவை என்றால் பொருத்தமாக இருக்கும். ஆங்கிலத்தில் 1958 ஆமாண்டு வெளியான பிரிட்டிஷ் படமான Chase a Crooked Shadow (a.k.a. Sleep No More இனி உறக்கமில்லை எனப் பொருள் வரக் கூடிய படத்திலிருந்து தழுவி எடுக்கப்பட்ட மராத்திப் படமான சாஷ் ஆன்கா (1963)என்ற பேரிலான பெங்காலி படத்தின் மீவுரு தான் தமிழில் புதிய பறவை ஆனது.இதனை இயக்கியவர் தாதா மிராஸி. சிவாஜி புரொடக்ஷன்ஸ் சார்பாக நடிகர் திலகம் சிவாஜி கணேசன் தயாரித்து நடித்த படம்.

காதலா அதெல்லாம் எங்களுக்குத் தெரியலையே யாராச்சும் காதலிப்பாங்க நாங்கள்லாம் பார்த்துக்குறோம் என்று அரிதினும் அரிய பண்டமாக காதல் எனும் ஒன்று இருந்திருக்குமேயானால் புதிய பறவை போன்ற படத்தைப் பார்த்த மாத்திரத்தில் பலரும் காதல் வயப்படுவார்கள் எனலாம். அப்படிக் காதலை காவியத் தன்மையோடு அணுகிய தமிழ்ப்படங்களில் புதியபறவையும் ஒன்று.

த்ரில்லர் வகைப் படங்களுக்கான வரவேற்பு எக்காலத்திற்குமானது. (சிவாஜி சரோஜாதேவி) கோபால் லதா இருவரும் யதார்த்தமாக ஒரு கப்பல் பயணத்தில் சந்தித்து ஒருவரை ஒருவர் விரும்பவும் தொடங்குகின்றனர். தன் ஊட்டி பங்களாவில் வந்து தங்குவதற்கு கோபால் அழைப்பு விடுக்கிறான் அதை லதாவும் அவள் தந்தையும் ஏற்கின்றனர்.விரைந்தோடும் ரயிலைக் காண்கையிலெல்லாம் தன்னை அறியாமல் அதிர்ச்சிக்கு ஆளாகிறான் கோபால் அதற்கான காரணத்தை அறிய நேர்கையில் அவனது முன் கதை விரிகிறது.

சிங்கப்பூரில் தான் காதலித்து பெரும் ப்ரியத்தோடு மணந்து கொண்ட சித்ரா தனக்கும் தன் குடும்பத்துக்கும் ஏற்றாற் போல் இல்லை என்பதை அறிந்து மனம் வாடிய கோபால் அவளைத் தன்வசம்

அரங்கு நிறைந்தது | 59

திருப்ப எத்தனையோ முயன்றும் தோற்கிறான். எதற்கும் ஒத்துவராத சித்ராவின் அசட்டை குணம் கண்டு ஒரு கட்டத்தில் கோபாலின் தந்தை மரணிக்கிறார். பொறுத்துப் பொறுத்துப் பார்த்து கட்டுப்பாட்டை இழக்கும் கோபால் சித்ராவை ஓங்கி அறைகிறான். அன்றைய இரவே அவள் ரயில் முன் பாய்ந்து இறந்து விட்டாள் எனும் செய்தி கிடைக்கிறது.

கோபால் மீது இன்னும் பேரன்பாகிறாள் லதா. இருவரும் திருமணம் செய்து கொள்ள முடிவெடுத்து அதற்கான வரவேற்பு நிகழ்வு நடக்கும்போது கோபாலின்

மாளிகைக்கு சித்ரா தன் மாமன் ரங்கனோடு திரும்பி வருகிறாள். சித்ரா இறந்துவிட்டதாக சர்ட்டிஃபிகேட்டை நீட்டியும் கோபாலால் எதையும் நிரூபிக்க முடியவில்லை. அவன் சொல்வதனைத்தும் பொய் என்று வாதிடும் ரங்கன் சித்ரா இறக்கவில்லை என்று சத்தியம் செய்கிறான்.

திருமணம் நடப்பது சிக்கலாகிக் கொண்டே செல்கிறது வேறுவழியே இல்லாமல் சிங்கப்பூரில் நிகழ்ந்ததை எல்லோரிடமும் சொல்கிறான் கோபால். தான் அறைந்த போதே இதய நோயாளியான சித்ரா கீழே விழுந்து இறந்ததாகவும் குடும்ப மானத்தைக் காப்பாற்று வதற்காகவே தான் அதை தற்கொலை எனப் புனைந்ததாகவும் ஒப்புக் கொள்கிறான்.

சித்ராவாக வந்திருப்பவள் போலி என்று குமுறும் கோபாலுக்கு கடைசியில் தான் உண்மைகள் தெரியவருகின்றன. சித்ராவின் மரணத்தை விசாரிக்க வந்த போலீஸ் துறையினர் தான் லதா ராமதுரை ரங்கன் மற்றும் போலி சித்ராவான சரசா ஆகியோர் என்பது தெரியவருகிறது. செய்த குற்றத்திற்கான தண்டனைக் காலம் முடிந்து விடுதலை அடையும் வரை கோபாலுக்காகத் தான் காத்திருப்பதாகச் சொல்கிறாள் லதா.

புதிய பறவை சிறகை விரித்துப் பறக்கிறது.

அதிபுனைவு தமிழ் சினிமாக்களின் வரிசையில் சிவாஜிகணேசனின் மிகை நடிப்பு ஒரு வைரம் போல மிளிர்ந்த படங்களில் முக்கியமான ஒன்று புதிய பறவை.

17 பச்சை விளக்கு

என்னைப் பொறுத்தவரை மென்நாடகம் (Melodrama) என்பது துன்பப்படுவதற்கான பாதுகாப்பான வழி, ஏனெனில் உங்கள் துன்பம் பொய்யானது. அதனால் தான் நான் மென் நாடகத்தை விரும்புகிறேன்.

-லூயிஸ் நெக்ரோன்

உறவுகள் புனிதமானவை என்பது சென்ற நூற்றாண்டின் அடிநாதம். இந்த நூற்றாண்டுப் புதியவர்களுக்குக் கூட்டுக் குடும்பம் எனும் சொல்லே சரியாய் ஒலிப்பதில்லை. அடுத்தடுத்த வீடுகளில் உறவினர்கள் வசிப்பதையே பழமைத்தனமாகக் கருதும் மனப்பாங்கு வலுத்துவருகிறது. அடுக்கு மாடிச் சிறைகளையே மனிதன் விரும்புகிறான். ப்ரைவஸி எனும் பண்டத்துக்கு விலை தருகையில் ஸ்ட்ரெஸ் எனும் உபபண்டம் கட்டாய இலவசமாய்க் கையளிக்கப் படுகிறது.

வேறொரு காலம் இருந்தது. குடும்பத்தில் ஒருவர் வேலை செய்து எல்லோரையும் காத்தார்கள். மூத்தவன் அண்ணன் மட்டுமன்றித் தகப்பன் விட்டுச் சென்ற கடமைகளை எல்லாம் தன் தலைமேற் சுமந்து நிறைவேற்றுபவனாக இருந்தான். அக்காக்காரி அம்மாவைப் போலவே தனக்கடுத்துப் பிறந்தவர்களை வளர்த்தெடுத்தாள். உணவை விட்டுக் கொடுத்தார்கள். பழைய உடைகளோடு சமரசம் அடைந்தார்கள். உறைவிடத்தில் தம்பி தங்கைகளுக்குப் பேரிடம் தந்து தாங்கள் சிறியதோர் இடத்திற் சுருங்கிக் கிடந்தார்கள். உறவு என்பது உலகத்தை உயிர்க்கச் செய்யும் இடுபொருளாக விளங்கிற்று.

சாரதியின் மனைவி பார்வதி தம்பி மணி தந்தை மற்றும் சித்தப்பா ராஜாபாதர் இவர்களுடன் கூட்டுக் குடும்பமாக வாழ்பவன். இரயிலில் எஞ்சின் ட்ரைவரான சாரதிக்கு வளர்ப்புத் தங்கையான சுமதியை ஒரு டாக்டராக முன்னுக்கு கொண்டுவந்தே தீரவேண்டும் என்பது வாழ்வின் லட்சியம். சித்தப்பா ராஜாபாதர் குறுக்கு வழிகளில் முன்னேறத் துடிக்கும் வஞ்சகர் சுமதி மீது காதலோடு வாழும் பார்வதியின் தம்பி பசுபதி. சீஃப் இஞ்சினியர் பொன்னம்பலத்தின் அறிமுகமும் அன்பும் கிடைக்கப் பெறுகிற சாரதி தன் தங்கையை டாக்டராக்குவதைத் தன் உயிரைக் கொடுத்து நிறைவேற்றுவதே பச்சை விளக்கு படத்தின் கதைச்சுருக்கம்.

சிவாஜி மிகை நடிகராக அறியப்பட்டவர் என்றபோதும்

மெனுகார்டில் முரண்சுவை பதார்த்தங்கள் வரிசையாக இருக்கிறாற் போல் நடிப்பின் வகைமைகள் பலவற்றையும் முயன்று பார்த்தவர் என்பதும் நிசமே. சிவாஜி ஒரு அண்டர்ப்ளே நடிகராக நடித்து போற்றப் பட்ட படங்களில் குறிப்பிடத்தகுந்த ஒன்று பச்சைவிளக்கு மத்யம வகுப்பின் மனிதனாக குடும்பத்தின் பாரந்தாங்கியாக ப்ரெட் வின்னராக அளவான மகிழ்ச்சியும் எப்போதும் அயர்ச்சியும் முடிவெடுக்க முடியாத இயலாமையின் தவிப்பையும் பல இடங்களில் சிவாஜி வெளிப்படுத்திய விதம் அற்புதமானது. எஸ்.வி.ரங்காராவ் எஸ்.எஸ்.ராஜேந்திரன் எம்.ஆர்.ராதா என மூன்று நடிப்பு அசுரர்கள் இந்தப் படத்தில் இருப்பதை அனாயாசமாகக் கையாண்டிருப்பார் சிவாஜி. நடிப்பைப் பயில விரும்புவோர்க்கு இந்த மூவருக்கும் சிவாஜிக்கும் இடையிலான காம்பினேஷன் காட்சிகளிலெல்லாம் சிவாஜி எப்படி நடிக்கிறார் என்பதைக் கொண்டே நடிப்பின் கடினங்களை மேலாண்மை செய்வதற்கான உத்திகளை விளக்கிச் சொல்ல முடியும்.

அழகான உணர்வுகளின் கூட்டுத் தொகையாக பச்சைவிளக்கு மனித மதிப்பீடுகளின் பூக்கூடை. இன்றைய நவ வாழ்வு நமக்கு விதித்திருக்கும் பல கண்காணா சங்கிலிகள் முற்றிலுமாக இல்லாத முன் பழைய சொர்க்ககாலம் இப்படத்தின் இயங்குகளம். வண்ண மயமான அத்தனையையும் ஒருபுறம் ரசித்துக் கொண்டே விரும்பிக் கொண்டே பற்றிக் கொண்டே இன்னொரு புறம் முன்னர் பழைய மனிதர்களின் கருப்புவெள்ளை சினிமாக்களை ஏக்கமாகப் பார்ப்பதும் நிகழாமலா இருக்கிறது..?

எழுபது எண்பதுகளில் பிறந்தவர்களுக்கு பச்சை விளக்கு போன்ற திரைப்படங்களை எப்போது எங்கே பார்க்க வாய்த்தாலும் கண்கள் லேசாய்ப் பனிப்பதற்கும் உதடுகள் உலர்ந்து போய் சொல்லொணா இறுக்கம் அப்போது துவங்கி நாளெல்லாம் கூடவே முதுகிலிருந்து வழிந்தபடி பயணிக்கிற சொந்த நிழலின் அன்னியம் போலவே நிகழ்கிறது.

கேள்வி பிறந்தது அன்று, அவள் மெல்லச்சிரித்தாள், குத்துவிளக்கெரிய போன்ற க்ளாசிக் பாடல்களோடு பச்சை விளக்கு படத்தின் மறக்க முடியாத நற்பாடலாக இன்னுமின்னும்

பகிரப்பட்டும் பாடப்பட்டும் வருவது ஒளிமயமான எதிர்காலம் என் உள்ளத்தில் தெரிகிறது டி.எம்.எஸ். எனும் மாமேதையின் குரல்வழி வழிந்தோடிய இசைநதி எப்போதும் வற்றாமற் பாடலாய்க் கிட்டுவது.

படிக்காத விவசாயியான தன் மைத்துனன் பசுபதி தங்கை சுமதி மீது ஆசை வைத்திருக்கிறான் என்பதை அறிய நேரும் போது அதனை ஆட்சேபித்து விடுவான் அண்ணன் சாரதி. அதே பசுபதியை வேறுவழியின்றி சூழலின் காரணமாகத் தன் தங்கை சுமதி மணக்க நேரும் போது மனம் குழம்புவதையும் தங்கையும் மைத்துனனும் குடித்தனம் நடத்தக் கிளம்பும் போது தவிப்பையும் வெளிப்படுத்திய விதம் சொல்லி விளக்க முடியாத அற்புதமாயிருக்கும். பேசிக் கொண்டே அழுது மைத்துனனின் தோளில் துவளுவதை யார் வேண்டுமானாலும் நடிக்கக் கூடும். ஒரே ஒரு சிவாஜியால் மட்டுமே நிஜமென்று நிகழ்த்த முடியும். நூற்றுக்கணக்கானவை சிவாஜி படங்கள். அவற்றின் மீதான நிரந்தர ஒளி நல்கும் ஏ.பீம்சிங்கின் பச்சை விளக்கு.

18 சர்வர் சுந்தரம்

மனுஷ வாழ்க்கையின் உள்ளே சின்றெல்லா உள்ளிட்ட தேவதைக் கதைகளுக்கு என்றைக்குமே மதிப்பு உண்டு. தான் இருக்கிற இடத்திலிருந்து ஒரு அடியாவது முன்னேறிவிட வேண்டும் என்பதைத் தான் உழைப்பதற்கான காரணமாகக் கொள்ள விரும்புகிற எந்தவொரு சாமான்யனுமே கடவுள் அருள் அல்லது அதிர்ஷ்டம் என்பதைத் தன் உழைப்புக்கு அப்பாலான சின்ன நடுத்தர அல்லது பெரிய உயர்தல்களுக்குக் காரணமாக அமைவதற்கான ஏக்கத்தை எப்போதும் கைக்கொண்டபடி இருக்க விரும்புகிறான். எதாவதொன்று நடந்து தன் நிலை உயராதா என்று ஏங்குவது திறந்திருக்கும் கதவுப்பக்கம் திரும்பிப் பார்த்தபடி ப்ரியமானவர்களின் வரவை எதிர்பார்த்துக் கொண்டே காலம் தள்ளத் தலைப்படுகிற அன்பின் அதே யுத்தி தான்.சிலருக்கு அது பலிதமாகும் போதெல்லாம் அடுத்தது தனக்கான அதிர்ஷ்டத்தின் வரவு தான் என்று இன்னும் காத்திரமாகத் தன் கனவைக் கைப்பற்றிக் கொள்வது மானிட குணாதிசயம் தானன்றி வேறில்லை.

சினிமாவில் நடிகனாவது என்பது எல்லோர்க்கும் எட்டாக்கனியாகவே இன்றளவும் இருந்து கொண்டிருக்கிற அருகில் வர மறுக்கிற அல்லது முரண்டு பிடிக்கிற தங்கச்சுவர் தான். இன்றைக்கு சினிமா வசமாவது எளிதானாற் போல் தோன்றுகிறது என்றாலும் முன்பை விடப் பரவாயில்லை என்று சொல்லத் தக்க அளவில் தான் அத்தகைய மாற்றத்தைக் கருத வேண்டி இருக்கிறதே ஒழிய எளிதில் தட்டுகிற யாவர்க்கும் அந்தக் கதவு திறப்பதற்கில்லை இன்னும்.

ஏழ்மை என்பது முகவரியின் முதல்வரியாகக் கொள்ள வேண்டியது தானே ஒழிய அது முழுவரிகளையும் அடைத்து விடுவதில்லை.ஆனாலும் தான் ஏழை என்பதைத் தன் சுய இரக்கத்திற்கான முதல் நம்பிக்கை யாகக் கொண்டவன் சுந்தரம். அதை விடத் தான் பார்ப்பதற்கு சுமாரான முகவெட்டு உள்ளவன் என்பதன் மீது எக்கச்சக்கமான

தாழ்வு மனப்பான்மை கொண்டவன்.தன் ஆப்த நண்பன் ராகவன் ஒருவனைத் தவிர வேறாரிடமும் பழக மறுப்பவன். ஓட்டல் அதிபர் சக்கரவர்த்தியின் மனதைக் கவர்ந்துஅவரிடமே சர்வராகப் பணி புரிகிறான். தன்னையே விளக்காக எண்ணி வாழ்ந்து வருகிற தாயிடம் நல்ல வேலையில் தானிருப்பதாகப் பொய் சொல்கிற சுந்தரத்தைக் கடிந்து கொள்கிறாள் தாய். எந்த வேலை என்பதல்ல முக்கியம் செய்வதை பொய்யின்றிப் பகிர்வது தான் சத்தியம் என்று அவனை நேர்ப்படுத்துகிறாள்.

தன் முதலாளியின் மகள் என்பதை அறியாமல் கண்டதும் ராதாவோடு ஒருதலைக் காதல் கொள்கிறான் சுந்தரம்.தன் வாழ்வின் ஆதாரமாகவே தான் கொண்ட காதலை எண்ணி உருகி வருபவனின் காதலை அறியும் ராகவன் அவனை ஊக்கப் படுத்துகிறான்.விதி ராகவனுக்கு மணம்புரிவதற்காகப் பெண் பார்க்கச் செல்லும் போது ராதா என்றறிந்ததும் பாராமுகம் காட்டித் திரும்புகிறான்.

சுந்தரம் சினிமாவில் நடிகனாகிறான்.அவனது வாழ்வு ஒளிப்பெருக்கெடுக்கும் வெற்றிச்சுனையாக மாறுகிறது. எண்ணியதெல்லாம் கைவந்து விட்டதாகவே மகிழும் சுந்தரம் ராதாவைத் தான் மணம் முடிப்பதில் இனி எந்த சங்கடமும் இல்லை என்று மகிழ்கிறான். ராதா தான் ராகவனுக்கானவள் என்பதை சுந்தரத்திடம் தெரியப்படுத்துகிறாள். சினிமா சினிமா என்று பரபரப்பாக சுந்தரம் ஓடிக்கொண்டிருக்கும் ஒரு தினம் சுந்தரத்தின் அம்மா மாடியிலிருந்து தவறி விழுந்து அந்தச் செய்தி சுந்தரத்தை அடையவே முடியாமற் போகிறது. சுந்தரம் திரும்பி வந்து நோக்கும்போது அன்னை உலகத்தை விட்டுச் சென்று விடுகிறாள். சுந்தரத்துக்குத் தான் பெரிய புகழுச்சியை அடைந்ததனால் எதுவுமே தன் வாழ்வில் மாறிவிடாது என்பதனை உணர்கிறான். சுந்தரம் மறுபடி சர்வர் உடையோடு ராதா ராகவன் திருமண விருந்தில் எல்லோரையும் விருந்துபசாரம் செய்வதோடு படம் முடிகிறது.

தமிழ் சினிமாவின் எப்போதும் கொண்டாடப்படுகிற படங்களில் ஒன்றாக சர்வர் சுந்தரம் இன்றளவும் விளங்குகிறது. கே.பாலச்சந்தர் நாகேஷ் இருவருடைய திரை வாழ்வின் அதிரி புதிரி ஆரம்பம் இந்தப் படம் தான். 1964 ஆமாண்டு தமிழ்த் திரையுலகில் நாகேஷின் ஆகச்சிறந்த அதிர்ஷ்டகரமான ஆண்டு என்பதற்கு காதலிக்க நேரமில்லை சர்வர் சுந்தரம் என்ற இரண்டு படங்களே சாட்சி.அந்த ஆண்டின் சிறந்த இரண்டு படங்கள் இவை என்றால் தகும். மேலும் கோடீஸ்வரக் குடும்பத்தின் வாரிசாகத் தான் இருக்கும் இடத்திலிருந்தே சினிமா எடுப்பதே தன் உயிர் லட்சியம் என்று திரியும் செல்லப்பாவாக காதலிக்க நேரமில்லை படத்தில் தோன்றிய அதே நாகேஷ் சினிமா என்பதெல்லாம் தாற்காலிகம் என்று சர்வர் வேலையை

அரங்கு நிறைந்தது | 65

நோக்கித் திரும்புவதாக சர்வர் சுந்தரத்தில் காட்சியளித்ததன் பின்னே ஒளிந்திருக்கக்கூடிய முரண்சுவை தான் சினிமா என்னும் கணிக்க முடியாத தேவதையின் கண் சிமிட்டலுக்கு இன்னுமோர் உதாரணம்.

ரஜினிகாந்த் எனும் சூப்பர்ஸ்டாரை வைத்து அதே பாலச்சந்தர் தயாரித்த அண்ணாமலை எனும் மாஸ் ஹிட் திரைப்படத்தின் ஒன் லைன் மட்டுமன்றி அந்தக் கதையின் பூர்த்தி வரைக்கும் பல ஒற்றுமைகளை நம்மால் அவதானிக்க முடியும். என் இயக்குனர் நண்பர் சொல்வார் அதாங்க நாகேஷுக்கு பதிலா ரஜினி. அதனால சர்வருக்கு பதிலா பால்காரர். முத்துராமனுக்கு பதிலா சரத்பாபு. கே.ஆர்.விஜயாவோட அப்பா மேஜர்ங்குறதுக்கு பதிலா சரத்பாபுவோட அப்பா ராதாரவி. அவங்களுக்குள்ள சவாலாய்டுது. கடசீல எல்லாரும் ஒண்ணாகி நான் மறுபடி பால்காரன் தான். அதுதான் நிம்மதின்னு அதே சுந்தரவசனத்தை மறுபடி பேசுவார் ரஜினி.

சினிமாத் துறையின் பல மனிதர்களையும் சூழல்களையும் அருகே சென்று காணச்செய்த திரைப்படம் சர்வர் சுந்தரம் எம்.எஸ். விஸ்வநாதன் டி.எம்.சவுந்தரராஜன் எல்.ஆர் ஈஸ்வரி எனக் கலைஞர்கள் பாடல் பதிவில் பங்கேற்பது போலக் காட்சி அமைத்திருந்தார் பாலச்சந்தர். வாலி எழுதிய 'அவளுக்கென்ன அழகிய முகம்' பாடல் இப்படத்தின் மகுடமணி ஆயிற்று.

மேடை நாடகமாகப் பலமுறை நிகழ்த்தப்பட்ட கதை சினிமாவாகவும் வெற்றி விளைச்சல் கண்டது. நாகேஷின் நடிப்பும் முத்துராமனின் பரிதவிப்பும் கே.ஆர்.விஜயாவின் குழந்தமை மாறாத புன்சிரிப்பும் மேஜர் சுந்தர்ராஜனின் கணீர் குரலும் என இந்தப் படத்துக்குப் பல ப்ளஸ் பாயிண்ட்ஸ் இருந்தன.எல்லாவற்றுக்கும் மேலாக கே.பாலச்சந்தரின் திரைக்கதை. பின் நாட்களில் இந்தியாவின் பல மொழிகளில் இந்தப் படம் மீவுரு கண்டது.

சர்வர் சுந்தரம் சாமான்யர்களின் ராஜகுமாரன்.

19 எங்க வீட்டுப் பிள்ளை

> திரைப்படக் கலைதான் இருப்பதிலேயே விபரீதமான கலை. நீங்கள் விரும்புவதை ஒருபோதும் உங்களுக்கு அது தராது. மாறாக அது உங்களுக்கு விரும்புவது எப்படி என்பதைக் கற்றுத் தருகிறது.
>
> - யூகோஸ்லோவிய அறிஞர் ஸ்லாவோஜ் ஜிஸெக்

நாடறிந்த உலகறிந்த கதையின் காலங்காலமாய்த் தொடரும் வெற்றிக்கான காரணம் என்ன..? அப்படியான வெற்றியின் பின்னால் ஆழ்ந்திருக்கக் கூடிய மந்திரம் அல்லது சூட்சுமம் என்ன..? அப்படி எதுவுமே இல்லை என்று மறுக்க முடியாதல்லவா..? அப்படியென்றால் ஏன் அப்படி ஜெயிக்கிறது அந்தக் கதை..? எந்தக் கதை? இரட்டை வேடக் கதை ஆள்மாறாட்டக் கதை நல்ல வெர்ஸஸ் கெட்ட நல்ல வெர்ஸஸ் நல்ல கெட்ட வெர்ஸஸ் கெட்ட என்றேல்லாம் எத்தனையோ தூரம் கடந்து வந்த பிறகும் அந்தக் கதைக்குதிரை களை இழக்கவே இல்லை. அப்படிப்பட்ட கதையின் பெருவெற்றிக்குக் காரணம் உலகில் காண வாய்க்கிற சாமான்ய அற்புதமான இரட்டைக் குழந்தைகள் மீது உலகத்திற்கே பொதுவாய் பங்களிக்கப்பட்டிருக்கும் ஆழ்மன ஆசை மற்றும் வியத்தல் காரணமாக அவரவர் மனங்களில் படர்ந்திருக்கும் இரட்டைக் குழந்தைகள் மீதான மரியாதை. யாருக்குத் தான் பிடிக்காது இரட்டைக் குழந்தைகளை..?

ஆச்சர்யம் என்னவெனில் இந்தியாவில் மௌனப் படக் காலத்தில் 1917 ஆமாண்டு உருவான லங்காதகன் என்கிற மராட்டிய நில மௌனப் படத்தில் ஒரே நடிகர் அண்ணா சலூங்கே ராமனாகவும் சீதையாகவும் நடித்தது தான் முதல் இந்திய இரட்டை வேடப் படமாகக் கருதப்படுகிறது. இரட்டை வேடம் என்பதற்கான திரை தர்க்க நியாயங்களை எல்லாம் மீறியவண்ணமே முதல் படம் உருவாகியது வியப்புக்குரியது தானே..? கடந்த நூற்றிரண்டு ஆண்டுகளில் எத்தனை எத்தனை நடிகர்கள் இரட்டை வேடமேற்று மக்களை மகிழ்வித்திருக்கின்றனர்..? எத்தனை பொய்களை நிஜமென்று நம்ப விரும்பச் செய்திருக்கிறது இந்தியத் திரையில் எழுந்த இரட்டையர் கதை?

எந்த அளவுக்கு ஈர்க்கிறதோ அதே அளவுக்கு எளிதில் கடுக்கவும் செய்யும் இது கலைக்கும்பொருந்தும். திரைக்கதை அமைப்பின் சூட்சுமங்கள் இருவேடப் படங்களில் அந்த இரண்டு வேடங்களுக்கு

இடையிலான சம்பவ காரண நியாய பொருத்தங்களை கட்டமைப்பதில் பெரிதும் கவனத்தோடு உழைத்தார்கள். நெடுங்காலத்துக்குப் பின்னால் தற்போது லாஜிக் எனப்படுகிற தர்க்க நியாயமோ பின்புலக் காரணமோ எதற்கும் பெரிதாக மெனக்கெடாமல் இதோ பார் இதான் படம் உனக்கு என்ன தோணுதோ நீ யூகிச்சிக்க தம்பி என்று கைகளை உயர்த்தியபடி விலகினார்கள். தற்போதிலிருந்து அடுத்த கட்டத்திற்கு நகருகையில் அதற்கே உரித்தான சிக்கலுடன் இரட்டை வேடப் படங்கள் தத்தமது அடுத்த காலப் பயணத்தினுள் அலையாடும் என்பது திண்ணம்.

இந்தியத் திரையுலகின் இரட்டை வேடப் படங்களின் பொதுவான தர்க்க நியாயம் ஆள் மாறாட்டம். இவன் அவனாகி அவன் இவனாதல் முரணுக்கு அப்பால் சுபம் இதைப் பிரதானமாகக் கொண்டே படங்கள் எழுந்தன. இன்றளவும் இடர் அதிகமற்ற சினிமா முயல்வாக மினிமம் கியாரண்டி சினிமா என்று போற்றப் படுகிறது இருவேடக் கதை சினிமா. உளவியல் காரணங்கள் ஒருபுறம் சரித்திரத்தின் புள்ளிவிபரம் மறுபுறம் நெடிதுயர்ந்தோங்குகிறது இரட்டை வேடக் கொடி.

டிவி நரஸராஜு எழுதிய மூலக்கதையை செறிவூட்டி வசனம் எழுதியவர் சக்தி கிருஷ்ணசாமி வாலியும் ஆலங்குடி சோமுவும் எழுதிய பாடல்களுக்கு இசை அமைத்தவர்கள் விஸ்வநாதனும் ராமமூர்த்தியும் வின்ஸெண்ட் சுந்தரம் இணைந்து ஒளிப்பதிவு செய்த இந்தப் படத்தை நாகிரெட்டி சக்ரபாணி ஆகியோர் தயாரிக்க இயக்கியவர் சாணக்யா. எம்ஜி.ஆரின் ஒளிவிளக்கு புதிய பூமி படங்களும் சாணக்யாவின் இயக்கத்தில் உருவானவையே.

என்ன லெட்டர்

அது ரகசியம்

பரவாயில்லை சொல்லுங்க

ரகசியத்தை சொல்ற அளவுக்கு நாம இன்னும் பழகல்லியே

ரகசியத்தை சொல்லுங்க அதிலயே பழக்கம் ஆயிடும்

இதுவொன்றும் நாயக நாயகிக்கிடையிலான காதல் ததும்பும் வசனம் அல்ல. நாகேஷுக்கும் மாதவிக்கும் இடையே பூத்த

உரையாடல் மலர் இது. அந்தக் காலம் வசனங்களின் ஆட்சி தழைத்தோங்கியிருந்ததல்லவா?

ஒரு சூலில் உருக்கொண்ட இரட்டையர் எனும் உண்மை தெரியாமல் வெவ்வேறு சூழ்நிலைகளில் வளர்ந்து வரும் ராமுவும் இளங்கோவும் இடம் மாறும் வரை ராமு தாய்மாமன் கஜேந்திரனின் அடிமையாக அச்சத்தில் ஆழ்ந்து வளர்கிறான். இடம் மாறி வந்த இளங்கோ மாமனின் கொட்டத்தை அடக்குகிறான். இறுதியில் எல்லோரும் திருந்தி நல்லவர்களாகி குடும்பம் ஒற்றுமையாகிறது சுபம். கதையாக எழுதினால் இது தான் எங்க வீட்டுப் பிள்ளையின் ஒன்லைன். படமாக எடுத்ததிலும் பாத்திரமுரண்களைக் கொண்டே திரைக்கதையைத் திருப்ப முயன்ற உத்திகளிலும் எடுத்த விதத்தினாலேயே முழுக்க முழுக்க இந்திய கொண்டாட்ட சினிமாவின் ஒப்பில்லா அற்புதமாக மாறியது. இன்றளவும் திரைக்கதையைப் பாடமாகப் படிப்பவர்களுக்கு இந்திய சினிமாவின் ஆழ அகல உயரங்களத்தனைக்குமான எடுத்துக்காட்டு சினிமாக்களில் ஒன்றாக எங்க வீட்டுப் பிள்ளை விளங்குகிறது.

எம்ஜிஆர் எதைச் செய்தாலும் அதற்கான அர்த்தங்கள் ஆயிரம் என்ற அளவில் 1965இல் நம்பியாரிடமிருந்து சவுக்கை அதாவது அதிகாரத்தைப் பறிக்கிறார்.அதை அவர் மீதே திருப்புகிறார் அதிகாரம் எம்ஜி.ஆர் கைகளுக்கு வந்த பிறகு அதுவரை பாதிக்கப்பட்டுக் கொண்டிருந்த சாமான்ய ஏழை சனங்கள் நிம்மதி பெறுகிறார்கள் நான் ஆணையிட்டால் அது நடந்துவிட்டால் இங்கு ஏழைகள் வேதனைப் படமாட்டார் என்று கிட்டத் தட்ட உணர்ச்சிகளின் மீதான ஆட்டமாகவே அந்தப் பாடலும் எம்ஜி.ஆரின் ஒவ்வொரு திரை அசைவுகளும் புரிந்துகொள்ளப்பட்டு அதிலிருந்து ஏழு வருடங்கள் கழித்து அவர் சார்ந்திருந்த கட்சியிலிருந்து வெளியேறி அதன் பின்னர் ஐந்தாண்டுகள் கழித்து ஆட்சியில் அமர்ந்த போதும் அதன் பின்னரும் இந்தப் பாடல் இந்தப் படத்தைத் தாண்டி வேறொரு வெளியைத் தனக்கென்று உருவாக்கிக் கொண்டது.எம்ஜி.ஆர் தெற்காசிய அளவில் மாபெரும் பூடகங்களைக் கையாண்ட நட்சத்திர நடிகராக விளங்கினார். அதற்கான சாட்சியமாக இப்படம் திகழ்கிறது. எத்தனையாவது முறை பார்த்தாலும் தன்னைப் புத்தம்புதியதாக்கிக் கொள்ளும் ஏதோவொன்றை இன்னமும் தனக்குள் ஒளித்து வைத்திருக்கிறது ஒரே தோற்றத்தில் இருவர் என்பதன் அதீதத்தில் விளைந்த கோடிமலர்களில் இன்றும் தன் குன்றாவொளிர்தலுடன் மிளிர்கின்ற அதிசயமலர் எங்கவீட்டுப்பிள்ளை.

காலத்தின் மீது கலை நிகழ்த்திய கண்கட்டு வசியம்.

20 திருவிளையாடல்

நீங்கள் எப்போது மக்களை வண்ணத்தில் படம் பிடிக்கிறீர்களோ அவர்களது ஆடைகளைத் தான் படமாக்குவதாக அர்த்தம்.

ஆனால் எப்போது நீங்கள் அவர்களை கறுப்பு வெள்ளையில் படமெடுக்கிறீர்களோ உங்களால் அவர்களது ஆன்மாக்களைப் படமெடுக்க முடியும்.

- டெட் க்ராண்ட்

முதலில் படமென்றாலே புராண இதிகாசப் படங்களாய்த் தான் வந்தன. அதிலும் எடுத்த கதையையே சுற்றிச் சுற்றி எடுத்து வெட்டி ஒட்டி வேறாக்கி எத்தைத் தின்றால் பித்தம் தெளியும் எனத் தமிழ்த் திரை மட்டுமல்ல இந்தியத் திரைப்பட உலகமே ஒருவழியாக சமூகப் படங்களின் பக்கம் மையம் கொண்ட பிறகு தான் ரசமான படங்கள் வரலாயின. ஆனாலும் பக்திப் படங்களுக்கான உலகளாவிய சந்தை இங்கே குறிப்பிட வேண்டியதாகிறது. ஆடிவெள்ளி, துர்கா, எங்கவீட்டுவேலன், பாளையத்து அம்மன் போன்றவை தொண்ணூறுகளுக்கு மத்தியிலும் கரம் கூப்பி வெற்றி கண்ட கடவுள் பக்திப் படங்கள். புராணக் கதைகள் பக்திப் படங்கள் மூட நம்பிக்கைப் படங்கள் சூன்யம் போன்றவற்றை தூக்கிப் பிடிக்கும் படங்கள் என ஒவ்வொன்றும் வெவ்வேறு வகைமையைச் சேர்ந்த படங்கள் தான். இன்று நாமிருக்கக் கூடிய காலம் பேய்ப்படங்களுக்கும் ஆக்சன் படங்களுக்குமானது என்று பொதுவில் வகைமைப் படுத்த வேண்டியதாக உருமாறி இருக்கிறது.முன்பிருந்தது வேறு சினிமா.

தமிழ் திரைப்படம் தெலுங்கு திரைப்படங்களுக்கும் இடை-யிலான பொதுவான ஒரு வித்யாசம் நாம் அவ்வப்போது கைவிட்ட வகைமைகளையும் விடாமல் அவர்கள் இன்றளவும் பிடித்துக் கொண்டிருப்பது தான் இதுவே அவ்விடத்து பாயிண்ட் ஆஃப் வியூவில் இருந்து பார்த்தால் கிட்டத்தட்ட ஒரே மாதிரியான படங்களை தமிழில் முயல்வதாகவும் நாங்கள் அப்படி இல்லையாக்கும் எங்கள் படங்களெல்லாம் வெரைட்டியோ வெரைட்டி என்று சொல்கிறாற் போல் இருக்கும் இக்கரைக்கு அக்கரை உண்மை

ஒரு காலம் இருந்தது பாடல்களில் பிடியிலிருந்து சமூகப் படங்களுக்கு மக்களின் ரசனை மாறினாலும் கூட மாய மந்திர தந்திர நம்பிக்கைகளை விதந்தோதிய படங்கள் பெருமளவு நின்று

போனாலும் கூட புராண இதிகாச சமயம் சார்ந்த படங்கள் வரவேற்கப் படுவது தொடர்ந்தபடி இருந்தது 80களில் ஏன் 90களில் கூட அப்படியான சாமி படங்கள் வருகை நிகழ்ந்தன ஆனால் எல்லாமே பொற்காலம் என்று சொல்லிவிட முடியாது அல்லவா.கிட்டத் தட்ட சமூகப் படங்களின் பிடிக்கு ஒட்டுமொத்தமாய்த் தமிழ் சினிமா சென்றுவிட்டது என்று அறிவிக்காதது மட்டும் தான் பாக்கி என்ற சூழலில் தான் வந்து நின்று வென்று மாபெரும் ஆட்டமொன்றை நிகழ்த்திற்று திருவிளையாடல்.

ஏபி நாகராஜன் திருலோகச்சந்தர் போன்றவர்கள் உருவாக்கிய பல படங்கள் இன்றளவும் மக்களின் அபிமானம் குன்றாமல் தொடர்வது நிதர்சனம்.

சிவாஜி கணேசன் பரமசிவனாகவும் சாவித்திரி பார்வதியாகவும் கேபி சுந்தராம்பாள் நாகையா பாலையா டிஆர்.மகாலிங்கம், தேவிகா, மனோரமா, ஓஏ.கே தேவர், நாகேஷ், முத்துராமன் உட்படப் பலரும் நடித்த திருவிளையாடல் இன்றளவும் போற்றுதலுக்குரிய தமிழ் புராண படங்களில் ஒன்றாக விளங்கி வருகிறது வெளிநாடுகளில் கூட புதிய திரையரங்கங்கள் திறப்புவிழா காண்கையில் திருவிளையாடலை ஓட்டிவிட்டு புதுப்படம் ரிலீஸ் செய்வது இன்றும் கடைப்பிடிக்கப்பட்டு வருகிறது ஒரு சம்பிரதாயம் அந்த அளவு சினிமாவுக்கு உள்ளும் புறமும் திருவிளையாடல் படத்தின் செல்வாக்கு அதிகம்.பதின்மூன்றாவது தேசிய விருதுகளில் தமிழுக்கான படமாகவும் 1965ஆமாண்டுக்கான சிறந்த தமிழ்ப்படமாகவும் தேர்ந்தெடுக்கப் பட்டது. இருபத்தைந்து வார காலம் ஓடி வெள்ளிவிழாக் கண்டது.இன்றளவும் ரசிக்கப் பட்டுக் கொண்டிருக்கும் பெருமை உடையது.

பாடல்களின் பேழை தவறவிட முடியாத இசை செல்வந்தம் என்றால் தகும்.

அரங்கு நிறைந்தது | 71

பழம் நீயப்பா ஞானப் பழம் நீயப்பா தமிழ் ஞானப் பழம் நீயப்பா எனும் பாடல் சுந்தராம்பாள் பாடியது. பாலமுரளி கிருஷ்ணா பாடிய ஒரு நாள் போதுமா நான் பாட இன்றொரு நாள் போதுமா எனும் பாடல் கேட்பவரைக் கரைந்து போகச் செய்யும் வல்லமை மிக்கது. இசைத்தமிழ் நீ செய்த அரும் சாதனை என்ற பாடலை டி.ஆர். மகாலிங்கம் தன் தனித்துவக் குரலால் ஒளிரச்செய்தார். பார்த்தால் பசுமரம் எனும் பாடலையும் பாட்டும் நானே பாவமும் நானே என்ற பாடலையும் டி.எம்.சவுந்தரராஜன் பாடினார். பாடல்களும் பின்னணி இசையும் இப்படத்தின் பெருவெற்றிக்குப் பாதிக் காரணமென்றாலும் பொருத்தமாய்த் தானிருக்கும். அப்படி ஒலித்துக் காற்றைப் பலகாலம் ஆண்ட பாடல்கள் இவை.

நெற்றிக் கண் திறப்பினும் குற்றம் குற்றமே என்று தன்னையே தடுத்துப் பேசி உண்மை வழுவாத நக்கீரரை சுட்டெரித்துப் பிறகு மீண்டும் எழுப்பி தருமிக்குப் பொன் கிடைக்கச் செய்து பாண்டியனை ஆசீர்வதித்தது முதற்கதை. தட்சணின் மகள் தாட்சாயணியை மணம் முடித்த சிவனார் தன் பேச்சை மீறித் தந்தை நடத்திய யாகத்துக்குச் சென்று தகப்பனால் அவமானப் பட்டுச் சிவலோகம் திரும்பும் தாட்சாயணியை முதலில் கண்டித்து பிறகு தாண்டவமாடிப் பின் மீண்டும் இணைவது அடுத்த கதை. கயல்கண்ணியாக அவதரிக்கும் பார்வதியைத் தேடிச் சென்று மணமுடிப்பது மூன்றாவது கதை. பாணபத்திரர் எனும் நற்பாடகரை வம்பிழுக்கும் ஹேமநாத பாகவதரைத் தன் பாடலொன்றால் விரட்டி அடித்து பக்தருக்கு அருள்வது அடுத்த கதை இவற்றின் மூலம் தன் தந்தையின் மகத்துவத்தை தமிழ்க்கடவுள் முருகன் அறிந்துகொள்வது தான் கதைகளினூடான மையச்சரடு.

திருவிளையாடல் பாடல் கேஸட் மட்டுமல்ல. வசன கேஸட்டாகவும் சக்கை போடு போட்ட படம். இது யூட்யூப்

காலம். முந்தைய ரேடியோ காலத்தில் இதனைக் கேளாதவர்க்கு காதுகள் இராது என்று கூறத்தக்க அளவுக்கு படம் படுபிரபலம். மேலும் நாகேஷ் காமெடியில் முதல் பத்து இடங்களில் இன்றும் நின்று ஆடும் திருவிளையாடல் படம். தருமி என்று தனக்குத் தானே பேசிக்கொள்கிற கதாபாத்திரத்தில் புலவனாகவே கண்வழி மனங்களைக் களவெடுத்து வென்றார். அவருடைய பேருருவுக்கு அப்பால் தான் அந்தச் சிவசிவாஜியே என்று சொல்லியாக வேண்டும். அந்த அளவுக்கு நாகேஷின் டயலாக் டெலிவரி முகத்தோற்றம் முகமொழி உடல்வாகு வழங்கிய விதம் என சொல்லிக்கொண்டே செல்லலாம்.

பதினோரு பாட்டு அவற்றின் மொத்த ஓட்டகாலம் முக்கால் மணி நேரம். படம் மொத்தம் ரெண்டு மணி நேரம் முப்பத்தி ஐந்து நிமிடம் ஓடியது. ஆனால் ஆப்ரேட்டர் தொடங்கி சைக்கிள் டோக்கன் தருபவர் வரை யாருக்கும் எத்தனை முறை பார்த்தாலும் அலுக்காத படம் எனத் தைரியமாகச் சொல்லக் கூடிய வெகு சில அற்புதங்களில் ஒன்று திருவிளையாடல்.

திருவிளையாடல் மொழியும் இசையும் பெருகும் கடல்.

21 துலாபாரம்

> சினிமா என்பது சுருக்கப் பட்ட கருத்துகளின் சேகரமல்ல. மாறாக அது தருணங்களைத் தொகுத்தளிக்கிறது.
>
> - ழான்-லூக்-கோடார்ட்

மலையாள தேசத்தின் நல்ல தங்காள் கதை என்று கூறத் தக்க படம் துலாபாரம். அதே பெயரில் தமிழில் மீவுரு செய்யப்பட்டது. தொழில்முறை நடிகையாக இந்தப் படத்தின் வத்சலா எனும் பெண் கதாபாத்திரத்தை ஏற்று நடித்த சாரதாவுக்கு இந்தியாவின் சிறந்த நடிகைக்கான தேசியவிருதான ஊர்வசி விருது மலையாளத்துக்காக வழங்கப்பட்டது. பின்னரும் இருவேறு படங்களுக்காக அதே விருதை மீண்டும் பெற்ற திறன் மிளிர் தாரகையான சாரதாவின் மெச்சத்தக்க நடிப்புக்குப் பெயர் போன படம் துலாபாரம். வாழ்வில் சில படங்களை சின்னஞ்சிறு வயதில் பார்த்த பிற்பாடு அடுத்த முறை பார்த்திடவே கூடாது என்ற முடிவில் மனம் உறுதி கொள்ளும். அப்படியான படங்களில் ஒன்றெனவே துன்பியல் ஒவ்வாமை கொண்டு தனித்து இருத்திய படங்களில் துலாபாரத்துக்கு முக்கிய இடம் உண்டு.

மானுட வாழ்வின் ஆகப் பெரிய சிக்கல் மிருகங்களைக் கையாள்வதோ விதி அல்லது வாழ்வின் சூதாட்டத்தை எதிர்கொள்வதோ அல்ல. அவற்றை விடக் கடினமானதும் எவராலும் எளிதில் வரையறுத்து விட முடியாததுமான ஆகச்சிக்கலான காரியம் தான் சக மனிதர்களைக் கையாள்வது. உலகம் தோன்றிய தினத்-திலிருந்து இன்றுவரை அன்பாலும் நட்பாலும் மிளிர்ந்த கதைகளை ஒருபுறம் இட்டால் மறுபுறம் துரோகத்தாலும் வஞ்சகத்தாலும் அழிந்த கதைகளை இன்னொரு புறம் குவிக்கலாம். அப்படி எல்லா நன்மை தீமைகளுக்கும் அப்பால் அவரவர் வாழ்வை வாழ்ந்து செல்வதற்கான வாய்ப்புத் தான் இந்த உலகில் மானுடவருகை என்பதன் சாரம். இது ஒரு புறமிருக்க எந்தத் தவறுமே செய்யாமல் சக மனிதர்களின் சதியால் அழிந்த ஒரு குடும்பத்தின் கதை தான் துலாபாரம். தன் கணவனை இழந்தது விதியின் செயல் என்றால் சத்தியம் தவறாத தந்தை சொத்துக்களை எல்லாம் இழந்தது நம்பிய வக்கீல் கைவிட்டதன் பின்னாலான துரோகத்தின் பலன். வாழ்வெனும் நாகம் விடாமல் துரத்தத் தான் பெற்ற குழந்தைகளைத் தானே கொன்று விட்டுத்

தானும் சாகத் துணிகிற வத்சலாவை சட்டத்தின் பிடிமுன் நிறுத்தி வழக்காடி மரண தண்டனைக்கு ஆளாக்குவதே துலாபாரத்தின் கதை. அதிகாரம் பணம் செல்வாக்கு வளைந்து கொடுக்கும் சட்டம் எதற்கும் ஆதாரத்தை நாடிக் காத்திருக்கும் நீதி சத்தியத்திற்கு நிகழும் சோதனை எதிர்பாராத விதியின் சதி தொடர்ந்து விபரீதத்தை நாடும் அபலைப்பெண்ணின் கையறு நிலை இவற்றைக் கண் முன் நிறுத்திற்று துலாபாரம்.

டி.எஸ்.பாலையா ஏவி.எம்.ராஜன் மேஜர் சுந்தர்ராஜன் முத்துராமன் ஆகிய நால்வரோடு காஞ்சனாவும் ஈடு கொடுத்து நடித்திருந்தார். என்றாலும் இந்தத் திரைப்படம் சாரதாவின் பேராற்றலைப் பறைசாற்றுகிற படம். சாரதாவின் அபாரமான நடிப்பின் முன்னே மற்ற எல்லாம் சற்றே தள்ளிக் குறுகவே செய்தது. வாழ்வின் மீதான அச்சத்தை பெண் என்பவளுக்கு இந்தச் சமூகம் வெண்மையும் கருமையுமாகக் கை நிறைய அள்ளி அள்ளிப் பூசக் காத்திருக்கும் துன்பத்தை அலட்சியத்தை அயர்ந்து சலித்த பிறகான விரக்தியை கருணையற்ற இறுதிமுடிவொன்றை எடுத்த பிறகு அவள் கண்டடைகிற நியாயமற்ற ஞானத்தை எனப் பண்பட்ட தன் நடிப்பால் கொண்ட பாத்திரத்துக்குத் தன்னால் ஆன மட்டிலும் நியாயம் செய்தார் சாரதா.

ஜி.தேவராஜன் கேரளத்தின் இசை வைரம். தமிழில் வெகு சில படங்களே இசைத்திருக்கிறார். அவற்றில் கமல்ஹாசனைப் பாடகராக்கிய ஞாயிறு ஒளிமழையில் இடம்பெற்ற படமான அந்தரங்கம் படமும் குறிப்பிடத் தக்கது. பூஞ்சிட்டுக் கன்னங்கள் என்ற துலாபாரம் படத்தின் பாடல் காலம் கடந்து ஒலித்து வருவது.இதே படத்தின் தொடக்கப் பாடலான வாடி தோழி கதாநாயகி மனதுக்கு சுகந்தானா என்ற பாடலை அந்தக் காலத்தின் ஃப்யூஷன் மற்றும் செமி ஜிப்ஸி வகைமைகளில் அமைத்திருந்தது குறிப்பிடத் தக்கது.

துலாபாரம் படத்தை அதன் கதையை எழுதியவர் தோப்பில் பாஸி. இயக்கியவர் ஒளிப்பதிவு மேதை வின்சென்ட். இசை தேவராஜன் பாடலெழுதியவர் கண்ணதாசன்.

இந்தியத் திரையில் பதிவான துன்பியல் உச்சம். துலாபாரம்

22 வசந்த மாளிகை

இஃதொன்றும் எளியது அல்ல. மிகவும் கடினமானது. தினந்தோறும் நாமிதில் இயங்கப் போகிறோம். ஆனால் நான் அதை செய்யவிரும்புகிறேன் ஏனெனில் நான் உன்னோடு எல்லாவற்றிலும் எப்போதும் என் எல்லா தினங்களிலும் இருக்கவே விரும்புகிறேன்.

- நோவா இன் தி நோட்புக்

காதல் படங்களுக்கென்று நிரந்தர மார்க்கெட் ஏன் உண்டானது. சண்டை காட்சிகளைப் போலத் தான் காதலும். இயல்பு வாழ்க்கையில் எப்படி டஹால் டுஹால் என்று சப்தமெழுப்பி சண்டைபோட முடியாதோ அப்படியே காதலும் எத்தனையோ பேரின் எட்டாக்கனி. காதலிக்கிற பலருக்கும் கூட சினிமாவில் காட்டுகிற காதலின் குளிர்தினங்கள் வாய்ப்பதில்லை. இன்றைக்கு வேண்டுமானால் காதலதன் அடுத்த கட்டத்தை சினிமாக்களில் தோன்றச் செய்ய சிலபலர் முயன்று கொண்டிருக்கலாம். என்றென்றைக்கும் அது ஏட்டுச்சுரை தான். கவைக்குதவியதில்லை. இது நிதர்சனம் என்றாலும் காதல் என்ற வார்த்தையே தடைசெய்யப்பட்ட ஒன்றெனக் கருதிய காலங்களில் காதலைத் தொடர்ந்து சினிமாக்கள் ஆதரித்தும் போற்றியும் வந்தன. ஒருவகையில் மக்கள் மனங்களைக் கூட்டுக்காற்று ஒன்றின் வருடலாய் ஆற்றுப்படுத்துவதற்கான ஜரிகைப் பொய் முயல்வெனவே இத்தகைய படங்களைக் கொள்ளவும் சொல்லவும் முடியும் இன்னொரு பக்கம் சினிமா காதலைத் தன் கை கோர்த்து நடை போட்டதைப் பார்த்துத் தாமும் காதலிக்க வேண்டுமென்று விரும்பி அதனுட் புகுந்தவர்களும் இல்லாமல் இல்லை.

காதலில் வென்ற கதைகளை விட தோற்ற கதைகள் புனிதங்கொண்டன. நிரந்தரமாய் அவை ஈரம் காயாமல் மனமலர்களைத் தூவிக் கொண்டாடப் பட்டன. அந்த வகையில் எத்தனை வேடங்களைத் தாங்கி ஓங்கிப் பேரெடுத்தாலும் எம்ஜி. ஆர் சிவாஜி போன்ற பெரும் செல்வாக்குப் பெற்றவர்களுக்கும் கூட முழுக்க முழுக்க காதலில் முகிழ்ந்த படங்களும் உருவாக்கப் பட்டன. எப்போதாவது வருகிற பண்டிகைகளைப் போல அவற்றைப் போற்றி மகிழ்ந்தார்கள் ரசிகர்கள். ராமாநாயுடு தயாரிப்பில் டி.எஸ். ப்ரகாஷ்ராவ் இயக்கிய வசந்தமாளிகை ஒரு கலைப்பேழை. காதலைத் தாங்கிப் பூத்த சிப்பி. அன்பெனும் தடாகத்தின் ஆரவாரம்.

நெடுநேரத் தூறல்.

அழகாபுரி ஜமீனின் இளைய வாரிசு ஆனந்த். சிறுவயது முதலே அன்னைபாசம் என்னவென்றே அறியாமல் வளர்ந்தவன். செல்வத்துக்கு விலையாகத் தன்னை வளர்த்த ஆயா உயிரை விட்டதைக் கூட ஆட்சேபிக்க முடியாமல் மனம் புழுங்கியவன். அண்ணன் விஜய் ஒரு சுயநலமி. ஒரு விமானப் பயணத்தில் லதாவை சந்திக்கும் ஆனந்த் இன்னொரு சந்தர்ப்பத்தில் அவள் மானத்தைக் காப்பாற்றுகிறான். அவளைத் தன் பர்ஸனல் உதவியாளினியாக நியமிக்கிறான். ஆனந்தின் எஸ்டேட்டுக்கு வரும் லதா அவனொரு குடிகாரன் நிதமும் ஒரு பெண் துணையை விலை கொடுத்து வாங்குபவன் என்பதெல்லாம் அறிந்து அங்கே இருந்து நீங்கிவிட முயல அவளைத் தடுத்து அங்கே பலவருடமாக வேலைபார்க்கும் பொன்னையா வேண்டிக் கேட்டுக் கொள்வதற்கிணங்கி அங்கேயே தொடர்கிறாள். அவளை ஆனந்தின் அம்மாவுக்கோ மற்றவர்களுக்கோ பிடிக்கவில்லை. ஆனாலும் ஆனந்துக்காக அங்கே இருக்கிறாள். அவனைக் குடிக்க விடாமல் தடுக்க முனையும் லதாவை அடித்து விடுகிறான் ஆனந்த்.காயத்தோடு நிற்பவளிடம் தன் பால்யத்தின் கதையை சொல்கிறான்.

தனக்கென்று யாருமே இல்லை என்று ஏங்குபவனை லதா ஆற்றுப்படுத்துகிறாள். ஆனந்த் குடிகாரன் என்று அவனுக்குத் தன் தங்கையை திருமணம் செய்துதர மறுக்கிறாள் அவனது அண்ணி.அதே அண்ணி ஆனந்த் குடியை நிறுத்தியபிறகு தங்கை கவுரியை அவனுக்கு திருமணம் செய்துவைக்குமாறு கேட்கும் போது ஆனந்த் அதை மறுக்கிறான். தன் வருங்கால மனைவிக்காகக் கட்டிக் கொண்டிருக்கும் வசந்த மாளிகையைப் பார்ப்பதற்காக லதாவை அழைத்துச் சென்று தன் மனம் கவர்ந்தவளின் படத்தைச் சென்று பார்க்க சொல்கிறான். அங்கே சுற்றிச்சுற்றி கண்ணாடிகள் இருக்கின்றன.திரும்பும் பக்கமெல்லாம் தன் உருவமே தெரிவது கண்டு ஆனந்தக் கண்ணீரோடு ஆனந்தை ஆரத் தழுவுகிறாள் லதா.

காதல் நெடுங்காலம் நீடிப்பதற்குள் சதி செய்து விஜய் இருவரையும் பிரித்து விடுகிறான். அதற்கு ஆனந்தின் அம்மாவும் உடன் நிற்கிறாள் திருட்டுப் பட்டம் கட்டி லதாவை அவமதிக்கிறார்கள். ஆனந்தின் அம்மாவை சந்தித்துத் தன் குமுறல்களைக் கொட்டி விட்டு ஆனந்தை விட்டு நீங்கிச் செல்கிறாள் லதா.அதன் பிறகு லதாவுக்கு வேறொருவரோடு திருமணம் நிச்சயமாகிறது. அவள் நினைவாகவே மீண்டும் குடியை நாடி மதுவின் மடியில் தஞ்சம் புகும் ஆனந்தும் லதாவும் கடைசியில் ஒன்று சேர்வதோடு பூர்த்தியாகிறது வசந்த மாளிகை.

தெலுங்கிலிருந்து மறுவுருக்கண்டு தமிழில் கட்டப்பட்டது

அரங்கு நிறைந்தது | 77

வசந்த மாளிகை. தமிழ் சினிமாவில் காதல் படங்களுக்கான தேவை எப்போதைக்குமானது. இன்றும் ஒரு அழுத்தந்திருத்தமான காதல் கதை படமானால் அதை வரவேற்பதற்கு மக்கள் தயார் என்பதே சூழல். காதலைத் திரைப்படத்துக்கான முதன்மை கச்சாப் பொருள் எனவே கருதமுடிகிறது. காலம் சினிமாவின் ஆடைகளை அவ்வப்போது மாற்றுகிறதே தவிர அதன் ஆன்மாவைத் தொடுவதே இல்லை. சினிமாவின் ஆன்மா காதலைத் தன் விரலின் புனித மோதிரமெனவே அணிந்து கொண்டிருக்கிறது. ஏழை பணக்கார வித்யாசத்தை அற்றுப் போகச் செய்து காதலைப் போற்றிய பல படங்களை நம்மால் வரிசைப் படுத்த முடியும். அவற்றில் பலவும் வணிக வெற்றி அடைந்தவையே. ஆனாலும் தேவதாஸ் முதலிய படங்கள் காதலில் சேரவியலாத இணையின் தோல்வியைப் புனிதம் செய்தபடி ஓங்கி ஒலித்தவை. வசந்தமாளிகையும் அப்படியான முடிவை முன் வைத்திருக்க வேண்டிய படம் தான். விளிம்பி வரைக்கும் சென்று திரும்பிய மலைவாகனம் போலத் தான் கருதவேண்டி இருக்கிறது வசந்தமாளிகை படத்தின் கதையினை.

பணக்காரத் தனிமை என்பது பலவிதமான கதா இடுபொருளாகப் பயன் பட்டிருக்கிறது. எம்ஜி.ஆர் நடித்த அன்பே வா ஒரு உதாரணம். இங்கே வசந்தமாளிகை படம் காதலின் குழப்பங்களை மட்டுமன்றி அதன் புறவய எதிர்ப்புக்களைத் தாண்டி வெற்றியடைவதைப் பேசிய படம். சிவாஜி கணேசன் தன் சின்னச்சின்ன அசைவுகளிலும் செல்வந்தத்தைப் பிரதிபலித்துத் தந்தார். அவரை விஞ்சுமளவுக்கு வாணிஸ்ரீயின் உணர்வுப்பூர்வ நடிப்பு அமைந்தது. நாகேஷ் செந்தாமரை பாலாஜி ரங்காராவ் சுகுமாரி ஸ்ரீகாந்த் எனப் பக்கபலங்கள் கச்சிதம் செப்பின.

கனிவிட்ட மாமரம் அணிலுக்கு மாத்திரம் காதலிலே என்ன சாத்திரம்.

கடலென்ன ஆழமா கருவிழி ஆழமா இறங்குங்கள் மயங்கி

நாம் நீந்தலாம்.

ஆயிரம் கண்களில் அடிக்கடி நீந்துவேன் ஆழத்தை இங்குதானே காணலாம்.

இந்தக் கொக்குக்குத் தேவை கூரிய மூக்கினில் சிக்கிடும் மீன் மட்டுமே.

இதன் தேவைகள் வாழட்டுமே.

கண்களின் தண்டனை காட்சி வழி காட்சியின் தண்டனை காதல் வழி.

காதலின் தண்டனை கடவுள் வழி கடவுளை தண்டிக்க என்ன வழி.

அன்னத்தைத் தொட்ட கைகளினால் மது

கிண்ணத்தை இனிநான் தொடமாட்டேன்

காதல் படம் என்றாலே பாடல் படம் என்றாக வேண்டியது நியதி. வசந்தமாளிகை பாடல்களின் படம் கிடைத்த இடத்திலெல்லாம் அடித்தாடினார் கண்ணதாசன். கேவி.மகாதேவனின் உச்சபட்ச இசை இப்படத்தின் பாடல்களெங்கும் தளும்பியது. ஒரு கிண்ணத்தை ஏந்துகின்றேன் ஏன் ஏன் ஏன் பாடல் இன்றும் இளமை துள்ளுகிற உல்லாசப் பாடலாக விரும்பப் படுகிறது. கலைமகள் கைப்பொருளே பாடல் பிரார்த்தனைவழி மனிதநேயம். குடிமகனே பெருங்குடி மகனே என்ற பாடல் உற்சாகத்தின் ஊற்று. மயக்கமென்ன பாடல் காதலின் கூட்டுப் பிரார்த்தனை யாருக்காக இது யாருக்காக பாடலோ காதலின் மேல் முறையீடு. இரண்டுமனம் வேண்டும் படத்தைத் தாண்டிய இசைவழி முகவரி. மொத்தத்தில் மகாதேவனும் கண்ணதாசனும் சவுந்தரராஜனும் சுசீலாவும் எல்.ஆர்.ஈஸ்வரியும் சேர்ந்து நடத்திய இசை யாகம் இந்தப் படம்.

வசந்தமாளிகை காதல் பாடல் கோயில்.

23 கௌரவம்

> சட்டத்தைப் போன்று ஊதாரித்தனமானது ஒன்றும் இல்லை.நீங்கள் ஜெயித்தாலும் தோற்றாலும் செலவு அதிகம்.
>
> - கில்பெர்ட் பார்க்கர்
>
> கனடிய நாவலாசிரியர் மற்றும் அரசியல்வாதி.

இந்தியத் திரைப்படங்களில் காண்பிக்கப் படுகிறதற்கும் உண்மையான நீதிமன்றங்களுக்கும் இடையிலான வித்யாசம் மலையினும் பெரியது. இதுவரை ஒரு சதவீதப் படங்களில் கூட நீதிமன்றங்களை அவற்றின் நடைமுறை இயல்பு மீறாமல் காண்பித்ததே இல்லை. இங்கே படங்களில் காண்பிக்கப் படுகிற அதீதங்கள் ஒருபுறம் என்றால் ஆர்டர் ஆர்டர் ஆர்டர் என்று சுத்தியலால் தட்டிவிட்டு மென்போக்கைக் கடைபிடிக்கக் கூடியவர்களாக நீதியரசர்களைத் திரைப்படங்களில் கண்டவண்ணமே கற்பனை செய்துகொண்டால் உண்மை கடுமையான விளைதல்களைக் கொண்டிருக்கும் என்பது பெருவாரி மக்களுக்குத் தெரியாது.

பாரிஸ்டர் ரஜனிகாந்த் எடுத்த வழக்குகளிலெல்லாம் வெற்றி கண்ட சட்ட மேதை. அவரை விட அனுபவமும் தகுதியும் குறைந்தவர்களுக்கு நீதிபதியாகப் பதவி உயர்வு வழங்கப்படுவதைக் கண்ணுறும் ரஜினிகாந்த் மனம் பாதிக்கப்படுகிறார். இனி சட்டம் யாரையெல்லாம் தண்டிக்கிறதோ அவர்களை நான் குற்றமற்றவர்கள் என நிறுவி விடுதலை பெற்றுத் தருவேன் என்று வினோதமான ஒரு முடிவுக்கு வருகிறார். அவரது அன்பான குடும்பத்தில் அவரது தம்பி மகன் கண்ணனும் ஒருவன் அவனொரு இளம் வழக்குரைஞன். தன் பெரியப்பாவைத் தொழிலிலும் முன்னொளி தீபமாகக் கைக்கொண்டு நடைபோடுகிறவன். சக வழக்கறிஞரான ராதாவுக்கும் கண்ணனுக்கும் மனப்பொருத்தம்.

மோகன் தாஸ் கோர்ட்டில் தான் நிரபராதி எனவும் தன் மனைவியைத் தான் கொல்லவில்லை என்றும் சப்தமாக முறையிட்டபடி சிறைக்குச் செல்கிறான்.அவன் வழக்கை அவனது சார்பாக ரஜினிகாந்த் ஆஜராகி அப்பீல் செய்கிறார்.அந்த வழக்கை சின்னச் சின்ன சில்லுகளாக்குகிறார். எதிராட முடியாமல் அரசு தரப்பு திணறுகிறது. ஒரு கட்டத்தில் மோகன் தாஸ் அந்தக் கொலையைச்

செய்யவில்லை என்ற முடிவுக்கு நீதிமன்றம் வருகிறது.விடுதலை செய்யப்படுகிறான். ஊரே ரஜினிகாந்தின் வாதத் திறமையை வியந்து பாராட்டுகிறது. மோகன் தாஸ் தன் கண் அறிந்த கடவுளாகவே ரஜினிகாந்தை வணங்குகிறான். தன் அடிபட்ட சுயத்துக்கு இந்த நம்ப முடியாத வெற்றி மூலமாக மருந்திட்டாற் போல ஆறுதலடைகிறார் சட்டமேதை.

விதி ஒரே ஆட்டத்தை அடுத்தடுத்து ஆடக் கூடியது. இந்த முறை மோகன் தாஸ் அவன் திருமணம் செய்ய இருந்த பெண் மரணத்துக்கு அவன் தான் காரணம் எனக் கைது செய்யப்படுகிறான். இந்த முறையும் ரஜினிகாந்த் அவனுக்கு ஆதரவாக அவன் குற்றமற்றவன் என வாதிட அவன் சார்பில் ஆஜராகிறார். எதிர்த்து கண்ணனை வழக்காட எல்லா வக்கீல்களுமாக முடிவெடுத்து கண்ணனையும் அதற்கு ஒப்புக்கொள்ள வைக்கின்றனர். பெரியப்பா வீட்டிலிருந்து கண்ணன் வெளியேறுகிறான். வழக்கு ஆரம்பமாகிறது.

யானைக்கும் சறுக்குமல்லவா அடி அப்படித் தான் ரஜினிகாந்தின் கணக்கு இந்த முறை தப்புகிறது. சொல்வதானால் முன்னர் செய்த குற்றத்தை மறுக்கும் போது மோகன் தாஸை விடுதலை செய்ய முடிந்த அவரால் இந்த முறை செய்யாத தவறிலிருந்து அவனை விடுவிக்க முடியவில்லை. கண்ணன் எல்லாப் பந்துகளையும் அடித்து நொறுக்கும் புதிய புலியெனவே வழக்காட மெல்ல மெல்ல குழப்பத்தில் ஆழ்கிறார் பெரியவர். தீர்ப்பு தினத்தன்று தீர்ப்பு என்னவாக இருக்குமோ என்ற குழப்பத்தில் வீட்டிலேயே இருந்து விடுகிறார். வழக்கில் கண்ணன் வாதம் அரசுத்தரப்புக்கு சாதகமாகிறது தீர்ப்பு செய்த குற்றத்திலிருந்து தப்பிய மோகன் தாஸ் செய்யாத குற்றத்துக்கு இந்த முறை தண்டனை பெறுகிறான்.

தன் வெற்றிச்செய்தியை மட்டுமல்ல பெரியப்பா ரஜினிகாந்த்துக்கு ஜட்ஜாகப் பதவி உயர்வு வந்திருக்கும் செய்தியையும் சேர்த்துச் சொல்வதற்காகத் தேடிச் செல்லும் கண்ணன் ரஜினிகாந்த் காலமான காட்சியைக் கண்டு அதிர்கிறான். நிறைகிறது படம். கௌரவம் நீதிமன்றக் காட்சிகளுக்காகப் பலகாலமாக விரும்பப் பட்டு வருகிற படங்களில் ஒன்று. சுயகர்வமும் பிடிவாதமும் கண்ணை மறைக்கும் தொழில்பெருமையும் கொண்டவராக சிவாஜி தன் மிகை நடிப்பின் உச்சத்தை இப்படத்தில் வழங்கினார் என்றால் இதற்கு நேர்மாறான அண்டர்ப்ளே நடிப்பை கே.பாலச்சந்தர் இயக்கிய எதிரொலி படத்தில் வழங்கினார்.பிற்காலத்தில் படிக்காதவன் உள்படப் பல படங்களில் வக்கீலாகவும் நீதிபதியாகவும் நடித்திருந்தாலும் கௌரவம் அதன் வசனங்களுக்காகவும் நீயும் நானுமா கண்ணா நீயும் நானுமா போன்ற அழியாத அதன் பாடல்களுக்காகவும் எப்போதைக்குமான குதூகலச்சித்திரங்களில் ஒன்றாகத் தன்னைத் தக்கவைத்துக் கொள்கிறது.

எம்.எஸ்.விஸ்வநாதன் இசையும் வின்செண்டின் ஒளிப்பதிவும் தேவராஜனின் எடிட்டிங்கும் கௌரவம் படத்தைத் தூண்களெனத் தாங்கின.இப்படத்தை எழுதி இயக்கிய வியட்நாம் வீடு சுந்தரம் நிஜத்துக்குரிய அதே மாண்போடு இந்தக் கற்பனைச் சித்திரத்தை நிகழ்த்தினார்.பொது மனிதர்களை சிவாஜி ரசிகர்களாக மாற்றக் கூடிய குறிப்பிடத் தகுந்த படங்களில் ஒன்று கௌரவம்.

கௌரவம் நிழல்நதி.

24. உலகம் சுற்றும் வாலிபன்

"எனக்குத் திரைப்படம் என்பது மக்களை விடவும் முக்கியமானதல்ல."
ஜான் கெஸாவெட்ஸ் அமெரிக்க நடிகர் திரைக்கதாசிரியர் மற்றும் இயக்குனர்.

திரைப்பட நடிகர் அரசியல்வாதி என்ற இரு பதங்களையும் தனித்தனியே பிரித்துப் பார்க்க இயலாத மனிதர் எம்.ஜி.ஆர். திரை நாயகனாக அவரது எழுச்சியின் காலமெங்கும் அவரது அரசியல் ஈடுபாடும் குன்றாமல் தொடர்ந்து வந்தது. தன் படங்களைத் தான் சார்ந்திருந்த கட்சி அதன் கொள்கை ஆகியவற்றை மக்கள் மனங்களில் கொண்டு சேர்க்கும் பணியை மிகுந்த ஆர்வத்தோடு அவர் செய்தார். திரை ஊடகத்தின் மக்கள் செல்வாக்கை ஆழ்ந்த கவனத்தோடு கையாண்டவர் எம்.ஜி.ஆர். திராவிட முன்னேற்றக் கழகத்திலிருந்து வெளியேறி தனிக்கட்சி கண்டு ஆட்சியைப் பிடித்து அதன் பின்னரும் திரைப்படங்களில் நடிப்பதை விடுவதற்கு விருப்பமின்றித் தான் இருந்தார். வேறு வழியின்றி நடிப்பிலிருந்து விலக நேர்ந்த எம்.ஜி.ஆர். 1972 முதல் 1977இல் ஆட்சியைப் பிடிக்கும் வரையிலான காலகட்டம் அவரது வாழ்வின் சவால் மிகுந்த காலம் என்று கூறத் தக்க அளவில் அமைந்தது.

எம்.ஜி.ஆர். திரைப்படங்களில் நடிக்கத் தொடங்கிய காலம் முதற்கொண்டு தானுண்டு தன் நடிப்புண்டு என இருந்தவரில்லை. தணியாத ஆர்வமும் கற்றுக்கொள்ளத் துடிக்கும் மனமும் அவருடைய பலங்கள் தான் விரும்பிக் கலந்த சினிமாவின் சகல துறைகளைப் பற்றியும் தொடர்ந்து தன் ஞானத்தை வளர்த்துக் கொண்டவர் எம்.ஜி. ஆர் முதல் இடம் வகித்துப் பேரும் புகழும் கொட்டுகிற பணமும் சர்வகாலமும் பார்க்க வாய்த்த போதும் அவர் ஓய்வறியாமல் தன் ஈடுபாட்டை அணையாவிளக்கெனவே வளர்த்தார். எம்.ஜி.ஆர் ஒரு முழுமையான திரை ஆளுமை. அவர் வெறும் நடிகர் அல்ல. திரைப்பட உருவாக்கத்தின் பல நுட்பங்களை ஆழ்ந்து கற்றுத் தேர்ந்தவர். தன் திரைவரிசையில் மொத்தம் 3 படங்களை அவர் இயக்கி இருக்கிறார். அவை மூன்றுமே பெரு வெற்றிப் படங்கள். அவற்றில் இரண்டு அரசகாலக் கதைகளைக் கையாண்டவை. உலகம் சுற்றும் வாலிபன் சமகாலப் பிரதிபலிப்பைக் கொண்டிருந்தது. பல நாடுகளில் படமாக்கப் பட்டது. முதல் அறிவிக்கையிலிருந்து வெளியீடு வரைக்கும் பற்பல இன்னல்களைச் சந்தித்த படமாக

இருந்தது. எம்ஜி.ஆரின் முந்தைய வசூல் சாதனைகள் அனைத்தையும் முறியடித்து வெற்றி பெற்றது.

விஞ்ஞானி முருகன் தன் ஆராய்ச்சி முடிவில் வெற்றி அடைந்தாலும் அது தீய நோக்கங்களுக்குப் பயன்படலாம் என்ற அச்சம் கொள்கிறார்.அவர் பொய் சொல்வதாக எள்ளும் போட்டி விஞ்ஞானி பைரவன் என்ன செய்தாவது முருகனின் ஆராய்ச்சி முடிவை விலைக்கு வாங்க முயன்று தோற்கிறார். அவற்றை அழித்து விட ஆவேசம் கொள்கிறார். தன் காதலி விமலாவோடு உலக நாடுகளுக்கு சுற்றுலா கிளம்பிச் செல்லும் முருகன் தன் ஆய்வுகள் ரகசிய இடத்தில் பத்திரமாக இருப்பதை சொல்ல அதைக் கேட்கும் பைரவன் அதைத் தான் அடைய சூழ்ச்சி செய்கிறார். முருகன் தன் நினைவை இழக்கிறார். ரகசியத்தை அறிய முருகன் நினைவு மீள்வதற்காக பைரவன் காத்திருக்கிறார். சி.ஐடி அதிகாரி ராஜூ தன் அண்ணன் முருகனைத் தேடி சிங்கப்பூர் வருகிறார் சகோதர்கள் எப்படி சூழ்ச்சிகளை வெல்கிறார்கள் என்பதே உலகம் சுற்றிய வாலிபக் கதை.

அசோகன் அழகான தமிழைப் பேசி நடித்த வில்லன். வித்யாசமான குரலும் முகமொழியும் தனித்துவமான மானரிசங்களும் கொண்டவர். அசோகன் நடிப்பில் உலகம் சுற்றும் வாலிபன் மிளிர்ந்தது.

அப்படியா? ராஜூவா? முருகனுடைய தம்பியா? வந்திட்டானா?" என்பார் ஜானி வேட ஆர்.எஸ்.மனோகரிடம் எஸ் மாஸ்டர் நானே அவனைப் பார்த்தேன்

"ஜானி அவனொரு போலீஸ் சீ.ஐடி தகுந்த பாதுகாப்போட தான் வந்திருப்பான். அவன் இருக்கிற ஒவ்வொரு நிமிஷமும் நமக்கு ஆபத்து தான்." என்றதும் அவனை ஒரேயடியா க்ளோஸ் பண்ணட்டுமா மாஸ்டர்.

பண்ணிட்டு வந்திருந்தா பரிசு குடுத்திருப்பேன் என்பார் ஜானியிடம் சீக்கிரமா அவன் பிணத்தோட வர்றேன் எனக் கிளம்பும் ஜானியைப் பார்த்து நான் பணத்தோட காத்திட்டிருக்கேன் எனச்சொல்லும் போது அசோகனின் கண்கள் மின்னும்.இன்னொரு காட்சியில் மிஸ்டர் முருகன் நீங்க கண்டுபிடிச்ச ஆராய்ச்சிக் குறிப்பை எனக்குக் குடுத்திருங்க..உங்களைக் கோடீஸ்வரன் ஆக்குறேன் என்று அழாக்குறையாகக் கெஞ்சுவார் விஞ்ஞானி பைரவன்.பெரிய புத்தர் சிலை தான் ஷூட்டிங் ஸ்பாட். அதை எப்படிக் கதைக்குள் கொண்டுவருவது என்று எம்ஜிஆருக்கா தெரியாது..?

"விமலா ஏன் பேசாம நிக்கிறே அவங்கிட்ட ஏதாவது பேசு அவன் புத்தியை எப்பிடியாவது ஸ்வாதீனத்துக்கு கொண்ட்டு வா

என்று கட்டளையிடுவார். பைரவன் அடுத்த கணமே என்னாங்க இது யாருன்னு உங்களுக்குத் தெரியுதா எனக் கேட்பாள் விமலா. உடனே இது யாருன்னு சொன்னாத் தானே அவனுக்கு ஞாபகம் வருதா இல்லையான்னு பார்க்கலாம் என்று ஆல்ட்ரேசன் தீர்மானமாக பைரவனே பேசத்தொடங்குவார் "முருகன் இவருதான் புத்தர் உலகத்துக்கே வழிகாட்ட நம்ம நாட்டுல பிறந்தவர்" என்றதும் பெரிய புத்தர் சிலையை ஒருமுறை உற்று நோக்குவார் "முருகன். அன்பை மறக்காதே ஆசைக்கு அடிபணியாதே உயிரை வதைக்காதேன்னு தத்துவம் சொன்ன மகாமேதை" என்று தொடர்வார் பைரவன் உடனே நன்றாகப் பார்த்துக் கொண்டிருந்த முருகன் திடீரென்று தலையைப் பிடித்துக் கொண்டு அய்யோ அம்மா என்று அலறுவார். கொஞ்சம் அமைதியா இருங்க என்று முருகனை ஆசுவாசப் படுத்தும் விமலா சட்டென பைரவன் பக்கம் திரும்பி "பார்த்தீங்களா இவரை ஏன் இப்படி சித்ரவதை பண்றீங்க" என்று அதட்டுவார்.

"ஒண்ணுமில்லை விமலா ஏதோ குணமாயிடணுமேன்ற ஆசையால அப்டி பேசிட்டேன் என்னைய மன்னிச்சிடு இனிமே இங்க இருக்க வேண்டாம் வா போலாம் வா போலாம்" என்று குழைவார். பைரவன் படம் பார்க்கும் யாவருக்குமே பைரவன் பாவம் ஒரே ஒரு ஃபார்முலாவுக்காக என்னவெல்லாம் கஷ்டப்படுகிறார் பாவம் என்று தோன்றுமளவுக்கு அவரது குரலும் குழைந்து குழைந்து அவர் பேசும் ஸ்டைலும் பைரவன் விஞ்ஞானியா அல்லது டூரிஸ்ட் கைடா என்று குழப்பும் அளவுக்கு தமிழில் அபூர்வமான தமாஷ் வில்லனாகத் தோன்றினார் அசோகன். எம்ஜிஆர் டபுள் ஆக்சன் படத்தில் வில்லனாக நடிப்பதெல்லாம் "ஔதொளதாய்" தான்

என்பது நன்றாகத் தெரிந்து கொண்டாற் போலவே ஜானி வேடத்தில் ஆர்.எஸ்.மனோகரும் நடித்திருந்தார்.

இந்தப் படத்தில் நாகேஷும் உண்டு. எதைப் பார்த்தாலும் திருடும் ஒட்டல் ஊழியராக வரும் நாகேஷ் ஒரே ஒரு வசனத்தில் தனித்து மிளிர்வார். முருகனுடைய வாட்ச்சை ராஜுவிடம் தந்ததும், மகிழ்ந்து போய் இந்தப் பணமெல்லாம் உனக்குத் தான் என்று கத்தை டாலர்களை நாகேஷ் மீது பொழிந்து செல்வார் ராஜு அடுத்த கணமே நாகேஷின் வசனம் ***"எல்லாப் பயலுக்கும் அண்ணன் காணாமப் போயிட்டா எனக்கு எவ்வளவு தேறும்..?"*** அது தான் நாகேஷ்.

எம்.எஸ்.விஸ்வநாதன் இசையில் பத்துப் பாடல்கள் இரண்டு அயல்தேசமொழிப் பாடல்கள் மூன்று தீம் ம்யூசிக் விள்ளல்கள் என இசைமயமான படமாகவும் உலகம் சுற்றும் வாலிபன் படத்துக்கு ஒரு முகவரி இருக்கிறது. என்றும் அலுக்காத பாடல்கள் படம் வெளிவரும் முன்பு ரசிகர்களின் ஆவலைப் பெருமளவில் அதிகரித்து வைக்க உதவிற்று. பன்ஸாயீ சிரித்து வாழவேண்டும் உலகம் அழகுக் கலைகளின் சுரங்கம் அவளொரு நவரச நாடகம் நிலவு ஒரு பெண்ணாகி லில்லி மலருக்குக் கொண்டாட்டம் தங்கத் தோணி-யிலே பச்சைக்கிளி எனப் பாடலின் முதற்சொல் முழுப்பாடலையும் அழைத்து வந்துவிடும் அளவுக்கு மெகா ம்யூசிகல் ஹிட் ஆகத் திகழ்ந்தது. கண்ணதாசன் வாலி வேதா புலமைப்பித்தன் ஆகியோர் பாடல்களை எழுதினர்.

எல்லா தலங்களின் அனேக அழகான இடங்களையெல்லாம் பற்பல லாங்ஷாட்களில் படத்தில் அடிக்கடி தோன்றச்செய்து கொண்டே இருந்தார் எம்ஜி.ஆர் படம் எத்தனை முறை பார்த்தாலும் தீராத அழகோடு இன்றும் மின்னுகிறதன் காரணமும் அது தான். சண்டைக் காட்சிகள் எடிடிங் எனத் தமிழின் அந்தக் காலகட்டப் படங்களை அடுத்த திசை நோக்கி நகர்த்திய படமென்றே இதனைச் சொல்லலாம்.

இன்றும் பேசப்படுகிற படங்களில் ஒன்றெனவே தொடர்ந்தோடும் நில்லா நதி உலகம் சுற்றும் வாலிபன்.

ஒரே ஒரு எம்ஜி.ஆர்.

25 நான் அவனில்லை

நான் அவனில்லை மராத்திய மொழியில் புகழ்பெற்ற நாடகம். To MeeNavhech *1962*இல் எழுதப்பட்டது. கல்யாண மோசடிப் பேர்வழியான மாதவ் காஜி என்பவனது குற்ற சரித்திரமே இந்த நாடகமாயிற்று, பல பெண்களைப் பலவிதப் பெயர்களும் பின்புலங்களும் கொண்ட வெவ்வேறு மனிதர்களாக உருமாறி திருமணம் செய்து கைவிட்டுச் சென்ற குற்ற மனிதனின் கதையை கே.பாலச்சந்தர் தமிழில் நான் அவனில்லை என்ற பேரில் உரிமம் பெற்றுப் படமாக்கினார். இதன் வில்ல நாயகனாகப் பரிணமித்தவர் காதல் மன்னன் என்றழைக்கப்பட்ட ஜெமினி கணேசன். தன் திரை வாழ்வில் அனேக மென் மனிதர்களின் பாத்திரங்களையே பெரிதும் ஏற்று நடித்தவரான ஜெமினி இந்தக் கதாபாத்திரத்தை ஏற்றதே சுவாரசியமானது மட்டுமன்றி சவாலானதும் தான். ஆனால் இந்தப் படத்தைத் தயாரித்து நாயக வேடத்தைத் தரித்ததன் பின் காரணம் இந்தக் கதாபாத்திரம் மீதான நடிக ஈர்ப்புத் தான். இதில் நடித்ததற்காக ஜெமினிக்கு அந்த வருடத்தின் ஃபிலிம் ஃபேர் விருது கிடைத்தது.

மேதமையும் திறமையும் கெட்ட எண்ணம் கொண்டவனிடம் இருக்கும் போது அவையும் தீமையின் விளை நிலங்களாகின்றன. இந்தக் கதையின் நாயகனின் ஆளை அசத்தும் தோற்றமாகட்டும் பன்மொழிப் புலமையாகட்டும் யார்க்கும் தளராத மன உறுதியாகட்டும் மனித முகங்களின் வழியாக மனங்களை வாசிக்கிற திறனாகட்டும் யாரையும் வசீகரிப்பது இயல்பான ஒன்று தான். தன் திறமைகளை எல்லாம் பயன்படுத்தி ஒன்று இரண்டல்ல பலரை ஏமாற்றுவதன் மூலமாக வேடங்களைப் பங்கேற்றுக் கலைத்துச் செல்லும் பரபரப்பான நடிகனின் நியாயமற்ற விரைதலைத் தன் வாழ்வில் எதிர்ப்படுகிற எல்லாரிடத்திலும் காண்பித்துச் செல்லும் இரக்கமற்றவனுக்கு வாழ்வின் விதி இரக்கத்தைப் பதிலீடு செய்யாதல்லவா அப்படியான முடிதலோடு நிறைவடைவது நான் அவனில்லை படத்தின் கதை.

படத்தில் ஒரு கட்டத்தில் லக்ஷ்மி பேசுகிற வசனம் "ho...What a sweet cheat..?" அது தான் கதையின் பலம். மெல்ல மெல்ல நடப்பதை எல்லாம் கண்ணுற்றவாறே நாமும் நம் முன் நிற்கக் கூடிய பலபொய் சித்திரம் ஒன்றைத் தாண்டி அந்தப் பொய் மனிதனை ரசிக்க ஆரம்பித்துவிடுவோம். இது உலகமெங்கும் இன்றளவும் தொடர்ந்து கொண்டிருக்கும் விடயம் தான். நல்லனவற்றை விட ஈர்க்கத் தக்கவையாக தீயன சில ஆவது புலன் மயக்கும். மதி பிறழ்த்தும். பிறிதொரு நாள் தெரியவரும் இழத்தலின் கணிதம்.

ராதா காதல் வராதா பாடல் காலம் கடந்த கல்லெழுத்தாக எஞ்சிற்று. கண்ணதாசனின் பாடல்களுக்கு இசைத்தவர் மெல்லிசை மன்னர். ஜெமினியோடு கமல்ஹாசன் பூர்ணம் விஸ்வநாதன் தேங்காய் சீனிவாசன் அசோகன் செந்தாமரை லக்ஷ்மி ஜெயபாரதி ஜெயசுதா காந்திமதி ராஜசுலோசனா லீலாவதி இன்னும் பலர் தோன்றினார்கள். எம்.எஸ்.விஸ்வநாதனின் பின்னணி இசை இந்தப் படத்தில் மிக உன்னதம். டைடில்ஸ் எனப்படுகிற படத்தின் ஆரம்பக் காட்சிக்குத் தனித்த இசைக்கோர்வையை அளித்தார் எம்.எஸ்.வி. முன்னர் கேட்டறியாத புத்திசையாக அது இருந்தது.இந்தப் படத்தின் நடன இயக்குனர்களில் ஒருவராக கமல்ஹாஸனும் துணை இயக்குனர்களில் ஒருவராக எழுத்தாளர் கோவி மணிசேகரனும் பங்கேற்றார்கள்.

ஏமாற்றுவதை ஒரு கலையாக அதன் மீதான ஈர்ப்பையே அதனைக் கைக்கொள்வதற்கான காரணமாகக் கொண்டவர்கள் அவ்வப்போது தோன்றுவர். உலகத்தில் குற்றத்தை அதன் மீதான ஈர்ப்பின் நிமித்தம் செய்பவர்களும் இருப்பது மன வினோதங்களில் ஒன்று மட்டுமல்ல அதுவொரு பிறழ்வும் ஆகும். அப்படியான கதையைத் தேர்ந்தெடுத்து இயக்கினார் கே.பாலச்சந்தர். இந்த உலகத்தின் வழமைகளும் நியதிகளும் பெருவாரி மனிதர்களின் நம்பிக்கை சார்ந்த விழுமியங்களே. அவற்றை ஊடாடிச் சிதைப்பது பெரிய வித்தகம் அல்ல. சூழலைப் பயன்படுத்திக் கொண்டு நம்பிக்கை துரோகம் செய்வதன் மீது எந்தவித நியாயமும் இருந்துவிடப் போவதே இல்லை. பிடிபடுகிற கணங்களில் தன் மீதான குற்றவாசித்தலைக் கேட்டுக் கொண்டே நான் அவனில்லை என்பதை மட்டும் தன்

பதிலாகச் சொல்லும் மன ஈரமற்ற கொடுமனிதனாகத் தோன்றினார் ஜெமினி கணேசன்.

படம் வெளியாகி முப்பதாண்டுகளுக்கு அப்பால் ஜீவன் நடிப்பில் இதே கதை தமிழில் மீவுரு செய்யப்பட்டது. காலத்தைத் தவிர வேறெந்த இடைவெளியும் இல்லாமல் முன் பிரதியைப் போலவே இம்முறையும் விரும்பப்பெற்றது. தெளிவான திரைக்கதைக்காகவும் நீதிமன்ற வழக்காடல் காட்சிகளுக்காகவும் இனிய பாடல்களுக்காகவும் நினைவில் நிற்கும் படங்களில் ஒன்றானது.

26 பதினாறு வயதினிலே

திரைப்பட இயக்குனராவதற்கு நீங்கள் தலைமையேற்று பிறரை வழி நடத்த வேண்டும். உங்கள் விருப்பத்தினை உளவெறியுடன் முயல வேண்டும் பெரும்பாலான மக்கள் எப்போதும் எளிய வழிகளையே விரும்புகிறார்கள் நீங்கள் மிகுந்த பிரயத்தனத்தை செலவழித்தே வித்யாசமான மற்றும் அபூர்வமானவற்றை அடைய வேண்டியிருக்கிறது.

- டேனி போயல்

நாடறிந்த மயிலின் காவியக் கதை தான் பதினாறு வயதினிலே ஸ்ரீதர் பாலச்சந்தர் இருவருக்கும் அப்பால் விளைந்த இயக்கப் பேருரு பாரதிராஜா திரைப்படம் எனும் கலையின் வாயிலாக மண்ணையும் மக்களையும் பிரதிபலித்ததோடு அல்லாமல் மண்ணை நோக்கிப் படமாக்கலைத் திருப்பிய இயக்குனர். அதுவரைக்கும் ஏற்படுத்தப்பட்டு புனைந்துருவாக்கப்பட்ட கிராமம் எனும் நிலத்தை ஸெட் ப்ராபர்டிகளின் போலிப் பதாகைகளை அகற்றி எறிந்து விட்டு நிசமான கிராமத்துக்குக் கேமிராவைக் கொண்டு சென்றவர் பாரதிராஜா. அவரது மனிதர்கள் எளிமையின் சாட்சியத்தை பறைசாற்றினார்கள் எல்லாருக்கும் எல்லா இடங்களிலும் காண வாய்த்தார்கள் நிகழ்ந்த கதைகளைக் கலந்து பிசைந்து தன் திரைக்கதையை உருவாக்கினார் பாரதி ராஜா. தமிழ் சினிமாவில் அதிகக் கிளைத்தலைத் தன்னகத்தே கொண்ட மாபெரிய இயக்குனர் அவர். அதிகம் அடுத்தவர்களின் கதை திரைக்கதை வசனம் ஆகியவற்றைப் பயன் படுத்திய இயக்குனர் அவர். இயக்கம் என்பது தனது திரைமொழி என்பதை உரக்கச் சொன்ன படைப்பாளி அவர். பல்வேறு வகைப்பாடுகளிலான படங்களை உருவாக்கிய பாரதிராஜா பெருவெற்றியையும் உலர்தோல்விகளையும் ஒன்றெனப் பாவித்து அடுத்தடுத்த படங்களுக்குள் நகர்ந்தவர். தன் படைப்பின் பெருமையை பாத்திரமாக்கலின் கனத்தை முந்தைய வெற்றிகளின் இனிப்பைத் தனக்குள் ஏற்றிக் கொள்ளாமல் அவர் உருவாக்கிய பல படங்கள் இந்தியத் திரைவரிசையில் முக்கிய இடம் பிடிக்கின்றன. பாரதிராஜா இந்தியாவின் மாபெரும் திரைமனிதர்களின் ஒருவர். தமிழின் முதன்மைக் கலைமுகம்.

பாரதிராஜாவின் படங்கள் தைரியமான முடிவுகளைக் கொண்டிருந்தன. தீர்க்கமான வெட்டுக்களையே தன் படமுடிவுகளாக

அவர் முன்வைத்தார் மெல்லிய சலனங்களையும் ஊடாட்டங்களையும் மனித மனதில் எளிதாக உருவாக வாய்ப்புள்ள மனக்குழப்பங்களையும் கதாமுடிவுகளாக அவர் ஒருபோதும் முன்வைக்கவில்லை. மாறாக மரணம் பிரிவாற்றாமை களப்பலி களவுமணமேகி ஊர்தாண்டுதல் சிறைவாசம் என்று மிகவும் ஆணித்தரமான தீர்மானங்களைத் தன் படமுடிவுகளாக முன்வைத்தார். அவருடைய திரைப்படங்களில் மனிதர்கள் வாழ்ந்தார்கள் மடிந்தார்கள் கலைந்தும் தனித்தும் தெரிந்தார்கள். நிசம் என்பதன் புகைப்பட ஆல்பங்களைப் போலத் தன் படங்களாய் உண்டாக்கினார் பாரதிராஜா.

பாரதிராஜாவின் திரைப்பரம்பரை பெரியது. மாபெரிய கூட்டுக்குடித்தனத்தின் கர்த்தாவைப் போல அவரை வழிபடுகிறவர்கள் சினிமாவெங்கும் நிரம்பி இருக்கின்றனர். கிழக்கே போகும் ரயில் நிழல்கள் சிகப்புரோஜாக்கள் ஒரு கைதியின் டைரி அலைகள் ஓய்வதில்லை முதல்மரியாதை கடல்பூக்கள் கிழக்குச்சீமையிலே கடலோரக்கவிதைகள் போன்ற பல படங்கள் காலம் கடந்து ரசிக்கப்படுபவை.

பதினாறு வயதினிலே பாரதிராஜாவின் முதல் படம். முதல் படத்தின் மூலமாய்க் கவனம் ஈர்த்தவர்களில் பாரதிராஜாவுக்குத் தான் முதலிடம். தன் படத்திற்கு முன்பின்னாய் அவர் தமிழ் சினிமாவின் போக்கையே இரண்டாய்ப் பகுத்தார். இளையராஜாவுடைய இசை பாரதிராஜாவுக்கு விடாமழையாக உதவிற்று. பாடல்களைக் கொண்டே தன் பாதித் தோரணத்தை மெய்ப்பித்து விடுகிற மாயவாதியாகவே பாரதிராஜா திகழ்ந்தார்.வைரமுத்துவை திரைக்கு எழுதச் செய்தவர் பாரதிராஜா.பொம்மலாட்டம் என்ற படம் இருபத்தி ஓராம் நூற்றாண்டில் வெளியான பாரதிராஜா படம் புதியவர்களுக்கு சவால் விடும் அளவுக்கு இருந்தது அவரது திரைவசீகரத்தை எடுத்துக்காட்டியது.

நாடறிந்த மயிலின் கதை 16 வயதினிலே

குருவம்மாளின் மகள் மயில் வயது பதினாறு குருவம்மாளின் பராமரிப்பை எப்போதும் அண்டிப்பிழைக்கும் ஆதரவற்ற சப்பாணி ஒரு வெள்ளந்தி. அவனது சின்னஞ்சிறிய உலகத்தின் மகாதேவி மயில் தான். அவள் மீது காதல் என்று வகைப்படுத்தி அறியமுடியாத பேரன்பை கொண்டவனாக வாழ்பவன் கோபால். நிறைய படிக்க வேண்டும் என்பதும் ஆசிரியைக்கான பயிற்சியை வெற்றிகரமாகத் தேறி வேலையை அடைந்து ஒரு பண்பட்ட படித்த நளினமான மனிதனுக்கு மனைவியாக வேண்டும் என்பதுதான் மயில் தன் மனதில் கொண்டிருக்கும் கனவு பரட்டை அதே ஊரைச் சேர்ந்த போக்கிரி. தன் போக்கில் வாழ்பவன் எல்லோரையும் வம்பிழுப்பவன் பொறுக்கி என்று பெயர் பெற்றவன்.அவனுக்கு மயில் மீது ஒரு கண்.

அந்த ஊருக்கு வரும் பிராணிகள் நல மருத்துவர் சத்யஜித் மயில் மீது ஆர்வம் காட்டுகிறார். மயில் அவரது நாட்டத்தைக் காதலென்று நம்புகிறாள். அவளுக்கு டாக்டரை மிகவும் பிடிக்கிறது அவரோடு சென்னை செல்ல வாய்க்கிறது மயிலுக்கு திருமணத்துக்கு முன் தன்னை தொட அனுமதிக்காத மயில் மீது அதிருப்தி கொள்ளும் சத்யஜித் அதிலிருந்து மெல்ல அவளிடம் இருந்து விலகி விடுகிறார் தன் சொந்த ஊருக்கு சென்று வேறொரு பெண்ணைத் திருமணம் செய்ய ஏற்பாடுகளை முன்னெடுக்கிறார் சத்யஜித் தன் காதலை கைவிட வேண்டாம் என்று மயில் அவரிடம் கெஞ்சுகிறாள் மயில் உன்னை எப்போதும் நான் காதலித்ததே இல்லை உன் உடல் மீது தான் எனக்கு நாட்டம் என்று அவளை புறக்கணித்துவிட்டு செல்லுகிறார் டாக்டர்.

எதுவும் செய்ய முயலாத ஏழை தாயான குருவம்மா மயிலுக்குத் திருமண ஏற்பாடுகளைச் செய்ய ஆரம்பிக்கிறார் மயிலால் அவமானப்படுத்தப்பட்ட பரட்டை மயிலைப் பற்றிப் பல கட்டுக்கதைகளை கிளப்பி விடுகிறான் திருமண ஏற்பாடுகள் நிற்கின்றன தங்கள் குடும்பம் மீது சுமத்தப்படும் அவமானத்தை தாங்க இயலாமல் குருவம்மா மரணிக்கிறாள்.

கோபால் மயில் மீது கரிசனம் காட்டுகிறான். அவளைத் துக்கத்திலிருந்து மாற்றி எப்படியாவது பழைய மலர்ச்சிக்கு கொண்டுவர முயலுகிறான் மெல்லமெல்ல கோபாலை ஒரு மனிதனாக உருவாக்க முனைகிறாள் மயில் அவனுடைய பழக்கவழக்கங்களை உடல்மொழியை பேச்சை எனப் பலவற்றையும் மாற்றுகிறாள் யாராவது உன்னை சப்பாணி என்று கூப்பிட்டால் அடி உன் பெயர் கோபாலகிருஷ்ணன் இனி அப்படித்தான் உன்னை யாரா-யிருந்தாலும் அழைக்க வேண்டும் என்கிறாள் பரட்டை சப்பாணி

என்று அழைக்கும்போது அதே போல சொல்லுகிறான் கோபால் ஆத்திரத்தில் பரட்டை கோபாலகிருஷ்ணனைத் தாக்குகிறான் மயில் அவனைக் காப்பாற்றி பரட்டையைக் காறி உமிழ்கிறாள்.

கோபாலைக் கல்யாணம் செய்துகொள்ள மயில் முடிவெடுக்கிறாள். திருமணத்துக்குத் தேவையான பொருட்களை வாங்கி வர கோபாலை அருகில் அமைந்த நகரத்துக்கு அனுப்புகிறாள். அந்த சந்தர்ப்பத்தைப் பயன்படுத்திக் கொண்டு மயில் வீட்டுக்குச் செல்லும் பரட்டை அவளை உடல்ரீதியாகத் துன்புறுத்தி வீழ்த்த முயலுகிறான். வீடு திரும்புகிற கோபால் விட்டுவிடும்படி பரட்டையைக் கெஞ்சுகிறான். அதனை பொருட்படுத்தாத பரட்டையை ஆத்திரம் தீரக் கல்லால் தாக்கிக் கொல்கிறான் கோபாலன் சிறையிலிருந்து வரும் நாளுக்காகக் காத்திருக்கிறாள் மயில்

மயிலின் வீட்டுக்குச் செல்லும் பாராட்டை அவளை உடல் ரீதியாக துன்புறுத்தி வீழ்த்த முயலுகிறான் கோபாலகிருஷ்ணன் பரட்டை இடம் விட்டுவிடுமாறு கெஞ்சுகிறார் எத்தனையோ கஞ்சியும் படாத பரட்டை வெறி கொண்ட கோபால் ஒரு கல்லைக் கொண்டு அடித்து கொள்ளுகிறான் சிறையில் இருந்து திரும்பி வரும் நாளுக்காக மயில் காத்திருக்க ஆரம்பிக்கிறாள்.

ஸ்ரீதேவி மறக்க முடியாத பூமுகமயிலாளாக தோன்றினார். ரஜினி மனக்குரலற்ற பரட்டையாக வந்தார் கமல் சப்பாணி என்று ஆரம்பத்தில் அழைக்கப்பட்டு அதை ஆட்சேபித்துத் தன்னை கோபாலகிருஷ்ணனாக நிலை நிறுத்திக் கொண்ட கதாபாத்திரத்தை வாழ்ந்து காட்டினார். குருவம்மாவாக காந்திமதியும் பரட்டையின் உடனாளியாக கவுண்டமணியும் டாக்டராக சத்யஜித்தும் கச்சிதமாய் தோன்றியபடம் 16 வயதினிலே. செந்தூரப் பூவே செந்தூரப்பூவே சில்லென்ற காற்றே தமிழரின் மனமன்றத் தென்றல்கானமாயிற்று. ஆட்டுக்குட்டி முட்டையிட்டு செவ்வந்திப் பூமுடிச்ச சின்னக்கா மஞ்சக்குளிச்சி அள்ளிமுடிச்சி பாடல்கள் எல்லாமே சூப்பர்ஹிட் வகையறாக்களாகின. பின்னணி இசையும் முன்பிலா உக்கிரத்தோடு நிகழ்ந்தது.

இந்தப் படம் முன்வைத்த பேரன்பும் புரிதலும் காதலுக்கான புதிய இலக்கணத்தை வகுத்தன. இன்றளவும் ஒரு கலாச்சாரச் செவ்வியல் பிம்பமாகக் கொண்டாடப்படுகிறது.

ப்தினாறு வயதினிலே
பேரன்பின் பெருமொழி.

27 ருத்ர தாண்டவம்

சமூக வனத்தில் மனித இருத்தலில் அடையாள உணர்வின்றி உயிருடன் இருப்பதற்கான உணர்தல் இல்லை.

- எரிக் எரிக்சன்

கடவுள் உன் கண்ணெதிரே வந்தால் நீ என்ன வரம் கேட்பாய் என்று சிறுவயதில் பள்ளியில் ஒரு பிரமாதமான வினாவைக் கேட்பார்கள். இப்படியான வினாக்கள் விடையை நோக்கியவை அல்ல வினவுதலின் இன்பம் முக்கியமானது. விகே.ராமசாமி பண்பட்ட நடிகர். சிறுவயதிலிருந்தே நடிப்புக்குத் தன்னை ஒப்புக் கொடுத்தவர் அவர் தயாரித்த ருத்ரதாண்டவம் தமிழின் அபூர்வமான அங்கத வகை சினிமாக்களில் இடம்பெறத் தக்க ஒன்று.

கே.விஜயன் இயக்கிய இதன் கதைவசனங்களை ஏ.வீரப்பன் எழுதினார்.

நாகேஷ் பொன்னம்பலம் ஏழைப்பூசாரி. சிவன் கோயிலே கதியென்றிருப்பவர். ஒரே மகளுக்குத் தன் அண்ணன் மகனைத் திருமணம் செய்து வைத்துவிட வேண்டுமென்பதே திருமதிக்கு லட்சியம்.அவர்கள் பெறாத பிள்ளை வாஞ்சி. கனகசபையும் தர்மகர்த்தாவும் பழைய கூட்டு புதிய பகை. இருவருமே வெவ்வேறு விதங்களில் சட்டவிரோதமாய்ப் பிழைப்பு நடத்துபவர்கள். அவர்கள் தந்த பணத்தில் கோயில் திருப்பணி நடக்கிறது. அந்தக் கோயில் சிற்பங்களைப் புனர்வண்ணம் பூசுவதற்காக வருபவன் ரவி. அவனுக்கும் பூசாரி மகளுக்கும் காதலாகிறது. தன் மகள் திருமணத்துக்கு எப்படியாவது உதவ வேண்டுமென்று சிவனை வேண்டுகிறார் பூசாரி. அவர் திருமதியோ தர்மகர்த்தா மகனோடு சேர்ந்து கோயில் நகைகளைக் கொள்ளை அடிக்க சாவியைக் கொடுத்து உதவுகிறாள்.அவன் தந்த பத்தாயிரம் ரூபாயைக் கொண்டு கனகசபையின் உதவியாளன் வரதன் போக்கிரி. கிராம்பு கடத்தி வரும் லாரியை போலீசுக்கு பயந்து பாதி வழியில் நிறுத்தி விட்டுத் தப்பி வருகிறான்.

நீ என் வீட்டுக்குள்ளே நுழைஞ்சதை யாராச்சும் பார்த்தாங்களா

நா என்னிக்குங்க நேர் வழியில வந்திருக்கேன். பின் வழி குழாய்ல பூந்து இப்டி தானே வந்திருக்கேன்.

திடீரென்று அழுகிறான் தன் எட்டு முழ வேட்டியை லாரி ஸ்டேரிங் பின்னால் வைத்திருப்பதாக சொல்லி கலங்குபவனை அதட்டுகிறார் கனகசபை.

அய்யய்யோ அதுல சலவைக்குறி இருக்குமேடா.

நா என்னிக்குங்க சலவைக்கு போட்டேன்.

ஹப்பா உனக்கு பதினாறு முழம் வேட்டியே வாங்கித் தரேன். கடசீ வரைக்கும் லாரியும் கிராம்பும் நம்மளது இல்லைன்னு சாதிச்சுடு.

என்று சொல்லி விட்டு திரையைப் பார்த்து

எந்த நேரமும் குப்பு குப்புன்னு வேர்க்க விடுறீங்களே தவிர காயவே விடமாட்டேன்றீங்களேடா" என்பார் தேங்காய். சுருளியும் அவரும் சேர்ந்து நெடுங்காலம் ஓடியிருக்க வேண்டிய இணைப்புரவிகள் பாவம் சொற்பகாலமே வாழ்ந்தார் சுருளி.

சிவனிடம் வந்து வரதன் கனகசபை தர்மகர்த்தா என எல்லா சுயநலவாதிகளும் வேண்டிக் கொள்கின்றனர். எல்லா வேண்டுதல்களுமே சுயநலப் பாடல்களாகவே இருப்பதை வியக்கிறார் பூசாரி.

தன் மகளுக்கு வரதட்சணையாக பத்தாயிரம் ரூபாய் தேவை என ஊரில் இருக்கிற செல்வந்தர்கள் ஒவ்வொருவராய்க் கேட்கிறார். எல்லோருமே மறுத்தும் இகழ்ந்தும் விரட்டி விடுகின்றனர். பூசாரி பொன்னம்பலம் மனம் துவளுகிறார். மரத்தை வச்சவன் தண்ணி ஊத்துவான்னு சொன்னாங்களே இப்படி ஒரு மரத்தையும் வச்சிட்டு தண்ணி ஊத்தாம இருக்கியே இது நியாயமா ஆண்டவனே என சிவன் முன்னால் கலங்குகிறார் பூசாரி. இது வரைக்கும் வெளில இருக்கிரவன் தான் விவரமில்லாம கேட்டுக்கிட்டிருந்தான்னா இப்ப உள்ள இருக்கிற நீயே எப்ப என் மூணு கண்ணும் அவிஞ்சா போச்சு அப்டின்னு கேட்டியோ இனியும் நான் பதில் சொல்லாம இருந்தா சரியா இருக்காது என்றபடியே அவர் முன் தோன்றுகிறார் சிவன் யாரு பரமசிவனா பேசுறது என்று வியக்கும் பூசாரியிடம் பின்ன பாபநாசம் சிவனா பேசுறது என்று எதிரடிக்கும் சிவன் தோன்றிய பிறகு தான் படம் வேறு தளத்தில் பயணமாகத் தொடங்குகிறது.

எனக்கும் பொருளாதாரத்துக்கும் என்னய்யா சம்மந்தம் எனக் கேட்கும் சிவன் அப்ளாஸ்களை அள்ளுவாரா மாட்டாரா..? உன் பொண்ணு கல்யாணாத்துக்கு யாராவது அறிஞ்சவன் தெரிஞ் சவங்கிட்டே போயி காசு கேக்குறதை விட்டுட்டு எங்கிட்ட வந்து அளுதா நா என்ன கோயிலுக்கு பின்னால பேங்க்கா வச்சு நடத்திட்டு வர்றேன் என் உண்டியல்ல கூட நீங்கதானேய்யா பணத்தை

போடுறீங்க அதுவும் கள்ளப்பணம் நா எடுத்து பார்க்கவா போறேன்ற தைரியம் என்று கோபமாகிறார்.

உன் பிரச்சினை பத்தாதுன்னு அன்னிக்கு அந்த கனகசபை வந்து உடம்பு கெட்டுப் போச்சுன்றான். அதுக்கும் காரணம் என் திருவிளையாடல்னு நீ சொல்றே.. ஏன்யா அவன் உடம்பு கெட்டுப்போனதுக்கு அவன் திருவிளையாடல் காரணமா இல்லை என் திருவிளையாடல் காரணமா..?

இந்த ரேஞ்சில் சிவனும் பூசாரியும் ஃப்ரெண்டாகின்றனர். பூசாரிக்கும் சிவனுக்கும் இடையே நிகழும் உரையாடல்களின் வழியாக யதார்த்தம் அழகாக வெளிப்படுகிறது.

கனகசபை தோற்றுவிடுகிறார். மாரப்பன் ஜெயித்து விடுகிறார்.

இந்த ஒரு காட்சியைப் பார்க்கலாம்.

தோல்வி விரக்தியில் இருக்கும் கனகசபையைத் தேடி வருகிறான் வரதன்.

வரதன்

நான் தாங்க வரதன் உங்க தொண்டன் ரசிகன்.

கனகசபை.

நீயாடா வரதா கலங்கியபடி நான் தோத்துப்போனதைப் பார்த்து ரசிக்க வந்திருக்கியா.

வரதன்.

நீங்க தோத்துட்டீங்க. ஆனா உங்க கொள்கை ஜெயிச்சிடுச்சே.

கனகசபை.

கொள்கை ஜெயிச்சிடுச்சா தன் கையிலிருக்கும் நாளிதழைத் தூர எறிந்தவாறே அதெப்படி?

வரதன்.

என்னுடைய கொள்கையே நாட்டுல இருக்கிற பிச்சைக்காரங்களை ஒழிக்கிறதுதான். என்னுடைய கொள்கையைப் பின்பற்றும் ஒவ்வொருத்தரும் கடேசி மூச்சு இருக்கும்வரை பிச்சைக்காரர்களை ஒழித்தே தீருவோம் அப்டின்னு சபதம் எடுக்க சொல்லி அன்னிக்கு எலக்சன் மீட்டிங்குல மைக்க தட்டி சத்தியம் பண்ணிங்களே மறந்திட்டீங்களா..?

கனகசபை

அதை தட்டினா தாண்டா திருப்பித் தட்டாது தேர்தல் காலத்துல ஓட்டு வாங்குறதுக்காக சிலதை கொள்கைன்னு சொல்லவேண்டியது தான்.

தோத்த உடனே விட்டுற வேண்டியது தான். இப்ப என்னான்ற நீ.?

வரதன்.

இந்தா பாருங்க. உங்க கொள்கையை அவ்ளோ சாதாரணமா நெனக்காதீங்க. பிச்சைக்காரங்களை ஒழிக்கிறது நல்லதுன்னு எனக்கும் பட்டது.

கனகசபை

டேய் நொந்துபோயிருக்கிற நேரத்துல பட்டுது தொட்டுதுன்னு சொல்லாதே வெவரமா சொல்லுடா.

வரதன்

முழுசா கேளுங்க முந்தா நாள் ரெண்டாவது ஆட்டம் சினிமா பாத்திட்டு வந்திட்டிருந்தேன்.நம்ம குண்டுப் பிள்ளை சத்திரத்துல ரெண்டு பிச்சைக்காரங்க படுத்து தூங்கிட்டிருந்தாங்க.அவங்களைப் பார்த்த உடனே உங்க ஞாபகம் தான் வந்துது.

இதைச் சொன்னதும் உடனே குனிந்து தன்னையே உற்றுப் பார்த்துக் கொள்வார் தேங்காய். ஏண்டா

வரதன்

உங்க கொள்கை ஞாபகத்துக்கு வந்தது.இடுப்பில இருந்த கத்தியை எடுத்தேன். சதக் சதக் ஏத்தி இறக்கிட்டேன். கடைசி மூச்சு இருக்கும் வரை அப்டின்னு நீங்க சொன்னது ஞாபகத்துக்கு வந்தது. ஓடிப்போய் அவங்க மூக்குல கைய வச்சிப் பார்த்தேன். கடைசி மூச்சி இல்லே வந்திட்டேன்.

அடப்பாவி என்று வெகுண்டு எழும் தேங்காய் தன்னை மெல்ல ஆஸ்வாசப்படுத்திக் கொண்டு வாசற்கதவை எல்லாம் மூடி விட்டு மறுபடி வந்து உள் ரூமைப்பார்த்து சாந்தமாக வீரைய்யா என வேலைக்காரனை அழைத்து வீரய்யா நாங்க முக்கியமான விஷயம் பேசப்போறோம்.நீ இங்க வரவே கூடாது என்று அமைதியாக

சொல்லிவிட்டு பயம் அடங்காதவராய் போடா உள்ளே என்று கத்துவார் தேங்காய்.சிரிப்பில் வயிறு கிழியாவிட்டால் அது வயிறல்ல ரப்பர்.

மீண்டும் வரதனை நெருங்கி வந்து நீயாடா அந்தக் கொலையைப் பண்ணே என்பார் நம்ப மாட்டாமல்

வரதன்

ஆமாங்க இப்பிடி தெனம் ரெண்ரெண்டு பிச்சைக்காரங்களையா ஒழிச்சிட்டிருந்தம்னா கூடிய சீக்கிரத்துலயே நாட்ல உள்ள பிச்சைக்காரங்களையெல்லாம் ஒழிச்சிரமாட்டமா..? அப்டின்னு ஒரு நம்பிக்கை ஒரு தேசப்பற்று என்பார் அசால்டாக.அதைக் கேட்டு

சீப்போ என்று குமுறும் தேங்காயிடம்

வரதன்

என்னாங்க பேப்பரைப் பார்த்தா சத்திரத்தில் ரெட்டைக் கொலை மர்ம ஆசாமியைப் போலீஸ் தேடுகிறது அப்டின்னு போட்டிருக்குதுங்க..எனும் சுருளி இப்போது மட்டும் தன் முகத்தைக் கோணிக்கொண்டு அழுகிறாற் போலாகி நாய் வேற தேடுதாம் என்றபடியே உடனே சகஜமாகி தலைமறைவா திரிஞ் சுகிட்டிருக்கேங்க.. ஏங்க போலீஸ்காரங்க வந்து கேட்டா என்னங்க சொல்ல..? நீங்க தான் பிச்சைக்காரங்களை ஒழிக்க சொன்னீங்க நான் ஒழிச்சேன்னு சொல்லிடலாம்களா..? இதைக் கேட்டு வரதனையும் அடிக்க முடியாமல் தன் தலைமுடியை கிட்டத் தட்ட பிய்த்துக் கொண்டவாறே சட்டையைக் கசக்கிக் கொண்டு

"பிச்சைக்காரங்களை கத்தியால குத்தியாடா ஒழிக்க சொன்னேன். பிச்சையெடுக்கிற நெலமையை தாண்டா ஒழிக்க சொன்னேன். ரெண்டு பேரைத் தீர்த்துக் கட்டிட்டு சுர்வசாதாரணமா வந்து நிக்கிறியேடா பாவி" என்றதும்

கோபமாகும் வரதன் இப்பிடி மாறி மாறி பேசுனீங்கன்னா எனக்கு பிடிக்காது ஆமாம்.முந்தி என்னாய்யா சொன்னே தன் தலையில் துண்டைக் கட்டிக்கொண்டவாறே குடிசையெல்லாம் ஒழிக்கணும்னு சொன்னே ஒரு குடிசை விடாம தீய வச்சிக் கொளுத்துனேன். இப்ப பிச்சைக்காரங்களை ஒளிக்கணும்னு சொன்னே இப்பத்

தான் ஆரம்பிச்சிருக்கிறேன் வேலையைக் குடுக்கிறது செய்யவிட மாட்டேங்குறது என்னய்யா அர்த்தம் என்று வேகம் செய்வார்.

கனகசபை

டே நான் தோத்ததும் இல்லாம என்னைய தலைமறைவா இருக்க சொல்றியா..? இப்பத்தான் நான் ஏன் தோத்தேன்னே புரியுது.எல்லாமே புரியாத தொண்டனுங்க.என்றபடியே பத்தாயிரம் ரூபாயைத் தந்து டெல்லிக்கு போயிடு என்று அனுப்பி வைப்பார் வரதனை.

தேங்காய் ஸ்ரீனிவாசன் சுருளிராஜன் இருவருமே தானாய் மலர்ந்த சுயமலர்கள்.ஒருவரை ஒருவர் விழுங்கி விடக் கூடிய திறமைச்சர்ப்பங்கள். இந்தப் படம் இருவருடைய உக்கிரமான நடிப்பாற்றலுக்கு ஒரு உதாரணம். நெடுங்காலம் இருந்திருந்தால் எத்தனையோ நல்ல நல்ல வேடங்களை செய்தளித்து உலகை இன்னும் பூவனமாக்கித் தந்திருக்க வேண்டிய அரிய ஆளுமைகள். பாதியில் அணைந்த தீபங்கள். சுருளி நாற்பத்தி இரண்டே வயதில் காலமானவர் என்பது வெறும் தகவல் அல்ல.திரைக்குப் பேரிழப்பு

வீ.கே. ராமசாமிக்கும், சுருளிக்கும் இடையே நடைபெறக் கூடிய முரண்சண்டைகள் இன்னும் ரசிக்கவைத்தன. இந்தப் படத்தின் நிச நாயகன் என்று தாராளமாக சுருளிராஜனை சொல்லலாம். மீவுரு செய்யமுடியாத அற்புத நடிகர் அவர்.

சிவன் தன் வருகையை நிறைக்கும் வரை அவர்களுக்கெல்லாம் என்ன நடக்கிறது என்பது தான் ருத்ரதாண்டவத்தின் கதை. விஜய்குமார் ராதாரவி எம்.ஆர்.ஆர் வாசு நாகேஷ் எனப் பலரும் நடித்திருந்தாலும் இந்தப் படம் நாகேஷுக்கும் வீகே. ராமசாமிக்குமான காம்பினேஷன்கள் வீகே.ஆர் சுருளி இணையும் காட்சிகள் மற்றும் தேங்காய் அண்ட் சுருளியின் அதகளம் என மூன்று லேயர்களாக முக்கியத்துவம் பெறுகிறது. வசனபூர்வ அங்கதம் சிரிப்பதற்கு மாத்திரம் அல்ல சிந்திப்பதற்குமானது. இந்தப் படம் தன்னளவில் புவியில் மனிதனின் பொறுப்பும் துறப்புமாக பல முக்கிய விசயங்களை அலசியவகையில் முக்கியமான படமாகிறது. எம்.எஸ். விஸ்வநாதனின் நல்லிசை இசை படத்திற்குத் துணையாய் நின்று ஒலித்தது.

ருத்ரதாண்டவம் ஆனந்த ஊற்று.

28 ஆறிலிருந்து அறுபது வரை

ஒரு குழந்தையாகவும் முதியவராகவும் ஒருங்கே திகழ்வதற்கான வாய்ப்பை ஒருவருக்கு சினிமா வழங்குகிறது. நிஜ வாழ்வில் அது நிகழாவொன்று.

- அப்பாஸ் கிராஸ்தொமி

காவியத் தன்மை மிகும் கலைப்படைப்புகள் அவை உண்டாகிவரும் காலத்தில் பெறக்கூடிய வெற்றி தோல்வியைத் தாண்டிய வேறொன்றாக காலத்தின் மடியில் உறைபவை. அப்படியான தன்மை சினிமாவுக்கும் உண்டு. பல படங்கள் அவை வெளியான காலத்தில் அலட்சியப்படுத்தப்பட்டும் நிராகரிக்கப்பட்டும் சரிவர ஏற்றுக்கொள்ளாமலும் கடந்து சென்று பிற்பாடு கலையின் ஒளிர்தலை நிரந்தரமாக்கிக் கொண்ட காவிய மலர்களெனவே உயிர்த்திருக்கின்றன. அதை விடவும் அபூர்வமான வெகு சில படங்களுக்கு மட்டுமே வெளியாகும் காலத்திலும் கொண்டாடப் பட்டு காலங்கடந்தும் போற்றப் படுவது நிகழும். அப்படியான ஒரு படம் ஆறிலிருந்து அறுபது வரை.

ரஜினி கர்நாடக மாநிலத்திலிருந்து மதராஸுக்கு வந்து நடிகரானவர்.அன்றைய காலத்தில் தென் மொழிப்படங்கள் மட்டுமின்றி பெருவாரி இந்திப் படங்களுமே சென்னை சார்ந்து படப்பிடிப்புகளும் பிற்சேர்க்கை வேலைகளும் நடந்து வந்தது சரித்திரம். அப்படி இருக்கையில் எல்லா மொழிப் புதுமுகங்களுக்கும் சென்னை ஒற்றைஸ்தலமாக தேடலுக்கும் காத்திருத்தலுக்குமாய் இருந்ததில் வியப்பில்லை. ரஜினிகாந்த் தமிழில் நடிகரானார். முதல் சில படங்களில் சாதாரணமான வேடங்களில் நடித்தவர் தன்னைப் பிறரினின்றும் அன்னியம் செய்து தனித்து நோக்கச் செய்வதற்காகக் கையில் எடுத்த விஷயம் தான் ஸ்டைல் என்பது, முன் காலத்தின் சூப்பர் ஸ்டாரான எம்ஜி.ஆர் அரசியலில் கடுமையான போராட்டத்தில் இருந்து கொண்டிருந்த நேரம் ரஜினியின் உதயம் நிகழ்ந்தது. எம்ஜி. ஆரின் சகாவான சிவாஜி போட்டியில்லாத ராஜாவாக வலம் வரத் தொடங்கி இருந்தார். அடுத்த காலத்தின் ஒளிர்தலை நோக்கிய பயணத்தில் கமல்ஹாஸன், விஜய்குமார், ஜெய்கணேஷ், சிவச்சந்திரன், சுமன், ஸ்ரீகாந்த், ஜெய்சங்கர், ஏவிஎம்ராஜன், முத்துராமன் எனக் கலந்து கட்டிய பழைய புதியவர்களுக்கிடையிலான போட்டியும் அடுத்தது யார் என்கிற வினவாத வினாவுமாய்க் குழம்பிய

காலம் 1975 முதல் 1980 வரையிலான 5 ஆண்டுகள். இந்தக் காலத்தில் தன்னை ஒரு நாயகனாக நின்று நிதானமாக நிலை நிறுத்திக் கொண்ட கமல்ஹாசனையும் விஞ்சி முதலிடத்தை அடைந்த ஆச்சர்யம் தான் ரஜினிகாந்த்.

ரஜினியிடம் இருப்பதை மாற்றித் தன்னை வேரூன்றிக் கொள்ளும் பிடிவாதம் இருந்தது. எத்தனைப் பேர் கொண்ட கூட்டத்திலும் தான் தனித்துத் தெரியவேண்டியதன் அவசியத்தை எப்போதும் மறந்துவிடவில்லை. ஒரு பக்கம் கிடைத்த வாய்ப்புகளை எல்லாம் பயன்படுத்திக் கொண்டாற் போலத் தோற்றமளித்தாலும் கூட அவற்றால் தன்னுடைய ஏற்றத்திற்கு என்ன பயன் என்பதைப் பார்த்தவண்ணமே ரஜினி நடை போட்டார். ஒருவழியாக பைரவி பில்லா ப்ரியா போன்ற படங்கள் இனி ரஜினி என்று ஆக்கிற்று. மக்கள் தங்கள் தேர்வுகளில் எந்தவித ஆதிக்கத்தையோ பரிந்துரையையோ ஏற்பதேயில்லை என்பதை இன்னொரு முறை நிரூபித்தவண்ணம் உதயமானார் தமிழின் அடுத்த சூப்பர்ஸ்டார் ரஜினிகாந்த்.

அனேகமாக ரஜினியின் ஐம்பதாவது படமாக வந்திருக்க வேண்டிய அவரது 51ஆவது படம் ஆறிலிருந்து அறுபது வரை. ரஜினிகாந்த் எனும் மக்கள் ப்ரிய நடிகர் தனக்கென்று நடித்து மிளிர்ந்த வெகு சில படங்களில் முள்ளும்மலரும், ஜானி, ஆறிலிருந்து அறுபது வரை போன்ற படங்கள் எப்போதும் இடம்பெறும். தணியாத நடிப்பு தாகம் கொண்ட கலைஞன் ஒருவனால் மட்டுமே வென்றெடுக்கக் கூடிய காத்திரமான சந்தானம் எனும் பாத்திரத்தில் மிளிரவே செய்தார் ரஜினி. **கண்மணியே காதல் என்பது கற்பனையோ** பாடல் இப்படத்தின் முகவரியானது.

சிறுவயதில் தாய் தந்தையரை இழக்கும் சந்தானம் எனும் சின்னஞ்சிறுவன் தன்னை அடுத்த தம்பி தங்கையரை வளர்த்தெடுக்க தன்னையே மெழுகாக்கிக் கொள்வதும் மாறும் காட்சிகளில் அவனால் வளர்க்கப்பட்டு முன்னேற்றம் கண்ட உடன்பிறந்தோர் மின்மினிக் காலம் முடிந்ததென எண்ணி உறவைத் துச்சமென்றெண்ணித் துண்டாடிப் பிரிவதும் சந்தானம் வாழ்க்கையின் எல்லா கடினங்களையும் ஒன்றன் பின் ஒன்றென அடைவதும் அவனது ப்ரியமான மனைவியை தீ விபத்தில் இழப்பதும் குழந்தைகளை வளர்த்து ஆளாக்குவதும் அந்தக் குழந்தைகள் வெளிநாடுகளுக்குச்

சென்றுவிடுவதும் சந்தானம் பெரிய எழுத்தாளனாகப் புகழடைவதும் சுயநலமிக்க அவனது சகோதரர்கள் அவனை மீண்டும் அண்டுவதும் தனக்கென்று இருந்த ஒற்றை உறவான தன் மனைவியை எண்ணியபடி அறுபது வயதில் மரித்துப் போகும் சந்தானத்தின் முழு வாழ்க்கையின் குறுக்கு வெட்டுத் தோற்றம் தான் ஆறிலிருந்து அறுபது வரை. நம் கண்களுக்கு முன்பாக சந்தானம் எனும் மனிதனைத் தெரியச் செய்தது தான் ரஜினி எனும் புகழ்பிம்பத்தின் வியக்கத் தக்க நடிப்பாற்றலின் பலன் எனலாம்.

"உதவி செய்தவன் உயர்ந்த நிலையில் இருந்தால் தான் உதவி பெற்றவன் அதை உயர்வாகப் பேசுகிறான்" என்றொரு வசனம் வரும் இந்தப் படத்தின் இறுதியில் வணிக நிர்ப்பந்தங்கள் எது குறித்த சிந்தனையும் இன்றி முழுவதுமாகக் கதையின் செல்திசையிலேயே படத்தை எடுத்திருந்தார் எஸ்.பி.முத்துராமன். பிற்காலத்தில் ரஜினியை முழு சூப்பர்ஸ்டாராக வடிவமைத்து வார்த்தெடுத்ததில் பெரும் பங்கு வகிக்கும் அதே எஸ்.பி.எம் இயக்கத்தில் தான் நம்பமுடியாத அபூர்வமான ஆறிலிருந்து அறுபது வரை எனும் காவியமும் உருவானது.

ஆறிலிருந்து அறுபது வரை மலைக்குறிஞ்சி.

29 உதிரிப்பூக்கள்

திரைப்படக்கலை நம்பமுடியாத அளவு ஜனநாயகத் தன்மை மிகுந்தது மற்றும் அணுகக் கூடியது. நீங்கள் வெறுமனே மறு அலங்காரம் செய்வதை விடுத்து உண்மையாகவே உலகை மாற்ற விரும்பினால் அதுவொரு சிறந்த வழி.

- பாங்க்ஸி

அரிதினும் அரிய படைப்பாளி மகேந்திரன். தமிழில் மகேந்திரன் நிகழ்ந்தது நம் நிலத்தின் கொடுப்பினை. உலக அளவில் பெரும் படைப்பாளிகளுக்கான இலக்கணம் பொய்த்திராத நம் காலத்தின் சாட்சியம் மகேந்திரன். ஆகச் சிறந்த படங்களுக்கு அடுத்து முற்றிலுமாகக் கைவிடப் படுகிற படைப்புகளும் முயன்று பிறகு பெரிய கால ஓய்வைக் கொண்டிருந்து தன் இறுதிக் காலத்தில் நடிகராக சிற்சில பாத்திரங்களில் நடித்து சமீபத்தில் காலத்தோடு கரைந்தார் மகேந்திரன். மிக மிக அரிதாகத் தன் படங்களை நிகழ்த்தித் தந்தவர்.

புதுமைப்பித்தனின் சிற்றன்னை கதையை எடுத்துக் கொண்டு அதனைத் திரைக்கேற்ப மிக லேசான மாற்றங்களைச் செய்தார் மகேந்திரன். 19.10.1979 உதிரிப்பூக்கள் வெளியாகி நாற்பதாம் ஆண்டில் நிற்கிறோம். இன்றளவும் யாராலும் முறியடிக்க முடியாத திரைவைரமாக உச்சத்தில் தனிக்கிறது உதிரிப்பூக்கள். எழுதப்பட்ட கதையைத் திரைப்படுத்துவதற்கான முழுமையான இலக்கணங்களை வகுத்தார் மகேந்திரன். திரைப்படத்திலிருந்து முற்றிலுமாக முடியாத போதும் இயன்றவரை நாயகன் என்ற பதத்தை நீக்கினார். சொல்லப் போனால் இந்தப் படத்தில் கதைதான் நாயகன் சரத்பாபு சுந்தர் ஆகியோர் கலைத்து உடைத்தெறியப்பட்ட பழைய நாயகச் சில்லுகளைப் போலத் தான் படமெங்கும் வலம் வந்தார்கள். எது தேவையோ அதுவே நாயகத்துவம் என்பதைக் கடுமையாக நம்பினார் மகேந்திரன்.

தான் சார்ந்த காலம் தனக்கு முன்பாக இயங்கிக் கொண்டிருப்பவர்களின் செல்திசை இரண்டையும் மறுதலித்தார் மகேந்திரன்.

அந்த ஊரின் பெரிய மனிதர் சுந்தரவடிவேலு (விஜயன்) மனைவி லட்சுமி (அஸ்வினி) குழந்தைகள் (ஹாஜா மற்றும் அஞ்சு) இருவருடனும் வசித்து வருபவர். அவருக்குச் சொந்தமான

பள்ளிக்கூடத்தின் தலைமை நிர்வாகியாக சுந்தரவடிவேலு திகழ்கிறார். அந்தப் பதவி ஏற்படுத்தித் தந்திருக்கும் குறுகிய அளவு அதிகாரத்தின் விளைதலான கர்வமும் திமிரும் பணம் வைத்திருக்கிறோம் என்ற ஆணவமும் எப்போதும் தொனிக்கும் மனிதராக வலம் வருபவர். அவருக்கு சங்கீத வாத்தியார் ஒருவர் எப்போதும் எடுபிடி மற்றும் துந்துபியாகத் திகழ்கிறார். அவருடைய சொந்தத் தம்பியையே முரண்பட்டு வீட்டை விட்டுத் துரத்திவிடுகிறார் சுந்தரவடிவேலு.

லட்சுமிக்கு திருமணமாகாத தங்கை செண்பகம் மதுமாலினி தந்தை சாருஹாசனோடு வாழ்ந்து வருகிறார். அந்தக் குடும்பத்தின் ஏழ்மையை சாக்காக வைத்துக் கொண்டு செண்பகத்தைத் தானே திருமணம் செய்து கொள்ள வேண்டும் என்று முடிவெடுக்கிறார் சுந்தரவடிவேலு. அதற்கு மாமனாரும் செண்பகமும் ஒப்புக்கொள்ளவில்லை. லட்சுமியை சீக்காளி என்று முத்திரை குத்தி தள்ளி வைத்து விட்டு மறு கல்யாணத்துக்கு முயல்கிறார் வடிவேலு. லட்சுமி மரணமடைகிறாள்.வேறொரு பெண்ணோடு இரண்டாம் திருமணத்தை முடித்துக் கொள்கிறார் சுந்தரவடிவேலு வாத்தியார் ப்ரகாஷுக்கும் செண்பகத்துக்கும் திருமணம் நிச்சயமாகிறது. தன் ஆத்திரத்தை தான் நினைத்தது நடக்கவில்லை என்ற வெறியை செண்பகத்தை பாலியல் பலாத்காரம் செய்வதன் மூலமாக தீர்த்துக் கொள்ள முனைகிறார் சுந்தரவடிவேலு.

ஊர் கூடி ஆத்திரமடைந்து சுந்தரவடிவேலுவுக்கு நூதனமான முறையில் தற்கொலையை தண்டனையாக நிறைவேற்றுகிறது. இரண்டு குழந்தைகளும் நிர்க்கதியாக உதிரிப்பூக்களாக உறைவதோடு நிறைகிறது படம்.

விஜயன் உள்ளிட்ட பலரது பாத்திரப் பின் புலம் பாதிக் கதையைச் சுமக்கிறது. தனக்குக் கீழே வேலை பார்ப்பவர்கள் கீப் ஃபிட் ஆக உடை அணிவதை விரும்பாத விஜயன் அவர்களை தொள தொள ஜிப்பா பைஜாமா மட்டுமே அணிய வேண்டுமென நிர்ப்பந்திப்பது ஒரு சோற்றுப் பதம். படத்தின் நடுவே இயல்பாக ஒரு காட்சி வரும். வாத்தியார் ப்ரகாஷ் ஆற்றில் குளித்துக் கொண்டிருக்கும் போது துந்துபி அங்கே வருவார் மிஸ்டர் தயவு செய்து குளிக்கிறதை நிறுத்துங்க.மேனேஜர் சுந்தரவடிவேலு ஸாருக்கு நீச்சல் தெரியாது. மத்தவங்க நீச்சலடிச்சு குளிக்கிறது தெரிஞ்சா அவர் ரொம்ப வருத்தப்படுவார். இந்த ஒரு காட்சியில் வில்லனுக்கு நீச்சல் தெரியாது என்பதையும் தானறியாத எதையும் பிறர் கையிலெடுப்பதை அவர் விரும்புவதில்லை என்பதையும் ஒருங்கே ரசிக மனங்களில் விதைத்து வைப்பார் இயக்குனர். சொட்டாங்கல் விளையாட்டை நிறுத்தி விட்டு ப்ரகாஷை கண்டித்து அனுப்பி விட்டு யாருமற்ற பொழுதில் தான் அந்தக் கல்லை ஒரு தடவை முயன்று பார்ப்பதெல்லாம் டிபிகல் சாடிசம்

அதிராத குரல் அமைதியான முகம் லேசான குறுநகை என்று யாராலும் வெறுக்க முடியாத பலவற்றையும் தாண்டித் தமிழின் ஆகச்சிறந்த வில்லனாக இந்தப் படத்தில் காட்சி தந்தார் விஜயன். அமைதியான நடிப்பினால் அஸ்வினியும் அளவான நடிப்பால் சரத்பாபுவும் மாண்பும் ரோஷமும் மிகுந்த மனிதராக சாருஹாசனும் தோன்றினார்கள். அஷோக்குமாரின் ஒளிப்பதிவு அபாரமாய் இருந்தது. தன் ஷாட்களால் பாதி உரையாடல்களை நீக்கி விடும் வல்லமை தான் சிறந்த ஒளிப்பதிவுக்கு இலக்கணம். அப்படிப் பார்த்தால் மௌனம் பேசாத இடங்களில் மட்டுமே வசனம் எழவேண்டும் என்பது திரைக்கதையின் விதிகளில் ஒன்று. அதனை மிகச்சிறந்த முறையில் வெளிப்படுத்திய படம் உதிரிப்பூக்கள்.

என் குழந்தைகளுக்கு நான் அப்பாவா மட்டும் இருக்கேன். புரோக்கரா இருக்க சொல்லாதீங்க. இது போகிற போக்கில் இடம்பெறும் வசனம். 'இத்தன நாளும் நான் கெட்டவனா இருந்தேன். அப்பெல்லாம் நீங்க நல்லவங்களா இருந்தீங்க. ஆனா இப்போ, உங்களையும் நான் என்னை மாதிரி ஆக்கிட்டேன். நான் பண்ணதிலேயே பெரிய தப்பு இதுதான்' இதைச் சொன்னபடியே தூக்குமேடை நோக்கிச் செல்லும் வழியற்ற தண்டனைவாசி போலவே தன் முகபாவங்களை வெளிக்காட்டுவார் விஜயன். கொஞ்சம் கூடிக்குறைந்திருந்தாலும் அறுந்து விழுந்துவிடக் கூடிய அபாயமிக்க மெல்லிய சரடு போன்ற முகபாவங்கள் உலகத்தரமாய் அமைந்தன. வசனங்கள் நறுக்குத் தெறித்தன.திரைப்படத்தைக் கலையாகக் கற்க முனையும் யாவருக்கும் படங்கள் அதிகதிகம்

உண்டென்ற பட்சத்திலும் பாடங்கள் குறைவானவையே. இந்தப் படம் ஒரு பாடம்.

இளையராஜாவின் இசை அபாரங்களில் முக்கியமான படம் உதிரிப்பூக்கள். பார்வையாளர்களின் தனித்த சமமற்ற மன நிலையை அழிப்பதும் தேவையான கூட்டு மனோநிலை ஒன்றினைத் தன் இசை மூலமாக உருவாக்குவதும் மாற்றி அமைப்பதும் பராமரிப்பதும் வேறொன்றை நிறுவுவதும் இவையெல்லாமும் திரைப்படத்தின் உள்ளே இசை என்பதன் தேவைகளாகத் தொடர்பவை. மேற்சொன்ன யாவற்றையும் துல்லியமாக நிறைவேற்றினார் இளையராஜா. படம் முடிவதற்கு முன்பாக விஜயனை ஊர் நடுவாந்திரத்தில் இருந்து பிடித்து அழைத்துக் கொண்டு ஊர்வெளியே ஆற்றங்கரைக்கு வந்து சேரும் வரையிலான காட்சிப்படுத்தலாகட்டும் அதற்காக ராஜா வழங்கிய இசையாகட்டும் நல்நிறைவு.

கலை என்பது மாபெரும் புரிந்துணர்வு ஒப்பந்தம். உதிரிப்பூக்கள் அதற்கான நிகழ்கால சாட்சியம்.

30 பசி

வறுமை என்பது வன்முறையின் மோசமான வடிவம்

- மகாத்மா காந்தி

ஷோபாவுக்கு நடிக்கத் தெரியாது. தன்னை அகழ்ந்து கதாபாத்திரத்துக்கு உயிரூட்டி நியாயம் செய்யத் தெரியும். பாத்திரத்தில் தன்னை நிரப்பிக் கொள்கிற தண்ணீர் போலவே தன் நடிப்பாற்றலால் கதைகளை சிறப்பிப்பது கலையின் தர்மம்.ஷோபா குறுகிய காலமே நடிக்க வாய்த்தாலும் தமிழ்த் திரை உள்ளளவும் பேரும் புகழும் நிலைத்திருக்கும் வண்ணம் அவரது கலைப்பங்கேற்பு திகழ்ந்தது.

அபூர்வமான நடிகை என்பதை விட அபாயகரமான நடிப்பாற்றல் கொண்டவர் என்றால் பொருந்தும். எந்தக். கதாபாத்திரமும் ஒற்றைத் தன்மை கொண்டதல்ல. ஒரு பாத்திரத்தை சுவர்ப்படம் போல மனங்களில் எழுதுவது சுலபம். ஆனால் ஷோபா முப்பரிமாணம் கொண்ட சிலைக்கு உயிர்தருகிறாற் போல் மாயம் செய்பவர்.வீட்டுக்கு வீடு வாசப்படி ஏணிப்படிகள் சக்களத்தி முள்ளும் மலரும் உள்பட பல உதாரணங்கள். ஷோபாவின் ஆற்றல் சிற்சில அத்தியாயங்களாய்ச் சுருங்கி விடுவதல்ல. அது ஒரு சகாப்தம்.

துரை எழுதி இயக்கியது பசி திரைப்படம். கே.பாலச்சந்தரின் அரங்கேற்றம் படம் தந்த பாதிப்பு ஒருவிதம் என்றால் பசி இன்னும் முகத்துக்கு நேரே வீசப்பட்ட பந்து எனலாம். 1979 ஆமாண்டு வெளியாகி தேசிய விருதுகளைப் பெற்ற படம்.இசை சங்கர் கணேஷ் .ஒளிப்பதிவு ரங்கா. நடிப்பு ஷோபா விஜயன் தாம்பரம் லலிதா டெல்லிகணேஷ் நாராயணன் செந்தில் சத்யா ஜெயபாரதி மற்றும் பலர்.

இது சென்னையின் கதையல்ல. மெட்ராஸின் கதை.. பம்பாய் போன்ற எத்தனையோ நகரங்கள் பிறவூர்களிலிருந்து குடியேறியவர்களை தனியே ஒதுக்குவது நகரமாக்கலின் இயல்பு. மெட்ராஸ் மட்டும் தான் தன் படிப்படியான விரிவாக்கத்தினூடாக மண்ணின் மைந்தர்களை ஓரங்களுக்கு அனுப்பியது.மெட்ராஸாக இருந்த சென்னையின் விஸ்தீரணத்தை தரிசிக்க பதிவாக்கப்பட்ட வாய்ப்பாகவும் பசி திரைப்படம் விரிகிறது.

பசியின் கதையில் முனியன் வள்ளியம்மாவுக்கு(டெல்லிகணேஷ் தாம்பரம் லலிதா) 7 பிள்ளைகள். கிருஷ்ணன் மூத்த மகன் படித்தவன். ஆனால் குடும்பத்தைக் காப்பாற்றவில்லை. தன் விருப்பப்படி ஒருவளைத் திருமணம் செய்து கொண்டு தனியே சென்றுவிட்டவன். மூத்த மகள் குப்பம்மா (ஷோபா)தான் குடும்பத்தைத் தாங்குபவள்.. ஒவ்வொன்றும் ஒரு தினுசு. எதற்கெடுத்தாலும் பொய் சத்தியம் செய்தபடி எஸ்கேப் ஆவான் ஒருவன். இன்னொருவன் தான் தான் படித்து தாயை காப்பாற்ற போவதாக முழங்குவான். இருப்பதில் பெரியவன் ஒருத்தன் பல வேலைகள் செய்பவன்.தான் மாத்திரம் தனியே காசு பார்த்துக் காசு சேர்க்கும் சமர்த்து.

தினமும் சம்பாதிக்கும் ஏழு ரூபாயில் நாலு தனக்கு மூன்று தன் குடும்பத்துக்கு என்று அராஜகநீதி பரிபாலனம் செய்யும் தலைவன் தகப்பன் முனியன். தன் இஷ்டத்துக்கு வாழ்பவர். மதுதாசன்.தந்தையற்ற குடும்பத்தின் மூத்த மகள் குமுதா(ப்ரவீணா பாக்யராஜ்).அவளைப் பாலியல் தொழில் செய்து பொருளீட்டி வரும்படி கட்டாயப்படுத்துகிறாள் அவளைப் பெற்றவள்.. தன்னைப் போல் தன் தங்கையும் பலியாகிவிடக் கூடாதென்பதற்காகப் பல்லைக் கடித்தபடி தாயின் நிர்ப்பந்தத்தை பொறுத்துக் கொள்கிறாள் குமுதா. தினமும் முனியனின் ரிக்சாவில் தான் அவள் பயணங்கள்.முனியனின் குடும்பம் மீது குமுதாவுக்கு ஏற்படுகிற பரிவினால் அவள் மனதார அவர்களுக்கு உதவ நினைக்கிறாள்.

செல்லம்மாவோடு தானும் குப்பை பொறுக்க செல்கிறாள் குப்பம்மா.. அது அவர்கள் குடும்பச்செலவுகளை ஓரளவுக்கு சமாளிக்க உதவுகிறது. செல்லம்மா மூலமாக அறிமுகமாகும் லாரி ட்ரைவர் ரங்கனுக்கு குப்பம்மா மேல் ஈர்ப்பு உருவாகிறது. அது மெல்ல

வளர்கிறது. ரங்கன் தானறிய நேரும் சந்தர்ப்பங்களிலெல்லாம் வலிய குப்பம்மாவுக்கு உதவுகிறாற் போல் அவளின் நன்மதிப்பை பெறுகிறான். குடி போதையில் வரும் முனியனை காவலர்கள் ஸ்டேஷனுக்கு அழைத்துச் சென்றுவிட ஜாமீனுக்கு யாரும் முன்வரவில்லை. சைக்கிள் கடைக்காரன் நேரடியாகவே குப்பம்மாவைத் தன் ஆசைக்கு இணங்கினால் தன்னால் ஜாமீன் தர முடியும் என்று நிர்ப்பந்திக்கிறான். அவனை ஏசிவிட்டு நகர்கிறாள் குப்பம்மா.அவளைத் தேடி வந்து தான் உதவுவதாக சொல்லிச் செல்லும் ரங்கன் சொன்னாற் போலவே முனியனை மீட்டு அழைத்து வருகிறான். குப்பம்மாவுக்கு அவன் மீது நன்றியுணர்ச்சி பெருக்கெடுக்கிறது. அவனைத் தேடிச் சென்று நன்றி கூறுகிறாள்.

காரசாரமாய்க் கோழி பிரியாணி வாங்கி வருமாறு மகளிடம் கேட்கிறார் முனியன். அவருக்குக் காய்ச்சல் நெருப்பாய்க் கொதிக்க நீ வீட்டிலேயே இரு என்று கிளம்பி வருகிறாள். ஓட்டலில் தற்செயலாக சந்திக்கும் ரங்கன் குப்பம்மா வீட்டார் அனைவருக்கும் பிரியாணி வாங்கித் தருகிறான். ஓட்டலில் சாப்பிட்டு விட்டு கிளம்பும் குப்பம்மாவைத் தானே அழைத்துச் சென்று வீட்டருகே விடுவதாக அழைக்கிறான். ஒரு முக்கிய விஷயம் பேசவேண்டும் என்று அவளை அழைத்துச் சென்று தன்னைப் பற்றிய அவளது அபிப்ராயத்தைக் கேட்கிறான். அவள் நீ என்னப் பொறுத்தவரைக்கும் நல்லவரு என்கிறாள். அவளைப் பேசி வசியம் செய்கிறான். தன் ஆசையை அவளிடம் தெரிவிக்கும் ரங்கனிடம் கடைசி வரைக்கும் என்னை கைவிட்டுற மாட்டியே எனக் கேட்கிறாள். அவன் அதனை ஆமோதிக்கிறான். குப்பம்மா ரங்கனை நம்பி அவனது ஆசைக்கு இணங்குகிறாள்.

குப்பம்மா யாருடனோ லாரியில் வந்து இறங்கியதைப் பார்த்து அவளை விசாரிக்கிறாள் வள்ளியம்மா. நடந்ததை அவளிடம் மறைக்காமல் சொல்கிறாள் குப்பம்மா. அதனைத் தாளாமல் வள்ளியம்மா ரயிலில் விழுந்து சாகிறாள். ரங்கன் திருமணமானவன் என்பது பின்னால் தான் தெரிய வருகிறது. குப்பம்மா கர்ப்பமாகிறாள். தாய்மாமன் வந்து தன் தங்கை சாவுக்கு அப்பாலாவது உண்மையை சொல் எனக் கேட்டும் வள்ளியம்மா வாய் திறக்க மறுக்கிறாள்.சைக்கிள் கடைக்காரன் தூண்டலில் ஒருவன் சாட்சி சொல்ல எல்லோரும் பெட்ரோல் பங்கில் இருக்கும் ரங்கனைத் தேடிச் சென்று உதைக்கிறார்கள். அங்கே வரும் குப்பம்மா ரங்கனுக்கும் தனக்கும் எந்த சம்மந்தமும் இல்லை என மறுக்கிறாள். எல்லோரும் அவளைத் திட்டுகிறார்கள். ரங்கன் தப்பினோம் பிழைத்தோமென வீடு திரும்புகிறான்.

குப்பம்மாவைத் தனியே சந்தித்து மன்னிப்புக் கோருகிறான் ரங்கன்.அதற்கு அவள் அவனிடம் கைவிட மாட்டேன்னு சொன்னியே கன்னாலமாய்டிச்சின்னு சொன்னியா.. உன்னைய நான் மன்னிச்சு என்னய்யா இனியாச்சும் என்னை மாதிரி இன்னொரு பொண்ணை ஏமாத்தாம இருய்யா எனக் கேட்கிறாள். தான் வேண்டுமென்று செய்யவில்லை என்று அவளிடம் சமாதானம் சொல்கிறான் ரங்கன். அது ஏற்கமுடியாத சமாதானம் என்பது அவனுக்கும் தெரியும். மெல்ல அந்தப் பகுதிக்கு வருவதையே நிறுத்திக் கொள்கிறான் ரஞ்சன்.

காலம் செல்கிறது.குப்பம்மாவும் குமுதாவும் நட்பாகின்றனர்.குப்பம்மாவுக்கு உதவுவதற்காகத் தன் நண்பரைச் சந்திக்க செல்லும் குமுதா கைதாகிறாள். குப்பம்மா எத்தனையோ முயன்றும் அவளால் ரங்கனை சந்திக்க முடியவில்லை. வழியில் வலி கண்டு சாலையில் மயங்குகிறவளை அக்கம்பக்கத்தார் குடிசைக்கு அழைத்துச் சென்று பிரசவம் பார்க்கையில் குழந்தை பிறந்ததும் குப்பம்மா இறந்துவிடுகிறாள். குப்பம்மா கையிலிருந்த துண்டுச்சீட்டோடு ரங்கனைத் தேடிச் செல்பவர் மூலம் விபரமறிந்து ரங்கனின் மனைவியும் ரங்கனும் தேடி வரும்போது தெருவில் குப்பம்மாவின் சடலமும் அருகே அழுதபடி ஒரு கிழவியின் கையில் குழந்தையும் இருப்பதைப் பார்த்து குழந்தையைத் தான் வாங்கிக் கொள்கிறாள் ரங்கனின் மனைவி.படம் நிறைகிறது.

ஒரு டீ கடனாகக் கொடு என்றதும் கையை வருடும் டீக்கடைக்காரன். ஜாமீன் வேண்டுமா என் ஆசைக்கு இணங்கு என்று நேர் நிர்பந்தம் செய்யும் சைக்கிள் கடைக்காரன். தேவைக்கு உதவுகிறாற் போல் நடித்துத் தன்னைப் பற்றிய நற்பிம்பத்தை உருவாக்கி அதற்கு விலையாகப் பெண்மையைக் களவாடும் லாரி ட்ரைவர் ரங்கன். ஊர் உலகத்ல இல்லாததா இது என்று தன் பிரியாணியே தனக்கு பெரிது எனத் தின்னும் தகப்பன் காதல் மனைவிக்குப் பிடிக்கவில்லை என்று பெற்ற தாயோடு நாலு வார்த்தை பேசுவதற்குக் கூடத் தயங்கி (இந்தா பாரு.. இந்த வட்டத்துக்கே நீ செயலாளரா இருக்கே குடிச்சுட்டு உள்ள போனது உங்கப்பன்னு தெரிஞ்சா காறி துப்புவாங்க) கௌம்பும்மா அப்பறம் அவ ஃபீல் பண்ணுவா என்று துரத்தும் மூத்த மகன் கிருஷ்ணன்.

வித விதமான ஆண்மிருகங்களைத் தன் கதையெனும் வெட்டுக் கத்தி கொண்டு தோலுரிக்கிறார் துரை. குமுதா வந்து குப்பம்மாவுக்கு உதவுவதற்காகப் பணம் கேட்கும் அந்த நண்பன் கதாபாத்திரம் மட்டும் ஆறுதலளிக்கும் ஆடவனாக முன் நிற்கிறது. இறுதியில் ஷோபா தன் குழந்தையோடு வாழ்வதாகப் படத்தை முடிப்பதில் இயக்குனருக்கு என்ன மனத்தடை என்பது தெரியவில்லை. பெண்ணின் கதையை

விவரிக்கும் போது அவளைக் கடைசியில் சாகடிப்பது பசி போன்ற பல முக்கியமான படங்களில் காணவாய்ப்பது சமூக அவலத்தின் சாட்சியமா அல்லது அதுவும் கூட ஆண் மனோபாவமா என்பதைப் புரிந்துகொள்ள முடியவில்லை.

தன் படத்தில் காட்டுகிற மனிதர்களின் உலகத்துக்குச் சென்று அவர்களை அழைத்து வந்தாற் போன்ற பாத்திரத் தேர்வு தாம்பரம் லலிதா டெல்லிகணேஷ் விஜயன் சத்யா என எல்லாருமே நடிப்பென்றே சொல்லவியலாத நிசத்தை வார்த்துத் தந்தனர்.ஷோபா தன் வாழ்கால வலுவெல்லாம் திரட்டி இயங்கினாற் போல் பேருருக் கொண்டார். மெட்ராஸ் பாஷை என்று தனித்துவமாக அறியப்படும் தமிழின் தனித்த வழங்குமொழியை சந்திரபாபு நாகேஷ் உள்பட சிலரே அதன் கச்சிதத்துக்குள் பேசியிருக்கின்றனர். அந்த வரிசையில் ஷோபா மெட்ராஸ் வட்டாரமொழியைப் பேசியது அற்புதம்.பசி ஷோபாவின் ருத்ரதாண்டவம்.

ரங்காவின் ஒளிப்பதிவும் ஷங்கர் கணேஷின் இசையும் சிறந்து விளங்கின.குறிப்பாக .ஷங்கர் கணேஷின் பின்னணி இசை மெல்லிய போதையின் கிறக்கத்திலிருந்து கொள்ளிப் பசியின் மயக்கம் வரை மனோபாவங்களை உருவாக்கியும் கலைக்காமலும் இசைத்தது. படத்தின் பெரிய பலம் இதன் வசனங்களும் அவற்றை உச்சரித்த குரல் தன்மைகளும் சேர்த்துச் சொல்லலாம். ஆங்காங்கே தென்படக் கூடிய போஸ்டர்கள் குறிப்பாக நியாயம் கேட்கும் காட்சி ஒன்றில் பின்னணியில் நெஞ்சுக்கு நீதி என்ற போஸ்டர் காணப்படும். க்ளைமாக்ஸில் ஷோபா இறந்து கிடக்கும் இடத்தில் வந்தமரும் ரங்கனின் மனைவி குழந்தையுடன் யாரென்றறியாத கிழவி கையறு நிலையில் விழிக்கும் ரங்கன் இத்தனை பேரையும் உள்ளடக்கிய காட்சிப் பின் புலச்சுவரில் திசை மாறிய பறவைகள் என்ற படத்தின் போஸ்டர். சொல்லிக் கொண்டே செல்லலாம் பசி படத்தின் உள்ளார்ந்த சிறப்புக்களை மனிதர்களை உரித்து நிசத்தை முன் நிறுத்தியவகையில் பசி உன்னதமான திரைப்படம். காலங்கடந்து ஒளிரும் திரைவைடூரியம்.

31 அந்த ஏழு நாட்கள்

நல்ல சினிமா என்பது எதை நம்மால் நம்பமுடியுமோ அது. நம்மால் நம்ப முடியாதது மோசமான சினிமா.

- அப்பாஸ் கிரோஸ்தமி.

வாழ்க்கை நகர்ந்து செல்லும் பாதை நபருக்கு நபர் மாறிக்கொண்டே இருக்கக்கூடிய மேடு பள்ளங்களைத் தனதே கொண்டது. அவரவர் தடுமாற்றங்கள், அவரவர் தடைகள். சரியான சரி எது என்று தேடுவதே சாத்தியம். பலித்த மட்டும் தாயம். இறைய ஒவ்வாமை அடுத்த காலத்தின் இயல்பாகவும் இன்றைய நியதி அடுத்த காலத்தில் கைவிடுதல்களாகவும் தற்போதைய மறுமலர்ச்சியும் புரட்சியும் வருங்காலத்தின் உரிமைகளாகவும் யதார்த்தங்களாகவும் மாறுவது மாற்றம் என்பதன் தன்மைகள். அந்த வகையில் ஒரு காலத்தில் அதெப்படி? என்று மறுதலிக்கப்பட்ட ஒன்று அடுத்த காலத்தில் ஸோவாட்? என ஏற்றுக் கொள்ளப்படுவதும் நடக்கிறது.

காதலுக்கு எதிராக ஏற்படுத்தப்படுகிற முட்டுக்கட்டைகளில் உணர்வுவழி அச்சுறுத்தல், பாசம், சாதி, பணவழி ஏற்றத்தாழ்வுகள் காலம் காலமாய்த் தொடர்ந்து கட்டமைக்கப்பட்டு வருபவை. காரணிகளை வென்ற காதல்களும், கைகூடாமற் போகையில் உயிரையே துச்சமென்று உதறிய காதல்களும் தங்களது விதிவழி நடப்பதை ஏற்றுக்கொண்டு காதலை ஆழப் புதைத்துக்கொண்ட சமரசங்களும், கூடாமற்போன காதலை எண்ணி ஒற்றையராகவே வாழ்வெல்லை வரைக்கும் இருக்கத் துணிந்த காதற்பிடிவாதிகளும்காதலின் சென்ற நூற்றாண்டு சரித்திரத்தின் பக்கங்களெல்லாம் நிரம்பினார்கள்.

பாரதிராஜாவின் பாடசாலையிலிருந்து அவரது பெயர் சொல்லிப்புறப்பட்டவர்களில் நடிகராகவும், இயக்குனராகவும் தனக்கென்று தனியிடம் உருவாக்கிக்கொண்டவர் பாக்கியராஜ். இந்தியத் திரைக்கதை சொல்லிகளில் ஆச்சர்யம் மிகுந்த பெயர் பாக்கியராஜ். திரைக்கதையின் போக்கு, திசை, பரவல் எனப்பலவற்றையும் அடுத்த காலத்திற்கு ஏற்ப முன்கூட்டிமாற்றி அமைக்க முனைந்த தைரியமீறல்கள் அவருடைய திரைக்கதைகள். பெரும்பான்மை யதார்த்தத்தின் சாத்தியங்களுக்கு உள்ளேயே, பலரும் கவனிக்க மறந்த அதீதங்களை மிகச்சரியாக அறுவடை செய்தவர் பாக்கியராஜ். நாயகன் இடுப்பில் கயிறைக்கட்டிவிட்டு அவன்

பிடிமானத்தைத் தன் கையில் ஏந்தி, 'என்னை நம்பு, பயப்படாமகுதி' என்று மலைஉச்சியிலிருந்து கீழே தாவச்சொல்லும் இயக்குனர் மற்றும் முன் சொல்லப்பட்ட நடிகன் ஆகிய இரண்டையுமே கிளத்துத் தனித்த கலை வினோதம் பாக்கியராஜின் படங்களாகின.

ஓர் உதாரணத்துக்கு இப்படிச்சொல்லலாம், சமகாலத்தின் நடிகஉச்சம் கமலஹாசன். திரைப்படத்தின் ஒரு பாத்திரத்துக்காகப் புதுவகை நடனம் ஒன்றையோ, சிலம்பு சுற்றுதல் போன்ற வீரவிளையாட்டு ஒன்றையோ, மலையாளம் போன்ற அயல்மொழி ஒன்றைப் பேசுதலையோ, கமலஹாசன் படத்தேவைக்காக அதைக்கற்றுக்கொண்டு செய்து காண்பிப்பது அப்படிச்செய்வதன் துல்லியத்துக்கு மிக அருகில் இருப்பதை உணரலாம். அதுவே பாக்கியராஜ் அவற்றைக் கையாளும் போது சாமான்ய மனிதரின் சராசரி ஏற்றத்தாழ்வுகளுடன் அவற்றைக் கையாள்வது நிகழும். இவ்வியப்புடன் கமலஹாசனை ஒப்புக்கொள்ளக்கூடிய அதேகாலத்தின் அதேரசிகமனங்கள் எதார்த்தத்தின் ஆட்சேப மற்ற நம்பகத்தோடு பாக்கியராஜை ஏற்றுக்கொண்டார்கள். தன்பலம், பலவீனம் இரண்டையும் முற்றிலுமாக அறிந்தவர் பாக்கியராஜ். அவரது இயக்கத்தில் வெளிவந்த எண்பது சதவிகிதப்படங்கள் கணிதம் தப்பாத வெற்றிகளை அவருக்குத்தந்தன.

ஆண்களும் பெண்களுமாய் வாழ்க்கையின் உரையாடல்களை உணர்வுகளின் வாதப்பிரதிவாதங்களாய் முன்வைக்கும் வண்ணம் பாக்கியராஜின் திரைப்படங்கள் அமைந்தன. மத்யம வாழ்க்கையின் நிகழ்கணச்சிக்கல்களை அழகுறக் கதையாண்டவர் பாக்கியராஜ். தன்னைக் கலைத்துக்கிழித்து இகழ்ந்து எள்ளலுக்கு உட்படுத்துவதன் மூலமாகத் தன்னை முன்னிறுத்திக் கொள்ளக்கூடிய நாயக வினோதத்தை முதல்முறை படைத்தார் பாக்கியராஜ். நடிகரும் இயக்குனருமாகிய பொறுப்பு-இடை-முரணை உலக அளவில் வெற்றிகரமாகக் கையாண்ட வெகு சிலரில், சார்லிசாப்ளின்,

மைக்கேல்ஜாக்சன், மெல்கிப்ஸன், போன்ற படைப்பாளிகளின் வரிசையில் பாக்கியராஜைச் சொல்லமுடியும்.

ஆனந்த் ஒரு மருத்துவன். மனைவியை இழந்தவன். நாட்களை எண்ணிக்கொண்டிருக்கும் தன் அன்னையின் விருப்பத்திற்காக பெண்பார்த்து வசந்தியைக் கல்யாணம் செய்துகொள்கிறான். திருமணத்தன்று இரவுதற்கொலைக்கு முயல்கிறாள் புதுமணப்பெண் வசந்தி. தற்கொலைக்கு முயன்றதன் காரணம் வசந்திக்கும் மாதவனுக்கும் இடையிலான காதல் என்பதை அறிந்து கொள்ளும் ஆனந்த், ஒருவாரம் மட்டும் அந்த வீட்டில் இருக்கும்படி வேண்டுகிறான். அதன்பின் நீ உன் காதலனோடு சென்று கொள்ளலாம் என்பதற்கிணங்க வசந்தி அந்த ஏழுநாட்கள் ஆனந்த் வீட்டில் இருக்கிறாள். அதன் முடிவில் பாலக்காட்டு மாதவனைக் கண்டறிந்து அழைத்து வந்து வசந்தியை அவள் விருப்பப்படி மாதவனோடு செல்லுமாறு கூறுகிறான். வசந்தி மறுத்துவிடுகிறாள், மாதவனின் க்ளைமாக்ஸ் வசனம் புகழ்பெற்றது *என் காதலி உனக்கு மனைவியாகலாம். ஆனால் உன் மனைவி என் காதலியாக முடியாது*.

கவிதை அரங்கேறும்நேரம், மலர்க்கணைகள் பரிமாறும் தேகம் எண்ணி இருந்தது ஈடேற, தென்றலது உன்னிடத்தில் சொல்லிவைத்த சேதி என்னவோ போன்ற பாடல்கள் எம்.எஸ்.விஸ்வநாதனின் தேன்நிகர் இசையில் உள்ளங்கொய்தன.

கே.பாக்யராஜின் திரை ஆளுமையை வடிவமைத்த படங்களில் மிகமுக்கியமான படம் அந்த ஏழு நாட்கள்.

32 பில்லா

சுரேஷ் பாலாஜி தயாரிப்பு ஆர் கிருஷ்ணமூர்த்தி இயக்கம் ஜி.ஆர் நாதன் ஒளிப்பதிவு சக்ரபாணி எடிடிங் எம்.எஸ்.விஸ்வநாதன் இசை கண்ணதாசன் பாடல்கள் ஏஎல் நாராயணன் வசனம்.

ரஜினிகாந்த், ஸ்ரீப்ரியா, பாலாஜி, மேஜர் சுந்தர்ராஜன், தேங்காய் ஸ்ரீனிவாசன், மனோகர், அசோகன், மனோரமா, ஏவிஎம் ராஜன்.

1980 ஜனவரி 26 அன்று வெளியானது.

எதிர் மனிதர்களை விரும்பச் செய்வதில் காட்சி ஊடகமான திரைப்படத்தின் பங்கு அளப்பரியது. எம்ஜி.ஆருக்கும் ரஜினிக்கும் இடையிலான புறத்தோற்ற வித்யாசங்களே எம்ஜி.ஆருக்கு அப்புறமான தமிழ் சூப்பர் ஸ்டாராக ரஜினியை விரும்பச் செய்தது என்றால் சிலருக்குக் கசக்கக்கூடும். ஆனால் அது தான் நிஜம். அதுவரை விரும்பத்தக்க என்பது பொத்தி வைக்கப்பட்ட நற்குணங்களின் தோரணமாகவே இருந்து வந்த நிலையில் கமல்ஹாஸன் தான் அடுத்த உச்ச நட்சத்திரமாக வருவார் என்பதும் நிச்சயிக்கப்படாத எழுபத்தி ஐந்தாம் ஆண்டுவாக்கில் தமிழ் ரசிகர்களுக்கு அறிமுகமான ரஜினி காந்த் முதலில் சின்ன வேடங்கள் அப்புறம் வில்லன் வேடங்கள் என்று தன் ஆரம்பத்தை நிகழ்த்தினார்.கிடைத்த வேடங்களிலெல்லாம் நடித்துக் கொண்டே தனக்கான ஒளிர்தலம் ஒன்றை நோக்கி பயணித்த ரஜினிகாந்த் ஆரம்ப நாட்களில் தான் சென்று சேரப் போவது சூப்பர்ஸ்டார் ஸ்தானம் என்று சத்தியமாக எதிர்பார்த்திருக்க மாட்டார். எண்ணாததை எல்லாம் நிகழ்த்திப் பார்ப்பதன் பேர் தான் இந்த வாழ்வென்பது. அது தான் நிகழ்ந்தது.

ஸ்டைல் வில்லன் ரஜினிகாந்த் இது தான் ஆரம்பத்தில் தன்னைக் கவனிக்க ரஜினி கைக்கொண்ட ஆயுதம். அது எதிர்பார்த்ததை விடப் பன்மடங்கு விளைச்சலைத் தந்த நல்விதையானது. ரஜினியின் கொஞ்சுதமிழ் வேகமான உச்சரிப்பு சிரிப்பு சிகரட் புகைக்கும் பாணி சண்டைக் காட்சிகளின் போது அவர் தனக்கே உரித்த விதத்தில் பிறரை எதிர்கொண்டது. மிக முக்கியமாக அவரது தலை முடி. என எல்லாவற்றின் பின்னாலும் ஒரு மாய இழை கொண்டு கோர்த்தால் அது சென்றடையும் இடம் தான் வெற்றிசிகரம்.

முழுமையான விதத்தில் ரஜினிகாந்தை நிலைநிறுத்திய

அரங்கு நிறைந்தது | 115

படமாக பில்லா வெளியானது. பில்லா ஒரு எதிர்நாயகனின் பெயர். முழுப்பெயர் டேவிட் பில்லா.அவன் தான் சர்வதேச குற்றவுலகத்தின் சக்கரவர்த்தி. அவனை எல்லா தேசத்தின் போலீஸும் தேடி வந்தன. அவனும் அவனது நெருக்கமான உள்வட்ட சகாக்களும் இந்தியாவில் இருக்கையில் கூட்டத்தை விட்டுவிட்டு திருமணம் செய்துகொண்டு தனித்த வாழ்க்கை நோக்கி செல்ல முயலும் ராஜேஷைக் கொல்கிறான் பில்லா. அவனது தங்கை ராதாவும் அவனது காதலி ரீனாவும் பில்லாவின் எதிரிகளாகின்றனர். ராதா பல தற்காப்புக் கலைகளை எல்லாம் கற்றுக் கொண்டு பில்லாவின் குழுவில் இணைகிறாள். அவளை பில்லா நம்புகிறான். பில்லாவைத் தேடும் போலீஸ் டீஎஸ்பி அலெக்சாண்டர் பல முறை அவனைப் பிடிக்க முயன்று தவற விடுகிறார்.

கடைசியாக போலீஸ் துரத்தலில் பில்லா கொல்லப்படுகிறான். அவனது பிணத்தை டிஎஸ்.பி யாருமறியாமல் புதைத்துவிடுகிறார். எங்கோ எப்போதோ சந்தித்த ராஜப்பா என்பவன் அச்சு அசலாக பில்லாவின் முகசாயலில் இருந்ததை நினைவு கூர்ந்த அலெக்சாண்டர் அவனை பில்லாவாக மாற்றி அதே குழுவிற்குத் தன்னுடைய நபராக அனுப்பி வைக்கிறார். ராஜப்பா என்றறியாத ராதா அவனைக் கொல்லத் துடிக்கிறாள். தன் மனைவி மரணத்திற்கு காரணம் டி.எஸ்.பி என்று அவரைப் பழிவாங்கத் துடித்தபடி ஜெயிலில் இருந்து விடுதலையாகிறான் ஜேஜே.

பில்லாவாகத் தன்னை நம்பும் குழுவினருக்கு சந்தேகம் வராதபடி டி.எஸ்பியின் திட்டத்தை அரங்கேற்றி சர்வதேச குற்றவாளிகளையும் கூடவே இண்டர்போல் அதிகாரியாக நடித்துக் கொண்டிருக்கும்

கயவன் ஒருவனையும் பிடித்துத் தருகிறான் ராஜப்பா. மீண்டும் தன் சுயவாழ்வு நோக்கித் திரும்புவதோடு நிறைகிறது திரை.

ரஜினி என்ற ஒற்றைச் சொல்லை எடுத்து விட்டு இந்தத் திரைப்படத்தை கற்பனை செய்யவே முடியாது. இதே படத்தை வேறொரு வண்ணத்தில் முற்றிலும் வெளிநாடுகளில் நடக்கிற கதையாக மாற்றி அஜீத்குமார் நடிக்க இருபத்தி ஏழு ஆண்டுகளுக்கு அப்புறம் பில்லா என்ற அதே பெயரில் மீவுருவாக்கம் செய்தார் விஷ்ணுவர்தன். ஆனால் அதற்கும் பழைய பில்லாவுக்கும் பெயரும் கதையின் அடி நாதமும் மட்டும் தான் ஒற்றுமை என்ற அளவுக்கு வெவ்வேறான அனுபவங்களையே இரண்டு படங்களும் முன்வைத்தன. பில்லா முதல் உருவே கூட இந்தியில் டான் என்ற பேரில் அமிதாப் நடித்த படத்தின் மறுவுரு தான் என்றாலும் பில்லாவின் செல்வாக்கு ரஜினியின் திரைவாழ்வில் முக்கிய ஒளியாய்ப் பெருகிற்று.

ரஜினிகாந்தின் நாயகத்துவத்தைக் கட்டமைத்த அவரது வாழ்வின் முதல் இருவேடப் படமாக பில்லா அமைந்தது. ரஜினியின் ஆரம்பகால வண்ணப்படங்களில் பில்லாவுக்கு முதன்மையான ஒரு இடம் உண்டு. சண்டை மற்றும் பாடல் காட்சிகளில் அழகிய வித்தியாசங்களை எல்லாம் தந்து மகிழ்வித்தார் ரஜினி. இரவுக்கும் பகலுக்கும் இடையிலான அத்தனை வித்தியாசங்களை, ராஜப்பாவும் பில்லாவுமாக வழங்கித் தன் திரைவாழ்வின் சிறந்த படமொன்றை நிகழ்த்தினார். எம்.எஸ்.விஸ்வநாதனின் பாடல்கள் இன்று அளவும் மீண்டுகொண்டே இருக்கக் கூடிய கரையோரத்து அலைகளாகவே பில்லாவை நினைவுபடுத்துவதைச் செய்துகொண்டே இருக்கின்றன. மை நேம் இஸ் பில்லா தேவமோதிரமாகவே மனமென்னும் வாத்தியத்தை விடாமல் இசைக்கும் விரலொன்றில் மிளிர்கிறது.

இந்தப் படத்தின் குணச்சித்திர நடிகர்கள் மேஜர் சுந்தரராஜன், பாலாஜி, மனோகர், அசோகன், தேங்காய் சீனிவாசன், மனோரமா, மற்றும் நாயகி ஸ்ரீப்ரியா, அனைவரும் தங்கள் நடிப்புத் திறமையின் சிறந்தவற்றை வழங்கி இந்தப் படத்தைச் சிறப்பித்தார்கள். மொத்தத்தில், வில்லத்தனத்திலிருந்து நாயகராஜாவாக நடைபோடுவதற்கான செந்நிறக் கம்பளமாகவே பில்லா திரைப்படத்தை ரஜினியும், இன்றளவும் அவரை விரும்புவதைக் கைவிடாத பெருங்கூட்டமொன்றின் முதற்கூட்டமும் பயன்படுத்திக் கொண்டார்கள்.

நில்லாமழை பில்லா.

33 மூடுபனி

பிரதாப் போத்தன் மலையாளக் கரையொற்றித் தமிழ் நிலம் நோக்கி வந்த நடிகன். தனக்கு முன்பிருந்தவர்களையோ அல்லது தன் சமகாலத்தவர்களையோ எந்த விதத்திலும் போலச்செய்யாமல் நடிப்பை நல்குவது தான் ஒரு தேர்ந்த நடிகனின் முதல் தகுதி.அதனை சரிவரக் கொண்டவர் பிரதாப். அவரது முகம் யூகிக்க முடியாத நிரந்தரத் தடையாகவே விளங்குவது. பிரதாப்பின் கண்கள் பலமொழி பேசும் பண்டிதம் மிகுந்து பொங்குபவை. பூச்சியத்திலிருந்து நூறு வரை பகுபடக்கூடிய கதாபாத்திரங்களின் தன்மைகளை அனாயாசமாக உள்ளெடுத்து நல்குவதில் மிகச்சிறந்த கலைஞன் பிரதாப். அவருடைய படங்களில் பல காலத்தால் அழியாதவை. அவற்றில் முதற்பெயரெனவே தங்குவது மூடுபனி

ஷோபா கிடைத்தற்கரிய நல்முத்து. இந்தியத் திரைவானில் நிகழ்ந்த நட்சத்திரங்களில் இன்றளவும் பூர்த்தி செய்யப்படாத வெற்றிடம் ஷோபாவினுடையது.அந்தக் கண்களும் சிரிப்பும் நடிப்பதற்கான தளவாடங்கள் என்பதனை மெய்ப்பித்தவர் ஷோபா. உறங்கும் சித்திரமாகத் தேங்கக் கூடிய மங்கி ஒளி குன்றிய மிட் ஷாட் ஒன்றில் கூட ஷோபாவின் தோன்றலொளியைக் குறைத்துவிட முடியாது. ஒப்பிடற்கரிய டல் கலர் தேவதை ஷோபா. சிறிய தூரமே உடன்வந்த சன்னல் பயணத் தூறல் போலவே மாறா ஞாபகமாய் விளைந்து மறைந்தார் ஷோபா.அவரது நடிப்பில் உருவான அத்தனை படங்களுமே சோடை போகாத நல்மணிகள். அவற்றில் சிறந்தது மூடுபனி.

பாலுமகேந்திரா அறியப்பட்ட ஒளிப்பதிவாளராக இருந்து கொண்டே தன் அகக்குரலுக்குப் பதில்சொல்லும் படங்களை இயக்கவும் செய்தார். கன்னடத்தில் கோகிலா அவரது பெயரை ஓங்கி ஒலித்தது. அழியாத கோலங்களுக்கு அப்பால் அவர் தமிழில் தன் மூடுபனியை இயக்கினார். இளையராஜா இசைத்தார்.ராஜேந்திரக்குமாரின் இதுவும் ஒரு விடுதலை தான் என்ற குறுநாவலை அடிப்படையாகக் கொண்டு இந்தப் படத்தை உருவாக்கினார் பாலு மகேந்திரா. தனக்கே உண்டான திரைமொழியும் காட்சிகளை அமைப்பதில் அவர் காட்டிய ஈடுபாடும் மற்ற படங்களிலிருந்தெல்லாம் அவருடைய ஒவ்வொரு ஃப்ரேமையும் தனிக்கச் செய்தன.இந்தப் படத்தை இயக்கும் போதே

பாலுவின் பெயருக்கு உரித்தாக அரை டஜனுக்கு மேலான அரசு விருதுகள் பல மொழிகளுக்காக அணிவகுத்திருந்தன.

மூடுபனியின் நாயகன் சந்துரு மனம் பேதலித்தவன். அடுத்தடுத்து இரண்டு விலைமாதர்களைக் கொல்கிறான். இன்ஸ்பெக்டர் ரகுநாத்தின் மகள் ரேகா அவள் மனம் கவர்ந்த ரவியோடு திருமணம் நிச்சயிக்கப் பட்டவள் அவளைத் தேடி பெங்களூருவுக்கு வருகிற பல்வியை விபச்சார விடுதி நடத்தும் ஒரு பெண் ஏமாற்றி அழைத்துச் சென்று அடைத்து வைக்கிறாள். தன்னைத் தேடி வந்த பல்லவியைக் காணாமல் தேடுகிறாள் ரேகா. அந்த விடுதியிலிருந்து பல்லவியைத் தன் காரில் அழைத்துச் சென்று கொல்கிறான் சந்துரு..அவர்களுக்கு பரஸ்பரம் அறிமுகம் உண்டென்றாலும் கூட அவன் தான் கொலைகாரன் என்பதை ரேகாவோ ரகுநாத்தோ அறியவில்லை.

பாஸ்கர் எனும் ஸ்டில் புகைப்படக்காரன் தனது தோழியை விதவிதமாய்ப் புகைப்படம் எடுக்கும் போது ஒரு படத்தில் வீடொன்றின் வாசலில் நிறுத்தப்பட்டிருக்கும் புல்லட் மோட்டார் சைக்கிளின் நம்பர் ப்ளேட் அதில் பதிந்துவிடுகிறது. அந்த வீட்டிலிருக்கும் ஒரு பெண்ணை சந்துரு கொன்றுவிட்டு தப்புகிறான். மறுதினம் அந்த இடம் குறித்து நாளிதழ்களில் செய்தி பார்த்து பாஸ்கர் ரகுநாத்திடம் தன் புகைப்படங்களைத் தருகிறான். வழக்கு சூடுபிடிக்கிறது. மோட்டார் சைக்கிளின் உரிமையாளர் தன் நண்பர் ஒருவரிடம் அந்த பைக்கைத் தந்திருப்பதாக சொல்கிறார்.

இந்த இடத்தில் தன் தொடர்கொலைகளில் அயர்ச்சியுற்று மன நல மருத்துவரை சந்தித்து ஆலோசனை பெறுகிறான்.அவர் சீக்கிரமே திருமணம் செய்துகொள் என்கிறார். இவனது தீராக்கோபத்தின் விளைவுகளாய் செய்த கொலைகளை அம்மருத்துவர் அறிவதில்லை. அவர் சொன்ன பிறகு அதையே சிந்திக்கும் சந்துரு அடுத்து இயல்பாக சந்திக்கும் ரேகாவிடம் தன்னை திருமணம் செய்துகொள்ளுமாறு வேண்டுகிறான். திரும்பத் திரும்பக் கெஞ்சுகிறான்.அவனது

விசித்திரமான அணுகலை தன் அப்பாவிடம் சொல்கிறாள் ரேகா. அவர் சந்துரு மீது கோபமாகிறார். ரேகாவை ஒரு சந்தர்ப்பத்தில் ஊட்டியிலிருக்கும் தன் வனமாளிகைக்கு கடத்திச் செல்கிறான் சந்துரு. அவன் மன விகாரத்தை முன்பே யூகித்து விடும் ரேகா அவனிடம் முரண்படாமல் நல்லதொரு சந்தர்ப்பத்திற்காகக் காத்திருக்கிறாள். இன்னொரு புறம் ரேகாவைத் தேடும் ரகுநாத் சந்துருவின் அலுவலகம் சென்று அவனது இருப்பிடம் மற்ற தகவல்களை தோண்டுகிறார். சந்துருவின் உள்முகம் அறியவருகிறது.

சந்துருவின் அம்மாவை அவன் குழந்தையாக இருக்கையில் கொடுமைப்படுத்திய தந்தைமீதும் அவர் தினமும் உறவு கொண்ட பெண்கள் மீதும் மனம் சிதைந்து ஆறாக் கோபமாகும் சிறுவன் சந்துரு வளர்ந்து தன் மன நோயினால் கொலைகாரனாக மாறிவிட்டிருப்பது அவனது வாழ்க்கைக் கதை.கடைசியில் சந்துருவிடமிருந்து ரேகா தப்புவதும் சந்துரு கைதாவதுமாக முடிவடைகிறது மூடுபனி.

மூடுபனி இளையராஜாவின் நூறாவது படம். கங்கை அமரன் எழுதி கே.ஜே.ஜேசுதாஸ் பாடிய என் இனிய பொன் நிலாவே நிலம் தாண்டி விழும் நிழலாய்க் காலத்தின் மேனியெங்கும் படர்ந்தது. இன்றளவும் ராஜாவின் இசைத்தலில் பெருவிருப்பப் பாடல்களில் கட்டாயம் இடம்பெறுகிறது இந்தப் பாடல். பல மேதமைகள் இந்தப் பாடலுக்கு உண்டு. மீவுரு செய்யவேண்டிய தேவையற்று இன்றைய காலத்திலும் நின்றொலிக்கும் நற்கானமாகவே தனிக்கிறது இந்தப் பாடல். ஏகாந்தத்தின் வெறுமையின் உலர்ந்த மனவெளிப் பயணமாகவே இந்தப் பாடல் தமிழ் மனசுகளை வென்றெடுத்தது. ஜேசுதாஸின் டாப் ஹிட்ஸ் பட்டியலிலும் அனேகமாகத் தன் முதலிடத்தைப் பெருங்காலம் தக்க வைத்துக் கொண்டிருக்கிறது

ஆல்ஃப்ரட் ஹிட்ச்காக் இயக்கிப் பெரும்புகழ் பெற்ற சைக்கோ படத்தின் உந்துதல் கொண்டே இப்படத்தை உருவாக்கியதாகப் பின் நாட்களில் தனது பேட்டிகளில் தெரியப்படுத்தினார் பாலுமகேந்திரா. இந்தப் படத்தின் காலம் 1980 என்பதை நம்பமுடியாத தகவலாகவே புறத்தில் வைத்து விட்டு சென்ற வருடம் வெளியான புத்தம் புதிய சித்திரமாகவே இதனை இன்றைக்கும் உணரமுடிவதே மூடுபனியின் மாபெரிய வெற்றி.சொல்லப் பட்ட விதம் உருவாக்கத் திறன் நடிகர்களின் உடல்மொழி மற்றும் பங்கேற்பு இசை ஒளிப்பதிவு எனப் பல காரணிகளுக்காகத் தமிழில் எடுக்கப் பட்ட நேர்கோட்டு த்ரில்லர் படங்களில் முக்கியமான படம் மூடுபனி.

34. வறுமையின் நிறம் சிவப்பு

அன்பை விட
பணத்தை விட
விசுவாசத்தை விட
புகழை விட
நன்மையை விட
எனக்கு
உண்மையைத் தா
போதும்.

(SEAN PENN எழுதி நடித்து இயக்கிய INTO THE WILD 2007 படத்தின் ஒரு வசனம்)

பல தலங்களுக்கும் எடுத்துச் சென்று படமாக்கப் பட்ட விரிந்த நாடகங்களாகவே கே.பாலச்சந்தரின் ஆரம்பகாலப் படங்களைக் கொள்ள முடியும். மனித உணர்வுகளின் அதீதங்கள் வினோதங்கள் விளிம்புகளைத் தாண்ட விழையும் சாமான்ய மனங்களின் சரி மற்றும் தவறுகள் அவரவர் கதையில் வாய்க்கவல்ல அவரவர் நியாயம் எல்லாவற்றினூடாக பாலச்சந்தர் தொடர் குரலொன்றை எழுப்பினார் இதை நீ ஏற்றுக்கொண்டே ஆகவேண்டும் என்கிற எல்லா நிர்ப்பந்திக்கப்பட்ட சமூக நியாயங்களையும் முன் வடிவமைக்கப் பட்ட சார்புநிலைகள் பூர்த்தி செய்யப்பட்ட பாரபட்ச தர்மங்கள் எனத் தன்னாலான அளவு தன் பாத்திரங்களின் தைரியத்தை முன்வைத்து ஆனமட்டிலும் வினவுதலையும் மீறலையும் அந்தத் தொடர்குரல் சாத்தியம் செய்தது. அவர் இயங்க வந்த காலத்தோடு பொருத்திப் பார்க்கையில் கே.பாலச்சந்தர் நல்லதொரு கதைசொல்லி மேலும் தைரியமான படைப்பாளியும் ஆகிறார்.

ஆயிரத்துத் தொளாயிரத்து எண்பதாம் ஆண்டு வெளியான வறுமையின் நிறம் சிவப்பு அன்றைய இந்தியாவின் தேசிய பிரச்சினைகளில் தலையாயதான வேலை இல்லாத் திண்டாட்டத்துக்கு எதிரான கலைவழிக் கலகக் குரல்களில் முக்கியத்துவம் வாய்ந்தது. சிறந்த படமாக 1980 ஆமாண்டுக்கான தமிழ்நாடு மாநில விருதைப் பெற்ற படம். இதை இயக்கியதற்காக பாலச்சந்தருக்கும் நடிகர் கமல்ஹாசனுக்கும் மாநில மற்றும் ஃபிலிம்ஃபேர் விருதுகள் வழங்கப்பட்டன. இதில் ஸ்ரீதேவி எஸ்.வி.சேகர் திலீப் ப்ரதாப்

போத்தன் பூர்ணம் விஸ்வநாதன் தேங்காய் ஸ்ரீனிவாசன் மற்றும் பலர் நடித்திருந்தனர்.

தந்தை ஒரு இசைமேதை அவரது சொல்வழி எதிலும் ஈடுபாடற்ற தத்துவத்தில் முதுகலைப் பட்டம் பெற்ற ரங்கன் தன் வழி செல்கிறான். வீட்டை விட்டு ஓடி வந்து டெல்லியை அடைகிறான். அங்கே நண்பர்கள் காதல் வேலையில்லா சூழல் வறுமை உபகதைகள் எல்லாவற்றுக்கும் அப்பால் என்னவாகிறான் தந்தையை மகன் மறுபடி சந்திக்கையில் எப்படியான சந்திப்பாக அது விளங்குகிறது என்பதெல்லாம் வறுமையின் நிறம் சிவப்பு முன்வைத்த மீதக் கதை.

பாரதியாரின் பாடல்களைத் தன் நெஞ்சகத்தில் ஒளிர்விதையென்றே தூவிய நாயகன் படத்தின் இறுதியில் தன் தகப்பனிடம் சொல்லும் அத்தனை பெரிய வசனம் இந்தப் படத்தின் முதுகெலும்பு எனலாம். ஸ்ரீதேவிக்குத் தெரியாமல் வெறும் கலயங்களை சப்தித்து தாங்கள் விருந்துண்ணுகிறாற் போல நடிக்கும் நண்பர்கள் மாட்டிக் கொண்டு விழிப்பது அந்தக் காலகட்டத்தின் துன்பியல் மென்மலர் என்றால் திலீப் என்ற கற்பனை கதாபாத்திரத்தை கிட்டத் தட்ட தன் பொய்களால் வழிபடும் திலீப் கதாபாத்திரம் இண்டர்வ்யூவுக்கு ரங்கன் செல்வதற்காக வழிப்போக்கர் ஒருவரிடமிருந்து கோட்டை அவரறியாமல் திருடித் தரும் காட்சி அற்புதம் என்றால் அதே கோட்டை வழியில் செல்கையில் சேறடித்து கமல் திகைப்பதும் இண்டர்வ்யூவில் கோட்டை மடித்து வைத்துக் கொண்டு விரக்தியில் தன் சான்றிதழ்களைக் கிழித்தெறியும் காட்சி யூகிக்கமுடியாத ஒன்று. கல்வியின் பின்னதான இருளும் நிச்சயமற்ற எதிர்காலமும் வறுமையும் பசியும் மெல்ல மெல்ல சமாதானமடைந்து எதாவது செய் என்று தன்னைத் தானே கெஞ்சும் இளைய மனங்களின் யதார்த்தமும் இந்தப் படத்தினூடாக துல்லியமாக வெளிக்காட்டப்பட்டன.

ஸ்ரீதேவி திலீப் ப்ரதாப் எஸ்.வி.சேகர் நால்வரின் திரைவாழ்விலும் இந்தப் படம் மிகவும் முக்கியமான இடத்தைப் பெற்றது. குறிப்பாக ப்ரதாப் பின்னியிருந்தார் எனலாம். சாகாவரம் பெற்ற சிப்பியிருக்குது முத்துமிருக்குது பாடல் இந்தப் படத்தின் அணிகலனாயிற்று.

எம்.எஸ்.விஸ்வநாதனின் இசை கண்ணதாசனின் பாடல்கள் தவிர பாரதியாரின் தீர்த்தக்கரையினிலே நல்லதோர் வீணை செய்தே போன்றவை இசையுடன் கூடி ஒலித்தன.

கலைப் படைப்பு என்பது தன்னளவில் ஒரு பூர்த்தியை தைரியமான தீர்வை இது தான் இன்னது தான் என்று முடிவைக் கொண்டிருத்தல் அவசியம்.அந்த வகையில் இந்தப் படம் அப்படியான நிறைவை நோக்கி நகர்ந்தோடியது நல்லதொரு ஆறுதல். கமல்ஹாசன் கதாபாத்திரத்தின் கதாமுடிவோடு ப்ரதாப்பின் பாத்திர முடிவும் எஸ்.வி.சேகரின் அழிதலும் திலீப்பின் சிதைவுமாக நான்கு மனிதர்களின் கதை-முடிவு-முரண் வாயிலாக அழகான கற்பனைக் கோலமொன்றை சாத்தியம் செய்தார் பாலச்சந்தர்.

கே.பாலச்சந்தர் எழுதி இயக்கிய வறுமையின் நிறம் சிவப்பு ஓங்கி ஒலித்த சாமான்யர்களின் நடுங்கும் குரல்.

35. ஜானி

இரட்டை வேடப்படங்கள் இரு விதம். ஆள்மாறாட்டத்தை முன்வைக்கிற வழமையான கதை. அல்லது அதனைத் தாண்டிய விஷயங்களைத் தன்னால் ஆன அளவு பேசிச்செல்லும் கதை. இந்த இரண்டாம் வகைமையின் முக்கிய படவரிசையில் ஒன்று ஜானி.

யாரோ ஒருவன் செய்த தவறுக்கு அவனைப்போன்ற இன்னொருவன் தொடர்ந்து தண்டிக்கப்படுவான் என்றால் தன்னைப் போலிருக்கும் அந்த இன்னொருவன் கணக்கில் தனக்கு மிகவும் தேவையான இரண்டு கொலைகளைச் செய்து கொள்ளுகிற வித்யாசாகர் எனும் முடி திருத்தும் கலைஞனாகவும், ஜானி எனும் மேம்போக்குத் திருடனாகவும் ரஜினிகாந்த் இரு வித்தியாச மனிதர்களின் வேடங்களை ஏற்ற படம் ஜானி.

மற்றுமொரு இரட்டை வேடப் படமாகத் தகர்ந்து போ- யிருக்கவேண்டிய ஜானி, தமிழின் நிரந்தரக் கொண்டாட்ட சினிமாக்களின் வரிசையில் ஒன்றெனத் தன்னை நிலைநிறுத்திக் கொண்டதற்கான முக்கியமான காரணம் அந்தக் கதை வழங்கப்பட்ட விதம். நீர்வீழ்ச்சி ஒன்றும் சற்றே நடக்கிற தூரத்தில் குளமொன்றுமாக நீரின் இருவேறு அருகாமை விலாசங்களாகத் தனித்தும், விலகியும் காணப்பட்ட கதாபாத்திரப் புனைதல்தான் ஒரு நடிகனின் இருவேறு பிரதிபிம்பங்களாகப் பார்க்கப்பட்டிருக்க வேண்டிய இரட்டை வேடப் பாத்திரங்களைத் தன்னாலான அளவு வித்தியாசம் செய்தார் ரஜினி.

இதன் இரு பெண் கதாபாத்திரங்களும் இருவேறு வான் எல்லைகளாகவே கதைப் பறவையின் அலைதலின் முன் விரிந்தன. நான்கு வெவ்வேறு மனிதர்களை, இடை முரண் கொண்டு பிணைத்து ஒரே பெட்டியில் இட்ட வேறுபட்ட சர்ப்பங்களைப் போல் மகேந்திரனின் கதைப்பாங்கு அமைந்திருந்தது. சொல்லிச் சொல்லி வார்த்தாற் போல் ஸ்ரீதேவியும், யாராலும் யூகிக்க முடியாத தீபா உன்னிமேரியும், சுருளிராஜனும் ஜானி படத்தின் கதையை நிகழ்த்திய முகங்கள்.

அஷோக் குமாரின் ஒளிப்பதிவு, குறிப்பாக இரட்டை வேடங்கள் ஒன்றிணையும் காட்சிகள், அவற்றுக்கான கோணங்கள்,

மேலும் ''செனோரிட்டா'', ''ஆசையக் காத்துல தூது விட்டு'' பாடல்கள், ரஜினிகள் தங்களுக்குள் பேசிக் கொள்ளும் வசனங்கள் கண்ணில் ஒற்றிக் கொள்கிறாற் போன்ற ஜானி படத்தின் வெளிப்புறப் படப்பிடிப்புக் காட்சிகள் தைலவண்ணங்களைக் கொட்டி உருவாக்கப் பட்ட மாபெரிய கலாவுலகமாகவே காண்போர் நெஞ்சங்களில் உறைந்தன. மழையும் தனிமையும் மந்தகாசமும் பொறாமையும் வெம்மையற்ற பருவங்களுமாக இதுவரை அழுத்தமாய்ச் சொல்லப்படாத இயற்கையின் ஏற்றத்தாழ்வுகளைக் கூடத் தன் போக்கில் கதையின் உபபாத்திரங்களாகவே கையாண்டது ஜானி.

இந்தப் படத்தின் தீம் இசை, பாடல்களோடு இசைத்தட்டில் இடம்பெற்றது. மந்தகாசத்தின் வெறுமையை அதன் பல்வேறு கிளைத்தல் நகர்தல் மற்றும் முறிதல்களை, படத்தின் பின்னணி இசையாக்கி வழங்கினார் இளையராஜா. ஐந்தில் ஒரு பாடலைக் கண்ணதாசனும், மற்றவற்றை கங்கை அமரனும் எழுதினார்கள்.

ஜானி தமிழ் மொழியினூடாக திரைப்படத்தைக் கற்க விரும்புகிற புதியவர்களுக்குக் கதையாகவும் காட்சியாகவும் நடிப்பாகவும் வழங்கப்பட்ட விதமாகவும் பாத்திரமாக்கல் மற்றும் வசனம் பாடல்கள் எனப் பல்வேறு காரணங்களுக்காக முக்கியமான படம். இதனைப் பின் தொடர்ந்து செல்கையில் தமிழில் முயலப்பட்ட அசலான கலாமேதமைப் படங்களின் நூதன பட்டியல் ஒன்றை உருவாக்கிட முடியும். 1980 ஆமாண்டு வாக்கில் வெளியான ஜானி இன்னமும் அதன் மேற்சொன்ன மேன்மைகளைத் தக்க வைத்துக் கொண்டிருப்பது ஆச்சர்யம் மட்டுமல்லாது அதன் அபூர்வத்திற்கான விளக்கமும் கூட.

மீவுரு செய்ய முடியாத சாக்லேட் சிற்பம் ஜானி.

36 கிளிஞ்சல்கள்

பிரபஞ்சத்தில் இருக்கக் கூடிய ஒரே ஒரு பிரச்சினை காதல் மட்டும் தான். காதலிக்கும் பெண்ணிடம் காதலைச் சொல்வது ஆகச்சிரமம். அதில் தோவியுற்றால் தனக்குக் கிடைக்காமல் போன காதலை எண்ணி எண்ணி ஏங்கிச் சாவது காதலின் புனிதம். இரண்டு பேரும் காதலிக்கத் தொடங்கினால் அதை இருவீட்டாரிடமும் தெரியப்படுத்தி சம்மதம் பெற்றுத் திருமண வாழ்வில் இணைவது இருக்கிறதே அது பலசுற்றுப் போர்க்காலம். அப்படிச் சம்மதம் கிட்டாமல் சேரமுடியாமற் பிரிந்த காதலை இரண்டு பேரும் எண்ணி எண்ணி ஏங்கிச் சாவது காதலின் புனிதம் 2.0. சரி வா அன்பே அடுத்த ஜென்மத்தில் சேர்ந்து கொள்வோம் என்று இணைந்து மரணத்தை நோக்கிச் செல்வது காதலின் உன்னதம். வாழ விட்டார்களா நம்மை என்று கலங்கிய பிம்பங்களாகக் காற்றில் கலைந்த காதலின் கதைகள் தான் எத்தனை எத்தனை..? உண்மையை சாட்சியம் சொல்வதான கணக்கில் சினிமாவில் சொல்லப்பட்ட காதலின் பல கதைகள் அபத்தமான இயல்வாழ்வுக்கு ஒவ்வாத சாக்ரீன் தாமரைகள் தான். அதிலொன்று கிளிஞ்சல்கள்.

சினிமாவுக்குக் காதல்களும் பாடல்களும் அஸ்திவாரம் போன்றவைகதை சொல்லிகள் என்றைக்குக் காதலைத் தாண்டுகிறார்கள் என்பதை ரசிகர்கள் ஆவலோடு கண்பூத்தபடி காத்திருக்கிறார்கள். அதீதத்தின் நம்பகத் தன்மை அற்ற இந்திய சினிமாவின் உருவேற்றப் பட்ட காதல் படங்களில் இன்னுமொரு காதல் கனவு தான் கிளிஞ் சல்கள்.ஸ்வீட் நதிங் என்று ஆங்கில சொலவடை உண்டல்லவா அப்படி இந்தப் படம் ஒரு ஸ்வீட் நத்திங்.இன்றைய காலத்தின் நிஜத்தை அணிந்து கொண்டு பார்க்கும் போது சிறுபிள்ளைத் தனமாகத் தோன்றக்கூடிய கதைக்களன்.நூலாம்படைகளைத் திரட்டிக் கட்டிய கயிற்றை அட்டைக்கத்தி கொண்டு அறுத்தெறிய முடியாத பலவீனத்தின் செலுலாய்ட் சாட்சியம்.டி.ராஜேந்தரின் இசையும் பாடல்களும் இந்தப் படத்தின் ஞாபகம் முற்றுப்பெற்று விடாமல் இசையினூடாகத் தப்ப வைத்திருக்கிறது என்பதே மெய். அவர்களுக்குப் பிடித்தது.அவர்களது வீட்டாருக்குப் பிடிக்கவில்லை. முடிவில் அவர்கள் இறந்தார்கள் என்பதைத் தாண்டி இந்தப் படத்தின் கதையை இன்றைக்கு வேறு எப்படிச் சொன்னாலும் செயற்கை.

ஐ லவ் யூ என்பது கிட்டத்தட்ட மகா பெரிய சொற்கூட்டாகக் கருதப்பட்ட முந்தைய காலத்தின் இந்தப் படத்தில் காதல் தோற்பதில்லை தோற்பதெல்லாம் காதலர்கள் தான் என்ற வாக்கியத்தை வாய்ஸ் ஓவரில் சொல்லிக் கொண்டிருக்கும் போதே love never fails என்று எண்ட் கார்டுடன் உறைந்து போய் முடிவடையும் இதன் கதை எண்பதுகளின் ஆரம்பத்தில் எடுக்கப் பட்ட ஆயிரக்கணக்கான இந்திய காதல் திரைப்படங்களில் இன்னுமொரு படம். ஜூலி ஐ லவ் யூ என்ற பாடலைத் தவிர்த்து இந்தப் படத்தைக் குறித்துச் சொல்வதற்கான சொற்கள் இல்லை. கலங்கிய நீர்ப்பரப்பில் காலப்போக்கில் உதிர்ந்த கிளிஞ்சல்கள்.

37 தில்லுமுல்லு

இப்படிச் சொன்னால் ரஜினி ரசிகர்களுக்குக் கண்டிப்பாகக் கோபம் வரும். தேங்காய் சீனிவாசன் கதாநாயகனாக நடித்த தில்லுமுல்லு படத்தின் இரண்டாவது நாயகன் ரஜினிகாந்த். நானே என்னைத் திட்டிக்கொள்ளும் அளவுக்கு எனக்கும் ரஜினி பிடிக்கும்தான். என்ன செய்வது? உரக்கச் சொன்னாலும் உள்ளூர முணுமுணுத்தாலும் உண்மை அதுதான். பொதுவாக பாலசந்தர் பிறர் உருவாக்கிய படங்களை தமிழில் ரீமேக் செய்வதை அவ்வளவு விரும்புகிறவர் இல்லை. ரிஷிகேஷ் முகர்ஜி இயக்கத்தில் சைலேஷ் டே எழுதிய கதையை இயக்குனரும் கதாசிரியருமான சச்சின் பௌமிக் திரைக்கதை அமைக்க, உருதுக் கவிஞர் ராஹி மாஸூம் ராஜா எழுதிய வசனங்களுக்கு அமோல் பலேக்கர், உத்பல் தத், பிந்தியா கோஸ்வாமி ஆகியோர் நடிப்பில் கோல்மால் என்ற மராத்திய செவ்வியல் தன்மைகள் மிகுந்த ஒரு இந்தித் திரைப்படம், தமிழில் பின்னாளில் உச்ச நட்சத்திரமாகப் போற்றுதலுக்கு உள்ளாகப் போகிற ரஜினி காந்தின் திரைவாழ்வில் ஆக முக்கியமான படங்களில் ஒன்றெனவே தனிக்கப் போகிறது என்பதைத் தமிழுக்கேற்ப திரைக்கதை அமைத்த விசுவும், இயக்கிய பாலசந்தருமே சற்றும் எண்ணியிருக்க மாட்டார்கள். அதுதான் நிகழ்ந்தது.

வலி கண்டு நகைத்தலின் இன்னொரு அம்சம் ஒருவன் ஏமாற்றப்படும்போது பார்வையாளன் மனதில் அரும்புவது. உண்மையில் அது தனக்கு நிகழவில்லை என்பதிலிருந்து தொடங்கக் கூடிய எதார்த்தத்தின் வெளியே உருவாகக் கூடிய நியதி மாற்று. வேகமாகச் செல்லுகிற வாகனத்தை இன்னும் வேகமாகச் செல்வதன் மூலமாக முந்துகிற ஒருவனை வென்றவன் என்று பாராட்டுவது ஏற்புக்குரியது அதுவே பேச்சுக் கொடுத்து தன் பங்காளி முயலை ஓரிடத்தில் அமரச் செய்துவிட்டு 'நா வர்ற வரைக்கும் இங்கயே இரு' என்கிற பொய்யோடு கிளம்பிப் போய், பந்தயத்தின் வெற்றிக் கோட்டைத் தாண்டி விட்டதாகக் குதூகலம் கொள்ளும் ஆமை பொறாமையை விடக் கல்மிஷத் தீய ஆமை என்றால் தகும்.அப்படி படம் நெடுக தேங்காய் ஸ்ரீனிவாசனைத் தன் பொய்க்கொத்துகளால் ஏமாற்றுகிற தில்லுமுல்லுப் பேர்வழி தான் ரஜினிகாந்த்.

ஸ்ரீராமச்சந்திர மூர்த்தி தனக்கெனத் தனிக்கொள்கைகளைக்

கொண்ட கோமகன். அவரது நிறுவனத்தில், ஒரு வேலை கிடைப்பதற்காகத் தன்னை ஒழுக்க சீலனாகக் காட்டிக் கொள்கிறான் சந்திரன், அந்தப் புள்ளிதான் தில்லுமுல்லு படத்தின் ஆரம்பம் ஆகிறது.

தந்தையின் நண்பரான மருத்துவர் (பூர்ணம்) முன்கூட்டி அளித்த துப்புகளின் உபயோகத்தில் நூற்றுக்கு ஆயிரக் கணக்கில் மதிப்பெண் பெற்று 'நீதாம்பா நான் எதிர்பார்த்த ஜூனியர் விவேகானந்தர்' என முதலாளி ஸ்ரீராமசந்திரமூர்த்தி மெய் மறக்க, எப்படி இவரைச் சமாளிக்கப் போகிறோம் என்கிற மலைப்போடு பொய்களின் உலகத்தின் முதல் கதவைத் திறந்து கொள்ளுகிறான் சந்திரன். ஒரு பொய் தன் சகாக்களை அறிமுகப் படுத்தியபடியே தலைதெறிக்க ஓடக் கூடிய திறன் பெற்றது. கால்பந்தாட்டக் களத்தில் தன்னைப் பார்த்துவிட்ட முதலாளியிடம் இல்லாத தம்பியை உருவாக்கி, நாடகப் பித்து கொண்ட சௌகார் ஜானகியின் புண்ணியத்தில் இல்லாத அம்மாவை வரவழைத்து நாகேஷின் உதவியுடன் மீசை வைத்தால் ஒருவன், இல்லாவிட்டால் இன்னொருவன் என்ற குதிரையை அல்லது புல்லட்டை மாறி மாறி ஓட்ட நிர்ப்பந்திக்கப் படுகிற பரிதாபத்துக்குரிய பொய்க்காரன் தன் பொய்களின் எல்லையில் நின்று கொண்டு, தானும் தன் உண்மையுமாய் உடைபடுவதே கதை.

தேங்காய் சீனிவாசனின் நடிப்பில் இந்தப் படம் ஒரு ஜர்தா முத்தம். அவருக்கு அடுத்த கனமான பாத்திரம் சௌகார் ஜானகிக்கு. ரஜினி மகா சிரமப்பட்டு இந்தப் படமெங்கும் மின்னினார். மாதவியின் கண்கள், எம்எஸ்விஸ்வநாதனின் ஆச்சரியமான 'ராகங்கள் பதினாறு' பாடல், இவற்றுக்கெல்லாம் மேலாக எந்த மொழியிலும் பெயர்க்க முடியாத, எங்கேயிருந்தும் தருவிக்கவும் முடியாத விசுவின் வசனங்கள் இந்தப் படத்தின் கலாச்சார அந்தஸ்தை நிர்ணயித்தன. மறு உருவில் ரஜினி வேடத்தில் தமிழ்ப்படம் சிவாவும், தேங்காய் வேடத்தில் பிரகாஷ் ராஜும், சௌகார் வேடத்தில் கோவை சரளாவும் நடித்து இனிப்பு நீக்கப்பட்ட குளிர்பானம் போல் அந்த வருடத்தின் யாரும்

எதிர்பார்த்திராத மிகச் சிறந்த ஏமாற்றத்தை உண்டு பண்ணியதுதான் மிச்சம். வரலாற்றில் நல்ல படங்கள் முதல் காதலைப் போன்றவை.

'சட்டையில என்ன பொம்ம?' 'பூனை சார்?' 'அதுல என்ன பெருமை? கெட் அவுட்'

'சுப்பியாவது கப்பியாவது டஸ்ட் பின்'

ரணகளம் செய்யும் தேங்காய் சீனிவாசன், கோபத்தோடு வெளியே வரும் சுப்பி, தன்னைத் தாண்டி உள்ளே நுழையப் பார்க்கும் ரஜினியிடம் 'முன்னாடியே டிசைட் பண்ணிட்டாங்கப்பா, எல்லாம் eye was' என்பார். உள்ளே தேங்காய் ஒரு வரியைத் திருப்பிச் சொல்லச் சொல்ல, 'வேணாம் சார், றிஸ்கு' என்பார். தேங்காய் அவர் எழுந்து போகும்போது ஒரு முகபாவம் காண்பிப்பார்.

சொல்லலர்ஜி, பொருளலர்ஜி, இவ்விரண்டும் கலந்த மொழியலர்ஜி முகத்தில் தெரியும் என்றாற் போல் பாவம் சொட்டும் அந்த முகபாவம்.

தில்லுமுல்லு அதன் மூலப் பிரதியைத் தாண்டிய செவ்வியல் அழகியல் திரைமாதிரியாகத் தமிழில் நிரந்தரிக்கிறது. தீராத நடிக நதி.

38. கண் சிவந்தால் மண் சிவக்கும்

இந்திரா பார்த்தசாரதியின் குருதிப்புனல் அகாதமி விருதுபெற்ற புதினம். அதன் திரையாக்கம் ஸ்ரீதர்ராஜனின் முதற்படமாக வெளியாகி தேசிய விருதை அவருக்குப் பெற்றளித்தது. அனந்துவும் கூத்துப்பட்டறை நமுத்துச்சாமியும் வசனங்களை எழுத இளையராஜா இசையில் தமிழின் சிறந்த படங்களில் ஒன்றானது.

கலைகளெல்லாம் பாம்பு உரிச்சு போட்ட சட்டை மாதிரி. அதை எறும்பு இழுத்துட்டு போறபோது பாம்பு ஊர்ற மாதிரி ப்ரம்மைல இருக்காங்க எல்லாரும்.

கலை இயக்கம் அது இதுன்னு ஒரு சிலர் தங்களைத் தாங்களே ஏமாத்திக்கிறாங்க. இன்னும் சிலர் சமூகத்து கண்ல மண்ணைத் தூவுறாங்க.

இது ஒரு ஸாம்பிள் வசனம் மட்டுமே. படம் முழுவதும் அனல் தெறிக்கும் எழுத்துகள் குறிப்பிடத்தக்கவை.

கௌதம் பத்திரிக்கையாளன். புகைப்படக்காரன். சினிமா நாட்டம் கொண்டவன். ஓவியனும் கூட. அதிகாரவர்க்கத்தின் பாரபட்சத்தினால் அயர்வுறுகிறவனுக்கு பரதநாட்டியம் கற்கும் அருந்ததியின் சினேகம் வாய்க்கிறது. நந்தனாரின் வாழ்க்கையை பரத நாட்டியத்தில் அங்கம் பெறச் செய்ய விரும்புகிறாள் அருந்ததி. கௌதமின் ஆலோசனைக்கப்பால் கூத்துக் கலை ஆசான் தம்பிரானை சந்திக்க கௌதமும் அருந்ததியும் வெண்மணிக்குச் செல்கிறார்கள். பெரும் பணக்காரரான ராஜரத்தினத்தின் வீட்டில் தங்குகிறார்கள். வெண்மணி கிராமத்தில் ஆண்டையாகத் திகழும் ராஜரத்தினத்தை எதிர்த்து உழைக்கும் மக்களுக்குரிய கூலிக்காக போராடுகிறான் வைரம். அவனுக்கு உறுதுணையாக நிற்பவன் காளை. அருந்ததியின் கலை முயல்வும் கிராமத்து மக்களின் வாழ்வாதாரப் பிரச்சினையும் ஒன்றாய்ப் பின்னுகிற திரைக்கதையின் மிகுதியில் சுயநலமும் அடுத்தவர்களைச் சுரண்டுகிற குயுக்தியும் நிரம்பிய ஆண்டேயின் சதியால் ஊரே தீக்கிரையாகிறது. காளை கொல்லப்படுகிறான். வைரம் கைதாகிறான். எல்லாம் தன் திட்டப்படி நடந்து முடிந்ததாய் சந்தோசப்படும் ஆண்டேயை அவர் வயல் நடுவே அவர் வீட்டில் வேலை பார்த்த பாப்பாத்தி கத்தியால் குத்திக் கொல்கிறாள்.

அரங்கு நிறைந்தது | 131

சௌமேந்து ராய் நான்கு தேசிய விருதுகளைத் தன் ஒளிப்பதிவுக்காகப் பெற்ற மேதை. தமிழில் அவர் பணியாற்றிய ஒரே படமான இதற்கும் தமிழகத்தின் சிறந்த ஒளிப்பதிவாளருக்கான விருதைப் பெற்றார். அனேகமாக பிசி.ஸ்ரீராமின் ஆதர்ஸமாக இவரைக் கருதமுடியும். இந்தப் படத்தின் எண்ணற்ற இரவு நேர ஷாட்கள் ஒன்றுக்கொன்று அளவாக வழங்கப்பட்ட ஒளியோடு இயற்கையில் இயல்புவரம்புகளுள்

உறுத்தாமல் ஒளிர்ந்தன.படத்தின் அடி நாதமாக ஒரு இரவுப் பொழுதுத் தனிமையை ஒரு பருவமெங்கும் தொடர்கிற சூழல் நிமித்தத் தனிமையாகவே தொடர்ச்சியான காட்சிகளின் மூலமாக உருவாக்கித் தந்தார். இந்தப் படத்தைப் பொறுத்தளவு இரவென்பது ஒரு குணச்சித்திர நடிகருக்கு உண்டான பொறுப்பேற்றலுடன் பங்கேற்றது.

வந்தாளே அல்லிப்பூ என் வாழ்வில் தித்திப்பூ இந்தப் பாடல் படத்தின் மைய நதியோட்டத்திற்குச் சற்றே விலகினாற் போல் கேட்கும் போது ஒலித்தாலும் படத்தில் முழுவதுமாக மாண்டேஜ் ஷாட்களால் நிரம்பி நகரும் இந்தப் பாடல் இளையராஜா குரலில் அடியாழத்தில் இதனைப் பாடினார். இதன் முதல் சரணத்தின் நிறைகணத்தில் பூர்ணிமாவைத் தேடி அவரது அறை நோக்கி வருவார் விஜய்மோகன். அப்போது பூர்ணிமாவுக்குப் பின்புலத்தில் இருக்கும் சுவரில் பெரிய செவ்வண்ண ஓவியத்தில் சே குவேரா தோற்றமளிப்பார். அனேகமாக சே குறித்த ஆரம்ப தமிழ்நிலத் திரைத் தோற்றமாக இந்த ஷாட் இருக்கக் கூடும்.மனிதா மனிதா இனியுன் விழிகள் சிவந்தால் உலகம் விடியும் என்ற பாடல் வைரமுத்துவின் ஆரம்பகால முத்திரைப் பாடல்களில் முக்கிய இடத்தைப் பிடித்தது. இன்றளவும் அதன் வெம்மை குன்றாமல் ஒலிக்கிறது.

ஜெய்சங்கர் பூர்ணிமா ஜெயமாலா சுபத்ரா ராஜேஷ் விஜய்மோகன் கல்கத்தா விஸ்வநாதன் ரவீந்தர் ஆகியோரது நடிப்பில் தமிழில் யதார்த்தத்தின் ஆட்டக்களத்தின் எல்லைக்கோடுகளுக்குள் முழுப்படமும் விழிவசம் விரிந்த வெகு சில படங்களுக்குள் கண் சிவந்தால் மண் சிவக்கும் படத்துக்கு முக்கிய இடமுண்டு.

39 ஆண் பாவம்

அந்தத் துப்பாக்கியை அவர் மேல குறிபார்க்காதீங்க. அவர் பாவம் பயிற்சிக்குப் பணம் ஏதும் வாங்கிக்காதவர்.

(தனது குழுவினரை கடற்கொள்ளையர்களிடமிருந்து பாதுகாப்பதற்காக)

- ஸ்டீவ் ஜிஸ்ஸோ (முர்ரே)

The Life Aquatic with Steve Zissou *(2004)*

சினிமா எடுப்பது கடினம் என்றால் எந்த சினிமா ஜெயிக்கும் என கண்டறிவது ஆகச்சிரமம். திட்டமிட்டபடி எடுத்து முடித்து ரிலீஸ் ஆனபிறகு தெரிய வரும் பரீட்சை முடிவு மாதிரியான திக்திக் அனுபவம். இந்த லட்சணத்தில் காதல் கண்ணீர் தொடங்கி அரசியல் அறிவியல் புதினம் வரைக்குமான வித்யாசங்களை நம்பிப் படமெடுப்பதை விட நகைச்சுவைப் படமெடுக்கிற காரியம் இருக்கிறதே அது இன்னும் கஷ்டம். ஒவ்வொரு காலத்திலும் சினிமா என்னவாக மாறுகிறது என்பதைப் பிற படங்கள் தீர்மானிப்பதைப் போலவே நகைச்சுவைப் படங்களும் தீர்மானித்துத் தருகின்றன எல்லாக் காலத்திலும் நகைச்சுவைப் படங்களை விரும்புவதற்கென்று தனி ரசிகர் கூட்டம் தொடர்ந்து கொண்டிருக்கிறது. தனியே ஒலிக்கும் நாதங்களாகின்றன நகைச்சுவைப் படங்கள்.

ஆர்.பாண்டியராஜன் பாக்யராஜிடம் படம்பயின்றவர். அவருடைய இயக்கத்தில் வெளியான முதல் படம் கன்னிராசி. இரண்டாவது படமான ஆண்பாவத்தில் இரு நாயகர்களில் ஒருவராகத் தானே நடித்தார். கதை என்னவோ சாதாரணமாய்க் காதில் சொல்லி விடக் கூடிய எளிய முடிச்சொன்று தான். நான் பார்த்த பெண்ணை நீ பார்க்கவில்லை நீ பார்த்த பெண்ணை நான் பார்க்கவில்லை என்ற பழைய கருப்பு வெள்ளைப் பாடல் வரியைத் தூக்கு இஷ்டவண்ணங்களிலெல்லாம் முக்கி எடுத்து வரைந்த கோலம் தான் ஆண் பாவம். ஆனால் நன்றாகப் பலித்த கனவு எனச் சொல்லி ஆக வேண்டும்

தான் பார்க்க வேண்டிய பெண்ணை பாராமல் வேறு பெண்ணைப் பார்த்து வருகிறான் பெரிய பாண்டி. கண்டவள் முகமே கனவும் நிஜமும் ஆகிறது. அவனும் அவளும் எப்படி இணைந்தார்கள் என்பது ஒரு இழை. அண்ணன் பாராமற் போன வாத்தியாரின்

மகளைச் சின்ன பாண்டி எப்படிக் கரம் பிடித்தான் என்பது அதே இழையின் மறுமுனை. இவர்களுக்கு மத்தியிலான பாத்திரங்கள் அவர்களின் உபகதைகள் இவ்வளவு தான் ஆண்பாவம் கதை.

இவ்வளவு தானா எனக் கேட்டு விட முடியாத அளவுக்கு ஆர்.பாண்டியராஜன் படைத்துத் தந்த மனிதர்கள் அமைந்தது விசேடம்.

சர்க்கரைப் பட்டியின் செல்வந்தர் ராமசாமி. குளம் வெட்டி யாரும் குளிக்க வராமற் போய் பள்ளிக்கூடம் கட்டி எவரும் படிக்க வராமல் கோயில் புனரமைத்து யாரும் வணங்க வராமல் பிறகு தானாய்ச் சென்றடைந்து கண்டுகொண்ட புதிய ஞானத்தின் படி மிகத் தாமதமாக அந்த ஊரின் முதல் டெண்டு கொட்டாயை அமைக்கிறதாய் அங்கலாய்த்தபடியே அறிமுகமாவார். இரண்டே பசங்கள் பெரிய பாண்டியும் சின்னப்பாண்டியுமாக வளைய வர துணைக்கிருப்பவள் ராமசாமியின் தாய்க்கிழவி. இந்தக் குடும்பத்தில் ராமசாமியின் மனைவி இல்லாமற் போனபிறகு நெடுங்காலம் கழித்து பெரிய பாண்டிக்கு திருமணம் செய்துவைப்பதன் மூலம் அவர்களது வீட்டில் விளக்கேற்றப் புதுக்கரம் வரும் என்பதால் அவனுக்கு திருமண ஏற்பாட்டில் இறங்குகிறார் ராமசாமி. உடனே பொறாமையில் பற்றி எரிகிறது சின்னப்பாண்டியின் அகம்.எனக்கொரு பெண் பார்க்கக் கூடாதா எனக் கேட்பவனைத் தனக்குத் தோன்றுகிற வார்த்தைகளைக் கொண்டு திட்டிவிடுகிறார் ராமசாமி.

சர்க்கரைப் பட்டி ராமசாமிக்கு ஒரே ஒரு தம்பி. பொறாமையின் பிறப்பிடமே அவர் தான். அண்ணன் செல்வாக்காகத் திகழும் அந்த ஊரில் தனக்கென்ன குறைச்சல் என நாளும் புழுங்கும் மனிதர் கனகராஜ் என்னென்னவோ செய்து பார்க்கிறார். ஜோசியர் குறித்துத் தந்த நாளில் ஓட்டல் திறக்கிறார். அன்று ஊரே கடையடைப்பு என்றாகிறது.பிறகு யாரோ சொன்னதைக் கேட்டு ஓட்டலில் டீவீ ஒன்றை வைக்கிறார். அந்தக் காலத்தில் டீவீ எட்டாக்கனி எளிதில் கிட்டாக்கனியும் கூட. அப்படி இருக்கையில் விளக்கை அணைத்தால் தான் படம் நன்றாகத் தெரியும் என ஒரு கஸ்டமரின் வேண்டுகோளை ஏற்று அவ்வண்ணமே செய்கிறார்.கடையே இருட்டில் காலியாகிறது.

அடுத்து இனிமேல் விளைக்கை அணைக்க மாட்டேன் என்ற முன் கண்டிசனோடு மீண்டும் ஒரு டீவீ என மறுபடி கடையைத் திறக்கிறார். இந்த முறை கஸ்டம்ஸ் அதிகாரிகள் வந்து டீவீ எப்டி வாங்குனே எனக் கேட்கும் போது வாயை வைத்துக் கொண்டு சும்மா இராத கனகராஜ் பில்லோட வாங்குறதுக்கு நா என்ன கிறுக்கனா எல்லாம் கடத்தல் சரக்குத் தான். வேணும்னா சொல்லுங்க உங்களுக்கும் வாங்கித் தரேன் என்று எம்.எல்.எம் மார்கெட்டிங் செய்பவரைப் போல அப்பிராணியாய் பேச அடுத்த ஸீனில் லாக் அப்பில் இருக்கிறார். பத்துக்குள்ள ஒரு நம்பர் சொல்லுங்க சொல்கிறார். எதாவது ஒரு பூ பேரு சொல்லுங்க. சொல்கிறார் லாக் அப் சகாவான ஒருவர் சொல்கிறார் தினமும் யார் மூஞ்சில முழிப்பீங்க..? என் பையன் மூஞ்சில தான் இது கனகராஜ். அதுனால தான் இவ்ளோ தூரம் வந்து இருக்கீங்க. இப்ப என்ன செய்றது.? கவலைப்படாதீங்க. அது தானா நடக்கும்.

கனகராஜின் பிரச்சினை புதுமையான முறையில் தீர்கிறது. பசி நாராயணன் ஒரே ஒரு காட்சியில் வந்தாலும் படத்தைத் திருப்பி வைத்து விட்டுப் போவார். உசிலை மணி மீசை முருகேஷ் எனப் பலருக்கும் தனி அடையாளமாக ஆனது ஆண்பாவம்.

விடலைப் பையன் என்பதை மேக் அப் மூலமாகவும் பல கொனஷ்டைகள் முதற்கொண்டும் பல படங்களில் காட்டித் தோற்றிருந்தாலும் இந்தப் படத்தில் விட்டேற்றி விடலையாகத் தானே தோன்றித் தமிழகத்தின் செல்லப் பிள்ளை நடிகராக முன்வந்தார் ஆர்.பாண்டியராஜன். அவருடைய முகமொழியும் குரலும் தன்னைப் பகடி செய்தாற் போலவே எல்லோரையும் தகர்த்துவிடுகிற பாங்கும் எல்லாமே ரசிப்பிற்குரியதாக இருந்தது.ஒரு நாயகனுக்குத் தேவை என்றிருந்த பட்டியலை முற்றிலுமாக மறுதலித்து விட்டு உருவாகி வந்த முதல் நாயகன் அவர். அறுபதுக்கும் மேற்பட்ட படங்களில் நாயகனாக நடித்தவர் அஞ்சாதே போன்ற படங்களில் தனது குணச்சித்திர நடிப்பையும் அழகாக வெளிப்படுத்தினார்.

திரைக்கதை அமைப்பில் தமிழில் முக்கியமான படங்களில் ஒன்று ஆண்பாவம். நகைச்சுவைப் படம் என்றால் துவக்கம் முதல் கடைசிவரைக்கும் சிரிப்பு மட்டுமே என்பதல்ல அர்த்தம். இயல்பாகப் பெருகி வருவதில் நகைச்சுவைக்கு முன்னுரிமையும் வேறேங்கேயும் வாய்க்காத புதுமையைக் கொண்டிருப்பதில் உறுதியும் கொண்ட படங்களை அப்படி வகைப்படுத்த முடிகிறது. ஆண் பாவம் அந்தக் கால கட்டத்தின் எளிமையான கிராமப்புற மக்களின் வெள்ளந்திக் காதலை வெளிச்சொன்ன சிறந்த படங்களில் ஒன்று.

பாண்டியனுக்கும் சீதாவுக்குமான காதல் எபிசோட் அத்தனை

பரிசுத்தமானது.

இசை இளையராஜா.

பாண்டியராஜன் ஆடிப்பாட காதல் கசக்குதய்யா என்ற பாடலைத் தானே பாடினார் ராஜா.என்னைப் பாடச்சொல்லாதே பாடல் உற்சாக ஊற்று என்றால் நான் ஊமையான சின்னக்குயிலு சோகசாகரம். குயிலே குயிலே பாடல் காலங்கடந்து ஒலிக்கும் காதல்பேழை.

இளையராஜாவின் ஆகச்சிறந்த பீஜீஎம்களில் ஒன்றென இன்றும் கொண்டாடப்பட்டு வருவது ஆண்பாவம் படத்திற்கு அவர் அள்ளித் தந்த இசைக்கொடைக் கோர்வைகள்.ரேவதியின் அறிமுகம் தொடங்கி இறுதி வரை ரேவதி எபிசோட் முழுவதற்குமான தனி இசைக்கோர்வை. பாண்டியனுக்கும் சீதாவுக்குமான காதல் ஊடல் சேர்தல் நிகழ்வுகளுக்கான தனித்த இசையாரங்கள் பாண்டியராஜனுக்கு எனத் தனியாக அவர் தந்த வேற்று இசை என இந்தப் படத்தின் இசை குறித்து இன்னும் பல பக்கங்கள் பேசலாம்.காதலை இசை வழி எடுத்துரைத்தார் ராஜா.

அசோக்குமாரின் நேர்த்தியான ஒளிப்பதிவு தெளிந்த நீரோடையாக பரவசம் தந்தது. சீதாவும் ரேவதியும் இந்தப் படத்தின் இருவைரங்கள். தமிழ் சினிமாவில் எண்பதுகளில் தோன்றியவர்களில் தனக்குக் கிடைத்த பாத்திரத்தை எல்லாம் அடித்து நொறுக்கக் கூடிய மகா நடிகை ரேவதி. இந்தப் படத்திலிருந்து வெகுதூரம் சென்றாலும் பேச்சுத்திறன் அற்றுப் போய்த் தன் முகமொழியால் நடிக்கிற ரேவதியின் கண்கள் மறக்க முடியாத மின்னல்தெறல்களாகவே நீடித்தன.

தனித்துவமான மனித குணங்கள் காதல் பிடிவாதங்கள் வாழ்க்கை இணை மீதான பற்றுதல் வாலிபத்தைக் கொண்டாடுகிற விட்டேற்றி மனோபாவத்தின் இலக்கற்ற பறத்தல் கணங்கள் எனத் தமிழ் சினிமாவின் சிறந்த காதல் படமாகவும் நகைச்சுவைப் படமாகவும் இன்னிசைப்படமாகவும் ஆண்பாவம் வெவ்வேறு பட்டியல்களில் நிரந்தர இடம் பற்றியிருப்பது அதன் மேன்மையைப் புரிந்து கொள்ள உதவுகிறது.

ஆண்பாவம் திருவிழா மனநிலை

40 ஒரு கைதியின் டைரி

நியோ: அது உண்மையானதல்ல என்று நினைத்தேன்.

மார்பியஸ் உங்கள் மனம் அதை உண்மையானதாக்குகிறது.

நியோ: நீங்கள் மேட்ரிக்ஸில் கொல்லப்பட்டால், நீங்கள் இங்கே இறக்கிறீர்களா?

மார்பியஸ் மனம் இல்லாமல் உடல்வாழ முடியாது.

The Matrix 1999

நியாயத் தகப்பன் அநீதி புதல்வன் என்பதொரு வகை சீரீஸ் பழிவாங்கும் தகப்பன் துரத்தித் தோற்கும் புதல்வன் என்பதாக மாற்றி யோசித்துத் தன் முதிய பிம்பத்திடம் இளைய வெர்ஷன் தோல்வியடையும் இரண்டு படங்கள் கமல்ஹாசன் நடித்து ட்ரெண்ட் செட்டர்களாக மாறின.ஒன்று ஒரு கைதியின் டைரி. இன்னொன்று பின் நாட்களில் வந்த இந்தியன்.

கைதியின் டைரி படம் அதன் திரைக்கதை அமைப்பிற்காக கவனம் பெறுகிறது. மேலோட்டமாகப் பார்த்தால் எளிய திருப்பங்களற்ற பழிவாங்கும் கதை. ஆனால் திரையில் பின்னிய விதம் அபாரமானது.

டேவிட் ஒரு எளிய மனிதன். அழகான அவன் மனைவி ரோஸி மற்றும் ஒரே மகனோடு வாழ்ந்து வருபவன். வஞ்சகர்கள் மூவரால் அவனது மனைவி பாலியல் வல்லுறவுக்கு ஆளாக்கப் படுகிறாள். டேவிட்டுக்கு கடிதம் எழுதிவிட்டு தற்கொலை செய்கிறாள். அதிகாரபலமும் பணபலமும் கைகோர்த்ததில் டேவிட் தன் மனைவியைக் கொன்றதாக புனையப்பட்ட வழக்கில் சிறை செல்கிறான். 22 வருடங்கள் கழித்து ரிலீஸ் ஆகிறான். 14 வருட தண்டனையை அடிக்கடி சிறையில் இருந்து தப்ப முயன்றதினால் அதிகரித்துக் கொண்டவன் என்பது கூடுதல் தண்டனைக்கான காரணமாகிறது.

தன் உற்ற நண்பன் வேலப்பனிடம் ஒரே மகன் ஜேம்ஸை ஒப்படைத்து அவனை மூர்க்கமான ரவுடியாக வளர்க்கச் சொல்லிச் செல்கிற டேவிட் 22 வருடங்களுக்குப் பின்னால் வெளியே வந்து பார்க்கும் போது ஷங்கர் என்ற பேரில் ஒரு

நியாயமான இன்ஸ்பெக்டராகத் தன் மகனை வளர்த்தெடுத்த வேலப்பனை சந்தித்து உண்மை அறிந்து என் மனைவி சாவுக்கு நானே பழிவாங்கிக்கொள்கிறேன் எனப் புறப்படுகிறான். அவனை ஆறுதல் படுத்த வேலப்பனிடம் வார்த்தைகளில்லை.

ஐஜீ மகளும் ஷங்கரும் காதலர்கள்.பழைய எதிரிகளை இன்னும் பலம் பொருந்திய மனிதர்களாக சந்திக்க நேர்ந்ததை உணரும் டேவிட் எப்படித் தன் பழியைத் தீர்த்துக் கொள்கிறான் என்பதும் அவனை யாரென்றே அறியாமல் எப்படியாவது டேவிடின் கொலைகளை தடுத்துவிடப் பெரும் பிரயத்தனம் எடுத்துத் தோற்கிற ஷங்கர் கடைசியில் வேலப்பனிடமிருந்து தனக்குக் கிடைக்கிற ஜேம்ஸின் டைரியைப் படித்துத் தன் தகப்பனின் கதையை முழு உண்மையை அறிகிறான்.

யாருமே எதிர்பாராத நூதனமான முறையில் மூன்றாவது கொலை அரங்கேறுகிறது தந்தை என்றும் பாராமல் டேவிடைத் தன் துப்பாக்கியால் சுட்டு வீழ்த்துகிறான் ஷங்கர் அலையஸ் ஜேம்ஸ் தமிழை விட இந்தியில் அதிரி புதிரி ஹிட் அடித்தது இந்தப் படம். இதன் கதை வசனத்தை எழுதியவர் கே.பாக்யராஜ். பல இடங்களில் வசனம் மிளிர்ந்தது என்றால் பொருந்தும். ஜனகராஜூம் ஷங்கர் கமலும் பேசுகிற இடமும் ரேவதிக்கும் ஜேம்ஸ் கமலுக்கும் இடையில் நடைபெறுகிற உணர்வு பொங்கும் உரையாடல்களும் படத்தை நகர்த்தியதில் பெரும்பங்கு வகித்தன.

இதனை இயக்கியவர் ஆர்.பாரதிராஜா. இசை இளையராஜா. பாடல்கள் வைரமுத்து பொன் மானே கோபம் ஏனோ என்ற பாடல் உன்னிமேனன் மற்றும் உமா ரமணன் குரல்களில் மனம் வருடியது. ஏபிசி நீ வாசி எனும் அழியாப் புகழ் கொண்ட பாடல் இன்றளவும் ஒங்கி ஒலிப்பது.

காட்சிமொழியால் எந்த ஒரு வழக்கமான வணிக சினிமா நிர்ப்பந்திக்கிற சாதாரண காட்சியையும் தனக்கே உண்டான தனித்த ரசனையால் வித்யாசப்படுத்துவது பாரதிராஜா பாணி என்றே

சொல்ல முடியும். இந்தப் படத்தில் பல இடங்களில் கதை சொல்லப் பட்ட விதத்துக்காக ரசிக்க முடியும். முக்கியமாக தன் தாயை அழித்து தந்தையை ஜெயிலுக்கு அனுப்பியவனைத் தன் கையால் கொல்லப் போவதாக அத்தனை காலம் நளினமும் உறுதியும் கொண்டு வாழ்ந்து வருகிற ஷங்கர் உணர்ச்சிவசப்பட்டு ஐஜியிடம் குமுறுகிற காட்சியில் ஐஜி அவருக்கு பதில் சொல்லி அந்தக் காட்சிக்கு அப்பால் மீண்டும் தன் கடமை உணர்ந்து பணிக்குத் திரும்புவார் இன்ஸ்பெக்டர் ஷங்கர். இதை பாரதிராஜா வழங்கிய விதத்தால் இன்றல்ல இன்னும் நெடுங்காலத்துக்கு முக்கியத்துவம் குன்றாமல் ஒளிர்ந்து மிளிர்வது கண்கூடு.

இளம் வயதில் ஒன்று இரண்டல்ல பல படங்களில் வயதான முதிய மனிதன் வேடத்தை ஏற்று அவற்றில் வித்யாசங்களை காண்பிக்கத் தவறாமல் அதே சமயத்தில் நேர்த்தியும் குன்றாமல் மிகைநடிப்பும் நல்காமல் பண்பட்ட தனது நடிப்பை வெளிப்படுத்திய சொற்பமான தென் திசை நடிகர்களில் கமல்ஹாசனுக்கு முக்கிய இடமுண்டு. அதனை நல்ல முறையில் உறுதி செய்த படம் இது.

ஒரு கைதியின் டைரி பழி தீர்க்கும் படம்.

41 மீண்டும் ஒரு காதல் கதை

நிறைய அதிர்ச்சி மற்றும் சப்தத்துடன் தொடங்கி நம்ப முடியாத வழமையாக பூர்த்தியடைகிற ஹாலிவுட் திரைப்படங்களுக்கு மாற்றாக கணிக்க முடியாத பல அடுக்குகளைக் கொண்ட விரிவடையும் கதைகளை நான் விரும்புகிறேன்.

- பீட்டர் பால்க்

ப்ரதாப் போத்தன் நடிகர் மற்றும் இயக்குனர். மலையாளத்தைத் தாய்மொழியாகக் கொண்டவரான பிரதாப்பின் அண்ணன் ஹரிபோத்தன் மலையாளத்தில் முக்கியமான இயக்குனர். தமிழ் மலையாளம் தெலுங்கு மொழிகளிலும் நூறு படங்களுக்கு மேல் நடித்தவரான பிரதாப் போத்தன் ஒரு யாத்ரா மொழி ஜீவா வெற்றிவிழா மகுடம் ஆத்மா சீவலப்பேரி பாண்டி உட்படப் 12 படங்களை இயக்கினார். அவர் இயக்கிய முதல் படமான மீண்டும் ஒரு காதல்கதை அவருக்கு தேசிய விருதைப் பெற்றுத்தந்தது.. ராதிகா தயாரித்த இந்தப் படத்தில் சாருஹாசன் ஒய்ஜி.மகேந்திரா ரோனி படேல் இவர்களுடன் ப்ரதாப் ராதிகா இணைந்து நடித்தனர். பி.லெனின் எடிடிங்கில் இப்படத்திற்கு பிசி.ஸ்ரீராம் ஒளிப்பதிவு செய்தார். இளையராஜா இதற்கு இசைத்தார். அதிகாலை நேரமே புதிதான ராகமே என்ற பாடல் இன்றும் வென்றொலிக்கும் சூப்பர்ஹிட் பாடல்.

பணக்காரர் பத்ரிநாத்தின் மகள் சரசு மனவளர்ச்சி சமன் இல்லாத குழந்தைகளுக்கான சிறப்பு பள்ளியில் பெற்றோர்களால் சேர்க்கப்படுகிறாள் அங்கே ஜூஜூ தாத்தா என்கிற காப்பாளரும் ரோனி படேல் பாதிரியாரும் சாருஹாசன் அந்தப் பள்ளியை நிர்வகிக்கிறார்கள் உறவு என்று சொல்லிக்கொள்ள யாரும் இல்லாத இன்னொரு மனநிலை சமமற்ற கணபதி என்கிற கப்பி சரசுவுக்கு உற்ற தோழனாக மாறுகிறான்.

தங்கள் வீட்டு திருமணத்துக்கு விடுப்பில் சரசுவை அழைத்துச்செல்ல தந்தை பத்ரிநாத் சரசுவின் தாயாரோடு பள்ளிக்கு வருகிறார்கள் கப்பி தன்னோடு வந்தால் தான் தானும் வருவேன் என்று பிடிவாதம் பிடிக்கிறாள் சரசு வேறு வழியில்லாமல் பாதிரியாரிடம் வேண்டிக்கொண்டு காபியும் அழைத்துச் செல்கிறார்கள். தனக்கும் கப்பிக்கும் கல்யாணம் செய்து வைக்குமாறு சரசு அப்பாவிடம்

கேட்கிறாள் எதிர்பாராத திருப்பமாக கப்பியும் சரசுவும் திருமணம் முடிந்து தங்களோடு பாதுகாப்புக்கு ஜ®ஜ¬ தாத்தாவுடன் மலை கிராமமான கோர குண்டாவிற்கு அனுப்பி வைக்கப்படுகிறார்கள் அது ஒரு விசித்திரமான கிராமம் கப்பயும் சரசுவும் உடலால் இணைய சரசு கர்ப்பமாகிறாள்.

ஒரு தினம் கிராமத் தலைவன் போதையில் சரசுவை துன்புறுத்த முயல கப்பி கல்லால் அடித்து அவனைக் கொன்று விடுகிறான் தண்டனை விதிக்கப்பட்டு ஆயுள் சிறைவாசத்தை தொடங்குகிறான் கப்பி. சரசுவுக்கு வலி எடுத்து பிரசவ வேதனையில் மருத்துவமனையில் துடிக்கிறாள். சிறப்பு அனுமதி அனுமதியுடன் வெளிவந்து சரசுவை மருத்துவமனையில் சந்திக்கிறான் அழகான குழந்தையை பெற்றெடுக்கிறாள் சரசு.

பிரசவத்தில் சரசு மரணமடைகிறாள். மரணம் என்பதை என்னவெனப் புரிந்து கொள்ள முடியாத கப்பி சரசு தன்னிடம் நடிப்பதாக எண்ணுகிறான்.மீண்டும் சிறையில் அடைக்கப்படும் கப்பி அதற்கு பிறகு யாருடனும் பேசாமல் எதற்காகவும் சிரிக்காமல் சில காலம் கழித்து சிறையிலேயே இறந்து போகிறான்.

இந்தப் படத்தின் பாதிப்பை பின்னர் வந்த ஆவாரம்பூ தொடங்கி சேது வரைக்கும் பல படங்களில் உணரலாம்.கத்தி மீது நடப்பது போன்ற கதையை சோமசுந்தரேஷ்வருடன் சேர்ந்து ப்ரதாப் திரைக்கதை அமைத்தார்.ப்ரதாப் இயக்கத்தில் வித்யாசமான படமாக மீண்டும் ஒரு காதல் கதை சொல்லத் தக்கது. உலகமும் உருண்டை லட்டுவும் உருண்டை உலகத்தை கடவுள் படைத்தார் லட்டுவை அம்மா படைத்தார் என்றெல்லாம் சாருஹாசன் பசங்களுக்குப் பாடமெடுக்கும் காட்சி நகைப்பைத் தந்தது.ராதிகா இந்தப் படத்தில் மிகச்சிறப்பான நடிப்பை வழங்கினார்.குறைவான கதாபாத்திரங்களை மட்டுமே கொண்ட அதே சமயத்தில் காத்திரமான கதையையும் பார்ப்பவர்களின் ஆழ்மனதில் அனுபவச்செறிவைக் கொண்டு சேர்க்கிற திரைமொழியையும் கொண்டிருந்த வகையில் சிறப்பான படமாக மிளிர்கிறது.

மீண்டும் ஒரு காதல் கதை அபூர்வமான பாடல்.

42 சம்சாரம் அது மின்சாரம்

நாம் வாழ்ந்து கொண்டிருப்பது நாடகத்தனமான உலகத்தில் அல்ல. அது பொருள்சார் உலகம். மேலும் உண்மையென்பது உணர்ச்சியூட்டலில் அல்ல பொருள்சார் விஷயங்களின் உண்மையான அளவீடுகளில் உறைந்திருக்கிறது.

- ரிச்சர்ட் ஃப்ளநாகன்

எழுத்தாளர் விசுவின் ஆரம்பப் படங்களிலிருந்து முற்றிலும் மாறிப் பயணித்தவை அவர் இயக்கிய படங்கள். பட்டினப் பிரவேசம் படத்தின் கதை வசனத்தை கண்ணுற்றவர்கள் அவருடைய நாடக பாணிப் படங்களை நம்ப முடியாத வியத்தலோடு தான் அணுகுவர். சதுரங்கம் அவன் அவள் அது நெற்றிக்கண் புதுக்கவிதை கீழ்வானம் சிவக்கும் என அவர் எழுத்திற்குப் பெருத்த வரவேற்பு இருந்தது. பின்னாட்களிலும் அவர் நல்லவனுக்கு நல்லவன் மிஸ்டர்பாரத் என ரஜினி படங்களுக்கு வசனம் எழுதியதும் கூறத்தக்கதே.

குடும்பம் ஒரு கதம்பம் படம் விசுவின் அடுத்த கால நகர்வைத் தீர்மானித்துத் தந்தது. அதன் வெற்றி விசுவின் மீதான வெளிச்சத்தைக் கூடுதலாக்கியது. பாலச்சந்தரின் ஆரம்பகாலக் கதைத் தேர்வுகளின் சுத்திகரிக்கப்பட்ட வடிவங்களைத் தன் கையிலெடுத்து வென்றவர் விசு. எண்பதுகளில் தொடங்கி தொண்ணூறுகளின் இறுதி வரைக்கும் மத்யம சமூகத்தின் வாழ்க்கை குறித்த யதார்த்தத்திற்கு உள்ளேயும் வெளியேயும் ஊசலாடிய கதைகளைப் படமாக ஆக்கினார். அவற்றிற்கென தனித்த ரசிகர்கள் உருவானார்கள். விசு பாணி என்றே ஒரு விதமான பட நகர்வு முறை கருதப்பட்டு அழைக்கப்படுகிற அளவுக்கு நெடிய வசனங்கள் பேசித் திருப்புகிற உரையாடல்கள் தொடர்ந்து ஒலிக்கப்படுகிற கேள்விகள் என்று தன் படவுலகத்தை நாடக பாணியை அடிப்படையாகக் கொண்டு தானே தயாரித்துக் கொண்டவர் விசு. அவரது வசனங்கள் கதையின் போக்கை அதன் மீதான யூகத்தை மற்றும் துல்லியத்தை கொஞ்சமும் பிசிறின்றிப் பார்க்கிற அத்தனை பேருக்கும் தெளிவாகப் புரியவைத்து விட வேண்டும் என்பதற்காகவே எழுதப்பட்டன.

விசு தன் கதைகளை குடும்பத்தின் மீதான பழைய மற்றும் புதிய விலக்கங்களுடனேயே அமைத்தார். அவை வெற்றி பெற்றன. அதிலிருந்து விலகி அவர் எடுக்க விழைந்த சிதம்பர ரகசியம் புதிய சகாப்தம் புயல் கடந்த பூமி போன்ற படங்கள் பெரும் தோல்வியைப்

பெற்று மீண்டும் மீண்டும் அவரை ஒரே திசையில் திருப்பின. நடிகராகவும் தனக்கு வழங்கப்படுகிற வேடங்களை ஏற்றுப் பரிமளிப்பதில் கச்சிதம் காட்டியவர் விசு. அவருடைய வசனங்கள் குறிப்பிட்ட காலம் தமிழ் சினிமாவின் வெற்றிகரமான முதலிடத்தில் அவரை நிறுத்தியிருந்தன என்றால் அது மிகையாகாது.

கூட்டுக்குடும்பம் எனும் வாழ்வு வடிவத்தைப் போற்றியபடி அதன் மீதான விசாரணையை நிகழ்த்திய வகையில் சம்சாரம் அது மின்சாரம் திரைப்படம் மாபெரும் வெற்றியைக் குவித்தது. தேசிய விருதுகளில் சிறந்த தமிழ்ப் படத்திற்கென தங்கப் பதக்கத்தை வென்றெடுத்த முதற்படமாக சம்சாரம் அது மின்சாரம் அமைந்தது தற்செயலும் தகுதியும் சந்தித்த வேளை நிகழ்ந்த அற்புதம். ஏ.வி.எம் நிறுவனம் தயாரித்த சம்சாரம் அது மின்சாரம் திரைப்படம் இன்றளவும் தொலைக்காட்சிகளில் அவ்வப்போது ஒளிபரப்பப்பட்டு வருவது அதற்கும் தமிழ் நிலத்துக்கும் இடையிலான மாறாத பந்தமொன்றை விளக்கித் தருகிற சாட்சியம்

அம்மையப்பனுக்கு இந்தியன் ஆயில் நிறுவனத்தில் வேலைபார்க்கும் சிதம்பரம் ஒரு தொழிற்சாலையில் பணியாற்றும் சிவா இன்னும் பன்னிரெண்டாம் வகுப்பைத் தாண்டாத பாரதி என மூன்று மகன்கள் சரோஜினி ஒரே மகள். கோதாவரி அம்மையப்பனின் இல்லத்தரசி. மூத்தவன் சிதம்பரத்தின் மனைவி உமா சிவாவின் மனைவி வசந்தா என எல்லோரும் கூட்டுக் குடும்பமாக வாழ்கின்றனர். சுயநலவாதியான சிதம்பரம் எப்போது படிப்பை முடிப்பான் எனத் தெரியாத பாரதி. மாற்று மதத்தில் காதல் திருமணம் செய்து அதில் முரண்படுகிற சரோஜினி எனக் குடும்பத்தின் எல்லா விழுதுகளின் படர்தலிலும் பிரச்சினை மொட்டுவிட எப்படித் தீர்க்கிறார் என்பது தான் கதை. சொல்ல வந்த கதையை சொன்ன விதத்தில் ரசித்தார்கள் என்பதை விட போற்றினார்கள் எனச் சொல்ல வேண்டும்.

சம்சாரம் அது மின்சாரம் படத்தில் சந்திரசேகர் ரகுவரன் மனோரமா இளவரசி டெல்லி கணேஷ் கமலாகாமேஷ் லட்சுமி கிஷ்மு திலீப் மாதுரி என வேடமேற்றவர்கள் அனைவருமே கனகச்சிதமாக நடித்திருந்தனர். சங்கர் கணேஷின் இசையில் எல்லாப் பாடல்களுமே அந்தக் காலத்தின் பெருவிருப்பப் பாடல்களாகத் திகழ்ந்தன.

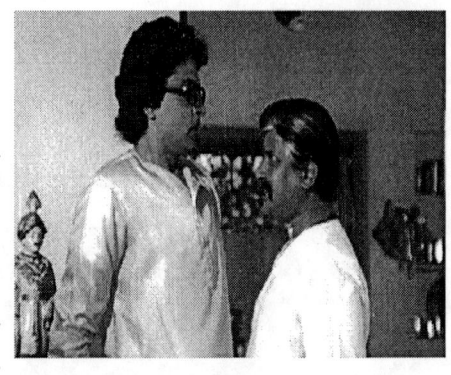

கத்தி மீது நடந்தாற் போல் சாதாரணக் கதைக்கு எதை முடிவாக அறி-வித்தாலும் திருப்தியின்றிப் போவதற்கும் சாதாரணமான மற்றொன்றாகவே மாறுவதற்கும் நிறையவே வாய்ப்புகள் உண்டு. இந்தப் படம் கொண்டாடப் பட்டதற்கு முதன்மையான காரணம் இதன் க்ளைமாக்ஸ். திரைப்படம் தீர்வு சொல்லி அதனை நிச வாழ்க்கைக்கு மாற்றிக் கடைப்பிடிப்பதெல்லாம் அரிதினும் அரிய நிகழாநிகழ்வு. ஆனால் இந்தப் படம் முன் வைத்த தீர்வு அடுத்த சமீப காலத்தில் மக்களின் மனோநிலையை முன் கூட்டி யூகித்த கச்சிதமாகவே திகழ்ந்தது. தொண்ணூறுகளில் உடைந்து சிதறிய கூட்டுக் குடும்பம் எனும் அமைப்பு இரண்டா-யிரத்துக்கு அப்புறம் அபூர்வங்களின் வரிசையில் சேர்க்கப்பட்டது. அந்த வகையில் சம்சாரம் அது மின்சாரம் எதையும் நியாயப் படுத்தாமல் அதே நேரம் போலிப் ப்ரார்த்தனைகளைக் கைவிட்டு உதறி இது தான் நிகழச் சரியாக இருக்கும் என்பதை துல்லியமாகவும் உறுதிபடவும் பேசிய விதத்தில் தமிழின் முக்கியமான படங்களில் ஒன்றாகிறது.

சம்சாரம் அது மின்சாரம் வாழ்க்கை நாடகம்.

43 ஊமை விழிகள்

ஒரு சிறந்த கதையை அடைய வேண்டுமானால் நாயகனை விரும்புகிறாற் போலவே நீங்கள் வில்லனையும் விரும்பியாக வேண்டும்.

- ஆண்ட்ரூ ஸ்காட்

சோழா பிக்னிக் வில்லேஜின் மர்மங்களைத் துப்பறியச் செல்கிறான் பத்திரிகையாளன் ராஜா. அவனுக்கும் பத்திரிகை ஆசிரியர் சந்திரனுக்கும் படிப்படியாக எதிர்ப்புகள் வருகின்றன. ராஜாவுக்கு உதவுகிறாள் எம்.எல்.ஏ சட்டநாதனிடம் வேலை பார்க்கும் உமா. சட்டநாதனுக்கும் பிக்னிக் வில்லேஜ் உரிமையாளன் கே.ஆர்.கேவுக்கும் இருக்கும் ரகசிய தொடர்புகளை அம்பலமாக்குகின்றான் ராஜா. அதனால் கோபமடையும் எதிரிகள் உமாவைக் கொல்கின்றனர். அந்த வழக்கை விசாரிக்க வருகிறார் டீ.எஸ்.பி தீனதயாள் மர்மம் பகை அரசியல் அதிகாரம் எனப் பல சூழ்ச்சிகளை முறியடித்து எங்கனம் சோழா வில்லேஜின் அனைத்து மர்மங்களையும் வெளிக்கொணர்கின்றனர் என்பது மீதிக் கதை.

ஊமை விழிகள் திரைப்படக் கல்லூரி மாணவர்கள் முதலில் குறும்படமாக எடுத்து அதை அடுத்து விரித்துப் பெருந்திரை நோக்கி நகர்த்திய படம். அகில இந்திய அளவில் மாபெரும் தொடக்கத்தை திரைப்படக் கல்லூரி மாணவர்களின் முயற்சிக்குக் கிடைக்கக் காரணமாக இருந்தது ஊமை விழிகள்.ஆபாவாணன் திரைக்கதை பாடல்கள் வசனம் இவற்றை எழுதி தயாரித்தார்.மனோஜ் கியான் இரட்டையர்கள் இசையமைத்தார்கள்.ரமேஷ் குமார் ஒளிப்பதிவு செய்ய அரவிந்தராஜ் இயக்கத்தில் மாபெரும் வெற்றி பெற்றது ஊமை விழிகள்.

எந்த நாயக பிம்பமும் இல்லாமல் வழங்கப்பட்ட பாத்திரத்துக்கு நியாயம் செய்தார் விஜய்காந்த். அவருக்கு இணையாக வேடமேற்றார் சரிதா. கார்த்திக் சசிகலா சந்திரசேகர் விசு கிஷ்மு அருண்பாண்டியன் மலேசியா வாசுதேவன் மற்றும் குறிப்பிட்ட கால இடைவெளிக்குப் பின்னால் மீண்டும் திரை கண்டார் ரவிச்சந்திரன். தன் முந்தைய அத்தியாயத்தின் அமுல்குழந்தை நடிப்பிலிருந்து விலகி மாபெரும் வில்லனாக இந்தப் படத்தில் தோன்றினார். அதுவும் இந்தப் படத்தின் வில்லனுக்கு வழங்கப்பட்ட பூர்வ கதை உணர்வுகளைக் கிளறுவதாக அமைந்திருந்தது. எடுத்துக்கொண்ட கதையை படமாக்கிய

அரங்கு நிறைந்தது | 145

விதத்தில் சர்வதேச மர்மப் படங்களுக்கு இணையான வழங்கலைக் கொண்டிருந்தது இந்தத் திரைப்படம்.

பின்னணி இசையும் ஒளிப்பதிவும் தூண்களைப் போலத் தாங்கின எனலாம்.

திரைக்கதையின் போக்குக்கு உறுத்தாத பாடல்களும் வசனங்களும் ஊமைவிழிகளின் பலங்கள். அதுவும் க்ளைமாக்ஸில் அணிவகுத்து வரும் அத்தனை அம்பாஸிடர் கார்வலக் காட்சி அகில இந்திய அளவில் பேசப்பட்டது.

முப்பதாண்டுகளுக்கு பிறகும் இன்றளவும் விறுவிறுப்புக் குறையாமல் இருப்பது ஊமைவிழிகள் பட உருவாக்கத்தின் பெருஞ் சிறப்பு.

ஊமைவிழிகள் பேசாப் பெருமொழி.

44 மௌனராகம்

இன்றைக்கும் இதன் கார்த்திக் ரேவதி எபிஸோடை முன்வைத்து தங்கள் கதையின் முதற்பாதியைத் துவங்க நினைத்துக் கதை பண்ணுகிற பலரும் கோடம்பாக்கத்தைத் தாண்டி அருகாமை ஆந்திர கேரளங்களிலும் உண்டு. பழைய காதலனாக மனோகர் எனும் சிறு பாத்திரத்தில் வந்தது தெரிவதற்குள் கொல்லப்படுகிற பட்டாம்பூச்சிக் காதல்யுவனாக கார்த்திக் தோன்றியது அந்தக் காலகட்டத்தின் இளம்புதுக் காதல்ராஜாவாக அவரை ஆக்கித் தந்தது.

மறக்க விரும்பாத பழைய காதல் மீதான பரிவேக்கத்தை ரேவதி அழகாக முன்வைத்தார். தகப்பனிடம் திருமணம் வேண்டாம் என்று தவிர்க்க முடியாத ரேவதி தன்னை மிகவும் விரும்பி மணமுடிக்கும் மோகனோடு டெல்லி செல்கிறார்.புதிய வாழ்வின் ஜிகினாஜீரா எல்லாம் அற்றுப் போய் தன்னிடம் முதல் பரிசாக மனைவி கேட்கும் விவாகரத்தை அவள் விருப்பப் படியே அவளுக்கு வழங்க முற்படுகிறான் கணவன்.நீதிமன்றம் ஒரே வீட்டில் சில காலம் வாழ அறிவுறுத்துகிறது.அதன் முடிவில் மலரினும் மெல்லிய கணவனின் மென்மனதின் முன் பிடிவாதங்கள் அற்றுப் போய் விவாகரத்தை ரத்து செய்துவிட்டு வாழ்க்கைக்குள் நுழைகிறார்கள் தம்பதிகள்.கொஞ்சம் மிஞ்சியிருந்தால் மோகன் பாத்திரம் செயற்கைவீதிகளுக்குள் கால்பதித்திருக்கும்.

இளையராஜா இன்னொரு இயக்குனராகவே செயல்பட்டார். இதன் தீம் ம்யூசிக் இழைகளை மனனம் செய்திருக்கும் பெருங்கூட்டத்தில் நானும் ஒருவன். மன்றம் வந்த தென்றலுக்கு மஞ்சம் வர நெஞ்சம் இல்லையோ பாடல் இன்றும் சோகதேசத்து ஆன்ம கீதமாய் வாதையின் பெரும்பாடலாய் நிரந்தரித்திருக்கிறது.சின்னச்சின்ன வண்ணக்குயில் பாடல் ஏகாந்தத்தைப் படமாக்கிய தமிழ்ப் பாடல்களில் இன்னொரு நல்வைரம். பனி விழும் இரவு சொல்ல முடியாத காதலின் வதங்கலை அழுத்தமாய்ப் பதிந்தது.நிலாவே வா பாடல் ரேடியோ ஹிட்களில் முதலிடத்தைப் பல காலம் தன்னகத்தே வைத்திருந்தது.

ஒரு முறை மாத்திரம் நிகழும் அற்புதமாகவே இந்தப் படத்தைத் தன் ஒளிப்பதிவால் ஸ்ரீராமும் இசையால் இளையராஜாவும் குரலால்

அரங்கு நிறைந்தது | 147

எஸ்.பி.பாலசுப்ரமணியமும் எஸ்.ஜானகியும் சித்ராவும் வரிகளால் வாலியும் இயக்கத்தால் மணிரத்னமும் வார்த்திருந்தார்கள். இதே படத்தின் திரைக்கதையை சுட்டுப் பொறித்து பாதிக் கொதியலாக பின் நாட்களில் ராஜாராணி என்றொரு படம் வந்தது. நிஜத்துக்கு அருகாமையிலிருந்தாலும் நிழல் நெளிந்து தரையில் வீழ்ந்தாகவேண்டும் என்பதை நிரூபிக்கும் வண்ணம் ஓங்கி ஒலித்த ராகமாலிகையாக இந்தப் படம் இன்றும் எல்லோரின் பெருவிருப்பமாய்த் தனிக்கிறது.

45 நாயகன்

மணிரத்னத்தின் வருகைக் காலம் நடுமத்திய எண்பதுகள். நாயகன் அவரது திரைநதியின் திசைவழியைத் தீர்மானித்துத் தந்தது. நிலம் என்பது மனிதனுக்கு இந்தப் பிரபஞ்சத்துக்கும் வாழ்வதற்கும் இடையிலான பற்றுக் கோடாக எப்போதும் விளங்குவது. சொந்த உடலைச் சொந்தம் கொண்டாடுவதைப் போலவே ஊரை இறுக்கமாகத் தழுவிக் கொள்ளுகிறான். எந்த மனிதனும் இதற்கு விதிவிலக்கல்ல. பிறந்த ஊர், வளர்ந்த வீதி, பக்கத்து வீடு, படித்த பள்ளி, எனக் காலம் நினைவுகளாகவும், ஞாபகங்களாகவும் அவரவர் வசம் அலைதீராக் கடலாகிறது.

மொழி, இனம், மதம், என மற்ற பற்றுதல்கள் யாவும் மண்ணுக்குப் பின்னால் மட்டுமே அணிவகுக்கின்றன. ஊரை இழப்பது என்பது எத்தனை தொலைவு தன் ஊரிலிருந்து நகர்கிறானோ அத்தனை பதற்றத்துக்குரியவனாகத் தானற்ற வேறொருவனாக, தனக்குப் பிடிக்காத தன் பிரதியாக மனிதனை ஆக்குகிறது. மேலும், ஞாபக வாஞ்சை சொந்த ஊரைச் சுற்றியே அல்லாடுகிறது. இவை எல்லாமும் வாழ்வதற்காக நிலம் பெயர்ந்த யாவர்க்கும் அப்படியே பொருந்துவதில்லை. சொந்த இடம் அன்றி வந்த இடத்தை இனி வாழ்வதற்கான ஒட்டுமொத்தமாக உணர்கிற மனிதன், மேற்சொன்ன பதற்றங்களோடு கூடவே வாழ்விடத்தில் தன்னை நிலைநிறுத்திக் கொள்வதற்காகவும் போராடத் தொடங்குகிறான். இருப்பதும் கசப்பதும் குறைந்தபட்சம் வெவ்வேறாக இருக்க வேண்டும் என்பதற்கான குறைந்தபட்ச வித்தியாசத்தைக் கூப்பிய கரங்களின் மன்றாட்டுத் தொடங்கி, குறுவாளின் நுனியில் மினுக்குகிற உயிரச்சம் வரை வெவ்வேறாக வாழ நேர்கையில் தன்னைத் துரத்துபவர்களிடமிருந்து பிடிபட்டு விடாமல் இருப்பதற்காகவும், தான் துரத்துபவர்கள் தன்னிடமிருந்து தப்பிச்செல்லாமல் இருக்கவும், ஒரு ஓட்டத்தின் இருவேறு நோக்கங்களோடு களமாடுவதற்கு நிர்ப்பந்திக்கப்பட்ட வேலு எனும் சாமானியனின் கதை 'நாயகன்' என்ற படமானது.

நகர்வதற்கு இனி இடமில்லை எனும்போது திருப்பி அடிக்க ஆரம்பிக்கும் எளிய ஒருவனாக கமலஹாசன். பிழைப்புக்காகப் புகுந்த ஊரில் வாழ்ந்தே ஆகவேண்டும் என நிர்ப்பந்திக்கப்பட்ட

கூட்டத்தில் ஒருவன் மெல்ல எப்படி அந்தக் கூட்டத்திற்கான முதன்மை மனிதனாகிறான் என்பது காலம் காலமாக இருந்துவருகிற கதைமாதிரி எல்லா நிலங்கள் மொழிகளிலும் பல்வேறு பட்ட காலங்களிலும் நிகழ்ந்த கதைகளின் வரிசையில் இப்படியான சம்பவங்களை நிகழ்த்திச் சென்ற பலரது வாழ்வியல் சாட்சியங்களும் நிரம்பியிருப்பது சத்தியம்.அப்படியான கதை எதையும் கண்ணுறுகிற பொது சமூகம் தன் பிரதிநிதியாகவே அந்த மைய மனிதனைக் கண்ணுற விரும்பும். எல்லோருக்கும் தனக்கான ஒருவன் உருவாவதை விரும்ப மட்டுமே இயலும்.திசைகளெங்கும் யாராவது நமக்காக முன்வர மாட்டனரா என்று ஏங்குவது காலமெல்லாம் சாமான்ய மக்களின் திறந்தவிழிக் கனவு தானே.

மும்பை என்றழைக்கப்படுகிற பம்பாய் பெருநகரத்தில் வேலு பிழைக்க வழி தேடுகிறான். அங்கே ஏற்கனவே முரண்பட்டுக் கிடக்கிற சிலபல தரப்புகளுக்கு மத்தியில் எதுவுமற்ற ஏழைமக்களின் தரப்பாக வேலுவும் அவனது ஆட்களும் உருவாகிறார்கள். நாலு பேருக்கு நல்லதுன்னா எதுவுமே தப்பில்ல என்பது வேலு கூட்டத்தாரின் தாரகமந்திரம். மருத்துவம் உணவு உறைவிடம் கல்வி என ஆதாரத் தேவைகளுக்கான பெருங்குரலை எழுப்ப முற்படுவதாகக் கதை கட்டமைக்கப் படுகிறது.தனக்கென்று தனித்த சட்ட திட்டங்களுடன் பம்பாய் நகரத்தின் தவிர்க்க முடியாத மனிதனாக உருவெடுக்கும் வேலு தன் பெயருக்கு மாற்றான நிரந்தர அச்சமொன்றை ஏற்படுத்தி அதனைத் தானும் தன் கூட்டமுமாய்ப் பராமரித்து வருவதாகக் கதையின் அடுத்த கிளைத்தல் தொடங்குகிறது.

தன் உயிரைத் தவிர சகல உடல்பாகங்களிலும் அடித்து நொறுக்கப்படுகிற வேலு தன்னையும் தன்னை ஒத்த எளியமக்கள் கூட்டத்திற்கும் பெரும் சவாலாக பயங்கரமான அச்சுறுத்தலாக

விளங்கும் காவலதிகாரியைக் கொல்கிற வேலு தன்னிடம் மறு நாள் பரீட்சை என்பதால் தன்னை சீக்கிரம் விட்டுவிடுமாறு கெஞ்சுகிற சின்னஞ்சிறியவளை பாலியல் விலங்கினின்று விடுவித்துத் தன் இணையாளாக்கிக் கொள்ளும் வேலு தன்னிடம் உதவி எனக் கேட்டுக் கெஞ்சுகிற காவல் உயர் அதிகாரிக்குப் பதிலாக அரசியல் செல்வாக்குள்ள மனிதனை வெட்டுகிற வேலு தன் மகளின் வினாக்களுக்கு பதில் சொல்ல இயலாமல் தவிக்கும் முதிய வேலு கடைசியில் தன்னால் கொல்லப்பட்டவனின் மகனது துப்பாக்கி குண்டுக்கு இரையாகும் வேலு என தன் சுயத்தை பெரிதளவு அழித்து நம் கண்களின் முன்னால் வேலு என்ற வேறொரு புதியமனிதனாகவே தோற்றமளித்தார் கமல்ஹாஸன்.

விஜயன் தாரா நாஸர் கார்த்திகா டெல்லி கணேஷ் ஜனகராஜ் சரண்யா நிழல்கள் ரவி ப்ரதீப்சக்தி டினு ஆனந்த் ஆகியோர் தங்கள் அளவறிந்து வழங்கிய நடிப்பு உறுத்தலற்ற மலர்தலாயிற்று.

ஒளிப்பதிவு பிசி ஸ்ரீராம்.மணிரத்னம் தன் பாணி கதைசொலல் முறையை இந்தப் படத்தில் வடிவமைத்தார் என்றால் தகும்.அதன் திரையாக்கத்தில் ஸ்ரீராமின் பங்கு மெச்சத் தக்கது. ஒரு காட்சியில் கதையின் நாயகன் கோபமாக ஒரு இடத்திற்குச் செல்கிறான் என்றால் மின்னலாய் இருவேறு பகுப்புகளில் அந்த இடத்தை அடைந்தான் என்று காட்டமுனைவது பெருவாரியான திரையாளர்களின் பாணியாக இருந்தது என்றால் மணிரத்னம் அதில் முற்றிலுமாக மாறுபட்டார். காத்திருத்தல் கணங்கள் இடைக்கணங்கள் நகர்கணங்கள் ஆகியவற்றுக்கு திரையில் இடமுண்டு என்று நிறுவ விரும்பினார்.படிகளில் வரிசையாக ஏறிவருவது காண்பிக்கப் படும் போது ஒன்றாகவும் படியின் ஆரம்பம் நடு மற்றும் சேர்விடம் எனக் காட்டும் போது வேறொன்றாகவும் இருந்தே தீரும் என்று நம்பினார். இதனை அவர் பகல் நிலவு படத்தில் இருந்தே தொடங்கினார் என்றாலும் நாயகன் அதை அவருடைய முத்திரையாகவே நிலைநிறுத்திற்று.ராமச்சந்திரபாபு அதை உள்வாங்கி பகல் நிலவு படத்தில் செய்ததை விட ஸ்ரீராம் நாயகனிலும் பின்னதான மணிரத்னத்துடன் கூட்டு சேர்ந்த படங்களிலும் அழகாக அதனை எடுத்தளித்தார் எனலாம்.

பெரிய கட்டிடத்தின் வாசலில் இருந்து கூட்டமாய் ஜனங்கள் நின்றுகொண்டு அய்யா எனக் கத்தி அழைக்கும் போது சன்னல் வழியாக எட்டிப் பார்க்கும் பெரியவர் பிறகு மாடி அறையிலிருந்து வெளிப்பட்டு கூடத்தில் நடந்து படிகள் முழுவதிலும் இறங்கி வந்து ஜனங்களை நெருங்கும் வரை துண்டு துளி விடாமல் காட்சியனுபவமாகக் கிட்டியபோது மக்கள் அதனைப் பெரிதும் ரசித்தார்கள்.

புலமைப்பித்தன் எழுதிய பாடல்கள் சாகாவரம் பெற்றன. நீ ஒரு காதல் சங்கீதம் வாய்மொழி சொன்னால் தெய்வீகம் பாடல் தமிழ்ச்சமூகத்தின் குரல்பறவையாகவே இன்னும் மன வானமெங்கும் பறந்து திரிகிறது. நான் சிரித்தால் தீபாவளி இன்னொரு மறக்க இயலாத முத்து. தென் பாண்டிச் சீமையிலே நாயகன் படத்தின் கைரேகை போல மாறி ஒலித்தவண்ணம் இருக்கிறது. அந்திமழை மேகம் தங்க மழை தூவும் கூட்டப் பாடல்களின் மழைப்பாடல்களின் வரிசைகளில் தனக்கென்று தனியிடங்களைப் பெற்றிருக்கிறது.நிலா அது வானத்து மேலே பலானது ஓடத்து மேலே இன்றளவும் இசை ஞானியின் ரசிகர்கள் எண்ணிக்கையை அதிகரித்த வண்ணம் உயிர்க்கிறது.

பின்னணி இசை இந்தப் படத்தின் உயிர் பதுங்கிய கிளி. சொல்லித் தீராத மகத்தான கோர்வைகளுக்காகவே இன்றும் திரும்பித் திரும்பிப் பார்க்கப்படுகிற படங்களில் நாயகனுக்கு முக்கிய இடமுண்டு. இந்தியாவின் சிறந்த படங்களின் வரிசையில் எப்போதும் இடம்பெறக் கூடிய தமிழ்ப் படங்களில் ஒன்று நாயகன்.

46 கடலோரக் கவிதைகள்

சத்யராஜ் சென்ற நூற்றாண்டின் கடைசி மிகை யதார்த்த நடிகர். குறிப்பிடத்தக்க அண்டர்ப்ளே நடிகருக்கான அத்தனை தகுதிகளும் கொண்டவர். சிவாஜி கணேசனும் எஸ்.வி.சுப்பையாவும் கலந்து செய்தாற் போன்ற ஆச்சர்யம் சத்யராஜ். தன்னை எம்ஜிஆரின் மாபெரிய ரசிகராகவே அடையாளப் படுத்திக் கொண்ட சத்யராஜின் ட்ராக் ரெகார்டில் பிற தென் நில நடிகர்கள் முயற்சி செய்தே பார்த்திராத பல அரிய வேடங்களை அனாயாசமாகக் கடந்து வென்றிருப்பது புரியவரும்.அவரது திரைவாழ்வின் ஆரம்பத்தில் கிட்டத்தட்ட நூறு படங்கள் அடியாள் வேடம் தொடங்கி வில்லன் வரைக்கும் எதிர்நாயக ஏரியாவிலேயே கடும்பணியாற்றிவிட்டு சொந்த ஊருக்குத் திரும்புகிற மிலிட்டரிக்காரரைப் போல் ஹீரோவானார். வணிக வரம்புகள் ஒரு நடிகனின் கழுத்தில் புகழ்மாலையாய்த் தொங்குவது போலத் தோற்றமளித்தாலும் கூடவே நீ எப்படித் திரும்ப வேண்டும் தெரியுமா என்று எப்போதும் அவனைக் கட்டுப்படுத்திக் கொண்டும் இருப்பவை.சத்யராஜ் தன்னை என்ன செய்தால் ஹீரோவாக ஏற்றுக்கொள்வார்கள் என்று முழுமுடிவுகளுக்கு வருவதற்குப் பெரும்பலம் சேர்த்தது பாரதிராஜா இயக்கத்தில் அவர் நடித்த கடலோரக் கவிதைகள் திரைப்படம்.

பருத்திவீரன் படத்தின் வீரன் கதாபாத்திரத்துக்கு முன்னோடி என்றே தாஸ் கதாபாத்திரத்தைக் கொள்ள முடியும். சிறைப்பறவையான தாஸ் வாழ்வைப் புரட்டிப் போடுவது ஒரு டீச்சர். ஏபிசீடி என்பதை லாங் ஷாட்டில் கூட அறிந்திடாத ஒருவன் சின்னப்பதாஸ். அவனுக்கும் டீச்சரான ஜெனிஃபருக்கும் இடையே முரணாய்த் தொடங்கும் பரிச்சயம் மெல்ல நட்பாக மலர்கிறது.கடலும் கடலின் கரை சார்ந்த நிலமுமாய் இதன் கதைக்களன் முக்கிய கதாபாத்திரமாகவே கடலோரக் கவிதைகள் படத்தில் இடம்பெற்றது. தனி மனிதர்களுக்கு இடையே வாய்க்கக்கூடிய ஏற்றத் தாழ்வுகள் இயலாமை பொருத்தமற்ற தகுதிகள் வேற்றுமைகள் என எத்தனைக்கெத்தனை முரணும் பிளவுகளுமாய்ப் பெருகுகின்றனவோ அத்தனைக்கத்தனை அவை யாவுமே இல்லாமற் போய்க் காதல் மட்டுமாய் எஞ்சுவது தான் நிதர்சனம். காதல் என்றே இனம் காண முடியாத இரு மன ஊசலாட்டமும் அதை ஒற்றிச் செல்லும் வாழ்வுமாய் கடலோரக் கவிதைகள் முன்வைத்தது காதலின் அபரிமிதமான உறுதியின் கதை ஒன்றை. ராஜா ரஞ்சனி

கமலாகாமேஷ் ஜனகராஜ் என இதில் பங்கேற்ற எல்லோருமே உணர்ந்து நடித்தார்கள்.

ராஜேஷ்வரின் கதைக்கு ஆர்.செல்வராஜ் வசனம் எழுத திரைக்கதை அமைத்து இயக்கினார் பாரதிராஜா. பிகண்ணனின் ஒளிப்பதிவும் திருநாவுக் கரசு எடிட்டிங்கும் ஏற்று வழங்க வைரமுத்து கங்கைஅமரன் பாடல் களுக்கு இசைமீட்டினார் இளையராஜா. பொடி நடையா போறவரே பாடல் கங்கை அமரன் எழுத வேறாராலும் தரமுடியாத உற்சாகத்தோடு அதனைப் பாடினார் சித்ரா. கொடியிலே மல்லிகைப்பூ ஒரு கல்ட் க்ளாஸிக். சோக விரும்பிகளுக்கும் காதல் ததும்பிகளுக்குமான பாடல்களாக போகுதே போகுதே பாடலும் அடி ஆத்தாடி இளமனசொண்ணு இரண்டும் மிளிர்ந்தன.பாடல்களின் அத்தனை வரிகளும் துணுக்கிசை தொட்டு மௌன முற்றுதல் வரைக்கும் தமிழகத்தின் இதயநாதமாக இரவுகீதமாக கிட்டத் தட்ட ஒருவருட கால ரேடியோ ஃபர்ஸ்ட் ஹிட் பாடல்களாக இப்படத்தின் பாடல்கள் திகழ்ந்தன.

பாரதிராஜாவின் தொடர் வெற்றிப் படங்களில் கடலோரக்கவிதைகளுக்கு என்றுமோர் இடமுண்டு. காதலைப் போற்றுவதன் மூலமாக அதனை விடாமல்பற்றிக்கொள்வதன் மூலமாக சமூக ஏற்றத்தாழ்வுகளை முற்றிலுமாக நீக்கிவிட முடியும் என்ற நம்பகத்துக்கு வலு சேர்க்கும் முகமாய் சென்ற நூற்றாண்டின் கலாச்சாரக் கலகக் குரல்களில் ஒன்றெனவே இத்தகைய திரைப்படங்கள் விளங்கின.கடலோரக் கவிதைகளின் பட நிறைவில் பாரதிராஜாவின் குரலில் ஒலிக்கும் கீழ்க்காணும் வணக்கச்செய்தி அதனை நன்கு உரைக்கும்.

காதல் கூடக் கடவுள் மாதிரி தான்
காலதேச தூரங்களைக் கடந்தது அது
காதல் எனும் அமுத அலைகள்
அடித்துக் கொண்டே இருப்பதனால் தான்
இன்னும் இந்தப் பிரபஞ்சம்
ஈரமாகவே இருக்கிறது.

47 வீடு

சினிமாவில் ஆகச்சிறந்த வில்லன் சூழ்நிலை தான். மனித வில்லத்தனங்கள் யாவற்றையும் விட சூழ்நிலை தன் கருணையற்ற முகத்தோடு வாழ்க்கையை ஊடாடும் போது அபரிமிதமாய்ப் பெருகுகிறது. சினிமா கதைகள் என்றில்லை எந்தக் கலைவடிவமானாலும் கூட மகிழ்ச்சியை சாட்சியம் சொல்கிற படைப்புகள் குறைவாகவே காணப்படும். சோகத்தை துன்பத்தை சாட்சியம் சொல்கிற ஏராளமான படைப்புகள் காணப்படுவது கலையின் தன்மை. துன்பத்தை மீபார்வை பார்க்கிற மனிதன் அன்பை கருணையை நன்மை தீமைகளை எல்லாம் ஆழ்மனதின் கண்களால் காண முயலுகிறான். கலை துன்பத்தின் சாரதியாகவே செயல்படுகிறது. கலையின் பயண சேர்விடம் பண்பாடாகிறது.

வீட்டைக் கட்டிப் பார் என்ற முதுமொழியின் கலையிருப்பு அலாதியானது. மேலோட்டமான நாடக முயல்வுகள் தொடங்கி மறக்க இயலாத படங்கள் வரை இந்த ஒற்றை வரியின் அலைதலும் அடைதலும் மெச்சத் தக்கது. பாலுமகேந்திரா இயக்கத்தில் வெளியான வீடு திரைப்படம் அன்றைய நடுத்தர வர்க்கத்தின் பொதுமுதல் கனவான சொந்த வீடு கட்டி வாழ்தல் எனும் பெரும் பற்றுதலின் மீது தன் வினாக்களை நிகழ்த்திய படம். கலை மக்களை அச்சுறுத்துவதன் மூலமாகப் படிப்பிக்கும். படிப்பித்தலின் வழி அச்சுறுத்தல் விலகி வெறுமை பூக்கும். அத்தகைய வெறுமைக்கு அப்பால் கிட்டக் கூடிய வெளிச்சம் இன்றியமையாத வாழ்க்கை இடுபொருளாகவே மாறும். நீதிக் கதைகளின் அதே பொறுப்பேற்றலுடன் தன் படத்தை ஆக்கினார் பாலு.குடும்பம் என்பது நாடு எனும் மாபெரிய அம்சத்தின் மாதிரியாகும்.அப்படியாக வீடு என்பது சுதா எனும் ஒற்றை மனுஷியின் பிரச்சினையின் படிநிலைகளின் வழியாக அந்தக் காலகட்டத்தில் நாடு எவ்வாறான அரசியல் உச்ச நீச்சங்களுக்கு இடையிலான பரவலைத் தன்னகத்தே கொண்டிருந்தது என்பதை விளக்குகிற மாதிரியாகவும் கொள்ள முடிகிறது. வீடு திரைப்படம் சமூக அரசியலின் நுட்பமான அலசல்களுக்காகவும் முக்கியத்துவம் கொண்டதாகிறது.வலுக்கட்டாயமாகத் திணிக்கப்படும் கருணையற்ற சமரசங்களுக்கெதிரான பலவீனமான போராட்டத்தை எந்தவித சமரசமும் இல்லாமல் பதிவு செய்ய முயன்று அதில் வெற்றியும் கண்டார் பாலுமகேந்திரா.

பாலுமகேந்திராவின் திரைக்கதை வசனம் ஒளிப்பதிவு இயக்கம் ஆகிய பொறுப்பேற்றல்கள் மெச்சத் தகுந்த தரத்தில் அமைந்தன. அகிலா மகேந்திரா எழுதிய கதையை வீடு என்று திரைப்படமாக்கிய பாலுவுக்கு சரி நிகர் உபயோகமாகவே தன் பின்னணி இசையை வழங்கினார் இளையராஜா. சொக்கலிங்க பாகவதர் அர்ச்சனா பானுச்சந்தர் செந்தாமரை ஆகியோரின் நிறைநடிப்பு இப்படத்திற்குப் பெரும்பலம்.

வீடென்பது கட்டிடம் அல்ல. வீடென்பது குடும்பம். மாதாமாதம் ஒரு தேதிக்கு முன்பின்னாய்க் கிளைத்து இரண்டுபடும் நடுத்தர வர்க்கத்தின் சம்சாரநதியை ஒரே சீராக்கும் மாமருந்து சொந்த வீடு. ஒரு பிடி மண்ணைக் கூட இவ்வுலகிலிருந்து எடுத்துச் செல்ல முடியாதென்ற வேதாந்த சித்தாந்தங்களுக்கு மத்தியில் தன் வழி தோன்றியவர்கள் வசம் விட்டுச் செல்வதற்கான கட்டிடக்கனாவின் பேர் தான் சொந்த வீடு. அதன் சாத்திய அசாத்தியங்களுக்கு நடுவே அல்லாடுவதன் மீதான எந்த ஆட்சேபமும் இல்லாமல் வாழ்வை அதன் போக்கில் எடுத்துக் கொள்ளப் பழகும் பெருங்கூட்டத்தின் மறுபெயர் தான் சாமான்ய சனம்.

தன் தங்கையுடனும் தாத்தாவுடனும் வாடகை வீட்டில் வசித்து வரும் சுதா தாத்தாவுக்கு சொந்தமாக இருக்கும் இரண்டு மனைகளில் ஒன்றை விற்று மற்றதில் தங்களுக்கென்று சொந்தமாய் ஒரு வீட்டைக் கட்டி அதில் குடியேறிவிட வேண்டுமென்ற லட்சியத்துக்கு வருவ-திலிருந்து தன் திரைப்படத்தைத் தொடங்கும் பாலுமகேந்திரா கட்டிடமாக ஒரு வீட்டின் அடுத்தடுத்த நிலைகள் பூர்த்தி வரைக்குமான ஏற்றத் தாழ்வுகள் மனித துரோகங்கள் மரணங்கள் கைவிடுதல் பொய் புரட்டு கடைசியில் எதிர்க்க முடியாத மாபெரும் யானை போல் நீ கட்டி இருக்கும் வீடு இருக்கிற அந்த இடத்தை மெட்ரோ வாட்டர் ப்ராஜெக்டுக்காக அரசாங்கம் கையகப்படுத்தி விட்டது. இதில் வீடு கட்டியது செல்லாது என்று அரசாங்க யானையின் ஒரு முகம் அவளை விரட்டுகிறது. தனக்கு அங்கே வீடு கட்ட அனுமதி அளித்த அதே யானையின் மறுமுகம் அவளைக் கைவிடுகிறது. தன் வீட்டைத் தனக்கே தந்தாக வேண்டுமென்று கையறு நிலையோடு அதே யானையின் கடைசி முகமான நீதிமன்றத்தில் மன்றாடிவிட்டுக் காத்திருப்பதோடு நிறைவடைகிறது பாலு மகேந்திராவின் வீடு திரைப்படம்.

வாழ்க்கையின் இடவல மாற்றங்களும் அவற்றின் வருகையின் முன்பின் வித்யாசங்களும் தான் மனித அனுபவத்தின் சாரமாய் எஞ்சுகிறது. சின்னஞ்சிறு வயதில் சமூகத்தின் தனி மனித நம்பகத்தையும் கூட்டு நம்பகத்தையும் ஒருங்கே இழந்த பிறகு கசந்து வழியும் இக்கதையின் முற்றுக் கணத்தினை எதிர்கொண்டபடி

வாழ்க்கையை வெறிக்கும் இந்தக் கதையின் நாயகியை மாத்திரம் அல்ல எண்ணிலடங்கா சுதாக்களை மீண்டும் மீண்டும் உற்பத்தி செய்துகொண்டே இருப்பது தான் மனசாட்சியற்ற மனிதர்களின் சுயநலம். விதிகளைக் கடுமையாக்குவதும் சட்ட திட்டங்களை மேலும் காத்திரமாக்குவதும் தவிர்த்து வேறொன்றும் செய்வதற்கில்லை. இந்தப் படத்தின் ஆகச்சிறப்பாக இதன் க்ளைமாக்ஸ் காட்சியை சொல்ல முடியும். செந்தாமரையை வந்து சந்தித்து தான் ஏமாற்றப் பட்டதைக் குமுறலோடு எடுத்துரைப்பார் அர்ச்சனா. உடன் பானுச்சந்தர் இருப்பார். அஞ்சு நிமிஷம் வெயிட் பண்ணுங்க என்று அவர்களை வேறொரு அறைக்கு அழைத்து வந்து அமர்வித்து விட்டுத் தன் அலுவலக அறைக்குத் திரும்பும் செந்தாமரை தன் கீழ் பணிபுரியும் அலுவலரை வரச்சொல்லுவார். அவர் வந்ததும் செந்தாமரையின் கையெழுத்தை ஃபோர்ஜரி செய்தது குறித்தும் சட்டவிரோதமாய் அர்ச்சனா வீட்டுக்கு அனுமதி அளித்தது குறித்தும் மெல்லிய குரலில் கடிந்து கொள்வார். அப்போது அந்த அலுவலர் காலில் விழுவது போல பாவனை செய்வார். அவரே இத்தனை சீக்கிரம் கண்டுபிடிக்கப் படுவோம் என நினைக்கவில்லை என்றும் அதற்குள் ரிடையர் ஆகிவிடுவோம் என்ற நப்பாசையில் செய்துவிட்டதாகவும் சொல்வார். லஞ்சம் என்பதனுள்ளே இயங்கக் கூடிய சூது வன்மம் அடுத்தவர் எக்கேடு கெட்டாலென்ன என்ற துர் எண்ணம் மேலதிகாரியின் கையொப்பத்தைக் கூடத் தானே போலி செய்யுமளவு தைரியம் எல்லாவற்றுக்கும் மேலாக அடுத்த அறையில் காத்திருக்கும் சுதாவுக்கு சொல்வதற்கு எதுவுமே தன்னிடத்தில் இல்லை எனத் தெரிந்த பிறகும் அவர்களைக் காத்திருக்க வைக்கும் மேலதிகாரி செந்தாமரையின் கையறு நிலை இவற்றோடு படம் முடியுமிடம் ஒரு கவிதை.

இந்தியாவில் எடுக்கப் பெற்ற உலகப் படம் வீடு.

48 அபூர்வ சகோதரர்கள்

திரைப்பட நடிப்பு என்பதில் மட்டும் தான் நீங்கள் கடினமாக உழைத்தமைக்காகக் கூட விமர்சிக்கப் படுகிற ஒரே ஒரு துறையாக இருக்கும். வேறு எங்கேயும் கடின உழைப்பென்பது தரமானதாகவும் தேவையான ஒன்றாகவும் கருதப்படுகிறது.

- நிகோலஸ் கேஜ் நடிகர் & திரைப்பட இயக்குநர் மற்றும் தயாரிப்பாளர்

நிகோலஸ் கேஜ் சொன்ன மேற்காணும் பழமொழிக்கு நிகராகப் பலமொழிகளைச் சொல்வதற்குரிய தகுதிகள் கமல்ஹாஸனுக்கும் உண்டு.

திரைப்படம் என்பது மெனக்கெடுவது எதற்காக என்பதன் வகைமைகள் தான் அவற்றை ஒன்றுக்கொன்று வேறுபடுத்துகின்றன. இயக்குநரின் மனதில் அல்லது கதாசிரியனின் மனதில் பூக்கிற ஒற்றைப் பூவை அப்படியே அவ்வண்ணமே படமாக்குவது எல்லா நேரங்களிலும் சாத்தியமற்றது. திரைப்படம் என்பது கலைகளின் கூட்டுக்களம். அது ஒற்றைக் கலையாகப் பரிசீலிக்கப்படுவது நல்லதோர் ஏற்பாடு. பெரிய கனியை உடைத்தால் கிட்டுகிற பல சுளைகளைப்போல் உள்ளும் புறமுமாய் ஒரு படத்தில் உறைந்திருக்கக் கூடிய உழைத்த கரங்களும் மனங்களுமாய்த் திரளும். கனவின் வலி திரையில் பெயர்க்க சினிமாவாகிறது. கரவொலிகளும் ஈட்டுத் தொகையுமாய் இணைந்து மீள்கையில் கலைஞன் உயிர்த்து அடுத்த படைப்பை நோக்கிச் செல்கிறான்.

கமல்ஹாஸன் சிங்கீதம் சீனிவாசராவ் இருவருக்கும் இடையே நல்லதோர் கூட்டின் வலு இன்றளவும் தொடர்கிறது. முன்னவர் நடிகராகத் தன்னை நிலை நிறுத்திக் கொண்ட பெரிய முன் காலத்தில் பின்னவர் அறியப்பட்ட இயக்குனராகத் திகழ்ந்தவர் தான். இருவருமாய் இணைந்தளித்த பல படங்கள் தமிழ் சினிமாவின் முக்கியமான படங்களாக இன்றளவும் நிலைக்கின்றன. ராஜபார்வை தொடங்கி மும்பை எக்ஸ்பிரஸ் வரைக்கும் கமல் படங்களின் வரிசையில் மிளிர்பவை சிங்கீதம் எடுத்தளித்தவை.

அபூர்வ சகோதரர்கள் படத்தின் கதையை பஞ்சு அருணாச்சலம்

எழுதினார். திரைக்கதையைக் கமல்ஹாசன் அளிக்க வசனம் எழுதியவர் க்ரேஸி மோகன். ஒளிப்பதிவு பிசி.ஸ்ரீராம்.எடிட்டிங் லெனின் விஜயன் நடித்தது கௌதமி ரூபிணி ஸ்ரீவித்யா மனோரமா நாஸர் நாகேஷ் ஜெய்சங்கர் டெல்லிகணேஷ் மௌலி ஆனந்த் ஆகியோர்.

மூன்றுவேடப் படம். அப்பா கமல்ஹாஸன் சேதுபதி நியாய போலீஸ். வில்லன்கள் கொல்கின்றனர். அம்மா ஸ்ரீவித்யாவுக்கு விஷம் கொடுக்கின்றனர். இரட்டை மகன்களில் ஒருவன் ராஜா. இன்னொருவன் அப்பு விஷம் தரப்பட்டதால் உயரம் குன்றிப் பிறக்கும்பிள்ளை. ராஜாவை மனோரமா எடுத்து வளர்க்க ஸ்ரீவித்யாவோடு அப்பு மட்டும் ஒரு சர்க்கஸ் குழுவில் சேர்ந்து வாழ்கிறார்கள். நால்வரில் ஒருவரான ஜெய்சங்கரின் மகளுக்கும் மெகானிக் ராஜாவுக்கும் காதல். நாலு பேரும் ஒவ்வொருவராகக் கொல்லப்பட உருவப் பிழை காரணமாக அத்தனை பழியும் அப்புவுக்குப் பதில் ராஜா மீது விழுகிறது. நாலாவது நபரான மெயின் வில்லன் நாகேஷை ராஜா முன்னிலையிலேயே கொன்றுவிட்டு கைதாகிறான் அப்பு. சுபம்.

பழிவாங்கும் கதை தான். சொன்ன விதமும் அடுத்தடுத்த கதை நகர்வுகளும் ரசிக்க வைத்தன. ராஜா கமலை காதலிக்கும் கௌதமிக்கும் கமலுக்கும் இடையிலான காட்சிகள் உலர் நகைச்சுவையின் தோரணமாக அமைந்தன என்றால் அப்பு கமல் சர்க்கஸ் முதலாளி மௌலி இருவருக்கும் இடையே நிகழ்பவை எல்லாம் ஆழமாய்ச் செருகின. கிடைக்கிற இடத்திலெல்லாம் சிக்சர் செய்தார் க்ரேஸி மோகன். நாகேஷ் டெல்லி கணேஷ் உள்ளிட்ட அனுபவஸ்தர்களுக்குக் கிடைத்த சின்னஞ்சிறு வசனங்கள் காண்போரை நகைக்க வைத்தன.

ஸ்ரீவித்யா மற்றும் அப்பு கமல் இருவரின் உலகமும் ராஜா மற்றும் மனோரமா இருவரின் உலகமும் தனித்தனி இழைகளாக அடுத்தடுத்து பயணித்து ஒற்றை முடிவு நோக்கி விரைந்தன. மேற்சொன்ன உலர்தன்மையோடு ராஜாவின் உலகம் இருந்தது

என்றால் ஆழச்செருகலாய் அப்புவின் உலகம் அமைந்தது. அப்புவுக்கும் மௌலி மகள் ரூபிணிக்கும் இடையே ஏற்படுகிற மிஸ் அண்டர்ஸ்டாண்டிங் கொஞ்சம் தப்பினாலும் படமே கிழிந்திருக்கும். அதை கெட்டிக்காரத் தனமாக மாற்றியது கமலின் சாகசம்.

என்னடா இது இதாங்க ராஜா பாதிதான் இருக்கு மீதி எங்கடா என்பது போன்ற இடங்களில் ஹாஸ்ய நாகேஷுக்காக பொறுத்தருளப் பட்டார் வில்லநாகேஷ்.

இன்ஸ்பெக்டராக வரும் ஜனகராஜுக்கும் கான்ஸ்டபிள் ஆர்.எஸ்.சிவாஜிக்கும் இடையிலான பந்தம் சிரிப்புவெடிகளின் மேல் விழுந்த தீப்பந்தமாகவே அதகளம் செய்தது. அதிகாரம் நிறுவனம் ஆகியவற்றில் காணப்படுகிற போலிப் போற்றுதல்களின் குறியீடெனவே ஆர்.எஸ் சிவாஜி அடிக்கடி உதிர்க்கும் ஸார் நீங்க எங்கயோ போயிட்டீங்க என்ற ஜோக் இன்றளவும் தொடர்கிறது.

வாலி தன் எழுத்து வாழ்வில் எத்தனையோ உயரசிகரங்களைப் பார்த்தவர் என்றாலும் இந்தப் படத்தில் இடம்பெறக் கூடிய உன்ன நெனச்சேன் பாட்டுப் படிச்சேன் பாடல் அவருடைய பேனாவால் அவர்தொட்ட மகத்தான உச்சம். இளையராஜாவின் இசை பின்னணியின் மூலமாகவும் பாடல்கள் வழியாகவும் பெரிய கொண்டாட்டத்தை அர்த்தப் படுத்திற்று.

தன் கால்களை மடித்துக் கொண்டு அப்பு கமலாகத் தோன்றுவதற்கு கமல் முன்வைத்த உழைப்பும் மெனக்கெடலும் ஒரு நடிகர் தன் மெய்வருத்திச் செய்த படங்களின் வரிசையில் இதனை இருத்திற்று.

அபூர்வ சகோதரர்கள் செய்நேர்த்திக்காகக் கணக்கில் கொள்ளப்பட வேண்டிய எத்தனம்.

49 கரகாட்டக்காரன்

சேந்தம்பட்டி முத்தையன் தாய் வளர்த்த பிள்ளை. அன்னையே குருவாகக் கற்பித்த கரகாட்டத்தை எல்லாத் திசைகளிலும் சென்று பேரும், பணமும், புகழும் ஈட்டுகிற கலைஞன். அப்படித்தான் அந்த ஊருக்கும் திருவிழாவில் ஆடுவதற்காகத் தன் குழுவோடு செல்லுகிறான். வாய்ப்பு மறுக்கப்பட்ட அந்த ஊரைச் சேர்ந்த கரகக் கலைஞரான நாயகி, அதனாலேயே மேலோட்டமாக நாயகனை வெறுக்கத் தொடங்குகிறாள். நம் இருவரில் யார் சிறந்தவர் என ஒரு போட்டி உருவாகிறது. இதற்கிடையில் நாயகியின் தந்தைக்குத் தெரிய வருகிறது வந்திருக்கும் நாயகன் தன் சொந்த அக்காள் மகன் என்பது. உறவெனும் உரிமை இருப்பதை அறியாமலேயே நாயகனும் நாயகியும் விரும்பத் தொடங்குகிறார்கள். நாயகியை அடையத் துடிக்கும் வில்லன், அதற்கு உதவி செய்யும் நாயகியின் அக்காள் கணவன், அவர்களது தொடர் சதிக்குப் பின்னால் காதல் இணை ஒன்று சேருகிறது. கங்கை அமரன் எழுதி, இளையராஜா இசையமைத்து, அது வெளியானது வரைக்குமான அத்தனை வசூல் சாதனைகளையும் முறியடித்த தமிழ்த் திரையுலகின் மாபெரும் வெற்றிப் படங்களில் ஒன்றென நிரந்தரித்த கரகாட்டக்காரன் 1989ல் வெளியானது.

கொத்தமங்கலம் சுப்பு எழுதி, இலக்கியமாகவும் திரைப்படமாகவும் வெற்றி பெற்ற அபூர்வங்களில் ஒன்று தில்லானா மோகனாம்பாள். அதன் தூரத்துச் சாயல் போல் தோன்றினாலும் கரகாட்டக்காரன் சாமானியர்களின் பெரும் கொண்டாட்டமாகவே மனங்களை ஈர்த்தது. கலையை நம்பி வாழும் எளிய மனிதர்களுக்கு இடையே ஏற்படக் கூடிய காதலும் காதல் சார் குழப்பங்களும் இன்ன பிறவற்றுக்கெல்லாம் அப்பால் சாதாரணமான புரிதலும் மன நிறைவுமான வாழ்க்கையை அளவெடுத்துத் தைத்தாற் போல் கதைத்துக் காட்டினார் கங்கை அமரன். எளிய வசனங்களும், அபாரமான நகைச்சுவைக் காட்சிகளும், கிராமியத்தின் வெள்ளந்திப் பசுமையும், எல்லாவற்றுக்கும் மேலாக பின்னணி மற்றும் பாடல்களுக்கு ராஜா வழங்கிய இசையும் கரகாட்டக்காரன் படத்தின் சங்க நாதமாய் ஒலித்தன.

ஒன்பது பாடல்கள். எண்பதுகளின் தமிழ் மத்தியம மனசுகளின் மனோ விருப்ப வகைமைகளாகவே கரகாட்டக்காரன் படத்தின்

பாடல்கள் அமைந்தது தற்செயல் அல்ல. ஒரு உதாரணம் சொல்ல வேண்டுமானால் 'இந்த மான் உந்தன் சொந்த் மான்' பாடலையும் 'ஊரு விட்டு ஊரு வந்து' பாடலையும் முற்றிலும் மேற்கத்திய இசைத்துணுக்குகளைக் கொண்டு இளையராஜா தொடங்கி-யிருப்பதை வைத்து அவதானிக்க முடியும். இளையராஜா சொந்தக் குரலில் பாடிய பாடல்கள் எல்லாவற்றுக்கும் மேலாக 'மாங்குயிலே பூங்குயிலே'. இந்தப் பாடலை இளையராஜா தன் பதின்ம வய-திலிருந்தே கைப்பற்றி அழைத்து வந்து கொண்டிருந்தார். பாவலர் வரதராஜன் எழுதிய சாகாவரப் பாடல் நெடுங்காலப் பெருவிருப்பப் பாடலாக ரசிக நெஞ்சங்களைக் கட்டிப் போட்டது.

'அல்வா சாப்பிட்டீங்களா?' என்று கேட்பார் கோவை சரளா. 'எனக்கே அல்வாவா?' என்பார் கவுண்டமணி. மலினமான சில உள்ளடக்கங்கள் இருந்தன என்றாலும் இந்தப் படத்தின் நகைச்சுவை எபிஸோட் தமிழ்த் திரையுலகின் முக்கியமான சிரிப்புக் கொத்துக்களில் ஒன்றெனவே நிலைபெற்றது.

ஒரு ரூபாயைக் கொடுத்து இரண்டு வாழைப்பழங்களை வாங்கச் சொன்னதற்கு ஒரு பழத்தைத் தரும் செந்திலிடம், 'இன்னொரு பழம் எங்கே?' எனக் கேட்பார் கவுண்டமணி. 'அதுவும் அதுதான்' எனப் பதில் சொல்வார் செந்தில். முப்பது வருடங்களாகியும் பலநூறு முறைகள் நம்மைக் கடந்துவிட்ட போதும் இந்தக் காட்சி வந்தால் இன்றைக்கும் சேனல் மாற்றாமல் பார்த்துவிட்டே செல்பவர் எண்ணிக்கை பல்லாயிரம். . அந்த இணை எத்தனையோ படங்களில் நடித்திருந்தாலும் மகுடத்தின் மணியெனவே இந்தப் படம் எல்லாவற்றிலும் சிறந்தது. நாதஸ் திருந்தி விட்டதாக நாதஸே சொல்லி அதை நம்பித் தலையை பிய்த்துக் கொள்வார் மணி.

திரைப்படம் பார்வையாளர்களின் கூட்டு அனுபவத்திலிருந்து தனி விருப்பமாக மாறுவது. சலனப்படம் முடிவுற்ற கணத்-திலிருந்து பார்வையாள மனங்களின் அறிதலுக்குள் தன் கூடுதல்

இயங்கியலைத் தொடங்குகிறது. அந்த அளவில் பாடல்களுக்காகவும், காமெடிக்காகவும் மட்டும் அல்லாமல், காந்திமதி - சண்முகசுந்தரம் சம்மந்தப்பட்ட இந்தப் படத்தின் உணர்ச்சிமிகுந்த காட்சி ஒன்று அடுத்த காலத்தில் பெருவிருப்பப் பகடியாக மாற்றம் செய்யப்பட்டுப் பலரையும் கவர்ந்தது.

கரகாட்டக்காரன் மீவுரு செய்ய முடியாத ஒருமுறை நிகழ்ந்தேறிய செலுலாய்ட் அற்புதம். இயல்பெனவே உருமாறிய புனைவு தனித்தறிய முடியாமல் கதம்பத்துள் ஒளிந்திருக்கும் காகித மலர்.

50 மௌனம் சம்மதம்

கேசி பிலிம்ஸ் கோவை செழியன் தயாரிப்பு இயக்கம் கே.மது. கதை கே.என் ஸ்வாமி வசனம் கே.குணா நடிப்பு: மம்முட்டி சரத்குமார் ஒய்ஜி மகேந்திரா நாகேஷ் ஜெய்கணேஷ் சார்லி குமரிமுத்து பீலிசிவம் ஆர்.எஸ்.சிவாஜி என்னத்த கன்னய்யா எம்.எஸ். திருப்போணீத்துரா ஜெய்சங்கர் ஸ்ரீஜா அமலா ஒய்.விஜயா சுகுமாரி பொன்னம்பலம் மற்றும் பலர்.

சுந்தரத்தின் தம்பி பாலுவின் மனைவி விஜயலக்ஷ்மி தீக்குளித்து தற்கொலை செய்துகொள்கிறாள். விசாரணையில் அது கொலை என்றாகி அதற்கான காரணகர்த்தா என்று சுந்தரத்தை போலீஸ் கைது செய்கிறது. விஜியின் அண்ணனும் அம்மாவும் சுந்தரத்தின் பரம எதிரி பரமசிவம் தூண்டுதலால் வழக்கை நடத்த கீழ்க்கோர்ட்டில் சுந்தரத்திற்கு தண்டனையாகித் தீர்ப்பாகிறது.

சுந்தரத்தின் தங்கை ஹேமாவுக்கும் சுப்ரீம் கோர்ட் வக்கீல் கேஸி ராஜாவுக்கும் ஏற்கனவே அறிமுகமும் முரண்பாடும் உண்டு.தன் அண்ணனுக்காக வாதாட ராஜா அமர்த்தப்படுவதை முதலில் ஆட்சேபிக்கும் ஹேமா பிறகு புரிந்துகொண்டு ஒத்துழைக்க ஆரம்பிக்கிறாள். தான் வாதாட வந்ததன் முக்கியக் காரணம் ஹேமாவின் அண்ணன் சுந்தரம் என்பதனால் தான் என லேசாய்க் கோடிட்டுக் காட்டுகிற ராஜா வழக்கை மறுவிசாரணைக்கு உத்தரவாக்கி நடத்தத் தொடங்குகிறான்.மறுவிசாரணையின் முடிவில் சுந்தரம் நிரபராதி என்பதை நிரூபித்து உண்மையான கொலையைச் செய்த நட்ராஜனை அவனைக் காப்பாற்ற துணையாயிருந்த சுந்தரம் வீட்டு வேலையாள் மணியின் வாயாலேயே ஒப்புக்கொள்ள வைத்து ஜெயிக்கிறான் ராஜா.

இந்தப் படத்தின் மூலமாக நேரடியாகத் தமிழ்ப் படங்களில் நடிகராகத் தன் கணக்கைத் தொடங்கி சொந்தக் குரலில் தனக்காகப் பேசவும் செய்தார் மம்முட்டி. நீதிமன்றக் காட்சிகளும் கொலைவழக்கை படிப்படியாக விசாரித்து யார் குற்றவாளி என்பதை அறிவதற்காக கட்டமைக்கப்பட்ட காட்சிகளும் படத்தை ரசிக்க வைத்தன. உளவியலினூடான அச்சத்தை இப்படத்தின் இசைக்கோர்வைகள் எங்கும் படர்த்தினார் இளையராஜா.

தோரணங்களாகக் கதையின் கிளைகள் தொங்கினாலும் அலுப்பூட்டிவிடாமல் படத்தின் கடைசித் துளி வரைக்கும் விறுவிறுப்பை மேலாண்மை செய்திருந்தார் இயக்குனர் மது.

இந்தப் படத்தின் பலம் இதன் நடிகர்கள் நாகேஷ் தொடங்கி ஒய்ஜி மகேந்திரா வரைக்கும் ஒய் விஜயா தொடங்கி சுகுமாரி வரைக்கும் எல்லோருமே தாங்கள் ஏற்ற பாத்திரங்களை அத்தனை அழகாக அளவாகப் பரிணமித்துக் காட்டினர். வசனம் இப்படத்தின் ஆகப்பெரும் காரணியாயிற்று. மம்முட்டியின் ஆளுமையும் அவரது முதலாவதான தமிழ்த்திரைத் தோற்றமும் நன்றாகவே எடுபட்டது.

நாகேஷுக்கும் அவரது உதவியாளர் பால்காட் என்ற வேடத்தில் நடித்த மலையாள நடிகர் எம்.எஸ்.திருப்போணீத்துராவுக்கும் இடையே நடைபெறக் கூடிய உரையாடல்களும் அவர்கள் இருவரின் உடல்மொழியும் முகபாவங்கள் இன்னபிறவெல்லாம் அபாரமாய் இருந்தன. அவர்கள் இருவரும் அதுவரை தமிழ்த்திரைக்களம் கண்டிராத புதிய இணையாகத் தோன்றினர். சின்னச்சின்ன நுட்பமான இழைதல்களால் கட்டமைக்கப் பட்ட திரைக்கதை மௌனம் சம்மதம் படத்தின் பெரும்பலமாயிற்று.புலமைப்பித்தன் எழுதி ராஜா இசையமைத்த கல்யாணத் தேன் நிலா காய்ச்சாத பால் நிலா தமிழ்ப் பாடல்களின் சரித்திரத்தில் கரையாத மாயக் கற்கண்டாக இன்றளவும் இனித்து வருகிறது.

சார்லியின் திரை வாழ்வில் முதன்மையான வேடம் இந்தப் படத்தின் திருப்புமுனையே அவர் ஏற்ற மணி எனும் வேலைக்காரன் வேடம் தான். தொடக்கம் முதலே நடிப்பதற்கான நல்வாய்ப்பு. அதனை அவர் நிறைவேற்றிய விதம் அளப்பரியது. மௌனம் சம்மதம் தமிழின் துப்பறியும் படங்கள் வரிசையில் என்றும் மாறாத பெருவிருப்பத்திற்குரியது.

51 மைக்கேல் மதன காமராஜன்

பஞ்சு அருணாச்சலத்தின் பி.ஏ.ஆர்ட் ப்ரொடக்ஷன்ஸ் தயாரிப்பில் 1990ஆம் ஆண்டு தீபாவளிக்கு வெளியான படம், 'மைக்கேல் மதன காமராஜன்'. உலகெல்லாம் காணக் கிடைக்கிற தந்தையும் மகனும் சாயல் ஒற்றுமை, இரட்டைப் பிறவிகள் போன்ற நூலாம்படை லாஜிக்குகளை வைத்துக் கொண்டு எண்ணற்ற இரட்டை வேடப் படங்கள் வந்தவண்ணம் இருக்கின்றன. ஒரு வகையில் மது அருந்துபவர்களுக்குத் தன்னை மறக்கத் தேவையான கூடுதல் போதை போலவே ஒரே நாயகனின் இரட்டை வேடமேற்றல் ரசிகனுக்கு உளத் திருப்தியைத் தந்திருக்கக் கூடும். அப்பாவும் இரு மகன்களும் என்று அதுவே மூன்று வேடப் படங்களானது. ஒருவருக்கொருவர் சம்பந்தம் இல்லை என்கிற ரீதியிலும் படங்கள் வந்தன.

கிரேஸி மோகனின் எழுத்தோடு, இளையராஜா இசையில், சிங்கிதம் ஸ்ரீனிவாசராவ் இயக்கத்தில் 'மைக்கேல் மதன காமராஜன்' நான்கு எனும் எண்ணைக் கொண்டு நாயகத்துவத்தை வகுத்தது. கமல்ஹாசனின் திரைவாழ்விலும் மெச்சத்தக்க பெயரைப் பெற்றுத் தந்தது. குரல், உடல் மொழி, நடை, என பாத்திரங்களுக்கு இடையில் அவர் காண்பித்த நுட்பமான வேறுபாடு ரசிக்க வைத்தது. பாலக்காட்டு பிராமணத் தமிழும், லேசான சென்னைத் தமிழும், வெளிநாட்டிலிருந்து பிறந்தகம் திரும்புகிறவனின் தமிழும், குறைவாகவே எப்போதும் பேசுகிற மைக்கேலின் தமிழுமாக வசன உச்சரிப்பிலும் வித்தியாசம் காட்டினார் கமல்.

இதன் மைய இழை உறவினர் சதியால் பிரிந்தவர் கூடினால் எனும் ஒற்றை இழை. நாசர், நாகேஷ், எஸ்.என்.லட்சுமி, டெல்லி கணேஷ், 'பீம்' பிரவீண் குமார், வெண்ணிற ஆடை மூர்த்தி, அனந்து, சந்தானபாரதி, ஆர்.எஸ்.சிவாஜி என எல்லோருடைய வாழ்விலும் பெருமைக்குரிய ஞாபகவில்லையாகவே இந்தப் படம் மாறியது. கதையின் மையக்கரு ஆள் மாறாட்டக் குழப்பம் என்றாலும் கூடக் குழப்பமற்ற திரைக் கதையும் எடுத்த விதமும் படத்தை நிமிர்த்தித் தந்தன. ஊர்வசி இந்தப் படத்தின் மூலமாகத் தன்னை உபாசிக்கிறவர்களின் எண்ணிக்கையைப் பலமடங்கு பெருக்கினார். திருவிழாக் காலத்துக் கொண்டாட்ட மனோநிலையாகவே இந்தப் படத்தின் பாடல்களை உண்டாக்கினார்

ராஜா. 'சுந்தரி நீயும் சுந்தரன் ஞானும்' கோயம்புத்தூரிலிருந்து பாலக்காடு வழியாகக் கேரளாவுக்குச் செல்லும் தென்னங்காற்று கலந்த இந்தப் பாடல் பலகாலம் தமிழர் கீதமாக ஒலித்தது. நாகேஷுக்கும் கமலுக்குமிடையே நடிப்பின் வழி யுத்தமே நடந்தது எனலாம்.

மைக்கேல் மதன காமராஜனின் மாபெரிய பலங்களில் ஒன்று, எளிய திரைக்கதை போலத் தோன்றினாலும் யூகிக்க முடியாத அதன் திருப்பங்கள்தான். இரட்டை வேடப் படம் என்றால் ஆள் மாறாட்டம், அதனால் ஏற்படும் குழப்பம் என்று வழக்கமான செலுத்துதல் இருக்கும். இங்கேயோ வேடங்கள் நான்கு.

'மாண்புமிகு குத்துவிளக்கை அமைச்சர் ஏற்றுவார்' எனக் கிடைத்த இடத்திலெல்லாம் சிரிக்க வைத்துச் சிதறடித்தார் கிரேஸி.

அவினாசி நாகேஷைப் பொறுத்தவரையில் எதிரே இருப்பது மதன். உண்மையில் அங்கு மாறியிருப்பது ராஜு. பணத்தை எடுத்ததை ஒப்புக் கொண்டால் திருப்பித் தந்துவிடுவதாக மதன் சொன்னபோதெல்லாம் அதைக் கேட்காமல், மதன் கெட்டு ராஜு வந்தபிறகு ராஜ நம்ஸ்காரம் செய்து, பயனற்றுப் போகும். தன் இருபத்து ஐந்தாயிரம் கடன் குறித்து நினைத்த மாத்திரத்தில் மதன் பாடத் தொடங்க, 'என்ன சார், என் கஷ்டத்த சொல்லிட்டிருக்கேன், இவ்வளவு அசிங்கமா பாட்றிங்க?' என்பார் நாகேஷ். 'அசிங்கம்னா ஓரளவுக்கு சுமாரா பரவால்லாம நல்லாவே பாடறிங்க' என்று சமாளிப்பார். ஆனாலும் அது பலனளிக்காது.

கெஞ்சிக் கொண்டே 'ஏழப் பாட்டி எதோ தெரியாத்தனமா திருடிட்டேன்' என்று காமேஸ்வரனை நடுக்கூடத்துக்கு நகர்த்தி வருவார் பாட்டி. வழியிலேயே மடியில் கட்டிய பொருட்களை சேஃப்பாக உதிர்த்திருப்பார். கூட்டத்தைக் கூட்டி, தன் பேத்தி கையைப் பிடித்து காமேஸ்வரன் இழுத்துவிட்டதாகப் புதுக் கதையைத் தொடங்குவார். பாட்டியைக் காட்டிக் கொடுக்காமல் அமைதி காக்கும் திரிபுரசுந்தரியின் பரிதவிப்பு அபாரம். இந்த ஐந்து நிமிட அதே கான்ஸெப்ட் பிற்பாடு வடிவேலுவின் ஆகப் புகழ்பெற்ற கையப் பிடிச்சு இழுத்தியா என்று வேறொரு வலம் வந்தது.

அரங்கு நிறைந்தது

மதனின் ஆங்கிலப் புலமையை வியந்தபடி கேச் மை பாயிண்ட் என்று சொல்லிப் பார்த்து 'இதெல்லாம் அப்டியே வர்ரதுதான் இல்ல' என்பார் கமல். அரிசியில் ஓவியம் வரையப்பட்டிருப்பதைப் புகழ்ந்து 'கலையரிசி' என்பார் குஷ்புவிடம். என்னதான் காமெடி படம் என்றெல்லாம் வகைமைப் படுத்திவிட்டாலும் தன்னையறியாமல் அபாரமான ஒரு உணர்தலை நிகழ்த்தும் காட்சியும் உள்ளிருந்தே தீரும். தான் தந்தை அல்ல என்று தெரிய நேரும்போது, 'என்னை விட்றமாட்டல்லப்பா' என்று மைக்கேலைப் பார்த்து சந்தானபாரதி கேட்கும் காட்சி ஒரு கணத்தின் பாதி உறையச் செய்யும்.

தன்னை வெளியே எறியச் சொன்னதற்காகத் தூக்கிக் கொண்டு போகும் பீமனைப் பார்த்து, 'பீம் கண்ணா நா ரொம்ப கனக்கறேனா?' என்பார் நாகேஷ். 'உங்களுக்கு ஒரு வாரம் டயம் தரேன்' என்று சொல்லும் முதலாளி மதனிடம், அவசரமாக இடை மறித்து, 'ஒரு வருஷம் டயம் குடுத்தாலும் என்னால மாடியிலேருந்து கீழ குதிக்க முடியாது சார்' என்பார்.

எல்லாவற்றுக்கும் மேலாக, பழைய கலையின் கைவிடப்பட்ட மனிதர்களில் ஒருவராக, மனோரமா இந்தப் படத்தில் சில காட்சிகளே என்றாலும் பிரமாதப் படுத்தியிருப்பார். சிவராத்திரி பாடலுக்குச் சற்று முன்னால் மகளிடம் பேசுகையில் குரலாலும் முகமொழியாலும் பல உணர்வுகளை ஒருங்கே பிரதிபலிக்கும் பார்வையாலும் கோலோச்சியிருப்பார் மனோரமா.

தமிழர் திரை ரசனையில் சகலகால விருப்பமாகக் கலாச்சார மலர்தலாக நிகழ்ந்த மைகேல் மதன காமராஜன் படம் எப்போதும் சலிக்காத ரசனை ஊற்று.

52 நடிகன்

சிரிக்க வைப்பது பெருங்கலை. மீவருகையற்ற ஒற்றைகள் என்பதால் நகைச்சுவைக்கு என்றைக்குமே மகாமதிப்பு தொடர்கிறது. நீர்ப்பூக்களைப் போல தோன்றல் காலத்தே மின்னி மறைந்துவிடுகிற படங்களுக்கு மத்தியில் காலங்கடந்து வெகு சில படங்கள் மாத்திரமே தனிக்கும். இப்படியான காவியத் தன்மைக்குக் காரணம் அவரவர் மனசு. பிராயத்தினூடான பயணத்தின் இடையில் அந்தப் படத்தை ஒட்டிய சொந்த நினைவுகள் ஒருசிலவற்றின் புனிதத் தன்மையும் கூட காரணமாகலாம்.

நடிகன் முன் காலத்தின் சில படங்களை நினைவுபடுத்தினாலும் கூட கதையின் உலர்ந்த தன்மை எளிதில் யூகித்து விடக் கூடிய சம்பவங்கள் இவற்றையும் தாண்டி வென்றதற்குக் காரணம் திரைக்கதையின் தெளிவான நகர்தல். மனோரமா இந்தப் படத்தின் இணை நாயகி என்றால் கவுண்டமணி இதன் கூடுதல் நாயகன் எனலாம். சின்னிஜெயந்த் பாண்டு வெண்ணிற ஆடை மூர்த்தி ஆகியோரும் குறிப்பிடத் தக்க அளவில் வசன வழி நிலைத்தார்கள். வெண்ணிற ஆடை மூர்த்தி ஐலண்ட் எஸ்டேட் என்பதை உச்சரிக்கத் தெரியாத இசை ஆசிரியர். அதன் விளைவான குழப்பங்களால் அவருக்குப் பதிலாக சத்யராஜ் இடம்மாறி வயோதிக வேடம் தரித்து அந்தப் பொய்யை பலநாள் திருடர் கவுண்டமணி தெரிந்து கொண்டு தனக்கு சாதகமாகப் பயன்படுத்தி இளைஞனாக குஷ்பூவைக் காதலித்துக் கொண்டே தன் வயோதிக வெர்ஷனைக் காதலிக்கும் மனோரமாவிடமிருந்து தப்பி ஓடும் சத்யராஜ் என சின்ன இழையை வைத்துக் கொண்டு இரண்டரை மணி நேரம் மையக்கதையை நகர்த்தியது மாபெரும் சவால்.

இளையராஜா இசை வாலி பாடல்கள் அசோக்குமார் ஒளிப்பதிவு சத்யராஜ் குஷ்பூ இணை சேர்ந்து நடித்த இந்தப் படத்தின் வசனங்களை எழுதி கதை திரைக்கதை அமைத்து இயக்கியவர் பி.வாசு. ஆள் மாறாட்டம் வயோதிகராக நடிப்பது ஒரு தலைக்காதலை ஏற்க முடியாமல் தடுமாறுவது திருடனை ஒளித்து வைத்துப் புகலிடம் தருவது ஒருவருக்கொருவர் ஒத்தாசை செய்து கொள்வதென்று எல்லா விதங்களிலும் வழமையான அதே நேரத்தில் கனமான சிரிப்புக்

காட்சிகளுடன் இந்தப் படம் 1990 ஆமாண்டு நவம்பர் 30 அன்று வெளியானது.

இதற்கடுத்த படமாக வாசுவின் சின்னத்தம்பி வெளியாகி ஊரையே திரும்பச் செய்தாலும் வாசு இயக்கியவற்றுள் அதன் நகைச்சுவைக் காட்சிகளுக்காக இன்றைக்கும் விரும்பப்படுகிற படமாக நடிகன் இருக்கிறது. ஒரு நல்ல திரைப்படத்தின் இலக்கணம் அதனை மீவுரு செய்வதை நினைத்துக் கூடப் பார்க்க முடியாது. அந்த வகையில் நடிகன் காலங்கடந்த நவரசம்.

53 சின்னதம்பி

ஒரு படம் ஏன் ஓடுகிறது என்பது மட்டும் யாராலும் அறுதியிட்டுக் கூற முடியாத சூத்திரம். சினிமாவை உலகமெல்லாம் இன்றளவும் உந்திக் கொண்டிருக்கும் மந்திரமும் அதுவே. என்ன தான் பார்த்துப் பார்த்துச் செய்தாலும் கூட வெளியாகும் முன் மக்கள் தீர்ப்பை முன் கணிதங்களால் அறிந்துகொள்ளவே முடியாது.அந்த வகையில் சினிமாவின் சரித்திரத்தில் தனி சரிகை இழையால் கட்டப்பட்ட வெற்றிப்பதாகைப் படங்களின் வரிசைப்பட்டியல் ஒன்று உண்டு. சாதாரணமாக ஓடியவையாக இருக்காது. எல்லா ஊர்களிலும் தலை தெறிக்க ப்ரேக் லெஸ் வெஹிகில் என்பார்களே அப்படி நிறுத்துவதற்காகாக வாகனத்தைப் போல் ஓடிய படங்கள் அவை.

சினிமா மொழியில் சொல்லவேண்டுமானால் ஒரு படம் வெளியான மறுநாள் அந்தப் படத்தின் லைட் மேனுக்குக் கூட மாற்றியமைக்கப்பட்ட அந்தஸ்தும் பெருக்கெடுத்த ஒளிவெள்ளமும் கூடுதல் சம்பளமும் இன்னபிறவுமெல்லாம் ஏற்பட்டு இருக்கும். அப்படி ஏற்பட்டால் அதன் பெயர் தான் சூப்பர்ஹிட்.

சின்னத்தம்பி அப்படிப் புரிந்து கொள்ள முடியாத வெற்றிகளிலொன்றாக அமைந்தது. அதுவரைக்குமான தமிழ் சினிமா வசூல் எல்லைகளை எல்லாம் தகர்த்தெறிந்தது. பி.வாசு இயக்கத்தில் கேபி பிலிம்ஸ் கேபாலு தயாரிப்பில் இளையராஜா இசையில் கங்கை அமரன் வாலி பாடல்கள் எழுத ராதாரவி மனோரமா குஷ்பூ கவுண்டமணி இவர்களொடு பிரபு நாயகனாக நடித்த படம்.

ஆண் வாசனையே அனுமதிக்கப்படாத அரண்மனைக்கு நிகரான மாளிகையில் வளரும் நாயகி. அவளுக்குக் காணக் கிடைக்கும் வெகுளி ஆடவன் சின்னத் தம்பி. தாயைத்தவிர வேறொன்றும் அறியாத வெள்ளந்தி அவன். அவனுக்கு அபாரமாகப் பாடவரும். மாளிகையில் வந்து செல்லக் கூடிய அவன் மீது காதலாகிறாள் நாயகி. தன் வீட்டு இளவரசியை வழிபடுகிற அளவுக்கு அன்பாயிருக்கும் அண்ணன்கள் மூவரும் அவளுடைய காதலை ஏற்க மனம் வராமற் போகிறது.காதலைக் காதலென்றே அறியாத சின்னத் தம்பியோடு நாயகி சேர்ந்தாளா என்பது தான் கதை.வெற்றிலையில் பாதி அளவு காகிதத்தில் எழுதிவிடக்கூடிய எந்த விதத்திலும்

நம்பகத்தின் அருகாமைக்குக் கூட வராமற் போன இந்தக் கதையைத் தான் தமிழகம் ஒரு ஆண்டு ஓடச்செய்து அழகு பார்த்தது.கவுண்டமணியின் நகைச்சுவைக் காட்சிகளும் கூட எப்போதைக்குமான கோர்வையாகவே திகழ்கிறது. நடித்த யாருமே குறை சொல்ல முடியாத பங்கேற்பைத் தந்ததும் நிசம். எல்லாவற்றுக்கும் மேலாகத் திரும்பிய திசையெல்லாம் சின்னத் தம்பி என்று ஒலிக்கச் செய்ததற்கு இன்னொரு காரணம் இசை.

இளையராஜாவின் இசையை எடுத்து விட்டு இந்தப் படத்தை பார்க்கவே முடியாது. இது வெறுமனே ஏற்றிச் சொல்கிற சொல்லாடல் அல்ல. கிட்டத்தட்ட குழந்தமையின் பித்து நிலைக்குக் குறைவற்ற நாயக கதாபாத்திரத்தின் மனோபாவங்கள் ஒருபுறமும் அடக்கி வைக்கப்பட்டதாலேயே விடுதலைக்காக சதா சர்வகாலமும் விரும்புகிற நாயகியின் தீவிரத் தன்மையும் ஒருங்கே உள்ளடக்கிய திரைக்கதையின் மேலோட்டமான உலர்தன்மையை முழுவதுமாய்த் தன் பாடல்கள் இசையால் நிரப்பிப் பசுமையாக்கித் தந்தார் ராஜா. தூளியிலே ஆடவந்த வானத்து மின் விளக்கே என்ற தாலாட்டுத் தன்மை பொங்கும் பாடலில் எல்லோரும் தங்களது மனங்களை இசையால் பூட்டிக் கொண்டார்கள்.படம் முடியும் வரை மெய்மறந்தது மாத்திரமே இப்படத்தின் மாபெரும் வெற்றிக்கு காரணமாயிற்று. அதன் பின்னால் இருந்து காரியமாற்றியவர் இளையராஜா.

போவோமா ஊர்கோலம் என்ற பாடல் ஸ்வர்ணலதாவுக்கு மாபெரும் அடையாளமாக மாறிற்று.அரைச்ச சந்தனம் மணக்கும் குங்குமம் பாடலாகட்டும் உச்சந்தலை உச்சியிலே பாடலாகட்டும் நீ எங்கே என் அன்பே பாட்டாகட்டும் ஏற்படுத்தப் பட்ட செயற்கையான சூழல்களை எல்லாம் அறுத்தெறிந்து விட்டு அவரவர் மனங்களைக் கொண்டு இந்தப் படத்தை அதன் பாடல்களுக்குள் சிக்கிக் கொள்ளச் செய்ததனால் சின்னத் தம்பி எல்லோர்க்குமான இசைப்பேழையாகவே மாறிற்று. இன்றளவும் அகற்றி எறியமுடியாத அன்பின் தடங்களாய்த் தமிழ் சமூகத்தின் போற்றிக்குகந்த பாடல்களைக் கொண்ட மறக்க முடியாத படம் சின்னத் தம்பி..

54 அழகன்

பாலசந்தர் ட்ராமாவிலிருந்து சினிமாவுக்கு வந்தவர். எது நாடகம் என்பதில் இருக்கும் குழப்பங்கள் ஒரு பக்கம். நாடகக் கலை நம்பகத்துக்கும் நிரூபணத்துக்கும் இடையில் எப்போதும் இரு வேறாய்க் காணக் கிடைத்திருக்கிறது. வாழ்வாதாரக் கவலையற்ற மத்யமக் கண்களைக் கொண்டு, கவலைகள் என்று உணர்ந்தவற்றை நாடகமாக்கும் போக்கு சினிமாவின் செல்வாக்குக் காலத்தின் ஆரம்பத்தில் ஒரு இணை நிகழ்வாக நடந்தேறியது. மேடை நாடகங்கள் புராண இதிகாச ஒருமையிலிருந்து விலகி, திராவிட இயக்கத்தின் தோன்றல் காலத்தில் ஒரு தொடர் பிரச்சாரச் சாதனமாகவே நிலைபெற்றது.

அதே காலகட்டத்தில் சொந்த தாகத்துக்கான கானல் நீர்ச் சுனைகளைத் தேடி அலையும் அமெச்சூர் பாணி நாடக முயல்வுகள், குழுக்கள், அவற்றை நிகழ்த்துவோரில் தொடங்கி, சிறு சிறு தோன்று முகங்கள் வரை பலருக்கும் சமூக வாழ்வின் உள்ளிருந்தபடியே மிதமாய்த் தனித்தல் வாய்த்தது. சினிமாவுக்குக் கதைகள் தேவைப்பட்டன. வெற்றிகரமான நாடகங்கள் அவற்றுக்குக் கிடைத்த வரவேற்பு மற்றும் கரவொலிகள் ஒரு முன்படத் தயாரிப்புக்கு நிகரான உத்தரவாதத்தை ஏற்படுத்தின. சினிமா மாயக் கயிற்றின் கண்ணுக்குத் தெரியாத விழுதொன்றைப் பற்றிக் கொண்டு அந்தர மரத்தில் ஏறிப் பறிக்க வேண்டிய கனி. திசையாவது, வெளிச்சமாவது தெரிவது நல்லதுதானே.

ஏஜி’ஸ் அலுவலகத்தில் அரசு சம்பளம் பெறும் வேலை-யிலிருந்து நட்சத்திர வனத்தின் ராஜராஜ நாற்காலிக்கு இடம் பெயர்ந்தவர் பாலசந்தர். அவர் பார்த்துப் பார்த்து வடிவமைத்த கமலஹாசன், போனால் போகிறதென்று வரவழைத்த ரஜினிகாந்த் இருவரும் தமிழ்த் திரை உலகின் இரண்டாம் முதலாம் இடங்களைப் பகிர்ந்து கொண்டார்கள். பாலசந்தர் பள்ளியிலிருந்து கிளம்பிச் சென்ற பல்லி கூட திரை பழகியதென்றே தமிழ் நிலம் நம்பிற்று. நாகேஷை, ஜெமினி கணேசனை, ஸ்ரீதேவியை, டெல்லி கணேஷை, ராதாரவியை, நாஸரை, சிவச்சந்திரனை, பிரகாஷ் ராஜை, ஏ.ஆர். ரஹ்மானை எனத் தொடங்கி ஒரு பெரும் பட்டாளத்தை சொந்தம் கோருவதற்கான முழுத் தகுதி கொண்ட ஒருவராக பாலசந்தர்

திகழ்ந்தார். மின் பிம்பங்களும், கவிதாலயாவும் திரையுலகச் சந்நிதானங்களாகவே மதிக்கப் பெற்றன.

தன் பாணியைத் தானே கலைத்தபடி அடுத்ததைத் தேடும் தீரா ஆர்வம் கொண்டவர் பாலசந்தர். எதிர்பாராத மற்றும் விதவிதமான சேர்மானங்களைப் படங்கள் தோறும் முயன்று பார்ப்பவர். அந்த வகையில் மரகதமணியின் இசையில் மம்முட்டி, மதுபாலா, பானுப்ரியா, கீதா, இவர்களையெல்லாம் கொண்டு பாலசந்தர் எடுத்த அழகான திரைப்படம் அழகன். நிகழ்தலும், நெகிழ்தலும் கலந்த கதாமுறையைத் தன் படங்களுக்குள் முயன்று கொண்டே இருந்தார் பாலசந்தர். குடும்பம் எனும் அமைப்பின் சகல அங்கங்களையும் முரண்பட்டு மீறுவதன் மூலமாக அவ்வமைப்பின் உட்புறப் புரையோடல்களைத் தன் படங்களின் மூலமாக தொடர்ந்து சாடினார்.

சின்னஞ்சிறிய குழந்தைகளுடன் வசித்து வரும் அழகப்பன் தன் கடின உழைப்பால் முன்னேறிய ஓட்டல் அதிபர். மனைவியை இழந்தவரான அழகப்பன் வாழ்வில் அடுத்தடுத்து மூன்று பெண்கள் அவர் மீதான அன்புவிருப்பத்தோடு நுழைகிறார்கள். ஒருவள் கல்லூரி மாணவி அடுத்தவளோ நடனத் தாரகை மூன்றாமவர் ட்யூடோரியல் ஆசிரியை. இந்த மூவருக்கும் அழகப்பனுக்கும் இடை-யிலான பரிச்சயம் பந்தம் என்னவாகிறது நடனத் தாரகைக்கும் அவனுக்கும் ஒருங்கே மலரும் காதல் எங்கனம் வாழ்வில் அவர்கள் இணைகிறார்கள் என்பதையெல்லாம் கதையாகக் கொண்ட படம் அழகன். சின்னச்சின்ன உணர்வுகள் காதலின் ஊசலாட்டங்கள் சொல்ல முடியாத அன்பின் கனம் எதிர்கொள்ளக் கடினமான அன்பின் வெளிப்பாடுகள் இத்தனையும் கலந்து பிசைந்த நிலாச்சோற்றுக் கலயம் தான் அழகன்.

மதுபாலாவின் உற்சாகமும் கீதாவின் உலர்ந்த மேலோட்டமான அணுகலும் பானுப்ரியாவின் தனித்துவக் கோபமும் திரைக்கதை-யிலிருந்து படமாக்கப்பட்டது வரை நன்கு இயங்கின. சாதாரண

அறிதல் பிரிதல் சேர்தல் கதைபோலத் தோற்றமளித்தாலும் கவிதை பொங்கும் கணங்களினாலும் அழகனை அழகுபடுத்தினார். மரகதமணியின் இசையும் வைரமுத்துவின் வரிகளும் அழகனின் அணிகலன்களாயின. துடிக்கிறதே நெஞ்சம் தெம்மாங்கு பாடி என்ற பாடலும் தத்தித்தோம் பாடலும் சித்ராவின் குரலில் பிரமாதமாய் ஒலித்தன. சாதி மல்லிப் பூச்சரமே மழையும் நீயே நெஞ்சமடி நெஞ்சம் இவையாவும் எஸ்.பி.பாலசுப்ரமணியத்தின் குரலால் மிளிர்ந்தன. அழகன் படத்தின் அடையாளப்பாடலாகவே ஒரு இரவெல்லாம் மம்முட்டியும் பானுப்ரியாவும் தொலைபேசியில் பேசிக்கொண்டே இருக்க பின்னணியில் ஒலிக்கும் மாண்டேஜ் பாடலான சங்கீத ஸ்வரங்கள் ஏழே கணக்கா பாடல் உருக்கொண்டது.

கோவை செழியனின் தயாரிப்பில் பாலச்சந்தர் இயக்கிய அழகன் எக்காலத்திற்குமான காதல் படங்களின் வரிசையில் நிச்சய இடம் வகிக்கும் நற்படம்.

55 அமரன்

தமிழ் சினிமாவுக்கென்று தனித்த குணங்கள் காலம் காலமாய்ப் பார்த்துப் பராமரிக்கப் பட்டு வந்தன. அவ்வப்போது திசை திருப்பும் மடைமாற்றும் படங்கள் வரத்தும் நிகழும். எல்லா மாற்றங்களையும் எந்தக் கலையும் அப்படியே ஏற்றுக்கொள்வதில்லை. கலையின் உடலில் ஒவ்வொரு படைப்புமே அதன் திசையை போக்கை மற்றும் அணுகுமுறையை இன்னபிறவற்றையெல்லாம் மாற்றி அமைப்பதற்கான முயல்வுகள் தானே..? அது வரையிலான கதையைத் தானே திருத்தி எழுதுகின்றன ஒவ்வொரு புதிய வரவுகளும்?

சில ஆதார விசயங்களை எப்போதும் மாற்றுவதற்கான அல்லது மீறுவதற்கான தைரியம் எல்லாக் கலைப்படைப்பாளிகளுக்கும் இருந்துவிடுவதில்லை. வணிகம் பணம் எனும் இரண்டு சொற்கள் லெவல் க்ராஸிங்கில் பூட்டப்படுகிற ராட்சஸ இரும்புக் கதவுகளுக்குப் பின்னதான நிர்ப்பந்திக்கப்பட்ட காத்திருப்பு கணம் போலவே எந்தப் படைப்பாளியையும் அச்சுறுத்துவதுண்டு.அதை மீறி அவ்வப்போது ஒன்றிரண்டு விதிவிலக்குகள் வந்தே தீரும்.அது கலையின் தன்மை.

1992 ஆமாண்டு பொங்கல் தினத்தில் வெளியான 70 எம்.எம் படமான அமரன் அப்படியான தைரிய முயல்வுகளில் ஒன்று. தமிழில் டான் வகைப் படங்களில் முக்கிய இடம் அமரன் படத்துக்கு உண்டு. பில்லாவுக்கும் அதன் மீவுருவுக்கும் இடையிலான நெடுங்காலத்தினுள் குறிப்பிடத் தக்க டான் வகைப் படம் என நிச்சயம் அமரனைச் சொல்ல முடியும். தப்பானவனைத் தண்டித்து அழிக்கிற கதைமுடிவு அனேகமாக தமிழ்ப்படங்களில் சிலாகிக்கப்பட்டதை விட புறக்கணிக்கப் பட்டதே அதிகம். அப்படி இருந்தும் அமரன் அதே போன்ற முடிவை நோக்கி பார்வையாளர்களை அழைத்துச் சென்ற படம்.

அமரனின் ஒளிப்பதிவு உலகத் தரமாயிருந்தது .பிசி.ஸ்ரீராமின் படங்களில் அனேகமாக முதற்படமாகவே சொல்லத்தக்க அளவில் இந்தப் படமெங்கும் அவர் கோர்த்துத் தந்த ஷாட்கள் அதிகதிக லாங் ஷாட்களைக் கொண்டதாக மிகப் பிரம்மாண்டமாக கண்கள் முன் விரிந்தது. பின் நாட்களில் அனேகப் படங்களில் கண்டதும் ரசித்ததுமான பல விஷயங்களின் ஆரம்பங்களை தொடங்கி வைத்தது

அமரன் படம். மிக முக்கியமாக இந்தப் படத்தில் இடம்பெற்ற சண்டைக்காட்சிகளை ஒளிவழிக் காதலோடு படமாக்கித் தந்தார் ஸ்ரீராம். முன் பார்த்திராத துல்லியத்தோடு அமைந்தன சண்டைகள்

அடுத்த விடயம் இசை. ஆதித்யன் இந்தப் படத்துக்கு இசையமைத்தார். பாடல்கள் தேவைக்கு அதிகமான பரபரப்பை உண்டு பண்ணி இருந்தன. கார்த்திக் தன் சொந்தக் குரலில் பாடிய வெத்தல போட்ட ஷோக்குல பாடல் முந்தைய அத்தனை ஹிட் பாடல்களையும் வந்து பார் என்றது. இத்தனைக்கும் ரஜினியின் தளபதி கமலின் குணா தொடங்கி பிரம்மா மன்னன் ரிக்சாமாமா பாண்டித்துரை என ஒரு டஜன் ஹிட் பேழைகளைத் தொடர்ந்து தந்தார் இளையராஜா அத்தனைக்கும் எதிராய் அனாயாசம் காட்டியது இந்த ஒற்றைப் பாடல்.படத்தின் தொடக்கத்திலேயே இந்தப் பாடலைக் காணச்செய்தது பின்னதான படத்தின் மீதான எதிர்பார்த்தலைக் குறைத்ததென பார்வையாளர்கள் கருதினார்கள்.பின்னணி இசையில் வழக்கத்தை முற்றிலுமாக உடைத்தார் ஆதித்யன் சண்டைகளுக்கெல்லாம் பின்னால் ஹிந்துஸ்தானி கோர்வைகளைப் பயன்படுத்தி தனித்துவம் செய்தார்.சந்திரரே சூரியரே நட்சத்திர நாயகரே பாடல் இன்றளவும் அமானுட வாஞ்சையோடு ஒலித்து வருகிறது. வசந்தமே அருகில் வா பாடலும் இன்னொரு சூப்பர்ஹிட்டாக மாறியது. பக்திப் பாடல்களுக்கு இசையமைத்து அறியப்பட்ட இசையமைப்பாளர் விஸ்வகுரு இசையில் இப்படத்தில் இடம்பெற்ற ஒரே பாடலான முஸ்தஃப முஸ்தஃபாவைப் பாடி ஆடினார் கார்த்திக்..

கார்த்திக்கின் இருவேறு தோற்றங்கள் ஃபங்க் கூந்தலிழையும் முன் தோற்றமும் வழித்து வாரப் பட்ட டான் தோற்றமும் இரண்டு நிலைகளுக்குமிடையே தன் உடல்மொழி குரல் என எல்லாவற்றிலும் அவர் காட்ட விழைந்த வித்யாசங்கள் ரசிக்க வைத்தன.

பழிவாங்கும் கதை தான்.

ஆனால் எடுத்த விதம் வித்யாசம்.

பத்து பேர்ல ஒருத்தன் புத்திசாலி ஆக முடியும் லட்சத்துல ஒருத்தன் மேதையாக முடியும் கோடில ஒருத்தன் தான் தலைவனாக முடியும். கோடிகோடில ஒருத்தன் தான் அவதாரமாக முடியும் அமரன் மனுஷன் ஆண்டவப் பெருமாள் அவதாரம். வேண்டாம் எங்கிட்ட வேண்டாம் என்பார் ராதாரவி. ஒரு மன நோயாளியோட பேசுறதுக்கு நேரமில்லை எனக்கு எனப் பதில் வரும் அமரனிடமிருந்து எங்கிட்ட யாரும் இப்படிப் பேசுனதில்ல இது ராதாரவி. உன் மிருகபாஷை தெரியாதது தப்பு அமரன் இப்படிச் சொல்கையில் அரங்கங்கள் நொறுங்கும்.

பின்னால் பல படங்களில் நல்லவில்ல சந்திப்புக் காட்சிகள் வந்திருந்தாலும் இதில் அமரனும் ஆண்டவர்பெருமாளும் சந்திக்கிற காட்சியின் அபாரம் முதன்முதலாகப் பெருகியது.

ஆண்டவர் பெருமான் தான் தன் அப்பாவைக் கொன்று குடும்பத்தை அழித்தவனென்பதை அமரன் விளக்கிய பின்னரும் "அதெல்லாம் பேசிக்குவம் நம்ம சமரசம்.." என்பார் ராதாரவி... அதற்கு பதிலாக "உன் சாவு தான் எனக்கு சமரசம். நான் உன்னை அழிக்க வந்த ஆயுதம்" என முடிப்பார் கார்த்திக்.

ஆண்டவர் பெருமாளாக இந்தப் படத்தின் மூலமாக இந்தியத் திரையின் க்ரூர வில்லன்களில் ஒருவராக பேரெழுச்சி கண்டார் ராதாரவி. அவருடைய மேக் அப் மற்றும் குரல் ஆகியனவும் அவருக்குத் துணை புரிந்தன. சந்தர்ப்ப வசத்தால் அமரன் எப்படி ஆண்டவர் பெருமாளைக் கொன்றழிக்கிறான் என்பது தான் ஒன்லைன். அதை திரைக்கதை அமைத்து இயக்கியவர் கே.ராஜேஷ்வர். படத்தின் தயாரிப்பும் அவரே.

அமரனுக்கும் ஆண்டவர் பெருமாளுக்கும் இடை-யிலான படிப்படியான முரண்களும் இறுதிவரை அழகாகப் பின்னப்பட்டிருந்தாலும் அதிகரித்து வைக்கப்பட்ட முன் எதிர்பார்ப்பு.

அமரன் அந்தக் காலகட்டத்தில் புரிந்துகொள்ள முடியாத மௌனத்தையே மறுவினையாக அறுவடை செய்தது என்றபோதும் இன்றைக்கும் தமிழில் எடுக்கப் பட்ட வித்யாசமான காட்சியனுபவப் படங்களில் ஒன்றாக முன்வைப்பதற்கான பல கூறுகளைத் தனதே கொண்டிருக்கிறது என்பது மறுப்பதற்கில்லை.

அமரன்

குருதியின் கதையாடல்.

56 தலைவாசல்

தொண்ணூறுகளுக்கு முன்பிருந்த தமிழ் சினிமாவுடன் ஒப்பிடுகையில் தொண்ணூறுகளின் ஆரம்பத்திலேயே வித்யாசமான மடைமாற்றும் நோக்குடனான திரைக்கதை முயல்வுகள் உருவாக்கப் படத் தொடங்கின. உதாரணமாகச் சொல்வதானால் ஒற்றைக் கதா முறையுடனான போலீஸ் படங்களும் கிராமத்துப் படங்களும் ஆங்காங்கே தொடக்கம் பெற்றன. இரண்டாயிரம் வரையிலான திசைவழிக்கான தொடக்கத் திருப்பங்களாக இவை அமைந்தன. காதல் படங்கள் என்ற எப்போதைக்குமான வணிக நிர்ப்பந்த சினிமாவின் பின் புலமாக அதுவரை கையாளப்பட்ட கல்லூரி என்ற களனை முன்பில்லாத அளவுக்கு நிஜத்துக்கு நெருக்கமாய்ச் சென்று அவதானித்து எடுக்கப்பட்ட சொற்ப திரைப்படங்கள் காலம் கடந்து இன்றும் ரசிக்க வைக்கின்றன.அந்த வகையில் தமிழ் சினிமாவின் கல்லூரிக் களத்தினை மையப்புலமாக்கி எடுக்கப் பட்ட படங்களில் தலையாயதென்று தலைவாசல் திரைப்படத்தினை முன் வைக்கலாம்.

தொலைக்காட்சியில் செல்வாக்குப் பெற்ற நீலா மாலா தொடரின் மாந்தர்கள் ஆதே ஹன்சாலயா பேனரில் சோழா பொன்னுரங்கம் விமலாரமணன் ஆகியோர் இணைந்து உருவாக்கிய முதல் படம் தலைவாசல். தென் தமிழகத்தின் புதியவர்களான செல்வா பாலபாரதி சந்தானம் தொடங்கிப் பலரும் ஒன்றிணைந்து உருவான படம் இது.இதன் மூலம் அறிமுகமான செல்வா தன் அடுத்த படமான அமராவதியில் இதே பேனருக்காக அறிமுகம் செய்த நாயகன் தான் அஜீத் குமார்.செல்வா அதன் பிற்பாடு பல வணிகப் படங்களை இயக்கினார்.தலைவாசல் தமிழின் கலை அடையாளங்களில் ஒன்றாக தனித்ததற்கு ஒன்றல்ல பல காரணங்கள் உண்டு.

கானா எனப்படுகிற பாடல்வகைமையை முன்பு அங்குமிங்கும் அதன் நீர்த்த வடிவங்கள் மாத்திரமே பயன்படுத்தப்பட்டு வந்த தமிழ் சினிமாவில் முன்பில்லாத வகையில் இந்தப் படத்தின் ஒரு அரூபப் பாத்திரமாகவே சித்தரித்திருந்தார் செல்வா. பாலபாரதி சந்திரபோஸ் அஷோக் ஆகியோர் பாடிய கானா பாடல்கள் அன்றைக்கு எல்லோரின் விருப்பங்களாக மாறின. இந்தப் படத்தின் வசனங்கள் அன்றைய காலத்தில் பெரும் பிரசித்தி பெற்றன.திரும்பத் திரும்ப உச்சரிக்க வைத்தன. போறியா போறதுக்கு முந்தி ஒரு கானா

வுட்டுட்டு போ என்று விட்டில்பூச்சிகளின் விட்டேற்றி மனங்களை அத்தனை அழகாக முன்வைத்தது தலைவாசல் படம்.

இளையராஜாவின் இசை மீது பெரும் பற்றுக் கொண்ட பாலபாரதி தனித்துவம் மிக்க இசையமைப்பாளராக இதன் மூலம் அடையாளம் காட்டப் பட்டார்.அமராவதி உள்ளிட்ட வேறு படங்களுக்கும் இசை அமைத்தார் என்றாலும் முதல் படத்தின் அதே ஒளிர்தலைப் பற்றிக்கொண்டு மாபெரும் இசைமனிதனாக வந்திருக்க வேண்டியவர். இந்தப் படத்தில் அதிகாலைக் காற்றே நில்லு பாடலை புதியவர் சந்தானம் எழுதினார். கானா பாடல்களை எழுதிய மூர்த்தி ரமேஷின் கைவண்ணத்திலேயே இந்தப் படத்தின் வசனங்களும் அமைந்தன. மற்ற பாடல்களை எல்லாம் வைரமுத்து எழுதினார்.

வாசல் இது வாசல் தலைவாசல் பாடலையும் வாழ்க்கை என்பது பள்ளிக்கூடமா இல்லை பாடலையும் உன்னைத் தொட்ட தென்றல் இன்று என்னைத் தொட்டுச் சொன்னதொரு சேதி பாடலையும் எஸ்.பி.பாலசுப்ரமணியம் பாடினார்.அந்தப் பாடலை அவரோடு இணைந்து பாடியவர் சித்ரா.அதிகாலைக் காற்றே நில்லு பாடல் எஸ்.ஜானகியின் அடைமழைக்குரலால் பெருகிற்று.வான் நிலவே என்றாரம்பிக்கும் பாடல் அஷோக் குரலில் மின்னிற்று.இந்தப் படத்தின் இசைப்பேழை இன்றளவும் தன் ஒலித்தலை நிறுத்தாத நல்லிசைப் பறவையாய் ஜொலிக்கிறது.

நாச்சியப்பன் கல்லூரியில் இரு தரப்பு மாணவர்கள் வெளி-யிலிருந்து வந்து அவர்களுக்கு கஞ்சா சப்ளை செய்யும் மனிதர்கள் அவர்களை இயக்கும் நகரத்தின் பயங்கர மனிதன் பீடாசேட் அவனது பேச்சிற்கு எதிர்ப்பேச்சு பேச திராணியற்ற அவன் மனைவி சாரதா அவர்களது ஒரே மகன் சிறுவன் சித்தார்த். கல்லூரி மாணவர்களின் உபசரிப்பில் வாழ்வை ஓட்டும் பழைய மாணவன் கானா பாபு அந்த ஊரில் விலைமகளிர்கூடம் ஒன்றை நடாத்தி வரும் பெண் அம்சா அவளுக்கு பாபு மீது ஒருதலையாய்க் காதல் இரு தரப்பு மாணவர்களில் ஒரு தரப்பின் நாயகன் சுதாகர் எனும் வேடத்தில் ஆனந்த் என இந்தப் படத்தின் மனிதர்கள் அனைவருமே நம்பகத்தின் வரம்புகளுக்குள் சுழல்பவர்கள் என்பது பெரும் ஆறுதல்.

எப்படியாவது ப்ரின்சிபால் ஆகிவிட வேண்டுமென்று துடிக்கும் வைஸ் பிரின்சிபல் வேடத்தில் நெப்போலியன் அவரது இம்சை தாங்காமல் பழைய பிரின்சிபல் விலக மாணவர்கள் பிரச்சினைகளை சமாளித்து கல்லூரியைப் புத்தாக்கம் செய்யப் புறப்பட்டு வரும் புதிய பிரின்சிபல் சண்முக சுந்தரமாக எஸ்.பி.பாலசுப்ரமணியம் அவர் மகள் அந்தக் கல்லூரியிலேயே படிக்க சேர்கிறாள்.அவரது தம்பி அசிஸ்டெண்ட் கமிஷனர்.

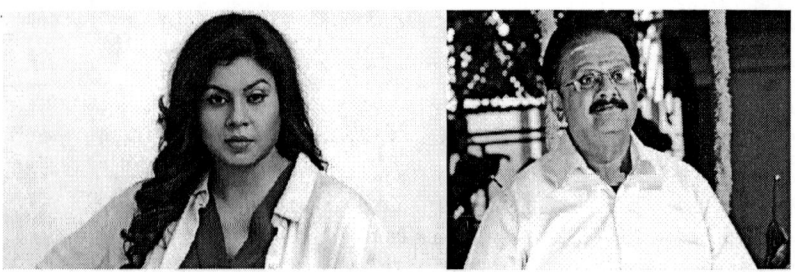

தன் சுயநலனுக்காக மாணவர்களைப் பயன்படுத்திக் கொள்ளும் இரக்கமற்ற பீடாசேட்டின் பிடியிலிருந்து நாச்சியப்பன் கல்லூரி எப்படி மீள்கிறதென்பதே தலைவாசல் படத்தின் கதை.ராஜூவின் எடிடிங்கும் ராயின் ஒளிப்பதிவும் படத்திற்கு உறுதுணையாகின.

பாடியறிந்த பாலுவை நடிப்பின் மூலமாக அறிவதற்கான சிறந்த வாய்ப்பாகவே இந்தப் படம் அமைந்தது. வஸந்த், ஆனந்த், தலைவாசல் விஜய், சபீதா, ஆனந்த், வைஷ்ணவி, விசித்ரா, சீனுமோகன், பரதன் தொடங்கிப் பலரும் சிறப்பாக மிளிர்ந்திருந்தார்கள் என்றாலும் இந்தப் படத்தின் மொத்த அறுவடையும் நாஸருக்குப் பின்னால் தான் சகலருக்கும் என்றானது. மனிதர் நம் கண்முன் பீடா சேட்டாகவே தோன்றினார் நம்பச் செய்தார். இன்றளவும் மனசுக்குள் பீடா சேட் என்று உச்சரித்தாலே நாஸரின் சகல பரிமாணங்களும் வந்து செல்கின்றன. அந்த அளவுக்கு ஸ்கோர் செய்தார் நாசர்.

கல்லூரி என்ற பதத்தை இத்தனை அழகாக முன்வைத்த படம் இன்னொன்றைச் சொல்வது அரிது என்ற அளவில் தொண்ணூறுகளின் தேவகானம் தலைவாசல் படம்.

57 ஆவாரம்பூ

ஒரு சின்ன இழையை வைத்துக் கொண்டு யூகங்களுக்கு மத்தியிலான ஒரு தங்க நிஜத்தைச் சென்றடையக் கூடிய, அல்லது சென்று கிளைக்கக் கூடிய திரை முயல்வுகள் வணிகப் பிடியிலிருக்கும் யாதொரு நிலத்தின் சினிமாவிலும் அபூர்வமே. இப்படி இன்னும் கொஞ்சம் சொல்லிப் பார்க்கலாம். எங்கே வணிகப் பற்றுதல் அல்லது அழுத்தம் குறைவாக இருக்கிறதோ, அங்கே அடிக்கடி அபூர்வங்கள் நிகழக் கூடும். மராத்தி, பெங்காலி, கன்னட, மலையாள மொழிவாழ் சினிமாக்களில் இத்தகைய படங்கள் அதிகம் நிகழ்ந்தன. நெடுநாள் ஓட்டம், மக்கள் அபிமானம், வசூல், ஆகியவை கலைக்கு எதிரானவை எனக் கொள்ளத் தேவையில்லை. இவற்றுக்கு மத்தியில்தான் இலைகளோடு மலர்கிறாற் போல் கலை விளையும்.

இங்கே கவனிக்கத்தக்கவை கலை விழையும் மனங்கள் மாத்திரமே. பரதன் அப்படியான பிடிவாதிகளில் ஒருவர். பன்னிரண்டு ஆண்டுகளுக்கு முன்பு மலையாளத்தில் தான் எடுத்த 'தகரா' எனும் சின்னஞ்சிறு திரைப்படத்தை ஜான்ஸனும், எம்ஜி.ராதாகிருஷ்ணனும் முறையே பின்னணி இசையையும், பாடல் இசையையும் இழைத்துத் தர, அஷோக்குமாரின் ஒளிப்பதிவில் பிரதாப் போத்தன், நெடுமுடி வேணு, என தன்னிகரற்ற தகராவை, முற்றிலும் வேறு அணியினருடன் தமிழில் மீவுருச் செய்தார். வினீத், நந்தினி, கவுண்டமணி, நாசர். தமிழுக்கு இதன் மூலமாக வினீத் நல்வரவானார். மலங்கித் திரியும் பேரழகாக முன்னர் தமிழ்த்திரை அதிகம் கண்ணுறாத தாமரையாக மலர்ந்தார் நந்தினி. குழந்தையின் பாதத்தைப் போல ஒரு எளிய அன்பை நோக்கிப் பயணிக்கும் சின்னஞ்சிறிய கதை. எல்லோருக்கும் நம்பகத்தினுள் முழுவதுமாக இயங்கிப் படர்ந்த வசனங்கள், கேரளத்தின் பல தலங்கள், கண்ணில் ஒற்றிக் கொள்ளக் கூடிய ஒளிப்பதிவு, இவற்றை எல்லாம் எழுதிய பிறகு, எழுதவேண்டிய இன்னொன்று, இளையராஜாவின் அன்பு.

இசை என்பது பாரபட்சம்தான். கூடுவதும் குன்றுவதுமான ஒலிகளின் உயிர்த்தலே இசை. ரத்த அழுத்த மானி பொதிந்து தரக் கூடிய குழந்தைகளின் பட்டத்தின் வாலையொத்த காகிதத்தில் இருதய ரத்தக் குறிப்பு மேலும் கீழுமாய் ஏறி இறங்குவதையே மனித வாழ்வில் உயிர்த்தல் என்று சொல்ல முடியும். அந்த வகையில் தன்னை அகழ்ந்து

தேனை நிறைக்கிற வேலையாகவே இசை படைக்க விழைந்தார் இளையராஜா, பரதன் தொடங்கிப் பல காரணங்களை எல்லாம் தாண்டி, தன் ஆகச் சிறந்த இசை அளித்தல்களை எப்போதும் வழங்கப் பிரியப்படும் சின்னஞ்சிறிய ஒரு பெயர்ப் பட்டியலைத் தயாரித்தால் அதில் பாலு மகேந்திரா, மகேந்திரன், பஞ்சு அருணாச்சலம், சங்கிலி முருகன், எனும் பெயர்களின் மத்தியில் இன்னொரு பெயரைச் சேர்க்க முடியும். அவர் ஆவாரம்பூ படத்தின் தயாரிப்பாளர் கேயார் எனும் கோதண்டராமையா. ஈரமான ரோஜாவே, தர்மா, இரட்டை ரோஜா, வனஜா கிரிஜா, காதல் ரோஜாவே, என அந்தப் பட்டியல் கட்டியம் கூறும். கேயாரின் திரைப்படங்களுக்கு அன்பை இசையாக்குவதை வழக்கமாகக் கொண்ட ராஜா, ஆவாரம்பூ படத்தை பாடல்களுக்காகவே பார்க்க வைப்பது எனத் தனக்குத்தானே சபதம் ஒன்றை ஏற்படுத்திக் கொண்டாற்போல் இசை தந்தார்.

இளையராஜாவின் வருகையும், நிஜமான கிராமப் படங்களின் தொடக்கமும் அருமை நிகழ்வுகளாக அமைந்தது சரித்திரம். கிராமம் சார்ந்த நிறைய படங்களுக்கு இசைத்திருந்தாலும் கூட, கதையின் தேவை பிம்பங்களுக்கான மறுதலிப்பு அல்லது மேலதிகம் என இசைசார் சமரசங்களுக்கு இடம் கொடுத்த வண்ணமே அதுகாறும் ஓடிக் கொண்டிருந்தது படநதி. நகர்த்தன்மையோ, நாகரிகமோ, எந்த விதத்திலும் நீர்த்துவிடாத உள்ளார்ந்த கிராமம் ஒன்றின் மாசற்ற மனோநிலை ஒன்றை படத்தின் தொடக்கக் காட்சி முதலே உருவாக்க விழைந்தார் ராஜா. எந்த விதத்திலும் யாதொரு முறையீடும் இன்றி, சன்னமான மற்றும் பலவீனமான மனிதர்களின் இசையாக ஆவாரம்பூ படத்தின் பின் இசை அமைந்தது. எப்போதெல்லாம் ஏற்கனவே எடுக்கப்பட்ட படத்தை மீவுரு செய்யும்போது அதற்குத் தான் முதல்முறையாக இசையமைக்க நேர்கிறதோ, அங்கெல்லாம் தன் ஆகச் சிறந்த இசையை வழங்கவே ராஜா முனைவார். அப்படியான ஒன்றுதான் ஆவாரம்பூ.

ஆலோலம் பாடி அசைந்தாடும் காற்றே
அதைக் கேட்டுத் தூங்கும் ஆவாரம் பூவே

இதுவரை இந்தப் பாடல் சாதாரணமாக இருக்கும். இதற்கு முன்பே வெறும் ஒற்றைக் குழலோசையாக இந்தப் பாடலைத் தொடங்கி-யிருப்பார் ராஜா. "தனியானால் என்ன துணை இங்கே நான் பாடும் பாட்டுண்டு" பலகோடிச் செதில்களாகத் துண்டாடிப் பின் மீண்டும் ஒன்றே எனப் பெருகும் இப்பிரபஞ்சம்.

நின்று நிதானித்து எந்தவிதமான ஆர்ப்பாட்டமோ அவசரமோ இல்லாமல் தானுண்டு தன் பாதையுண்டு என்று மெல்ல அசைந்தபடி ஏறியும் இறங்கியும் பயணிக்கிற மலைரயில் போலவே இந்தப் படத்தின் பின்னணி இசை அமைந்தது. வாத்தியங்களின் சப்த சுத்தம் முன்னில்லாத அளவுக்கு இசைக்கோர்வைகள் துல்லியமாக மனம் புகுந்தன. பாடல்களும் தேவலோகத்திலிருந்து ஒலித்துச் சிறந்தன. அடுக்குமல்லி எடுத்து வந்து தொடுத்து வச்ச மாலை பாடலாகட்டும் சாமிகிட்ட சொல்லி வச்சி சேர்ந்ததிந்த செல்லக்கிளியே பாடலாகட்டும் நதியோரம் கரையோரம் ஒரு ராகம் அலைபாயும் பாடலாகட்டும் இன்றளவும் தத்தமது ரீங்காரத்தை நிறுத்திக் கொள்ளாமல் தொடர்ந்தொலிக்கும் நற்பாடல்கள்.

அந்த ஊரே கிண்டலும் எள்ளலுமாய் அணுகுகிறது அவனை.சக்கரை மனநிலை சமனற்ற வெள்ளந்தி. அவன் கண்ணறியும் தேவதை தாமரை. அவளுடைய அப்பா ஒரு மூர்க்கன்.அவர் இரண்டாம் திருமணம் செய்து கொண்டு வாழ்கிறவர். தாமரை மீது அந்த ஊரில் பலருக்கும் கண்.கபடமனம் கொண்டவர்களின் எண்ணங்களினால் சர்க்கரை பலமுறை பாதிக்கப்படுகிறான். அவனுக்கும் தாமரைக்கும் இயல்பாகப் பூக்கிறது பேரன்பொன்று. தாமரையின் தகப்பன் சர்க்கரையை அவமானப்படுத்தி அடித்து விரட்டுகிறான். ஒரு நாள் கத்தியோடு வந்து தாமரையின் தகப்பனைக் கொன்று விட்டு அவளை மணமுடிப்பதே சர்க்கரையின் லட்சியமாகிறது. மலையாள மூலத்தில் கொலைக்குப் பின்னால் காதலனோடு வர மறுக்கும் நாயகி வழியேதுமற்று ஓடும் ரெயில் முன் பாய்ந்து மாயும் தகரா எனும் அப்பாவின் கதையாக விரிந்திருக்கும். தமிழில் தாமரையின் அப்பாவே நீ அவனோடு சென்று சேர்ந்து கொள் என ஆசீர்வதித்து அனுப்புவதும் சிவப்புத் துணியைக் காட்டி ரெயிலைத் தாமரை நிறுத்தி சர்க்கரையோடு சேர்வதுமாக ஆவாரம்பூ சோகத்திற்குப் பக்கவாட்டில் சந்தோஷ முடிவாகவே நிறைந்து கொண்டது.

ஆவாரம்பூ தொன்மமும் கிராமியமும் வழியும் இசைக்கோர்வைகளுக்காகவும் யதார்த்தத்தின் அளவுக்குறிப்புகள் மீறாமல் வேடங்களை அணிந்து கொண்ட நடிகர்களின் பரிமளிப்பிற்காகவும் காலமெல்லாம் கொண்டாடப்படத் தக்க ஒரு படம்.

58 ஜெண்டில்மேன்

ஷங்கர் தமிழ் சினிமாவின் புதிய அத்தியாயத்தைத் தொடங்கிய படம். அடுத்த காலத்தின் பெருவெற்றிகர மனிதராக ஷங்கர் ஆவதற்கான அனைத்துக் கூறுகளையும் தனதே கொண்டிருந்தது அவரது முதற்படமான ஜெண்டில்மேன். அப்போது பெரும் வணிக மதிப்பினைக் கொண்டிருந்த பிரபுதேவா இதன் நடன இயக்கத்தோடு ஒரு பாடலில் தோன்றினார். உடன் அவரது அண்ணன் ராஜு சுந்தரம்.வசனம் எழுதியவர் பாலகுமாரன். ஒளிப்பதிவு ஜீவா எடிடிங் லெனின் வீடீ விஜயன் பாடல்களை எழுதியவர்கள் வாலியும் வைரமுத்துவும். திரும்பிய திசையெல்லாம் ஏ.ஆர்.ரஹ்மானின் அடுத்தடுத்த படங்களுக்கான எதிர்பார்ப்பு உச்சத்திலிருந்த நேரமும் கூட. இத்தனை வலுவான கூட்டணியோடு தன் பேனரில் அடுத்தடுத்து இரண்டு சூப்பர்ஹிட் படங்களைத் தயாரித்தவரான கேடி.குஞ் சுமோனின் மூன்றாவது தயாரிப்பாக உருவானது ஜெண்டில்மேன். அதனை இயக்கினார் அறிமுக இயக்குனர் ஷங்கர். கமல் தொடங்கி சரத்குமார் வரை பலரும் வெவ்வேறு காரணங்களுடன் இதன் நாயகபாத்திரத்தை மறுக்க இறுதியில் அமைந்தவர் அர்ஜுன்.

அவருக்கு ஜோடி ரோஜா மூலம் நாடெங்கும் தன் முகத்தைப் பலரது அகங்களுக்குள் விதைத்திருந்த மதுபாலா. நம்பியார் மனோரமா அஜய்ரத்னம் சுபாஸ்ரீ சரண்ராஜ் கவுண்டமணி செந்தில் ராஜன் பி தேவ் எனப் பலரும் உடன் நிற்க 1993ஆம் ஆண்டின் ஜுலை 30ஆம் நாள் வெளியான ஜெண்டில்மேன் ஒரு ட்ரெண்ட் செட்டர். திசைவழி திருப்பிய நற்படம்.

இன்றளவும் கவுண்டமணி செந்திலின் மகாத்மியங்களின் வரிசையில் இதற்கு முக்கிய இடமிருக்கிறது.

வாட் யூ வாண்ட்?

"பீஸ் ஆஃப் மைண்ட்"

இதெல்லாம் அடக்க முடியாத பெருஞ்சிரிப்புக்கான திறப்பு. கவுண்டமணிக்கு காமிக் வேடத்தைத் தாண்டிய உடன்பங்காளி கதாபாத்திரம் நன்றாகவே செய்தார். லெஸ் டென்சன் மோர் ஒர்க் போன்ற செந்திலிச டயலாக்குகளும் வண்டுருட்டான் தலையா பச்சிலைப் பிடுங்கி போன்ற மணிமொழிகளும் உக்கிரம் காட்டின.

நாட்டின் பல பாகங்களிலும் பல கோடி ரூபாய்களைத் தொடர்ந்து கொள்ளை அடிக்கிற பலே எத்தன் ஒருவனை என்ன செய்தும் பிடிக்க முடியவில்லை. அவன் யாரென்றே தெரியாமல் விழிக்கிறது போலீஸ். இந்த வழக்கை விசாரிக்கும் பொறுப்பை ஏற்கிறார் அழகர் நம்பி (சரண்ராஜ்). அவர் திருமணமாகாதவர். கறார் அதிகாரி. தன் நண்பன் மணி (கவுண்டமணி) உதவியுடன் அப்பளக் கம்பெனி நடத்தி வருகிறான் கிச்சா. அவனது தொழிலை நம்பிப் பலரும் அவனிடம் பணிபுரிகின்றனர். இந்தக் கிச்சாவின் மறுமுகம் தான் அந்தக் கொள்ளைக்கார வேடம் என்பது தெரியவருகிறது. என்ன பின்னணியில் அந்தக் கொள்ளைகளைச் செய்தான் கிச்சா அவனது முன் கதை என்ன என்பது ஜெண்டில்மேன் படத்தின் மிச்சம்.

ஃபாண்டஸி த்ரில் என்றொரு வகைமை உண்டு. பார்த்தியா எப்டி எடுத்திருக்காங்க இந்தப் படத்தை என்று தோன்றவைப்பதற்காகக் கதையிலிருந்து நிகழும் சம்பவங்கள் வரைக்கும் எதைப் பற்றிய லாஜிக் யோசனைகளுக்குள்ளேயும் ரொம்ப சிந்திக்க விடாமல் முழுவதுமாகப் பார்க்கிறவர்களைப் பரவசம் கொள்ள வைப்பதிலேயே குறியாக செயல்பட்டுப் படமெடுக்க விழைவது. தமிழில் அந்த வகைமைப் படங்களின் ஆரம்பமாகவே ஜெண்டில்மேனை சுட்டமுடிகிறது. எப்படி என்பதை யோசிக்க விடாமல் நம்ப வைப்பது போல் அடுத்தடுத்த காட்சிகளை ஆவென்று வாய்பிளக்க வைப்பது. ஷங்கரின் தாரக மந்திரமே இது தான். ஜெண்டில்மேனில் தொடங்கி இன்றுவரை விடாமல் அவர் கைக்கொள்கிற லாவக லகான்.

கொள்ளை அடித்தும் கற்கை நன்றே எனத் திருத்தப்பட்ட அறமொழி ஒன்றை அடிநாதமாகக் கொண்டு ஜெண்டில்மேன் உருவானது. இதன் வசனங்களும் நகைச்சுவைக் காட்சிகளும் சண்டைகளும் பாடல்களும் என எல்லாமுமே மக்களின் பெருவிருப்ப

மலர்களை மலர்த்திற்று. பாடல்களை உருவாக்க ஷங்கரின் மெனக்கெடுதல்கள் சின்ன பட்ஜெட் படங்கள் அளவுக்கு இருந்தன. இவையெல்லாம் முதல் தடவை நிகழ்ந்து பின்னர் ஷங்கர் பாணி என்றே மாறியது.

சாமான்யனால் செய்ய முடியாத எல்லாவற்றையும் திரையில் ஒரு நாயகனுக்கான சவால்களாக அடுக்குவது காலங்காலமாக திரைப்படங்களை உருவாக்குவதற்கான வழிமுறைகளில் முதன்மையானது. ஒரு பக்கம் அப்பளம் விற்பவன். இன்னொரு பக்கம் ராபின் ஹூட் என இருவேறுபட்ட தோற்றங்களை ஏற்று சிறப்பாக நடித்தார் அர்ஜூன். அவரது சம்பளத்தையும் செல்வாக்கையும் பலமடங்கு உயர்த்தியது ஜெண்டில்மேன். ஒட்டகத்தைக் கட்டிக்கோ போன்ற சுதந்திரமான சொற்களைக் கொண்டு தமிழின் மெகா ஹிட் பாடல்களை வழங்கினார் ரஹ்மான். இதே படம் பின் நாட்களில் தெலுங்கு இந்தி ஆகியவற்றிலும் பெயர்த்தெடுக்கப்பட்டது.

சினிமா என்பது வழங்குமுறை என்று அதன் திரைமொழியை மாற்றி அமைத்த வகையில் ஷங்கரின் படங்களுக்கு அவற்றின் வணிக முகங்களைத் தாண்டிய மதிப்பொன்று எப்போதும் உள்ளது. ஜெண்டில்மேன் அதற்கான தொடக்க ஊற்று.

59 ஹானஸ்ட் ராஜ்

கலை சமூகத்தைப் பிரதிபலிக்கிறது. திரைப்படம் எப்போதும் கட்டளையிடுவதில்லை. சமூகத்திற்கு எது தேவை என்பதை நீங்கள் சித்தரிக்கிறீர்கள்.

- சோனம் கபூர்

அந்தந்த நிலத்துக்கென்று நம்பகங்கள் உண்டு. அவற்றைப் பெரும்பாலும் தகர்க்கிற துணிச்சல் திரைப்பட உருவாக்கங்களில் இருப்பதில்லை. படத்தின் பின்னால் இருக்கக் கூடிய வணிக நிர்ப்பந்தங்கள் அதன் சிறகுகளின் மீது கட்டப்படுகிற கற்களைப் போல் கனப்பவை. எல்லாருக்கும் தான் நினைத்த படங்களை எடுத்துவிடுவதற்கான வாய்ப்பு கிடைப்பதில்லை. அதை மீறி படம் வாய்த்தவர்களுக்கும் ஆயிரமாயிரம் தடைகள் இருந்தவண்ணமே ஒரு சினிமா நிகழும்.

காதலைப் போலவே நட்பும் அதீதமாக ஏற்றித் தரப்பட்ட புனிதங்களுடனே எப்போதும் படமாக்கப்பட்டு வருவது சினிமாவின் இயல்பு நட்பு என்பது ஒரு உணர்வு சாகசம். இயல்பு வாழ்க்கையில் நட்பு அதன் இல்லாச்சிறகுகள் உதிர்ந்து இருகால்களால் நடை போடுவது அதன் நிசம். சினிமாவில் நட்புக்குச் சிறகுகள் உண்டு. அதீதம் அதன் வானம் அடுத்துக் கெடுத்தல் உண்ட வீட்டுக்கு ரெண்டகம் உப்புத் துரோகம் ஆகியவை காலம் காலமாக உயிர் குடித்துச் செடி வளர்த்த பல கதைகள் இங்குண்டு. ஆனால் சொற்பமாகவே படங்களில் காட்சிப்படுத்தப் பட்டிருக்கின்றன. இது ஹானஸ்ட் ராஜின் கதை என்று சொல்வதை விட வரதனின் கதை எனத் தொடங்குவது தான் சிறப்பாக இருக்கும். அதுவே நிசமாகவும் அமையும்.

வரதன் தன் தந்தை வாங்கிய கடன்களை எப்படி அடைப்பதென்று தெரியாமல் திகைப்பவன். ஒரு வழியுமற்றவனுக்கு வாழ்வை முடித்துக் கொள்வது தானே வழியாக அமையும் அப்படித் தற்கொலையைத் தேடுகிற சமயத்தில் நானிருக்கிறேன் என்று அவனைக் காப்பாற்றுகிறான் அவனது நெடுங்கால நண்பன் ராஜ் எனும் பெயரிலான நேர்மையின் சின்னமாய் விளங்குகிற காரணத்தால் காக்கிச்சட்டைகளின் உலகத்தில் ஹானஸ்ட் ராஜ்

என்று அழைக்கப்படுகிற நாயகன்.

ராஜின் அம்மா தான் பெறாத மகனாகவே வரதனைத் தேற்றுகிறாள். ராஜின் மனைவி புஷ்பாவுக்கு வரதன் உடன்பிறவாத அண்ணன். மெல்லத் தேறித் தன் பழைய பிரிண்டிங் ப்ரஸ் தொழிலில் மீண்டும் நுழையும் வரதன் இந்த முறை தோற்பதா-யில்லை.அவனுக்குத் தெரியாமல் அவன் ப்ரஸ்ஸில் கள்ள நோட்டுக்களை அடிப்பதைத் தெரிந்து கொள்பவன் தானும் அதே தொழிலை செய்யத் தொடங்குகிறான். குறுகிய காலத்தில் தன் பழைய பின்புலத்-திலிருந்து மீண்டு எழுகிறான். தற்போது அவனொரு பிரமுகன். ஐபிஎஸ் அதிகாரியாகத் திரும்பித் தன் குடும்பத்தோடு வருகிற ஹானஸ்ட் ராஜ் தன் நண்பன் செல்வந்தனாக மாறி இருப்பதை நினைத்து உண்மையிலேயே மகிழ்கிறான்.

சட்டவிரோதிக்கும் நேர்மைக்கும் முரண்படுவது இயல்புதானே தன் உயிரைக் காப்பாற்றியவன் என்றும் பாராமல் ராஜின் குடுபத்தை அழிக்கிறான் வரதன். ராஜ் நெடுங்காலம் கோமாவில் தான் யாரென்றே தெரியாமல் இருக்கிறான். அவனுடைய ஒரே நம்பிக்கை அவனது சிறுமகன். இந்த நிலையில் அவனுக்கு டாக்டர் அபிநயா உதவுகிறார். மீண்டெழும் ராஜ் வரதை அழித்துத் தன் மகன் பப்லூவோடு சேர்வது கதையின் நிறைபகுதி.

இசை எடிடிங் ஒளிப்பதிவு ஆகிய மூன்றும் ஒரு படத்திற்குள் என்னவெல்லாம் செய்யும் என்பதற்கு சிறப்பான உதாரணமாக இப்படத்தை சொல்லமுடியும். ரவி.கே.சந்திரனின் ஒளிப்பதிவு உள்ளும் புறமும் நிசத்தின் சாட்சியங்களாகவே பல காட்சிகளை வசீகரப் படுத்தின. தேவையற்ற ஒளியைக் குவித்தலைத் தன் படத்தின் ஒரு ஃப்ரேமில் கூட அனுமதிக்காத ரவிகே.சந்திரனின் பிடிவாதம் இயல்பான இருளும் குன்றிய ஒளியுமாக ஒரு கவிதை போலவே பல காட்சிகளை அமைத்திருந்தன.நெடியதொரு சண்டைக் காட்சிக்கு முன் பப்லூவும் விஜயகாந்தும் சேருகிற காட்சி ரவியின் கேமிராவுக்கு மட்டுமல்ல அனில் மல்நாடின் எடிட்டிங்குக்கும் சான்றுகளாயிற்று.மதுவின்

வசனங்களும் கே.எஸ். ரவியின் இயக்கமுமாக ஹானஸ்ட்ராஜ் எல்லோரையும் கவர்ந்தது. முக்கியமாக இப்படத்தின் கதைக்கலவை சொன்ன விதத்தாலும் காட்சியனுபவத்தை வித்யாசமாக்கித் தந்தது.

இளையராஜா இந்தப் படத்தின் பின்னணி இசையில் நட்பின் வலியை துரோகத்தின் வஞ்சகத்தை இயலாமையின் கேவலை பழியின் உக்கிரத்தை பாசத்தின் கண்மறை கணங்களை எல்லாம் மீட்டித் தந்தது.

வானில் விடிவெள்ளி மின்னிடும் மின்னிடும் நேரம் என்ற ஒரு பாடல் அதற்குள் பலவிதமான இசை சங்கமித்தலை உணர்வுக்குழைதலை சம்பவக் கோர்வைகளை எல்லாம் பிரதிபலித்தது. இதனை வெவ்வேறு தொனியில் ஜானகியும் மனோவும் பாடிய வித்யாசமும் குறிப்பிடத் தக்கதாகிறது.

தனக்கு வேறு வழியே இல்லை என்றாற் போலவே குற்ற உணர்வும் கெஞ்சுமொழியுமாக ஒரு இடமும் வேறு வழியே இல்லை நான் வாழ்ந்தாக என்னவேண்டுமானாலும் செய்வேன் என்றாற் போல் கொன்றழிக்கும் ஆவேசமாக அடுத்த இடமுமாக வரதன் என்ற முன்னாள் தோல்வியுற்றவனாகவும் இன்னாள் செல்வந்தனாகவும் நன்றிக்கடனை விடத் தன்னலம் மிக முக்கியம் என்ற அளவில் பொது நியாயங்களைத் திருத்தி எழுத முற்படுகிற தனக்குண்டான சாதகங்களைத் தீர்ப்பாக்கி விடுகிற உச்ச பட்ச வஞ்சக மனிதனாக வரதனாக தேவன் இந்தப் படத்தில் அதுவரை யாரும் பார்த்திடாத பேருருவாய்த் தோற்றமளித்தார். ஆனஸ்ட்ராஜ் நிச்சயமாக ஒரு தேவன் படம்.

மேலோட்டமாகப் பார்த்தால் எளிதாகக் கடந்து விடக் கூடிய சாதாரணக் கதை. ஆனால் தேவன் மற்றும் விஜயகாந்த் எனும் இருவரின் கதாபாத்திரமாக்கல் அவற்றிற்கிடையேயான சமரசம் செய்துகொள்ள முடியாத முரண் அதன் பின்னதான கதாநியாயம் இவற்றால் ஹானஸ்ட்ராஜ் படம் தமிழின் குறிப்பிடத்தக்க படங்களில் ஒன்றாகிறது.

60 மகாநதி

மகிழ்ச்சியான குடும்பங்கள் அனைத்தும் ஒரே மாதிரியானவை; ஒவ்வொரு மகிழ்ச்சியற்ற குடும்பமும் அதன் சொந்த வழியில் மகிழ்ச்சியற்றவை.

டால்ஸ்டாய் அன்னா கரீனினா நாவலின் தொடக்க வரியில்

நல்லவன் வாழ்வான் என்பது பொது நம்பகம். சினிமா எப்போதும் தனித்த நுட்பங்களை வரிசைப்படுத்துவதற்கும் தனி அனுபவங்களை அதன் அலாதித் தன்மையை நெருக்கமாகச் சென்று தரிசிப்பதற்கும் முனைகிறது அதே சமயம் பொது என்கிற பெருங்கூட்டத்தின் நகர்திசையை மாற்றுவதற்கு முனையாத ஜாக்ரதை உணர்வுடனேயே அது தன்னைத் தயாரித்துக் கொள்ள விரும்புகிறது. கடந்தவற்றின் சாட்சியத்தில் சினிமா காட்டுகிற தன்முனைப்பை நிகழ்ந்து கொண்டிருப்பவற்றின் மீதான வினவுதலை திறந்த தன்மையோடு முன்வைப்பதில் அது காட்டுவதில்லை. கலைகளின் தொகுப்பாக சினிமா அமைவதன் வசதிகளில் ஒன்றென அது வினவுதலைப் பிற உபகலைகளின் மூலமாக நிகழ்த்தவே விரும்புகிறது. சினிமா என்பது பெரும்பாலும் முடிவுற்ற கலையாகவே திகழ்கிறது.

கிருஷ்ணசாமி அதிகம் படிக்காதவன். செல்வந்தன். நகரமாகிவிடாத செழித்த பெருங்கிராமமொன்றின் விவசாயி. மறு திருமணம் குறித்து யோசிக்காமல் காலமான மனைவியின் நினைவில் வாழ்பவன். தன் குழந்தைகள் மீது தன் உயிரைப் பதியனிட்டவன். மாமியார் மெச்சும் மகாமகன்.இப்படியானவன் தன்னை அணுகிய புதிய மனிதன் ஒருவன் பின்னால் செல்வதன் மூலம் வாழ்க்கை நொறுங்கிப் போவதும் அதிலிருந்து மீள்வதுமான பெருங்காலக் கதை மகாநதியென்றோடுவது.

இந்திய சினிமாவில் தென்பட்ட ஆகச்சிறந்த தகப்பன் பாத்திரங்களில் ஒன்றை இப்படத்தின் மூலம் காணச்செய்தார் கமல்ஹாஸன். அடுத்த காலத்தின் சினிமா மீதான நிரந்தரக் காதல் மனிதனாகவே தன சினிமாவினுட் புகுந்த முதல் தினம் தொட்டுத் தன்னைப் பிரகடனம் செய்து கொண்டவர் கமல்ஹாஸன்.வெற்றி தோல்வி வணிகஸ்தானம் சம்பளம் இவற்றின் மீதெல்லாம் கவனம் குவியாமல் தன்னால் ஆன அளவு தான் விரும்புகிற சினிமாக்களை செய்தவண்ணமே தன் தொழில் சார் வரைபடத்தின் கோடுகளை உயர்த்திச் சென்றவர். அவற்றின் பலன்களைத் தாண்டி இந்தியாவின்

வெகுசில நடிகமுகங்களில் ஒருவர் என்று கமலைச் சொல்லியாக வேண்டும். தானொரு இயக்குனர் நடிகராகவும் தானே பின் நாட்களில் இயக்குனராகவும் தன் பரிணமித்தலை அதிகரித்துக் கொண்ட கமல் தொண்ணூறுகளில் சிலபல படங்களின் கதையை திரைக்கதையை எழுதினார்.அவற்றில் மகாநதி ரா.கி.ரங்கராஜனோடு இணைந்து வசனத்தைக் கமல் எழுதிய படம். இந்தியத் திரைப்படங்களில் வசனத்தின் கூர்மைக்கான சிலாக்கியப் பட்டியல் ஒன்றைத் தயாரித்தால் முதல் பத்துப் பெயர்களில் ஒன்றென மகாநதியைச் சேர்க்கலாம். தகும்.உதாரணத்துக்கு கீழே தோன்றும் வசனம்.

கிருஷ்: ஏன்

முத்துசாமி: ஏன்னா

கிருஷ்: நான் இப்பிடி இருக்கேன் அவன் அப்பிடி இருக்கானே அதான் ஏன்னேன்

பஞ்சாபகேசன் ஐயர்: அதெல்லாம் பகவானா பார்த்து தண்டிப்பாண்டா.

கிருஷ் கோபத்தோடு அட சும்மா இருங்க ஐயரே நின்னு கொல்ற தெய்வமும் சும்மா இருக்கு அன்று கொல்ற சட்டமும் சும்மா இருக்கு ஆனா எனக்கு மட்டும் தண்டனை. ஏன் நான் நேர்மையா இருந்ததுக்காகவா..?

முத்து: எனக்கே இந்தக் கேள்வி பல தடவை மனசுல வந்திருக்கு.நம்மளை மாதிரி நேர்மையா இருக்குறவங்களுக்கு மரியாதையே இல்லை.ஆனா கொஞ்சம் யோசிச்சு பார்த்தா நேர்மையானவன்னு ஒருத்தன் கூட கிடையவே கிடையாது.

என்னை விட அயோக்கியன்னு வேணா சொல்லலாம். ஆனா

இந்தக் காலத்துல நான் தான் நேரமையானவன்னு யாருமே சொல்ல முடியாது.

கிருஷ் நான்..

அவனை இடைமறித்து

முத்துச்சாமி இருப்பா இரு சினிமா பார்க்கணுங்கிற ஆசையில நீ ப்ளாக்ல டிக்கட் வாங்கிருப்ப ட்ரெய்ன்ல டீடி. ஆருக்கு லஞ்சம் குடுத்து டிக்கட் வாங்கிருப்ப. ஆகக்கூடி எல்லாருமே திருடனுக்கு துணை போகிறவந்தான். ஆனாலும் அரசியல்வாதியையும் போலீஸ் காரனையும் மட்டும் இந்தியா பூராவும் திட்டுறானுங்க.. வேட்டியும் சேலையும் வாங்கிட்டு ஓட்டு போடுற உனக்கு ஏதுரா இந்த வக்குன்னு அவன் திருப்பி கேட்டா எப்டி இருக்கும் தனுஷ் மாதிரி ஆளுங்களை பழிவாங்குறது கதையில தான் முடியும். வாழ்க்கையில முடியாது. சாக்கடை தண்ணி நம்ப சட்டைலபட்டு அழுக்காகாம ஒதுங்கிப் போகணுமே தவிர சாக்கடையில எறங்கி அதை சுத்தம் பண்ண நினைக்கக் கூடாது.

கிருஷ்:என் சட்டை ஏற்கனவே அழுக்காயிருச்சு.

விதி கடவுள் வேறுவழியற்ற நிர்க்கதி என்பனவற்றை எல்லாம் மறுதலித்து இந்தப் படத்தில் கமல் முன் வைத்த அன்பு எனும் பெருஞ் சொல்லின் பிற சொற்கள் தான் இப்படத்தின் முழுக்கதையுமாகவே விரிந்தது. ஒரு மலரின் பல பிரதிகள் தான் அன்பெனும் மகாவனத்தின் அத்தனை உதிர்தலும் என்பதை விழிவழி சாத்தியம் செய்தார் கமல். மகாநதியை இயக்கிய சந்தானபாரதிக்கும் கமல்ஹாஸனுக்கும் இடையிலான பலவருட கால நட்பும் தொழில்முறைத் தொடரபும் இணைந்த நற்புள்ளியிலிருந்து இப்படியான ஒரு படத்தின் சாத்தியம் தொடங்கிற்று.அந்த வருடத்தின் சிறந்த தமிழ்ப்படத்துக்கான தேசிய விருதினைப் பெற்ற மகாநதியின் பரவலினூடே வணிகப் படத்துக்கான சின்னஞ்சிறிய சமரசத்தைக் கூட நம்மால் காண முடியாது.

எளிய மனிதனின் வாழ்வினுட் புகுகிற மனமிலி மிருகங்களின் செய்கைகள் ஏற்படுத்தக் கூடிய கெடுமதி விளைவுகளைக் கோர்த்துக் கதை செய்தார் கமல்.குடும்பம் சிதறி செய்யாத குற்றத்துக்காக சிறைவாசம் அடைந்து மகளைத் தேடி நாட்டின் அடுத்த முனைக்குச் சென்றலைந்து ஒரு வழியாய் அவளைக் கண்டடைகிற வரைக்கும் பலவீனமான சாமான்யன் ஒருவனின் கையறு நிலையை யதார்த்தத்தின் அளவீடுகள் எதுவும் மீறிவிடாமல் சாத்தியப்படுத்திய கமல்ஹாஸன் பிற்பாடு தன் வாழ்வை நிர்க்கதியாக்கிய ஒவ்வொருவரையும் தேடிச் சென்று வதம் செய்கையிலும் தன் நாயகத் தொடர்ச்சியின் பிம்பநிழல் கொஞ்சமும் பாத்திரம் மீது படிந்துவிடாமல் அதன் நியாயமான இருளுடனேயே நடிப்பை நல்கினார்.கொஞ்சம் பிசகி இருந்தாலும்

இன்னொரு பழிவாங்கும் திரைப்படமாகக் கண்ணுறப் பட்டிருக்கக் கூடிய அபாயக் கயிற்றின் மீது அனாயாசமாக நடந்து நிறைந்தார்.

முதல் காட்சியிலிருந்து பார்ப்பவர்களின் மனோநிலையைத் தேவையின் சட்டகத்துக்குள் அறைந்து பொருத்துவதைத் தன் இசைவழி நிறைவேற்றினார் இளையராஜா. இந்தப் படத்தின் இசையும் பாடல்களும் கதையின் ஓட்டத்துக்கு எவ்வகையிலும் உறுத்தவோ அல்லது ஊடாடவோ இல்லாமல் பார்த்துக் கொண்டது பலமாயிற்று. வாலி தன் வரிகளைக் கண்ணீரில் மை கலந்து எழுதித் தந்தார். கமல் ஒரு பாடகராகவும் மின்னியது கூடுதல் தகவல்.

என்னை விட்டுரு உனக்கு எவ்வளவு பணம் வேணாலும் தரேன் என்று கடைசியின் பேரம் பேசும் மோகன் நடராஜனைக் கமல் ஒரு கணம் உற்றுப் பார்ப்பார். போற்றுதலுக்குரிய அபூர்வம் அந்த ஸீன். முகமொழியால் நடிப்பதற்கான இலக்கணமாகவே மாறினார் கமல்.

ஸ்ரீ ரங்கரங்க நாதனின் பாதம் வந்தனம் செய்யடி என்ற பாடல் பிற்காலத்தில் கமல் படங்களில் தொடர்ந்து ஒலித்த முகுந்தா முகுந்தா (தசாவதாரம்) உன்னைக் காணாது நானிங்கு (விஸ்வரூபம்) என மறக்க முடியாத வரிசையின் முதற்பாடலாயிற்று. இவற்றில் மூன்றாவது பாட்டைக் கமல்ஹாஸனே எழுதினார். மற்றவை இரண்டும் வாலியின் ஆரங்கள்.

பூர்ணம் விஸ்வநாதன் சுகன்யா மகாநதி சங்கர் ராஜேஷ் மகாநதி சோபனா மோகன் நடராஜன் கொச்சின் ஹனீஃபா என்று இப்படத்தில் நடித்த எல்லாருமே அவரவர் பாத்திரங்களுக்குள் நிறைந்தார்கள்.பிசகின்றித் தெரிந்தார்கள். சதீஷின் எடிடிங் எம்.எஸ். பிரபுவின் ஒளிப்பதிவு இரண்டும் அவற்றின் துல்லியங்களுக்கென்று நினைவில் நின்றன. அம்மன் க்ரியேஷன்ஸ் நிறுவனத்திற்காக எஸ்.ஏ.ராஜ்கண்ணு தயாரித்தார்.

மகாநதி படவுருவில் பாடம்.

61 பாட்ஷா

உன் நண்பர்களை அருகில் வை. உனது எதிரிகளை இன்னும் நெருக்கத்தில் வை.

மிக்கேல் கார்லியோன் வேடத்தில் அல்பஸீனோ

தி காட்ஃபாதர் 2 திரைப்படத்தில்

ரஜினி அபூர்வ ராகங்களில் கதவைத் திறந்து கொண்டு விலாசம் விசாரித்துச் சென்ற நடிகராகத் தோன்றிய போது அவர் தான் எம்ஜி.ஆருக்கு அடுத்த சூப்பர் நடிகர் என்று யாராவது நினைத்திருப்பார்களா தெரியாது. ஆனால் அது தான் நடந்தது. ரஜினி தனக்கு முன்னால் ஓடிக்கொண்டிருந்தவர்கள் பலரையும் முந்திச் சென்று முதலிடத்தைப் பற்றினார். ஆனால் அதை விடப் பெரிய காரணம் ஒன்று நிகழ்ந்தது. அது என்னவெனில் எல்லோருக்கும் ரஜினி என்ன செய்தாலும் பிடித்தது. தமிழைத் தன் கொஞ்சுமொழியால் ரஜினி அழகாக்கினார். அவரது நடை உடை தொப்பி தொடங்கி தொட்டுக்க தொகையல் சாப்பிட்டால் அது கூடப் பிரபலம் ஆயிற்று. நின்றால் நடந்தால் ஓடினால் ஆடினால் ஸ்டைல் ஸ்டைல் ஸ்டைல் தான்.

ஆனால் ஸ்டைல் என்பதைத் தாண்டி ரஜினி ஒரு சாமான்யனைப் பிரதிபலித்து அவனை நட்சத்திரமாக்கினாற் போன்ற தன் பிரத்யேக ஒளிர்தலைக் கொண்டிருந்தது மறுக்க முடியாதது. அவரைப் போன்ற பலருக்கு மத்தியிலிருந்து வந்தாலும் அவர் ஒருவர் தான் இருந்தார். தனித் தனியே உற்றுப் பார்த்தால் மறுதலிப்பதற்கான நூறு தன்மைகளை எடுத்துக் கோர்த்து ரஜினியாக்கினாற் போல் தன்னைக் கட்டமைத்துக் கொண்டவர் ரஜினி.

அவருடைய நடிப்பு வாழ்க்கையில் இருபது வருடங்கள் கழிந்தன. ஒருவழியாக ஒப்பாரும் மிக்காரும் இல்லாமல் போட்டிக்கெல்லாம் ஆளே இல்லை என்றாற் போலான பிறகு ரஜினி தன் பட எண்ணிக்கையை வருடத்திற்கு ஒன்று என்றோ இரண்டு வருடங்களுக்கு மூன்று என்றோ ஆக்கிக் கொண்டார். ஆர்.எம்.வீரப்பன் எம்ஜி.ஆரின் தளகர்த்தர். ரஜினியின் அன்புக்குரிய தயாரிப்பாளர். தொண்ணூறுகளின் ஆரம்பத்தில் இருந்தே அப்போதைய முதல்வர் ஜெயலலிதாவுக்கும் ரஜ்னிக்கும் இடையே

சில பல கருத்து எதிர்வாதங்கள் இருந்து வந்தன. அதனால் ரஜினி ஜெயலலிதாவுக்கு மாற்றாக அரசியல் சக்தியாக வருவார் என்றும் வரமாட்டார் என்றும் கருதப்பட்ட நிலையில் அவரது படங்கள் முன்பை விட உன்னிப்பாகப் பார்க்கப் பட்டன.

ஹம் ஹிந்தியில் ஒரு பரவாயில்லாமல் வெற்றி பெற்ற பழிவாங்கும் படம். அதன் மைய இழை அமிதாப் மற்றும் அவரது தம்பியர் பிரிந்து எதிரிகளைப் பழிவாங்கி ஒன்றிணைந்து சேர்வதாக இன்னுமொரு இந்திப் படமாக வந்திருந்தது. அதனை உரிமை வாங்கித் தமிழில் மீவுரு செய்ய விழையும் போது அதற்கு பாட்ஷா என்று பேரிட்டார்கள்.வழக்கமான இரட்டைத் தன்மை இருவேடங்கள் என்று எடுப்பது ஒருவிதம் ஒருவனே இருவேறு பேர்களில் ஊர்களில் காலகட்டங்களில் முகவரிகளில் வாழ்க்கை நடத்தி வருவதும் அதற்கான பின்புலக் கதையும் இன்னொரு விதம் அப்படியான படங்களின் தலையெழுத்தையே மாற்றி எழுதியது பாட்ஷா.

மாணிக்கம் அன்பானவன். யாரையும் எதிர்க்காதவன். தான் உண்டு தன் வேலையுண்டு என்று வாழ்பவன். தன் தந்தை படம் முன் அவன் மனமொழியில் பேசிக்கொள்வதைப் போல் ஒரு தங்கையை நல்ல மாப்பிள்ளைக்கு கட்டி வைத்து இன்னொருத்தியை அவள் கனவுப்படி டாக்டர் ஸீட் பெற்றுத் தந்து ஒரே தம்பியை சீருடைச்செருக்குடன் இன்ஸ்பெக்டராக்கி தன் மாற்றாந்தாய் மக்கள் எனப் பாராமல் தன் உயிரிழைகளாகவே அவர்கள் வாழ்க்கையில் ஸெட்டில் ஆவதைக் கண்டு இன்புறுகிறான். நடு நடுவே அவனுக்கும் பணக்காரப் பெண் ஒருத்திக்கும் அறிமுகம் கிடைக்கிறது. அவள் அவனது வெள்ளந்தி அன்பைக் கண்டு மயங்குகிறாள். நண்பன் குருமூர்த்தி ஒரு சிங் மற்றும் பரிவாரமே ஆட்டோ ஓட்டி கடை நடத்தி மாணிக்கத்தோடே இருக்கின்றனர். அப்படியான மாணிக்கம் தன் தம்பிக்கு பதிலாக அந்த ஏரியா தாதா இந்திரனிடம் அடி வாங்கும் போது அமைதியாக அதை ஏற்கிறான். தன் தங்கையை அதே இந்திரன் வம்பு செய்யப் பார்க்கையில் அவனை அடிக்கிற அடியில் மொத்தம் பத்துக்கும் மேற்பட்டவர்கள் உயிருக்குப் போராடுகிற அளவுக்கு துடிக்கின்றனர். கோபமாக வந்து நீ யார் பாம்பேல என்ன செய்திட்டிருந்தே எனக் கேட்கும் தம்பியிடம் என்ன சொல்வதெனத் தெரியாமல் விழி மூடி நீர்த் திவலை உதிரத் தன் பழைய கதைக்குள் செல்கிறான் மாணிக்கம்

மாணிக்கமும் அவன் அன்புக்குரிய நண்பன் அன்வர் பாட்ஷாவும் மும்பையில் ஒன்றாக வளர்ந்து ஒருங்கே வாழ்பவர்கள். மும்பையின் நிழல் உலக டான் ஆன மார்க் ஆண்டனியின் அட்டூழியங்களைத் தட்டிக் கேட்கும் அன்வரைத் தன் ஆட்களை

அனுப்பிக் கொன்றுவிடுகிறான் ஆண்டனி. அவனது நம்பர் ஒன் விசுவாசி தான் ரங்கசாமி. அதாவது மாணிக்கத்தின் அப்பா. தன் நண்பன் அன்வரின் கொலைக்குப் பழி வாங்க அவனைக் கொன்ற அடியாட்களைத் தேடிச் சென்று கொல்கிறான் மாணிக்கம். அவனைக் காட்டிக் கொடுக்காமல் மக்கள் அவனைப் பாதுகாக்கின்றனர். மாணிக் பாட்ஷா ஆகிறான் மாணிக்கம். ஆண்டனியின் சாம்ராஜ்யத்துக்கு எதிராகத் தனது ராஜாங்கத்தை நிலை நாட்டி படிப்படியாக ஆண்டனியின் செல்வாக்கை அழித்து தானும் தன் அடையாளங்களை அழித்துக் கொண்டு பாட்ஷா குண்டுவெடித்து இறந்து விட்டதாக புனைவொன்றை நிஜமாக்கி விட்டு சென்னைக்குத் தப்புகிறான். அங்கே தான் மாணிக்கமாக ஆட்டோ ஓட்டுகிறான்.

சிறையிலிருந்து தப்பி வரும் ஆண்டனியை அழித்து எப்படித் தன் குடும்பத்தை அவனிடமிருந்து காப்பாற்றுகிறான் என்பது மீதிக்கதை.

பாட்ஷா ரசிகர்களை வெறியர்களாக மாற்றித் தந்த படம். ரஜினியின் உச்சபட்ச படமாக அதுவரையிலான சாதனைகளை முறியடித்தது. பாலகுமாரனின் வசனங்கள் முன்பிலாப் புதுமையோடு ஒலித்தன. நான் ஒருதடவை சொன்னா நூறு தடவை சொன்னா மாதிரி என்று ரஜினி சொல்லும் போதெல்லாம் தன்னை நாலால் பெருக்கிக் கொண்டான் ரசிகன். கூட்டுக்குள் நத்தை மாதிரி சுருண்டு கிடக்கும் மாணிக்கம் யார் சொல்லியும் மீண்டும் பாட்ஷா என்ற சொல்லையே உச்சரிக்காத மாணிக்கம் ஸீட் கேட்டு செல்லும் தன் தங்கையிடம் தகாத சொற்களைப் பேசும் கல்லூரி ஓனரிடம் தான் யாரென்பதை கோடிட்டு காட்டுவார். அந்தக் காட்சியில் என்ன பேசுகிறார்கள் எனத் தெரியாமல் வெளியே கண்ணாடிக்கு இந்தப் பக்கம் தங்கை பாத்திரத்தோடு நாமும் காத்திருப்போம் அப்போது உள்ளே மெல்ல எழுந்திருப்பார் கல்லூரி ஓனர் சேது விநாயகம். அவரிடம் தன் வரலாற்றுச் சுருக்கத்தை ரஜினி சொல்லி

அரங்கு நிறைந்தது | 197

முடிக்கும் போது மாணிக்கத்தின் முன் கைகட்டி நிற்பார் சேது வினாயகம்.

ரசிக சமானத்தின் மீது நட்சத்திரத்தன்மையின் மாபெரிய போர் என்றே இந்தக் காட்சியை சொல்ல வேண்டும். அதாவது பாட்ஷா யார் என்று உரக்க சொல்லியிருந்தால் கூட அந்த இடத்தில் சாதாரணமாய்ப் போயிருக்கும். ரஜினி அங்கே குழுமும் பத்துப் பேரை அடித்து கல்லூரி ஓனரின் நெற்றியில் துப்பாக்கி அல்லது கத்தி இவற்றில் ஒன்றை வைத்து நெம்பி லேசாய்த் திறந்து ரத்தம் பார்த்தபடி எங்கேடா ஸீட்டு எனக் கேட்டு வாங்கினால் கூட அது வழக்கமான இன்னொன்றாக முடிந்திருக்கும். குழந்தையின் கெக்கலிப்புப் போன்ற மௌனத்தில் சேதுவுக்கு மட்டும் தான் யாரென்பதைச் சொல்லி விட்டு வெளில சொல்லிட மாட்டீங்களே என்று கையை சுழற்றி ஒருதடவை சொன்னா வசனத்தை உச்சரித்து விட்டுப் படாரென்று தன் கைகளைத் தட்டி வெளியே போன சேதுவின் அடியாட்களை உள்ளே அழைத்தபடி தன் கைகளைக் கட்டிக் கொள்வார் பாட்ஷா அதுவரையிலான அத்தனை நாயகத்துவத்தையும் தாண்டி இந்த இடத்தில் ஆசியக் கண்டத்தின் மகா மனிதராக தன் மனம் கவர்ந்த ரஜினி காந்தை நினைக்கவும் நம்பவும் ஆரம்பித்தான் சாமான்ய ரசிகன். இத்தனை தூரம் ஒரு பிம்பமதிப்பீட்டை அதிகரிக்கிற படங்கள் அரிதினும் அரிது.

அழகிய வில்லன் மார்க் ஆண்டனியாக ரகுவரன் இந்தியத் திரையின் உன்னதமான நடிக ஆளுமைகளில் முதன்மையான பேர் ரகுவரன். இந்தப்படத்தில் கூட பாட்ஷா என்ற ரஜினி என்ற மகா நடிகரின் மாபெரிய படத்தை ரகுவரன் என்கிற வில்லன் இல்லாமல் கற்பனை கூட செய்திட முடியாது. இன்னும் சொல்லப் போனால் ரஜினி மற்ற எல்லா ஃப்ரேம்களிலும் சிக்ஸ் ஃபோர் என அடித்து நொறுக்கிய படமான இந்த பாட்ஷாவில் கூட ரகுவரனுடன் தான் தோன்றுகிற காட்சிகளில் சற்றே டென்ஷனாகவே தோற்றமளிப்பார். அது ரஜினியின் பிரச்சினை அல்ல. ரகுவரன் அந்த அளவுக்குப் பிறரைக் கலங்கடிக்கிற நடிகன். தன்னிடம் வேலை பார்க்கும் விஜயகுமாரின் மகன் தான் ரஜினி என்பதால் அவரை சரிவரக் கணக்கில் எடுத்துக் கொள்ளாமலே போய்விட்டதை ஒரு காட்சியில் அழகாக வெளிப்படுத்துவார் ரகு.முதன் முதலாக ரஜினியை சந்திக்கும் போது நீ நம்ப ரங்கசாமி புள்ளை இல்லே என்பார். அதில் சிலபல

தலைமுறைகளுக்குத் தேவையான ஆணவம் தொனிக்கும்.கூடாவார் ரஜினி.

ஜனகராஜ் ரஜினியின் நண்பன் கதாபாத்திரத்துக்கென்றே ஸ்பெஷலாகப் படைக்கப்பட்டிருப்பவர் என்று தைரியமாக சொல்ல முடியும். இந்தப் படத்தில் அவருடைய வழக்கமான நகைச்சுவை நெடி சற்றுக் குறைவென்றாலும் பாட்ஷாவின் குழுமத்தில் அவருக்கடுத்த பவர்ஃபுல் மனிதராக குருமூர்த்தி என்ற பாத்திரத்தில் மின்னினார் ஜனகர்.

தேவா ரஜினி காம்பினேஷனில் இரண்டாவது படம் பாட்ஷா. ரஜினிக்கு பெயர் போடுவதற்கான இசையை ஜேம்ஸ் பாண்டிலிருந்து எடுத்தாண்டதைப் போலவே ஸ்டைலு ஸ்டைலுதான் பாடலுக்கும் லேசாய் பாண்ட் எட்டிப்பார்த்தார். தேவாவின் பாடல்கள் அனைத்துமே துல்லியத்திற்குப் பெயர் போனவை. வைரமுத்துவின் எந்த ஒரு வரியின் எந்த ஒரு வார்த்தையும் குழப்பாமல் மனனம் ஆனது. அந்த அளவுக்குப் பளிங்குத் தெளிவு தேவா வைரமுத்து கூட்டணி

ஹம்மை கம்முனு கிட என்றாற் போல் தமிழுக்குப் பெயர்த்ததில் எக்கச்சக்க கதாபுரட்டல்கள் உண்டென்றாலும் கூட சுரேஷ் கிருஷ்ணா ரசிகர்களில் ஒருவராக நின்றபடி படம் இயக்கத் தெரிந்தவர். அடைந்தால் மலையுச்சி வீழ்ந்தால் பாதாளபைரவி என்பது அவரது ஸ்பெஷல். பாட்ஷா பின்னியது.பின் நாட்களில் பாபா பின்னாமற் போனது. என்றபோதும் ரஜினியை அதிகம் விரும்பச் செய்த இயக்குனர்களில் அவருடைய பெயருக்கு நிச்சயம் இடமுண்டு.

இந்தப் படத்துக்கு அப்புறம் கிட்டத் தட்ட எல்லா நடிகர்களுமே தானும் ஒரே ஒரு முறையாவது பாட்ஷா மாதிரியான படத்தில் நடித்து விடவேண்டும் என்று நேர்ந்து கொண்டு இதுவரை இந்தியாவின் அனைத்து மொழிகளிலும் இந்தப் படத்தின் மூலவிதை அதாவது தான் யாரென்பதை மறைத்துக் கொண்டு மாணிக்கமாக வந்து பாட்ஷா என்பதைக் காண்பித்து ஹீரோயிஸ்டிக் ஆக நடிப்பதை மையமாக்கி ஆறாயிரத்து அறுநூற்று அறுபத்தி ஆறு படங்களாவது வந்திருக்கின்றன என்பதும் இன்னும் வரவிருக்கின்றன என்பதும் சொல்லொணாத் துன்பம்.

அப்படிப் பார்த்தால் தன் சொந்த பங்களாவிலேயே தான் தான் ஓனர் ஜே.பி என்பதை மறைத்துக் கொண்டு யாரோ ஒரு பாலுவாகத் தங்கிப் படத்தின் இறுதியில் அந்த உண்மையை வெளிச்சொன்ன வாத்தியாரின் அன்பேவா தான் பாட்ஷாவுக்கு முன் ஜென்மம்.

பாட்ஷா வன்மத்தின் வாள்.

62 அவதாரம்

ஒரு கலையின் ஆரம்பக் காலம் அபரிமிதமான அமைதியுடனும் முன் தீர்மானங்களுடனும் அமையவல்லது. அதன் உச்சகாலம் வரைக்குமான இருத்தலும் வெற்றி தோல்விகள் எல்லாமும் அர்த்தமுள்ள பேரேட்டில் இடம்பெறத் தக்கது. எந்தக் கலையாக இருந்தாலும் அதன் அழிதல் காலம் தான் மிக முக்கியமானது. ஒரு கலை அழியும் விதமும் அதன் வழிகளும் க்ரூரமானவை. எப்படியாவது அதனைத் தப்புவிப்பதற்காக அந்தக் கலையைத் தொழுபவர்கள் தங்கள் உடல் பொருள் ஆவி இத்யாதிகளை இழந்து முயன்றபோதிலும் அந்தக் கலையானது அதற்கு ஈடு கொடுத்து உடனோடுவதிலிருந்து மெல்ல தன்னை விடுவித்துக் கொள்ளும். இதனை வஞ்சகமென்று தனியே சொல்லத் தேவையில்லை.கலையின் அழிதல் அதனளவில் நீதியற்ற வஞ்சகத்தின் தீர்ப்புக்கூறல் தான்.

உலகத்தின் சரித்திரத்தில் பல்வேறு நியதிகள் உண்டு. மானுட வாழ்வின் அழிதல் அதன் பூர்த்தி. கலை ஒன்றின் அழிதல் எந்தப் பூர்த்தியுமற்றது. ஒரு கலை மெல்லச் செல்லரித்து வேறொரு மற்றொன்றாய் மறுமலர் காலம் காண்பதும் உண்டு. நம்புவதற்காகாத தனி மனித சாதனைகள் சந்ததிகளின் வழியே கசிந்து வரத் தலைப்படுகிற முன் காலக் கூட்டமொன்றின் கலாபலனாக இருந்துவிடவும் வாய்ப்புண்டன்றோ? உலகில் மொழியும் கலைகளும் அழிவது க்ரூரத்தின் விவசாயமன்றி வேறில்லை.மதம் தன்னைத் தக்கவைத்துக் கொள்வதற்காகக் கலைகளை பலி தருவதும் நிகழ்ந்திருக்கிறது.ஒரு கலையின் வாழ்காலத்தில் அது மதத்தின் முன் சேவகனாக இருக்க நிர்ப்பந்திக்கப்படுகிறது. அமைப்பு அதிகாரம் இவற்றை எந்தக் கலைவடிவம் எதிர்க்கிறதோ அது மாற்றங்களுக்குப் பின்னால் அதன் முந்தைய எதிர்ப்பியல்புக்காகவே கட்டுப்படுத்தப்படுவதும் அழிவதும் கூட நிகழ்ந்திருக்கிறது.

தன்னைக் கலைஞன் என நம்பத் தொடங்குகிற எவனும் சராசரியின் எந்த இருப்பிடத்திலும் தன் மனதார அமர்வதே இல்லை. மெல்ல நசிவதற்கென்றே மனமும் உடலுமாய்த் தன்னைக் கொளுத்தியாவது தன் கனவைத் தப்பவைக்கிற கலாமுயல்வுகளில் ஏதேனுமொன்றிற்குத் தன் ஆவியைப் பலிதந்தவர்கள் எண்ணிக்கை பல லட்சமிருக்கும். உலகம் அப்படியானவர்கள் மீது பரிவும் கசிவுமாய்த்

தானிருப்பதாகக் காட்டிக் கொள்வது ஒரு பாவனை. உண்மை அர்த்தமற்றது மாத்திரம் அல்ல.அது கருணையற்றதும் கூட.

வீழ்பவர்களுக்கான வரலாறு எளியது. வெற்றிக்கதைகளின் எதிராடல் அவர்களுக்குரியது. ஆனாலும் களம் கண்ட வகையில் வெற்றியும் தோல்வியும் இரு திசைகள் மட்டுமே. இறுதிப் போட்டியில் தோற்கிற அணிக்கென்று பரிதாபத்தின் சுழற்கோப்பை தனியே தரப்படுவதுண்டு. அதனை உரமாகக் கொண்டு அடுத்த முறை நீ முதலிடம் பெறுவாயாக என்று கண் கசியும் பார்வையாள ரசிக ஜனக் கூட்டம்.சாமான்யர்களின் சரித்திரம் வேறு வகையில் அடங்குவது. கூட்டத்தில் நிறைந்து நின்று கரவொலி எழுப்புகிற மகா மனங்கள் அவர்கள். இவர்களுக்கென்று தனித்த தோல்வியின் ரத்த அழுகை இருப்பதில்லை. காலம் என்ற வசியவாதியின் கணிதம் புரிபடாமல் நாளும் தனக்கென்று தாயமொன்று விழுந்திடாதா என்று நித்தியத்தின் எல்லாக் குதிரைகளையும் இழந்து விட்ட பிற்பாடு மானசீகத்தினுள்ளே அயர்ந்தபடி மரணத்தை எதிர்நோக்குகிற வேறொரு தரப்பு உண்டு. அவர்கள் தான் வாய்ப்புக் கிடைக்காத திறமைசாலிகள். நானெல்லாம் எங்கே எப்படி இருக்க வேண்டியவன் தெரியுமா என்ற ஒற்றை இழையைக் கைப்பற்றியபடி நாளும் இரவும் கைநழுவிப் போவதையே வாழ்வெலாம் நோக்கியபடி தன் மனதின் கனம் தாளாமல் வெறுமையை உபாசிக்கிற அவர்களில் ஒருவன் கதை தான் அவதாரம். அவன் பெயர் குப்புசாமி.

அந்த வகையில் கலையின் கைவிடுதல் காலத்தின் கதைகள் கண்ணீர் ததும்பச் செய்பவை. அப்படியான ஒரு கைவிடுதல் காலத்தில் தான் அவதாரம் படத்தின் கதைவிரிதல் தொடங்குகிறது. கூத்து என்கிற கலைவடிவம் தன் பெருவாரி செல்வாக்கை இழந்து கொண்டிருக்கக்கூடிய கடின காலத்தில் பாண்டி வாத்தியாரின் கூத்துக்குழுவில் தனக்கொரு இடம் கிட்டாதா என்று ஏங்கியபடி அவர்களை நாளும் சுற்றிச் சுற்றி வருபவன் குப்புசாமி.வாத்தியாரின் மகள் கண் பார்வை அற்ற பொன்னம்மா. அவள் மாத்திரமே குப்புசாமியின் ஈடுபாட்டை நன்கு உணர்ந்தவள். அவனது திறமைகள் மீது நம்பிக்கை கொண்டவளும் கூட.மற்றவர்களை விடவும் பாசி என்கிற முக்கிய நடிகன் மனம் வைத்தால் தான் தனக்கொரு வேடம் கிடைக்கும் என அவனுக்கு ஏவல் செய்து அவனது அன்பை

எப்படியாவது பெற்றுவிட மாட்டோமா என்று ஏக்கத்தோடு தொடரும் உப பறவையாகவே பாசியைத் தொழுதபடி திரிகிறான் குப்புசாமி. பாசி ஒரு உல்லாசி. செல்வத்தின் செழிப்பும் திறமை தந்த கர்வமும் பல தொழில் பார்க்கும் செருக்கும் யாரும் கண்டிக்க ஆளில்லா சூழலும்  அவனைக் குடி புகை மற்றும் விலைமாதரைத் தேடுவது என நாளும் தன் இஷ்டத்துக்கு அலைபவனாக்குகிறது.

பாண்டி வாத்தியார் எத்தனையோ அறிவுரைகள் கூறியும் கூத்தின் மீது அடவு கட்டி ஆடுவதன் மீது தான் கொண்ட மாறாப் பித்தின் துளியும் குறைத்துக் கொள்ளாத குப்புசாமியை ஒரு கட்டத்தில் மகள் பொன்னம்மாவின் அன்பு நிர்ப்பந்தம் காரணமாகக் குழுவில் இணைத்துக் கொள்கிறார். குப்புசாமி தன் கனவின் முதல் கதவைத் திறந்த திருப்தியுடன் அவர்களில் ஒருவனாகிறான். பெண்கள் குளிக்கிற படித்துறைக்கு அத்துமீறிச் செல்லும் பாசி அங்கே தனியே குளித்துக் கொண்டிருக்கிற பெண்ணை வம்பிழுக்கிறான்.அவளோ தண்ணீரின் அடியிலிருந்து சேற்றை எடுத்தள்ளி பாசியின் முகத்தில் பூசி விட்டுத் தப்பிவிடுகிறாள். அவளைத் துரத்துகிற பாசியை குளிக்க வருகிற பிற பெண்கள் எள்ளி நகைக்கின்றனர். அங்கே வரும் குப்புசாமியை விட்டு அவர்களின் துணிகளை எடுத்து வரச் சொல்கிறான் பாசி.அதற்கு முயலும் குப்புசாமியை பெண்கள் சப்தமிட்டு ஊரார் பிடித்து அடிக்கின்றனர். தன்னை அப்படிச் செய்யத் தூண்டியது பாசி தான் என்றும் தன்னால் அவனை எதிர்க்க முடியவில்லை என்றும் கூத்தில் நடிப்பதற்காக பாசியைத் தான் தொடர்ந்து அவனுடைய குணக்கேடுகளைப் பொறுத்துக் கொண்டதாகவும் பொன்னம்மாவிடம் அழுகிறான் குப்புசாமி. தன் தந்தையிடம் அவற்றை தைரியமாக சொல்கிறாள் பொன்னம்மா தானில்லாமல் கூத்து நடக்காது எனச் செருக்கோடு பேசும் பாசிக்கும் பாண்டி வாத்தியாருக்கும் முட்டிக் கொள்கிறது முரண்.தன் பெருமையைப் பேசியபடியே இன்னும் எத்தனை காலத்துக்கு கூத்துன்னு இருப்பீங்க எதுனாச்சும் வேலை பாருங்கய்யா என்று ஏளனம் பேசியபடி தனக்கும் அவர்களுக்கும் பொருந்தாது என்று கிளம்பிச் செல்கிறான் பாசி. தன்னால் தான் கூத்துக்குழுவினுள் விரிசல் வந்தது என்றெண்ணி பாசியைத் தனியே சந்தித்து மன்னிப்பு கோருகிறான் குப்புசாமி.அவனை புரட்டி அடித்துவிட்டுக் கிளம்பிப் போகிறான் பாசி.

வழக்கமாக பாண்டி குழுவிற்குக் கூத்து வாய்ப்புத் தரும் அசலூர்த் திருவிழாவிற்கு அழைப்பில்லாத போதும் கிளம்பிச் செல்கிறார்கள். அந்த வருடம் தர்மகர்த்தா மாறி எட்டூரில் இருட்டில் சாராயம் விற்கும் புது செல்வந்தன் ஒருவன் தர்மகர்த்தாவானதால் கூத்தை நீக்கி விட்டு ஆடல்பாடல் நிகழ்ச்சியை ஏற்பாடு செய்திருப்பதாக சொல்லி உணவுக்கு அமர்ந்த பாண்டி குழுவினரை அங்கே வரும் பாசி அவமானப்படுத்துகிறான். பாசிக்கு ஏற்றிக்கொண்டு புது தர்மகர்த்தாவும் பேசுகிறான். அத்தனை அசிங்கத்தையும் சகித்துக் கொண்டு ஊர்த்திருவிழாவில் ஒரு ஓரமாகத் தங்கள் கூத்தை நிகழ்த்தி விட்டுச் செல்வதாக இறைஞ்சி அனுமதி வாங்குகிறார் பாண்டி. அப்படியே நரசிம்மாவதாரக் கதையை நிகழ்த்தும் போது அரிதாரம் பூசி அமர்ந்த நிலையிலேயே தன் உயிரை விட்டுவிடுகிறார் பாண்டி வாத்தியார். ஊருக்குத் திரும்பியதும் கூத்துக் குழுவின் அனைவரும் ஒவ்வொரு காரணத்திற்காகக் கூத்தைக் கைவிட்டுக் கிளம்புகின்றனர். கூத்துக்குழு கலைகிறது. எஞ்சுவது பொன்னம்மாவோடு குப்புசாமி மட்டும் தான்.

மெட்ராஸூக்குச் சென்று சினிமாவில் நடிக்கும் முடிவோடு ஊரார் உற்றாரிடம் சொல்லி விட்டு பொன்னம்மாவை அழைத்துக் கொண்டு பஸ்ஸில் புறப்படுகிறான் குப்புசாமி. எடுத்த எடுப்பிலேயே நகரம் அவர்களை ஒரே விழுங்காக விழுங்குகிறாற் போல் அயர்த்துகிறது.

அன்றைய இரவு ஒதுங்க இடம் கிட்டாதாவென்று அலைபவர்களுக்கு ஒரு பெண் வழக்கறிஞர் தன் வீட்டில் இடம் அளிக்கிறார். அந்த இரவை அங்கே கழித்து விட்டு ஊருக்குத் திரும்பலாம் எனப் பொன்னம்மா சொல்வதைக் கேட்காமல் நடிப்பு லட்சியத்திற்காக தனக்காக உடன் வருமாறு சமரசப்படுத்தி அழைத்துச் செல்கிறான். வழியில் நளினமான தோற்றத்திற்கு மாறி இருக்கிற பாசியை பார்க்கிறார்கள்.அவன் தன்னோடு அவர்களை அழைத்துச் சென்று உபசரிக்கிறான். தனக்குத் தெரிந்த இயக்குனரிடம் சொல்லி வாய்ப்பு வாங்கித் தரச் சொல்வதாக வாக்குத் தருகிறான் பாசி. அவனை அப்படியே நம்புகிறான் குப்புசாமி. நடிப்பாசை அவன் கண்ணை மறைக்கிறது. பொன்னம்மா பல முறை ஊருக்குத் திரும்பிவிடலாம் என்று இறைஞ்சியும் அவளை அமர்த்திவிட்டு நடிப்பு வாய்ப்புத் தேடி பாசியோடு கிளம்பிச் செல்கிறான். குப்புசாமியை ஷூட்டிங் நடக்கும் இடமொன்றில் இருத்தி விட்டுத் தான் மட்டும் ஆட்டோவில் கிளம்பி வீட்டுக்கு வருகிறான் பாசி.

வீட்டுக்குத் திரும்பி வரும் குப்புசாமி பொன்னம்மா இறந்து கிடப்பதைப் பார்த்து அதிர்கிறான். அவளைக் கொன்றது குப்புசாமி தான் என்று தனக்கு சாதகமான காவலதிகாரி துணையுடன்

குப்புசாமி பைத்தியம் என்றும் நீதிமன்றத்தில் நிறுவுகிறான் பாசி. தன் வெள்ளந்தித் தனத்தால் அதிகாரம் அமைப்பு லஞ்சம் என எதையும் எதிர்க்க திராணியற்ற குப்புசாமி சிறை செல்கிறான்.அங்கே இருந்து தப்பி வரும் குப்புசாமியை காப்பாற்ற வழக்கறிஞர் ஸ்ரீவித்யா முயல்கிறார். பாசியை தன் மறைவிடத்துக்கு வரவழைக்கும் குப்புசாமி அவனை நரசிம்ம வேடமாக மாறிக் கொன்றழிக்கிறான்.

அவதாரம் தமிழில் கொண்டாடப்படுகிற நவீனங்களில் ஒன்றாக உறைந்திருக்கும் சினிமா. இந்தப் படத்தின் மூலமாக நூற்றுக்கணக்கான வேடங்களில் நடித்து தமிழின் முக்கிய குணச்சித்திர நடிகராக விளங்கும் நாஸர் இயக்குனராகத் தன் இன்னொரு கனவை மெய்ப்பித்தார். இளையராஜா இந்தப் படத்திற்கு உன்னதமான பின்னணி இசையை பாடல்கள் இசையை வழங்கியதோடு பாடலாசிரியராகவும் பல பாடல்களை எழுதி நாஸருக்குப் பாடல்குரலாகத் தானே பாடி அவதாரத்தின் கட்டமைப்பில் பெரும்பங்கு வகித்தார். இதன் நடிகர்கள் வெண்ணிற ஆடைமூர்த்தி சச்சு டெல்லிகணேஷ் முரளிகுமார் தியாகு அனைவருமே தங்கள் பங்கை உணர்ந்து அளவீடு மிகாத மென் மழையென நிறைந்தார்கள்.

இந்தப் படத்தின் மூலமாக பாலாசிங் தன் கணக்கைத் தமிழில் தொடங்கினார். பாசியாகவே மாறி நடிப்பின் உன்னத உயரங்களைத் தன்னாலான அளவு நிரடினார் என்றால் தகும். ரேவதி கண் தெரியாத பொன்னம்மாவாக இந்தப் படத்தில் அத்தனை நெகிழ்வுக்குரிய நடிப்பை நல்கினார். ஏற்கனவே கைகொடுக்கும் கை முதலிய படங்களில் கண் தெரியாதவராக நடித்திருந்தாலும் அவதாரம் அவரது நடிக வெளிப்பாட்டில் மாபெரும் பாத்திர பங்கேற்பை நிறைவேற்றிய படம்.

அவதாரம் வெளியாகி இருபத்தி ஐந்து ஆண்டுகளாகின்ற நிலையில் இன்றைக்கு இந்த இதே படம் இன்னொரு கனத்தோடு பார்வை முன் விரியக் கூடும்.காலம் முன் நகர்ந்து செல்லச் செல்ல அவதாரம் போன்ற அபூர்வங்கள் தங்களை மேலெழுதிக் கொள்ளக் கூடியவை. காலத்தின் சாட்சிக்குரலாகத் தனித்தொலிப்பவை.மறக்க முடியாத நவீனகதை.

63 காதல் கோட்டை

திரைப்படம் மேதைகளுக்கான கலைவடிவம் அல்ல. அது பாமரர்களுக்கானது.

- வெர்னர் ஹெர்ஸோக்

தமிழ் சினிமாவின் மையங்கள் ஒரு புறம் வணிக வெற்றியை நோக்கியும் .இன்னொரு பக்கம் கலாபூர்வ உன்னதங்களுக்கான முயற்சித்தலும் என இரண்டாகப் பிளந்தாலும் கூட ஒரு திரைப்படத்தின் வணிக வெற்றியிலிருந்து தான் அதன் சரித்திரம் தொடங்குவதாகப் பொருள். அப்படியான மையங்களை மாற்றி அமைப்பதற்கான முயல்வுகள் சென்ற நூற்றாண்டின் இரண்டாவது பாதியில் பலமுறை நிகழ்ந்திருக்கின்றன. புராணப் படங்களிலிருந்து சமூகத் தளத்துக்கு மாற்றமடைந்ததையும் புனையப்பட்ட அரங்கங்களில் இருந்து நிஜமான கிராமங்களுக்குப் பெயர்ந்ததையும் சொல்ல முடியும். அதைப் போலவே காதல் என்கிற சாகாவரம் பெற்ற திரைக்கதைக்கான இடுபொருளை ஆய்வுசெய்தால் காதலைத் திரைப்படுத்துவதில் கிடைத்த எல்லா விதமான திரைப்படங்களையும் பார்த்துச் சலித்து "அடுத்தது என்ன?" என்று சாமான்ய தமிழ் ரசிகன் அயர்ந்திருந்த பொழுதொன்றில் 90களின் மத்தியில் வெளியான காதல் கோட்டை அகத்தியனுக்கு சிறந்த திரைக்கதை மற்றும் இயக்கத்துக்கான இரட்டை தேசியவிருதுகளையும் பெற்றுத் தந்தது.

பெரும் ஓட்டத்துடனான வணிக வெற்றியும் பல இந்திய மொழிகளுக்குப் பெயர்ந்த அதன் பின் விஸ்தாரமும் கூடுதல் தகவல்களே. ஒரு திரில்லர் படத்தில் மாத்திரமே சாத்தியமாகிற இறுதி வரை குறையாத விறுவிறுப்பை காதல் படத்தில் சாத்தியப் படுத்தியது காதல் கோட்டை. நல்லவர்களுக்குக் கெட்டவர்களால் ஏற்படும் துயரிலிருந்து தப்பித்தலைக் கதையாக்கிக் கொண்டிருந்த சினிமாவில் சகஜ மனிதர்களின் முரண்பாடுகளைக் கலைத்துப் போடுவதன் மூலமாகவே திரைக்கதை நகர்ந்தது ஆரோக்கியமான புதுமை.கடிதம் மூலமாக நட்புக் கொள்வதென்பது அதற்கு முந்தைய ஐம்பது ஆண்டுகால தமிழ் மத்யம கூட்டு ஞாபகத்தின் செல்வாக்கான மற்றும் அதிகம் சொல்லப்படாத இடுபொருள்.அதனைக் கதையின் மையக் கருவாக்கியதன் மூலமாக இயல்பான மனிதர்கள் எல்லோர்க்கும் நிகழ வாய்க்கிற சம்பவங்கள் கூர்மையான வசனங்கள் என்று இந்தப்

படத்தின் பெரிய வெற்றி முன் கூட்டித் திட்டமிடாத ஒன்று தான்.

நாயகனும் நாயகியும் படத்தின் கடைசி ஃப்ரேமில் தான் முதல் முறை சந்தித்துக் கொள்வார்கள் என்று இதன் ஒருவரியைத் தீர்மானித்துக் கொண்டு களமிறங்கிய புள்ளி தான் அகத்தியனின் மாபெரிய தைரியம். சென்ற நூற்றாண்டில் செல்ஃபோன் இல்லை. கடிதங்கள் புழக்கத்தில் இருந்தன. இணையதளம் செல்பேசி குறுஞ் செய்தி பேஜர் என உலகம் தன் சுவர்களை உடைக்கத் தொடங்கிய காலத்தில் இப்படி ஒரு படம் சாத்தியம்.இதையே அடுத்த படமா எடுத்துக்கலாம் என்று வைத்திருந்தால் ஜஸ்ட் லைக் தட் திரிந்த பால் போல் கெட்டிருக்கும். எடுப்பதற்கு எதுவுமின்றிக் கலைந்து சரிந்திருக்கும்.

தன் சான்றிதழ்களை ரயிலில் தவறவிடுகிறார். இளம்பெண் கமலி அதை கண்டெடுக்கிறான். இன்னொரு திசையில் தனது பயணத்தை மேற்கொள்ளும் சூர்யா மிகுந்த பொறுப்புணர்வுடன் அதை கமலியின் முகவரிக்கு அனுப்பி விட்டு வட இந்தியாவின் ஒரு நகரத்தில் புதிய வேலையை நோக்கி சென்றுவிடுகிறான். கமலி சூர்யா இருவருக்குமிடையே கடிதங்களின் வழியாக நெருக்கமான நட்பு ஏற்படுகிறது அதுவே பிற்காலத்தில் கனிந்து காதலாகிறது ஒருவருக்காக ஒருவர் காத்திருக்க ஆரம்பிக்கிறார்கள் சூழல் நிமித்தம் சூர்யா சென்னை வர கமலியும் சென்னை வருகிறார். இருவரும் சந்தித்துக் கொண்டாலும் பேசுவதில்லை பேசிக் கொண்டாலும் அது ஒரு பெயர் கேட்கும் அளவுக்கு கூட இல்லை இப்படியான காணாமல் காதல் கடிதம் வழி அன்பு என்கிற எளிய கதையை எல்லா நிலத்துக்கும் ஆன காட்சி அனுபவமாக மாற்றினார். அகத்தியன் எப்படி எங்கனம் அவர்கள் காதல் கடிதங்களிலிருந்து மனம்பெயர்ந்து உதடுகளை உடைத்துக் கொண்டு காதலாய்க் கனிந்தது என்பது காதல் கோட்டை படத்தில் கதை. எப்படி பாலசந்தர் தன் படவுலகத்தை தனக்கே உண்டான விசித்திர மனிதர்களைக் கொண்டு அவர்களுக்கான தனித்த உரையாடல்களைத்

தயாரித்து அவர்களின் மூலமாகத் தான் உணர்ந்த அத்தனை முரண் புதுமை மீறல் எதிர்ப்பு ஒவ்வாமை லட்சியம் அலட்சியம் தனிமை என எல்லாவற்றையும் பேசச்செய்தாரோ அடுத்த காலத்தில் அதை இன்னும் புதிய உறுதியான யதார்த்த மனிதர்களின் தனித்துவங்களை எடுத்துச் சொல்ல விழைந்தவர் அகத்தியன். இந்தப் படத்தில் மழை ஒரு கதாபாத்திரமாகவே நடித்து இருந்தது ரயில் நிலையம் கடைசிக் காட்சியில் மனம் மாறும் வில்லனைப் போலவே பங்கு பெற்றது.

அதுவரை தமிழ் சினிமா கண்டிராத சுயமரியாதையுடனான குணச்சித்திர கதாபாத்திரங்கள் மக்களை வெகுவாக கவர்ந்தன.

அகத்தியனின் பாத்திரங்கள் நம்மோடு கலந்து வாழ்பவர்கள். நம்மில் பலராய்த் ததும்பினாலும் ஆளுமையும் கம்பீரமும் உறுதியும் தனித்துவமும் கொண்டவர்கள், அவர்களைப் பேசிப் பழகுபவர்கள் அவர்தம் வித்யாசங்களை உணர்வார்கள். ஆட்டோ ட்ரைவராக வரும் தலைவாசல் விஜய் மணிவண்ணன் ஹீரா இந்து கரண் பாண்டு ராஜீவ் என எல்லாருமே அகத்தியனின் பாத்திரங்கள். காதல்கோட்டை மட்டுமல்ல அகத்தியனின் பல படங்களும் அவரது கதை சொல்லல் முறை வசனங்கள் மற்றும் பாடல்கள் என எல்லாவற்றுக்காகவும் ரசிக்கப் பட்டன. சினிமாவின் நெடிய வரலாற்றில் தன் படங்களை அழுத்தந்திருத்தமாய்ப் பொன்னால் எழுதிய எழுத்துக்களெனப் பதித்தார் அகத்தியன்.

காலமெல்லாம் காதல் வாழ்க என்று இந்தப் படத்தின் டைடில்ஸ் துவங்கி இறுதிக் காட்சி வரைக்கும் மாபெரிய பரபரப்பை தக்க வைத்தது படத்தின் பலம் ஒளிப்பதிவு தொடங்கி இசை வரைக்கும் எல்லாமே இனித்தன. காதல் கோட்டை அந்தக் காலத்தின் அற்புதமாகவே ஞாபக ஆழத்தில் உறைகிறது. காட்சி அனுபவத்தின் எல்லா அடுக்குகளிலும் தொண்ணூறுகளின் மத்தியில் சுயமாண்பும் சக மனிதப் போற்றுதலும் மிகுந்த மத்யம உலகத்தின் மாந்தர்கள் நிரம்பி இருந்ததுவும் அதுவரைக்கும் யாரும் சொல்லிப் பார்க்காத காதலைக் கன கச்சிதமாய்ச் சொன்னதுவும் சென்ற நூற்றாண்டின் ஆகச்சிறந்த தமிழ்ப்படங்களின் வரிசையில் காதல் கோட்டைக்கு உண்டான இடத்தை ஐயமற உறுதிசெய்ததன் காரணிகள்.

காதல் கோட்டை மனங்களின் கூட்டுப்பிரார்த்தனை.

64 பூவே உனக்காக

அவர்கள் கூற்றின் படி நீ எப்போது உன் வாழ்வின் காதலை சந்திப்பாயோ அப்போது காலம் அப்படியே உறைந்துவிடும்.

அது உண்மையுங்கூட

Big Fish

எல்லோரும் நல்லவரே என்பது ஸ்வீட் நத்திங் வகையறா சினிமா. காலம் காலமாக அப்படியான படங்களை யாராவது எடுத்துக் கொண்டே இருப்பார்கள். ஊரே ஒதுங்கும் திசையை விட்டுத் தனக்கென்று தனித்திசை காண்பது அப்படியான ஜிகினாப் பொய் ஒன்றை நிசமென்று நிறுவ விழையும் சினிமா முயல்வு வகைமை. தொண்ணூறுகளின் தொடக்கத்தில் தனது புது வசந்தம் படத்தின் மூலமாகத் திரைக்கணக்கைத் தொடங்கிய விக்ரமன் பிறகு எடுத்த அனேக படங்களின் மூலமாக விக்ரமன் படங்கள் என்றே தனித்த வகைமையாக உருக்கொண்டது நிகழ்ந்தது. கிட்டத் தட்ட பத்து ஆண்டுகளில் பத்துக்கும் மேற்பட்ட அதிரி புதிரி வெற்றிகளின் மூலமாக கவனத்தில் கொள்ளப் பட வேண்டியவராக மாறிய விக்ரமன் மனித மனங்களின் மென்மையான நசிவுகளை அவற்றின் ஊசலாட்டங்களை முடிவெடுக்க இயலாத மனத்திணறலைப் படமாக்கி வகையில் நினைவில் கொள்ளப் பட வேண்டியவராகிறார். அவருக்குக் காலமும் நடிகர்களும் நல்ல முறையில் ஒத்துழைக்கவே எளிதாக மக்களுக்குப் பிடித்தமான படங்களாக மாறின விக்ரமனின் படங்கள்.

ஆணையும் பெண்ணையும் பரஸ்பரம் ஏமாற்றுகிற கைவிடுகிற காதல்தோல்விக்குக் காரணமாகிற ஆண்களையும் பெண்களையும் அவர்கள் திரும்பி திருந்தி வருகிறதற்குள் வேறொரு நல்வாழ்க்கையை நல்ல இணையரைக் கண்டறிந்து விடுகிற எல்லோருக்கும் எப்போதும் பிடித்தமான படங்களை அதிகம் உருவாக்கினார் விக்ரமன். தொண்ணூறுகளில் காதல் முன்பிருந்த நிலையிலிருந்து மெல்ல நகர்ந்து புதிய திசைக்குச் செல்வதற்கு முந்தைய பயண முன் பொழுதுக் காத்திருப்புக் கணங்களின் திசைகளற்ற மாற்றங்களெனவே விக்ரமனின் ஒரு டஜன் காதல்படங்கள் கரைந்து கலைந்தன என்றாலும் அவற்றைக் கொண்டாடியவர்கள் அடுத்த காலத்தில் மத்யம வயதுகளிலிருந்து நினைத்துப் பார்த்துப் பெருமூச்சு

விட்டுக்கொள்ளக் கூடிய பழைய புனித ஞாபக வழிபாட்டு உப பொருளாகவே தங்கள் காதலைப் பத்திரப்படுத்த விழைந்தார்கள்.

விக்ரமன் எடுத்த படங்களிலிருந்து பூவே உனக்காக எப்படி வேறுபடுகிறது என்றால் அதுவரை என்ன மாதிரியான படங்களில் நடித்து எப்படி நிலைகொள்வதென்று தெரியாமல் தத்தளித்துக் கொண்டிருந்த விஜய் என்கிற புதிய நடிகரது ஏழெட்டுப் படங்கள் வெளியாகி ஓரளவு மக்கள் மத்தியில் நல்ல அறிமுகம் மட்டும் கொண்டிருந்த நிலையில் அவரது முதல் சூப்பர் டூப்பர் ஹிட் ஆக வெளியான புண்ணியத்தைக் கட்டிக் கொண்டது பூவே உனக்காக. ஒரே இரவில் சாக்லேட் பய்யன் நிலையிலிருந்து கன்னத்தைக் கிள்ளி அரவணைத்துக் கொண்டு நீ நம்ம பய்யண்டா கண்ணா எனக் கண் கலங்கக் கசிந்துருகும் நிலைக்கு அவரை நம்மில் ஒருவராக்கியது சாதனை தான். அதுவும் ஒரே படத்தில் மட்டுமே நிகழக் கூடிய அற்புதம் பூவே உனக்காக என்பது அந்த ஒரு படமானது.

எஸ்.ஏ.ராஜ்குமார் வாலி தலா ஒரு பாடல்களை எழுத பழனிபாரதி மற்ற எல்லாப் பாடல்களையும் எழுதினார். மல்லிகைப்பூ வாசம் என்னைக் கொல்லுகின்றது அடி பஞ்சுமெத்தை முள்ளைப் போலக் குத்துகின்றது. போன்ற வரிகள் சாகாவரம் பெற்றன இதயங்கள் இணைந்தது இது என்ன மாயம் போன்ற சிறுபாடல்கள் கூட மனதைக் கவர்ந்தன. பாடிய குரல்கள் பாடல்களின் ஆன்மாவாகவே மாறின. இசையில் எஸ்.ஏ.ராஜ்குமாருக்கு புதிய முகவரி மாற்றத்தை இப்படம் நிகழ்த்தியது. இதில் நடித்தவர்க்கு எல்லாம் இப்படம் ஒரு புதிய திசையைத் திறந்தது.

சார்லி மதன்பாப் மீசைமுருகேசன் சங்கீதா எம்.என்.நம்பியார் இவர்களோடு விஜய் இணைந்து நிகழ்த்திய காமெடி காட்சிகள் பரவலான வரவேற்பைப் பெற்றன.

பூவே உனக்காக ஒருதலைக் காதலை காதல் கை கூடாத ஏமாற்றத்தை காதலுக்காகத் தன் உயிரையே வார்த்தெடுத்துத் தரும் உன்னதத்தை காதலின் ஒருசார்பு புனிதங்களை எல்லாம் அப்படியே அங்கீகரித்தபடியே இன்னொரு மறுபக்கத்தை மேலெழுதிய ஒன்றா-யிற்று. காதலியின் காதலை நிசமாக்கித் தரும் ஒருவனாக விஜய் எல்லோர் கண்வழி மனங்களை வென்றார். முதல் ஒரே காதல் பூ போன்றது அது அப்படியே தான் இருக்கும் அதனை மறக்கவே முடியாது. மீண்டும் மீண்டும் பூப்பதற்கில்லை அந்த முதல் மலர் என்று விஜய் கண்கலங்கச் செப்பிய போது ரசிகர்கள் கண்களிலிருந்து தாரைகள் வழிந்தன.

இந்தப் படம் வெளியாகி இருபத்தி ஆறு ஆண்டுகளாகின்றன. இன்று இதன் கதையை மறுபடி எடுத்தால் அதன் முந்தைய வரவேற்பை முற்றிலுமாக இழந்திருக்கும் என்பதே நகர்ந்திருக்கும் புதிய நிஜம் என்றாலும்

காதல் எனும் நுட்பமான உணர்வின் சன்னிதியில் அவரவர் அறிதல்கள் அவரவர் ஞானம் என்பதை ஒப்புக் கொள்ளத் தான் வேண்டும். அந்த வகையில் பூவே உனக்காக காதலின் க்ளாஸிக் கானம்.

65. இருவர்

25 ஆண்டுகளுக்கு முன்னால் மணிரத்னம் உருவாக்கிய இருவர் தமிழ் சினிமாவின் நெடுவரலாற்றில் நினைவுகூரத்தக்க ஒரு முக்கிய சினிமா. புனைவுக்கும் நிஜத்துக்கும் நடு இழையை நிரடுவதன் மூலம் சிற்சில இடவல மாற்றங்கள் சாத்தியப்படும். அதனூடாக, ஒரு சிறப்பான திரைக்கதையை எழுதிவிட முடியும் என்பதற்கான உதாரணம் 'இருவர்'. பயோபிக் எனப்படுகிற அப்படியே தனிமனித வரலாற்றைத் துல்லியம் குன்றாமல் திரைப்படுத்துகிற படங்கள் யூகத்துக்கு அப்பாற்பட்ட சலிப்பொன்றை நிகழ்த்துவது தவிர்க்க முடியாதது. பாரதியின் வாழ்க்கையைப் படமாக்கும்போது சுதந்திரத்துக்குப் பின் அமைந்த அமைச்சரவையில் தமிழ் வளர்ச்சித் துறை அமைச்சராக அவர் பதவி வகித்தார் என்று எடுக்க முடியாது. அல்லது அப்படி எடுப்பதற்கான கதா நியாயத்தைச் சரிவரச் செய்யவாவது வேண்டும். புனைவென்பது இனி நிகழப்போகும் உண்மையாகக் கூட இருக்கலாம் என்பது அதன் வசீகரம்.

கொட்டை எழுத்துக்களில் இது உண்மைக் கதை அல்ல என்றுதான் படத்தை ஆரம்பித்தார் மணிரத்னம். புனைவு இங்கே திருத்தம் செய்யப்பட்ட உண்மையாக இருந்தது. மகா மனிதர்களின் வாழ்வை அவற்றின் பக்கவாட்டுப் பின்புலங்களுக்குள் சென்று பார்ப்பதான நுட்பமான அனுபவமாக இருவர் படத்தைச் சொல்ல முடியும். Nuances எனப்படுகிற நுண்வெளிகளை எல்லாம் அழகான மாலை போல் கோர்த்திருந்தார் மணிரத்னம். சர்வ நிச்சயமாய் இருந்த ஒருவரும் அப்போது விஞ்சிய ஒருவரும் மொத்தத்தில் ஆகச் செல்வாக்கான இரண்டு நபர்களே இருவர். மன ஓட்டங்கள், பாவனைகள், பழக்க வழக்கங்கள், முகக் குறி, மற்றும் தனக்கு மிக நெருக்கமானவர்களுக்கு மட்டும் கிடைக்கச் செய்கிற சொந்த உளவியலின் அசல் வெளிப்பாடுகள். இவற்றையெல்லாம் பார்த்துப் பார்த்து வழங்கினார் இயக்குனர்.

ப்ரகாஷ் ராஜ் மற்றும் மோகன்லால் இருவருக்குமிடை- யிலான நட்பும் நெருக்கமும் மெல்ல விரிசலாக மாறுவதாகட்டும் முரண்களும் அடுத்தடுத்த நகர்தல்களும் பிரிதலை நோக்கி இருவரையும் செலுத்தும் போது கையறு நிலையில் தவிக்கும் மௌனமாகட்டும் உறவுகளும் திசைகளும் வெவ்வேறான பிறகு

அரங்கு நிறைந்தது | 211

யதார்த்தமான சந்திப்புக்களின் எதிர்பாரமையைக் கண்களில் பிரதிபலிப்பதாகட்டும் கடைசியில் ஒருவரை ஒருவர் இழந்த பிறகு தனியே தவிக்கும் தமிழ்ச்செல்வனாக ஆர்ப்பரிக்கும் மனதின் நினைவுகளின் அலையாட்டத்தில் தானும் தனிமையுமாய்த் தகிக்கும் நட்பின் வெம்மை தாளாமல் தவித்துருகுவதிலாகட்டும் ப்ரகாஷ் ராஜ் தனக்குக் கிடைத்த பாத்திரத்தின் நுட்பமான குணாதிசயங்களைப் பிரதிபலிப்பதில் வென்றார் என்றால் தகும்.

உடனிருந்த நண்பனை எதிராட வேண்டிய நிர்ப்பந்தம் தொடங்கி விதியின் வழி நகரும் நதியென்றே தன் வாழ்வு மீதான பற்றுதலைக் கொண்ட ஆனந்தனாகத் தன் கேசம் தொடங்கிக் கண்புருவம் வரைக்கும் உடல்மொழியாலும் முகவன்மையாலும் பாத்திரத்துக்கு நியாயம் செய்தார் மோகன்லால். மேலும் அவரது இதழ்களும் ஓரக்குறுநகையும் கூட இந்தப் படத்தில் பெருஞ்சுமை கடத்திற்று என்பது நிசம். அடுத்த நிலத்தின் தமிழ் உச்சரிப்பும் எல்லாவற்றிலும் வென்றான் என்று கோடியில் ஒருவனுக்குக் கிடைக்கும் பெருவரம் தன் வாழ்வு என்பதை உள்ளார உணர்ந்த நாயகராஜாவாக மோகன்லால் ஆனந்தனாகவே மாறினார்.

நாசர், ஐஷ்வர்யா ராய், தபு, ரேவதி, ராஜேஷ், மேஜர் சுந்தரராஜன், என்று ஆனமட்டும் தங்கள் பிரபல செல்வாக்கை அழிக்க முயற்சித்து வென்ற நட்சத்திரப் பட்டாளம் இந்தப் படத்தின் பலம். சாபு சிரிலின் கலை இயக்கம். சந்தோஷ் சிவனின் ஒளிப்பதிவு, சுகாசினி, சுசி கணேசன் ஆகியோரின் வசனங்கள், வைரமுத்துவின் கவிதைகள் மற்றும் பாடல்கள் இவற்றோடு ஏ.ஆர். ரஹ்மான் இசைத்தவற்றில் அதுவரைக்குமான ஆகச்சிறந்த படம் என்று நான் இருவரை முன்வைப்பேன். ஒரு கடிதத்தின் தபால் தலையைப் போல இந்தத் திரைப்படத்தின் மகா அடையாளம் இசை.

எழுத்தின் மூலமாக மிக எளிதாகத் தொகுக்கப்பட்ட ஒரு நெடிய காலத்தின் உப அடுக்குகளை எல்லாம் நிரூபிக்க வேண்டிய பெரும் பொறுப்பு, கலை மற்றும் ஒளிப்பதிவு இரண்டு துறைகளைச் சாரும். ஒரு உப்புக் கூடினாலும் சுவை கெடும் என்கிற அளவுக்கு பயப் பெருக்கெடுத்தலாகவே இப்படியான படங்களுக்கு இசைக்க முடியும். பாடல்கள், வரிகள், பாடல் இசை, பாடிய குரல்கள், பின்னணி இசை, என எல்லாமுமே இட்டு நிரப்பாமல், முடிந்தவரை முயன்று பார்க்காமல், பார்ப்பவர்கள் கண்ணைக் கட்டி, மாபெரிய அனுபவ நம்பகத்தைத் தன் இசைக் குறிப்புகளால் நிகழ்த்தினார் ஏஆர்ரகுமான்.

இசை என்பது உண்மையேதுமற்ற பொய். புனைவு என்று வருகையில் ஒரு செவிலித் தாய் போல், தேவைக்கு அதிகமான ஆதுரத்தைப் படைப்பின் மீது பொழியத் தலைப்படுவது அதன் இயல்பு. சரிபார்த்தலுக்குப் பின்னதான யூகத்துக்கு அப்பாற்பட்ட மற்றும் தவிர்க்க முடியாத நேர்தல் பிழையாகவே இசையின் திரிபுகள் பலமுறை நிகழ்ந்ததை உணர முடியும். அந்த அடிப்படையில் இந்தியத் திரையிசை முயல்வுகளில் அரிதான உன்னதங்களில் ஒன்றெனவே 'இருவர்' ஆல்பத்தைச் சொல்ல முடியும். புனைய முடியாத ஒற்றைகளில் ஒன்றுதான் குரல் என்பது. மனோ, ஹரிஹரன் ஆகிய இரு குரல்களை இந்தத் திரைப்படம் கையாண்டிருப்பதன் திசைவழிகளை ஆராய்ந்தால் ஒரு அபாரம் புரிபடும். பிரகாஷ்ராஜ் தன் சிறப்பான நடிப்பை வெளிப்படுத்தி இருந்தாலும், அவரது கதாபாத்திரத்தில் நாசர் நடித்திருந்தால் இந்தப் படம் இன்னும் சிறந்திருக்கும் என்பது என் எளிய அபிப்ராயம். நாடறிந்த நிஜங்களைக் கையிலெடுத்துக் கொண்டு திரையரங்கத்துக்கு வந்த பொதுமக்கள் திருத்தி அமைக்கப்பட்ட புனைவின் மலர்களை ஏமாற்றங்களாக உணர்ந்தது இந்தப் படத்தின் வணிக வருகையைத் தோல்விக்கு உட்படுத்தியது. ஆனாலும் உன்னதம் அடுத்த காலத்தின் ஆராதனையாக இந்தத் திரைப்படத்தை மாற்றி வைத்திருக்கிறது.

இருவர் நிஜத்தின் நிழலுரு.

66 காதலுக்கு மரியாதை

அனியத்திப் புறாவு என்றொரு மலையாளப் படம். தங்கைப் பறவை என்று சுமாராக அர்த்தம் பண்ணிக் கொள்ளலாம். அதைத் தமிழில் எடுக்கலாம் என்று சங்கிலி முருகன் முடிவெடுத்த போது அவருக்குத் தெரிந்திருக்கவில்லை தமிழ்த் திரை வசூல் சாதனைகளை எல்லாம் அதுவரைக்குமான கணக்குகளை அழிக்காமல் தன் பெயரை முதலிடத்தில் எழுதப் போகும் படமாக அது உண்டாகப் போகிறதென்று. அதனை வாங்கி வெளியிட்ட ஆஸ்கார் ரவிச்சந்திரனுக்கு என்னவோ அதிர்ஷ்டபலிதம் இருந்திருக்க வேண்டும். எல்லாம் அவர் வசமாயிற்று.

மலையாளத்தில் கதையை எழுதி இயக்கியவர் ஃபாஸில். பாடல்களை எழுதியவர் எஸ்.ரெமேஷன் நாயர் இசை அமைத்தவர் ஔஸ்பச்சன். தன்னால் ஆன அளவுக்கு தான் மலையாளத்தின் எடுத்த அதே கதையை வகைதொகை வடிவம் எதுவுமே மாற்றாமல் அப்படியே எடுக்க முனைந்தார் ஃபாஸில். ஏற்கனவே அவர் தமிழுக்கு அறிமுகம் செய்த நதியாவுக்கு அடுத்து குழந்தை நட்சத்திரமாக நடித்துவிட்டுப் படிப்பை நோக்கித் தன் கவனத்தைத் திருப்பிக் கொண்ட ஷாலினியின் மறுவரவாக அனியத்திப்றாவு அமைந்தது. படம் பெருவெற்றி பெற்றது.ஆனால் மலையாளத்தில் செஞ்சுரி என்றால் தமிழில் த்ரிபிள் செஞ்சுரி.காரணம் இளையராஜா பழனிபாரதி ஹரிஹரன்.

இளையராஜாவுக்கு ஒரு பழக்கம். பொதுவாக ரீமேக் படம் அதுவும் பிறமொழியில் வேறொரு இசையமைப்பாளர் இசைத்திருந்தால் அதனை வித்யாசமாகக் கையாளவே விரும்புவார். இத்தனைக்கும் பாடல்களுக்கான களம் தொடங்கி பல நிர்ப்பந்தங்கள் இருக்கும்.அத்தனை கட்டுப்பாடுகளைத் தாண்டி தான் அந்தப் படத்தை இசைப்பதன் மூலமாக அதன் பழைய சரிதங்கள் அனைத்தையும் திருத்தி எழுத முடியுமா என்பது தான் ராஜயோசனையாக இருக்கும். காதலுக்கு மரியாதை தெலுங்கில் சிற்பியும் இந்தியில் ஏ.ஆர். ரஹ்மானும் கன்னடத்தில் எஸ்.ஏ.ராஜ்குமாரும் இசைத்தார்கள். எல்லா மொழிகளிலும் சேர்த்து தமிழின் பாடல்களே முதலாவதாகக் கருதப்பட்டன. அதற்குக் காரணம் இசை.

பஸ் டிக்கட்டின் பின் பகுதியில் எழுதிவிடக் கூடிய காதல் கதை. சின்னத்தம்பி குஷ்பூவின் முரட்டு அண்ணன்களே ஷாலினியின் முரட்டு அண்ணன்கள். வீட்டின் அதே இளவரசி தான் ஷாலினி. அவள் மீது குடும்பமொத்தமும் உயிரையே வைத்திருக்கிறது. ஜீவா என்ற பேரிலான விஜய்க்கும் அவருக்கும் காதல் மலர்கிறது. வீட்டார் எதிர்க்கிறார்கள். ஊரை விட்டு நண்பனுடைய வீடு தேடி அடைக்கலம் புகும் ஜோடி அமர்ந்து சிந்தித்து இரண்டு குடும்பங்களின் மனக்கொந்தளிப்பினூடாகத் தங்கள் காதலை வெற்றிகொள்ளத் தேவையில்லை என்று முடிவெடுத்து அவரவர் அகம் திரும்புகிறார்கள். இறுதியில் உணர்வுப்பெருக்கெடுக்கும் க்ளைமாக்ஸ் சுபமாக முடிவடைவதாக இப்படி நல்லவர்சூழ் உலகாய் இருந்திராதா இது என்று அன்றைக்கும் ஏங்க வைத்தது. இன்றைக்கும் அதே ஏக்கம் அதேபோல அப்படியே இருந்தாலும் சினிமா ஜிகினா பொய் நிஜம் என்ற அளவில் மக்கள் கொண்டாடினார்கள்.

எனது இரவு அவள் கூந்தலில்
எனது பகல்கள் அவள் பார்வையில்
காலம் எல்லாம் அவள் காதலில்
கனவு கலையவில்லை கண்களில்
இதயம் துடிக்கவில்லை ஆசையில்
வாழ்வும் தாழ்வும் அவள் வார்த்தையில்

பழனிபாரதியின் வரிகள் பைத்தியமாக்கின. இளையராஜா ருத்ரதாண்டவம் ஆடினார். அய்யா வீடு திறந்து தான் கிடக்கு பாடல் கடல் பாடல்கள் வரிசையில் கடலோரம் கடலோரம் அலைகள் ஓடி விளையாடும் தாலட்டுதே வானம் என இளையராஜாவின் சூப்பர்ஹிட்களைக் கூடுதலாக்கிற்று. இது சங்கீதத் திருநாளோ ஒரு பட்டாம்பூச்சி நெஞ்சுக்குள்ளே ஆனந்தக் குயிலின் பாட்டு ஓ பேபி

பேபி என பலரகம் பலவிதம் என்று எல்லையில்லா இசையின்பத்தை உண்டாக்கினார் ராஜா.

ஸ்ரீவித்யா மணிவண்ணன் சிவக்குமார் ராதாரவி தலைவாசல் விஜய் கேபிஎஸ்ஸி லலிதா சார்லி தாமு என எல்லோரும் உணர்ந்து நடித்திருந்தார்கள். அதுவரைக்குமான இளவட்ட முன்பின் மீறல்களை எல்லாம் இந்த ஒரு படம் மூலமாக துடைத்தெறிந்தார் விஜய், எல்லாவற்றுக்கும் மேலாகத் தன் பேசும் கண்களால் ரசிக மனங்களை எழுதிவாங்கினார் நடிப்பரசி ஷாலினி. பின்னணி இசைக்கோர்வைகள் விதவிதமான இசை ஏற்பாடுகளுடன் திரும்பத் திரும்பக் கையெழுத்திட்டுப் பழகுகிறாற் போல் இசையை உளியாக்கி செதுக்கியது என்றால் மிகையல்ல.

படத்தின் உயிர் நாடியாகவே கடைசி அரை மணி நேரம் விளங்கியது.உண்மையாகச் சொல்வதானால் விசு டைப் படங்களில் ஒன்றாக மிக சாதாரணமாகக் கடந்திருக்க வேண்டிய படம் தான் காதலுக்கு மரியாதை.என்ன ஒன்று இளையராஜா மந்திரித்து விட்டதும் காண்பவர் எல்லாம் கண்கள் கலங்கி அன்பே கடவுள் என்றெல்லாம் முணுமுணுத்துக் கொண்டு சரி போனால் போகிறது ஒரே ஒரு படம் தானே ஓடிவிட்டுப் போகட்டும் என்று 1997 ஆமாண்டு டிசம்பர் 19இல் வெளியான படம் 98 தீபாவளிக்குத் தான் தூக்கினார்கள்.

காதலுக்கு மரியாதை

ஒருமுறைப் பூ.

67 சேது

காதல் யூகத்திற்குள் அகப்படாத வினோதங்களில் ஒன்று. பாலுமகேந்திராவின் பள்ளியிலிருந்து கிளம்பியவர்களின் பட்டியலில் முக்கியப் பெயராக பாலாவின் பெயரை எழுதுவதற்கான காரணப் படம் சேது.கையாள்வதற்குச் சிரமமான காதலின் தனித்த கடினத்தைச் சொல்ல முற்பட்ட படம்.

அச்சு அசலான பதின்பருவத்தின் தளைகளற்ற ஆண் மனம் ஒன்றை கொஞ்சமும் புனைவுத் தன்மை துருத்தாத வண்ணம் சித்தரித்தார் விக்ரம்.நாயகவேஷத்தின் அதீதங்கள் எதுவும் கலக்காமல் படிகம் போன்ற துல்லியத்தோடு ஆடவனின் தனியாவர்த்தன உலகம் நம் கண் முன்னால் விரிந்தது. அங்கே தென்பட்ட தேவதை அபிதாவின் மீது சேதுவுக்கு ஏற்பட்ட வாஞ்சை ஆதுரமாகித் தேடலாய்க் கனிந்து காதலாவதெல்லாமும் நம்பகத்தின் ஒடுபாதையில் பிசகாமல் நிகழ்ந்தேறியது. சொல்ல வந்த காதலின் ஒற்றை இழையை, முன்பறியா யதார்த்த நேர்த்தியுடன் சித்தரித்ததும், தன்னைத் தானே நகர்த்திக் கொண்டு செல்லக்கூடிய திரைக் கதையின் சொலல் முறையும் சேதுவின் பலங்கள். குரல் மொழி இசை எனத் தன் மூன்று மலர்களைக் கொண்டு இந்தப் படத்தை உயிர்ப்பித்தார் இளையராஜா. திரைப்படத்தின் பாடல்கள் என்பவை இந்தியசினிமாவின் கதாநம்பகத்துக்கு வெளியே அழைத்துச் சென்று திருப்புவது எப்படி நோக்கினாலும் காட்சியனுபவத்தில் இடையூறாகவே விளையும். அபூர்வமாக சேதுவின் பாடல்கள் லேசாக வெளுத்த, முகிழ்ந்து முடிக்காத, மொட்டும் பூவுமான, பாதி மலர் ஒன்றாகவே இயைந்து ஒலித்தன.

கலை, காதலைக் கையாளும்போது மாத்திரம் ஒரு சிட்டிகை புனிதத்தை அதன் மீது கூடுதலாய்த் தெளித்து விடுகிறது. பரஸ்பரம் சரிவர நுகரப் படாத, பாதியில் கலைந்த ஒரு கனவேக்கத்தை ஒத்த அரிதான காதலை சேதுவும் அபிதாவும் கொண்டிருந்தார்கள். மலர் பறிப்பது போலக் காதலைக் கையாண்டு கொண்டிருப்பவர்களுக்கு மத்தியில், உயிர் பறிக்கிற கடினத்தோடு தன் காதலை முன்வைத்தான் சேது. ஏற்றுக் கொள்ள முடியாது எனத் தெரிந்தும் நிராகரிக்கவே முடியாது என்பதையும் தெரிந்து கொண்டு அவனைப் பெற்றுக் கொண்டு, தன் மனதைத் தர முனைந்தாள் அபிதா. அவனது தாமத

வீதியில் உதிர்ந்து கிடக்கும் சருகுப் பூக்களில் ஒன்றென உயிரைத் துச்சம் செய்து கொண்டு, கதைகளை முடிவுக்கு அழைத்தாள் அபிதா.

பச்சை வண்ணம் ததும்பும் பிறழ் மனங்களின் வனாந்திரமாம் பாண்டி மடத்திலிருந்து, தன் மன மீள்தலை நிரூபித்தபடி, காதலாளைத் தேடி வருகிற சேது, அவளற்ற தன் உலகில் எஞ்சுகிற ஒரே இடமான அதே இடத்துக்குத் திரும்புகிறதோடு முடிகிறது படம். துக்கமும், கண்ணீரும் காதலை எப்போதும் சுற்றி இருக்கிற எடையற்ற குறளிகள். அல்லது காதலின் இருபுறச் சிலுவைகள்.

வென்ற காதல்களின் பேரேடுகள் தணிக்கைக்கு அப்பால் கைவிடப்படுகிற வெற்றுத் தகவல்கள் காலச்செரிமானத்துக்குத் தப்பிப் பிழைக்கிற வல்லமை தோற்ற காதல்களுக்கு மட்டுமே உண்டு.அந்த வகையில் தேவதாஸ் பார்வதி வரையிலான பாதிமுழுமைகளின் சின்னஞ்சிறிய பட்டியலில் சேதுவும் அபிதாவும் நிரந்தர ஒளிப்பூக்கள்.

யதார்த்தமான மனிதர்களைப் பாத்திரமாக்கியதன் வெற்றியை அறுவடை செய்தார் பாலா. தன்னை எந்தளவுக்கும் வருத்திக் கொள்ளக் கூடிய இன்னொரு மகா நடிகனாகவே விக்ரம் தன் அடுத்த கணக்கைத் தொடங்கினார்.அனேகமாக இந்திய அளவில் நெடிய காத்திருத்தல் காலத்தினைக் கடந்து ஒளிவட்டம் பெற்ற நட்சத்திரமாக விக்ரமைச் சொல்ல முடியும்.பாடல்களும் ஒளிப்பதிவும் இயல்பின் சுவர்களுக்குள் இயங்கிக் கடந்த வசனங்களும் சிவக்குமார் ஸ்ரீமன் மோகன் வைத்யா அபிதா என பாத்திரங்களுக்கான நடிக தேர்வுகளும் என்று எல்லாமே காரணங்களாயின.சேது தமிழ் நிலத்தின் அடுத்த தேவதாஸ் ஆகவே தன் தடத்தைப் பதித்தது.

சொல்லாக் காதலில் தொடங்கி வெல்லாக் காதல் வரைக்கும் வென்ற காதல் வெல்லக் கட்டி தோற்ற காதல் வைரக்கட்டி என்பது தான் காதலுக்கான புனைவுலக அந்தஸ்து. அதனைக் கம்பீரமாகப் பொன்னேட்டில் பொறித்துத் தந்த படம் சேது.

68. வாலி

இரட்டைவேட படங்கள் தனக்கு உண்டான குறைந்தபட்ச உத்தரவாதத்தை கொண்டவை வணிக ரீதியிலான அத்தகைய உறுதி எந்த படம் ஓடும் என தெரியாத இந்திய சினிமாவின் வரவு வருமானம் குறித்து அச்சத்தை பெரும்பாலும் நீக்கி விடுபவை டபுள் ஆக்சன் திரைப்படங்கள்.காலம் காலமாக இரு வேடப் படங்களுக்கான திரைக்கதை அமைத்தலுக்கென்று சிலபல தனித்த விதிமுறைகளும் உண்டு.படமாக்கும் போது இவற்றுக்கென கூடுதல் சமரசங்களை ரசிகர்கள் அனுமதிப்பதும் ஏற்படுத்தப் பட்ட புரிதல் ஒன்றின் அங்கமே.அந்த வகையில் இரண்டு மனிதர்கள் நடித்தாற் போலவே உருவாக்க நேர்த்தியை முதன்முதலில் ஏற்படுத்திக் காட்டிய படங்கள் சென்ற நூற்றாண்டின் இறுதியில் வரத் தொடங்கின. அப்படியான வரிசையில் முதல் என்றே வாலி படத்தைச் சொல்ல முடியும்.

தேவாவும் சிவாவும் இரட்டையர்கள். சிவா தம்பி.அண்ணன் தேவாவுக்கு காது கேட்காது. வாய்பேச முடியாது. சிவாவும் ப்ரியாவும் காதலிக்கின்றனர். யாரைப் பார்த்தும் தன்னுள் காதலை உணராத தேவா தற்செயலாக யாரென்றே தெரியாத ப்ரியாவைத் தானும் பார்த்துத் தன்னுள் காதலாகிறான்.அவளைத் தன் வருங்கால மனைவி என்று தன்னிடம் அறிமுகம் செய்து வைக்கிற தம்பி சிவாவைத் தன் காதல் குறுக்கீடாகத் தான் நினைக்கிறான். போதாக் குறைக்கு தேவாவின் திறமைகளைப் புகழ்ந்தபடியே உங்களிருவரில் நான் முதலில் உன்னைப் பார்த்திருந்தால் உன்னைத் தான் காதலித்திருப்பேன் என்று சொல்கிறாள் ப்ரியா. தன் செயல்களுக்கான நியாயங்களைத் தானே தயாரித்துக் கொள்கிறான் தேவா.அண்ணன் மீது தன் உயிரையே வைத்திருக்கும் தம்பி சிவாவுக்கு அவன் என்ன எண்ணுகிறான் எனத்தெரியாது.இந்த நிலையில் சிவா ப்ரியா கல்யாணம் நடக்கிறது. எப்படியாவது ப்ரியாவை அடைந்தாக வேண்டுமென்று தன்னால் ஆன எல்லா வில்லத் தனங்களையும் செய்கிறான் தேவா.முதலில் ப்ரியா சொல்வதை நம்பாத சிவா ஒரு கட்டத்தில் தேவாவின் மனப்பிறழ்வை உணர்கையில் காலம் கடந்து விடுகிறது.கடைசியில் தேவா சிவாவைத் தாக்கி மயக்கமுறச் செய்துவிட்டு ப்ரியாவை நெருங்குகிறான்.அவன் தேவா என அறியும் ப்ரியா அவனிடமிருந்து

தப்பி ஓடுகிறாள், ப்ரியாவைத் தேடி வரும் சிவா தன் துப்பாக்கியால் தேவாவை சுட்டு வீழ்த்துகிறான்.நீச்சல் குளத்தில் பிணமாகி மிதக்கும் தேவாவின் ஆன்மா தன்னால் வெளிக்காட்டவியலாத தன் காதலின் சொற்களை உச்சரிப்பதாக நிறைவடைகிறது படம்.

தேவா என்று வில்ல பாத்திரத்துக்கு பெயர் வைத்தாலும் தேவா தான் இதன் நிஜ நாயகனும் ஆனார். சோனா ஏ சோனா இளைய மனங்களின் புதிய கீதமாய் ஓங்கி ஒலிக்கலாயிற்று. படத்தின் இசைப்பேழை வெளியாகி ஒரு வருடகாலத்துக்கும் மேலான காத்திருப்புக்கு அப்புறம் தான் படம் வெளியானது. அது படத்திற்கான நல்ல முன்விளம்பரமாக மாறியது. ஏப்ரல் மாதத்தில் ஓர் அர்த்தஜாமத்தில் என் ஜன்னலோரத்தில் நிலா நிலா பாடல் அதிரி புதிரியானது. நிலவைக் கொண்டுவா கட்டிலில் கட்டிவை பாடலும் வானில் காயுதே வெண்ணிலா பாடலும் கூட சூப்பர்ஹிட்களே. எல்லாவற்றையும் வைரமுத்து எழுதினார். நடனங்களை ராஜூ சுந்தரம் அமைத்தார்.இதன் கலை இயக்கம் தோட்டா தரணி ஒளிப்பதிவை ஜீவாவும் சில பகுதிகளை ரவிவர்மன் மற்றும் எம்.எஸ். பிரபு ஆகியோரும் கையாண்டார்கள்.

ரெப்ரெசெண்டேடிவ் விக்கியாக அதகளம் செய்தார் விவேக். அவருக்கென்று தனியொளி மிகுந்திருந்த காலத்தில் வாலி அவரது உச்சபட்சங்களில் ஒன்றானது. அதெல்லாம் சிவா கிட்டே வாங்கிக்கப்பா என்று போகிற போக்கில் சிக்ஸ் அடிப்பார். சில இடங்கள்ல இப்பிடி சில இடங்கள்ல இப்பிடி என்று தன் திருட்டை நியாயம் செய்வார். எனக்கு இந்தப் பக்கம் வேலை இல்லை நான் அந்தப் பக்கம் போறேன் எனக் கண்கலங்கச் சிரிக்க வைத்தார் விவேக்.அவரும் அஜீத்தும் சேர்ந்து சோனா என்றொரு பொய்யை உருவாக்கி சிம்ரனிடம் அளந்து விடும் கதைப்பாம்பு விவேக்கைப் பதம் பார்க்கும்.அதற்குப் பின் அவர் வந்து அஜீத்திடம் முறை-யிட்டபடி படத்திலிருந்தே விடைபெற்று ஓடும் காட்சி சொற்களால் விவரிக்க முடியாத அட்டகாசமானது.

அஜீத்குமாரும் சிம்ரனும் இந்தப் படத்தின் ஆதாரங்கள். அதிலும் வணிகப் படங்களில் எப்போதாவது பூக்க வாய்க்கும் அரிய நடிக மலர்களாகவே இந்தப் படத்தில் நடித்தனர். குறிப்பாக இரண்டு அஜீத்களுடன் டாக்டரைப் பார்க்கச் செல்வார் சிம்ரன்.அந்த ஒரு காட்சியில் மாபெரும் பங்கேற்பை நிகழ்த்தினார் என்றால் தகும்.

எஸ்.ஜே சூர்யா வஸந்திடமிருந்து வந்தவர்.இது சூர்யாவின் முதல்படம். தமிழ்த்திரை உலகத்தில் தனக்கென்று பெரிய ரசிகபட்டாளத்தை உண்டாக்கிக் கொண்டவரான சூர்யா பின்னாட்களில் நடிகராகவும் வென்றார்.முதல் படம் மூலமாய்ப் பெரும் பெயர் பெற்றவர்களில் தன்னையும் இணைத்துக் கொண்டார்.

அஜீத்குமாருக்கு விருதுகளை வாங்கித் தந்து ரசிக பலத்தை அதிகரித்த வகையில் வாலி அவருடைய திரை ஏற்றத்தில் மிக முக்கியமான படமாயிற்று.

69 முகம்

"வாழ்க்கையின் முரண் இதுதான். முகமூடி அணிந்தவர்கள் பெரும்பாலும் திறந்த முகத்தினர்களை விடவும் அதிக உண்மைகளைப் பேசுவா.

மேரி லு,
தி ரோஸ் சொசைட்டி

இம்மாதிரியான படங்கள் எல்லாம் யாருக்காக எடுக்கிறார்கள் என்று ஆரம்பத்தில் ஆச்சரியப்பட்டிருக்கிறேன். மலையாளப் படங்களைப் பற்றிய பெருமிதச் சொல்லாடல்களைக் கேட்கையிலெல்லாம் இப்படிப் படங்கள் தமிழில் ஏன் இல்லை என யோசித்திருக்கிறேன். அந்தவகையில் ஞானராஜசேகரன் இயக்கி நாசர் நடித்த முகம் திரைப்படம் வாழ்வின் மறக்க முடியாத ஒன்று மனிதனுக்கு முகமே வித்தியாசம் பிற உயிரினங்கள் எல்லாவற்றுக்கும் ஜெராக்ஸ் எடுத்த இயற்கை மனிதனுக்கு மாத்திரம் இத்தனை வித்தியாசங்கள் உண்டு பண்ணியது முகம் என்பது மனிதனுக்குள் வித்தியாசமா அல்லது அந்த வித்தியாசம் தான் அவனுக்குள் ஒற்றுமையா என்பதை பலமுறை யோசித்து வியந்திருக்கிறேன். இந்த திரைப்படம் பார்ப்பதற்கு குரூரமான முகத்தை உடைய சாமானியன் ஒருவனுக்கு அழகிய ஒருமுகம் தற்செயலாக கிடைக்கிறது இந்த மிகையதார்த்த புள்ளியிலிருந்து முகம் திரைப்படத்தின் நகர் திசை பார்ப்பவர்களை வியப்பில் ஆழ்த்துகிறது சென்ற நூற்றாண்டின் தமிழ் திரைப்படங்களில் தனிமனித அல்லாட்டங்களையும் கூட்டம் என்ற பெயரில் அடையாளங்கள் அற்றுப்போகிற திரள் மனநிலையின் வெப்பத்தையும் அழகாக கையாண்டது முகம்.

ஒன்று இழந்து வேறொன்று அடைவது மனதின் ஆதார ஊசலாட்டங்களுக்கு தொடக்கப் புள்ளியாக அமைந்தது வாழ்தலின் கதாநியதி. நாசர் ஏற்று நடித்த கதாபாத்திரங்களில் ஆகச்சிறந்த வரிசையில் முகம் இடம் பெறும். முகமூடி பிம்பம் கண்ணாடி ஒப்பனை அகமுகம் ஆழ்மனதின் குரல் சுய இரக்கம் திரும்புதலின் இச்சை என்று பலவற்றையும் காட்சிப்படுத்த விளைந்த முதல் விழைவு என்ற வகையில் முகம் முக்கியமான படம்.

முகம் என்பது ஒரு மாபெரும் இயக்கம். ஒரு முகத்தை யாராலும் வினாக்களோடு அணுகவே முடியாது, அல்லது விடை பெற முடியாது. அதையும் மீறி அப்படித்தான் அணுகுவேன்

என்று கிளம்புகிறவர்கள் என் முகம் ஏன் இப்படி இருக்கிறது என்கிற கேள்வியை யாரிடம் கேட்பது எனத் தெரியாமல் பதில் கிடைத்திடாமல் குண்டூசியின் தலை போல் ஆரம்பிக்கும் அதே அந்த வினா தன்னுள் வெடித்துப் பெருகக் கூடிய எரிமலைக் குழம்பென ஆகி எதுவுமற்றுப் போகிறார்கள். ஒரே முகமல்ல மனிதனுக்கு வாழக் கிடைப்பது. ஆனால் அவன் அதனை ஒரே முகம் என்று எப்போதும் நம்ப விரும்புகிறான். முற்றிலுமாக உயிர் துறத்தல் மனிதனின் வாழ்வில் மரணம் என்பது ஒருபுறம். உண்மையில் ஒரு மனித வாழ்வென்பது பல முகமரணங்களைத் தனதே கொண்டது. முகம் முகமாய் அழிந்து கொண்டே வந்து மாபெரும் zip ஒன்றை முழுவதுமாகத் திறந்துவிட்ட பிற்பாடு நகர்வதற்கு இடமேதுமின்றித் திகைக்கிற runner போல் முதுமை அதன் முகம் வாழ்வின் வாசலில் தொக்கிக் கொண்டிருக்கிறது.

மனித வாழ்வின் மீது அவன் முகம் பார்க்கிற கண்ணாடியின் அதிகாரம் அபரிமிதமானது. முகம் என்பதே செல்வாக்கைத் தீர்மானித்துத் தருவதாகிறது. தன் சுயத்தைக் குழந்தைபோல் ஏந்திக் கொள்ளுகிற மனிதன் முகத்தை சுயமென்று நம்பத் தொடங்குகையில் அவன் வாழ்வு பிறழ்கிறது. மனம் என்பது தன்னை ஒரு முகமிலியாகக் காட்டிக் கொள்ள விரும்புகிறது. உண்மையில் அவரவை மன முக இடை வித்தியாசம் அவரவர் பிம்பமாக உருக் கொள்ளுகிறது.

முகத்தைக் குறித்த வழிபாட்டு முறையாகவே தன் பிம்ப மயக்கம் உருவெடுக்கிறது. தன் பிம்பத்துக்கு ஒப்புக்கொடுக்கையில், தன்னை ஒரு ஆனந்தப்படியாகவே உணர்கிறான் மனிதன். தன் கழுத்தி லிருந்து முகத்தைக் கழற்றி, தனது பிம்பத்துக்குக் கிரீடமாக்குவதை அடிமையின் சாகசத்தோடு செய்வது அவன் சுபாவமாகிறது. முகமற்றவர்களின் கால்பந்தாகிறது முகம். இரண்டாவது முகம் என்பது அவரவர் ரகசியம். தன் நிழலை வேட்டையாடத் துணிந்தவர்கள் நிஜத்தைத் துருப்புச் சீட்டாகப் பயன்படுத்துகிறார்கள். சகமனம்

என்பது வெறுப்பை உமிழும் சகமுகக் கலயமாகவோ, அன்பைப் பதுக்கி வைக்கும் சகமுகக் கொள்கலனாகவோ இரண்டில் ஒரு பாதையில் அல்லது இரு பாதைகளிலும் கிளைத்துச் செல்லுகிறது. ஒரு கட்டத்தில் முகமொன்றை வெறுப்பதற்காக எதாவது செய்ய விழைகிறது மனமெனும் கசங்கிய பிரதி. தன் முகத்துக்குப் பிரதிமுகம் ஒன்றோ அல்லது உபமுகம் சிலவோ இருப்பதை ஆட்சேபங்களுடன் அனுமதித்துக் கொள்ளுகிறான் மனிதன். முகமூடி தன் வேட்டை-யிலிருந்து தப்புதலுக்கு உதவும் என்பது அவனது பலவீனம். முகம் மீதான அத்தனை வன்மமும் கோலம் அழிதல் எனும் மனித வாழ்வின் அற்பத்தை எள்ளுகிற அவரவர் அசரீரத்தின் குரல் போலிக் கெக்கலிப்பு மாத்திரமே. அரூபியாகவோ அசரீரியாகவோ தொடர்ந்துவிட யாரும் சம்மதிப்பதில்லை. உயிர் திரவமாகவும் வாழ்வு அதன் வண்ணமாகவும் உடல் முகம் தேங்குகிற கலயமாகவும் ஆவது முரண்.

1999ஆம் ஆண்டு ஞான. ராஜசேகரன் இயக்கத்தில் கலைப்புலி எஸ்.தாணு தயாரிப்பில் உருவான 'முகம்' தமிழின் கதைத் திறனை, நடிக வளனை, ஒளிச் செறிவை, இசைத் தோய்வை, மற்றும் வாழ்வைப் பேசிய முக்கியமான படம். நகரவீதிகளில் மாலைப் பொழுதொன்றில் ததும்பும் முகங்களை விழுங்கி உதிர்த்த வண்ணம் முகங்கள் முகங்கள் மேலும் முகங்கள் என்று கேமிராவைக் கொண்டு நடனமே நிகழ்த்திக் காட்டினார் பி.சி.ஸ்ரீராம். டைட்டில்ஸ் முடியும்போது ஒரு குறும்படம் முடிந்தாற்போல் சிறு நிறைவு ஒன்றை உருவாக்கி, அதைப் படம் மீதான எதிர்பார்ப்பாக, தன்பெருக்கிக் கண்ணாடியால் வெப்பத்தைக் குறுக்கிக் காகிதத்தில் பாய்ச்சித் தீயை உழவுச் செய்தாற்போல் வித்தகம் புரிந்தார் ஞான ராஜசேகரன்.

படம் நிறையும்போது விடையில்லை எனத் தெரிந்தும் வினவியே ஆகவேண்டிய கேள்வியை ரசிகனின் மனத்தில் தைத்துவிடுகிறது முகம் திரைப்படம். நாசர், ஷோபனா, ரோஜா மணிவண்ணன் விவேக் தலைவாசல் விஜய் உட்படப் பலரும் உயிர் கொடுக்க, இந்தப் படத்துக்கு இளையராஜாவும் ஸ்ரீராமும் நிஜபலங்கள். இதன் title music தொடங்கி படம் முழுவதற்கும் தன் இசையால் படர்க்கை இயக்கமொன்றை நிகழ்த்தி இருப்பார் இசைஞானி. மிகச் செறிவான இசைக்கோர்வைகள் தனியே பீஜீஎம் மட்டுமே வனாந்திர அலைதலை மனதினுள் நிகழ்த்தித் தரும். லெனின் விஜயன் எடிடிங்கும் ஞானராஜசேகரனின் இயக்கமும் முகம் படத்தை நேர்த்தித் தந்தன.

தமிழின் திரைத்தரத்தை உரசச் சரியான உரைகல் முகம்.

70 ரிதம்

சினிமா என்பது ஒரு இயக்குனரின் ஊடகம்.அது அவரது கதை மற்றும் அவரது பார்வை. அது சிறப்பான கதையெனில் மக்கள் அதில் தங்களை இணைத்துக் கொள்வர்.

- நடிகர் விக்கி கௌஷல்

காதல் மனிதனின் பண்பாடு. அது கலாச்சாரத்தின் ஒரு பகுதி. எப்படி வாழ்ந்தார்கள் என்பதற்கான சாட்சிய ஆரம்பம். உணர்வுகளின் வழிபாடு. ஒருவருக்கொருவர் காட்ட விழைகிற உச்சபட்ச மரியாதை. பரஸ்பரம் பேரன்பு என்பதன் சுருக்கப் பெயர் காதல். காதலை விட நுட்பமான சிறப்பான இன்னொன்று காதலுக்கான காத்திருத்தல். இரண்டு மனங்களும் நன்கு அறிந்து கொண்ட பிறகும் பலகாலம் ம் என்ற ஒற்றை சம்மதச்சொல்லை உதிர்த்து விடாமல் குழம்பித் தவிப்பது பெரும் சுகம். அது குழப்பமல்ல. மாறாக பதம் காணும் வரையிலான கொதியூட்டல்.இதற்கு மேல் தாளாது எனும் நிலையில் தானாய்ப் பொங்கிப் பெருகும் காதல் பெருவெள்ளம் முன் விநாடி வரை அலையலையாய்ப் பிரியும்.

காதலை சுவாரசியமாக்குவது அதன் எல்லா தருணங்களும் தான் எங்கே எப்படி சந்தித்துக் கொண்டார்கள் என்பதில் தொடங்கி என்னவெல்லாம் என்ன வரிசையில் எப்படியெல்லாம் நிகழ்ந்தது எனும் வரைக்கும் காதல் தன்னளவில் ஒரு முழுமையான திரைக்கதையாகவே காலம் காலமாய்த் தொடர்ந்து வருவது. காதலின் உட்பொருள் ஒன்று தான். யார் அந்தப் பாத்திரங்களை ஏற்கிறார்கள் என்பதுவும் என்னவெல்லாம் நிகழ்ந்தன என்பதுவும் மாத்திரமே புதியது. இது காதலின் நியமம். திரைப்படங்களின் முதற்கடவுள் காதல் தான்.காதலை விதவிதமாய்க் காட்டுவதற்கான செலுலாய்ட் ஆலயம் தான் திரைப்படம்.

இலக்கியத்துக்கு அருகே திரைப்படம் வருவதற்கான முதற்சாத்தியமாகக் காதலையும் அதனொற்றிய பேரன்புமான கதைகள் உதவுகின்றன. காதல் படங்கள் காதலிக்கக் கற்றுக் கொடுக்கின்றன என்பதில் உண்மை இல்லாமல் இல்லை. திரைப்படம் கற்பிக்கிற மாபெரும் நளினங்களில் முதன்மையானதும் தீமையற்றதுமானது காதல். காலம் காலமாகத் திரைப்படங்களுக்கும் நிசவாழ்க்கைக் காதல் கதைகளுக்கும் இடையிலான அன்புப் பிடிமானம் நெகிழ்வூட்டக்

அரங்கு நிறைந்தது | 225

கூடியது. முதன் முதலில் பார்த்த படம் என்பது வெறும் கேள்வியல்ல. இரு மனங்கள் சங்கமிக்கிற சன்னிதியாகவே திரை அரங்கங்கள் திகழ்ந்தன. காதலிக்கும் போது அமர்ந்த அதே சீட்களில் மறுபடியும் அமர்ந்து படம் பார்ப்பதை காதலின் கொண்டாட்டமாக நினைப்பவர்கள் இன்றும் உண்டு.

மனித உணர்வுகளின் மென்மையான பக்கங்களை கிட்டச் சென்று தரிசிப்பதற்கான பெருவாய்ப்பாகத் தன் படங்களை அமைத்துக் கொண்டவர் வஸந்த். கே.பாலச்சந்தரின் பட்டறையிலிருந்து உருக்கொண்டு வந்த வஸந்த் தன் முதல் படத்திலேயே பெரும் அதிர்வை உண்டாக்கியவர்.கேளடி கண்மணி அப்படியான பெருவெற்றிப் படம். அடுத்தடுத்த படங்களின் மூலம் தனக்கென்று தனிப் பாணியை உருவாக்கிக் கொண்டார் வஸந்த். அவரது மனிதர்கள் நாம் எளிதாக சந்திக்கக் கூடியவர்கள். அவர்களுடைய மெல்லிய நூலினாற் பின்னப் பட்ட உலகத்தை அருகே நின்றுபார்ப்பதற்கான கண்களாகவே தன் திரைக்கதைகளை அமைப்பது வஸந்தின் வழக்கம்.

கே.பாலச்சந்தர் விளிம்பு தாண்டி வழியும் திரவமெனத் தன் மாந்தர்களைக் கண்டறிவார் என்றால் வஸந்த் அவர்களுக்கு முந்தைய வரிசையைக் கட்டமைப்பார். கே.பாலச்சந்தர் மற்றும் வஸந்த் இருவரின் கதாமாந்தர்களுக்கு இடையே நிலவக் கூடிய மெல்லிய வித்யாசங்களை உற்று நோக்குபவர்களுக்கு இன்னும் கை நிறையக் கதைகள் கிடைக்கக் கூடும். கே.பியின் பல நுட்பங்கள் வஸந்த் வழி தொடர்ந்தது கூறத்தக்கது. வஸந்தின் திரைக்கதைகள் நில்லாநதிகளாய் நீடூழிப் பாய்பவை. செயற்கையாக ஏற்படுத்தப் பட்ட எந்தவொரு திருப்பத்தையும் அவற்றினூடாகக் காண்பதற்கில்லை.

வஸந்த் இயக்கி ப்ரமிட் நடராஜன் தயாரித்த ரிதம் அவரது இயக்கப் படங்களில் முக்கியமான ஒன்று. ஏ.ஆர்.ரஹ்மான் வைரமுத்து ஸ்ரீகர் ப்ரசாத் பிஎஸ் வினோத் என தொழில் நுட்பச் செறிவுடனான குழுவின் உதவிகரத்தோடு நடிகர்கள் அர்ஜுன் மீனா நாகேஷ் மோகன்ராமன் ரமேஷ் அரவிந்த் மணிவண்ணன் வையாபுரி வத்ஸலா அஜய்ரத்னம் எனப் பெரிய கூட்டமே படத்தில் நிறைந்தார்கள். ஜோதிகா சின்னதொரு பகுதி தோன்றிச் சென்றார்.

திரைக்கதையின் பின்புலம் அதன் பாதிப் பங்கை வகிக்கிறது.

கதாபாத்திரங்களின் குணமும் அவர்களுக்கிடையிலான முரணும் படத்தின் முக்காலே மூணு சதத்தை நிரப்பிவிடுகிறது. அழகான க்ளைமாக்ஸ் நோக்கி விரைந்தோடுகிறது படம் என்பது வஸந்தின் படங்கள் எல்லாவற்றிலும் மெய்படக் கூடிய கூற்று. மும்பை என்பதைக் கதைக்களமாக்கியதன் மூலம் சென்று பார்த்திராத நிலத்தை ரசிகனுக்கு மெல்ல ஒரு சுற்றுலா வழிகாட்டி போலப் படத்தின் ஆரம்பம் காட்சிப்படுத்தி வருகிறது. சம்பவங்கள் வளர்கையில் காண்பவனுக்கு மும்பை பரிச்சயமும் அன்னியமும் கலந்த பரவசமாகத் தோன்றத் தொடங்குகிறது.

இரண்டு பொது மனிதர்களுக்கிடையே அன்னியம் உடைந்து மெல்லப் பூக்கும் சினேகிதம் பெருநகரங்களில் மனிதர்களை இணைப்பதற்கென்றே ஒரே ஊர் ஒரே மொழி ஒரே ரசனை எனத் தொடங்கிப் பல உப நுட்பத் தகவல்கள் தோன்றுகின்றன. இவை யாவும் அவரவர் சொந்த நிலத்தில் சாத்தியப்படாது என்பது சற்றுத் தள்ளி நிற்கும் நிசம். சினிமாவுக்கென்றே வழக்கமாக நிலவக் கூடிய அதீதத்தை புனைவின் வழி நிசம் போலாக்குதல் என்பதெல்லாம் தேவைப்படாமல் இயல்பாகவே மெல்ல நிசமாகும் புனைவுத் தன்மை ரிதம் படத்தின் பெரும்பலம்.சொல்ல முடியாத அறிவித்துக் கொள்ளாத காதலற்ற காதல் இப்படத்தின் நாயகன் மற்றும் நாயகி இருவருக்கும் இடையே நிலவுகிறதை நன்கு பார்ப்பவர்களின் மனசுகளில் பதியச் செய்கிறார் வஸந்த், க்ளைமாக்ஸ் வரைக்கும் விலகியும் அடைந்தும் மறுபடி விலகியுமாய்த் தொடர்கிற காதலாட்டம் கடைசியில் ஒன்று சேர்வதோடு பூர்த்தியாகிறது.

சொல்லப் பட்ட விதம் ரிதம் படத்தைப் பேசுபொருளாக்குகிறது. வஸந்த் தனக்கென்று கைக்கொள்ளும் திரைமொழியும் அவரது மனிதர்கள் பேசிக்கொள்ளக் கூடிய சற்றே மிகை எதார்த்தம் கசியும் வசனங்களும் கதையின் ஓட்டத்தினூடே எவ்விதத்திலும் துருத்தாத நகைச்சுவையும் சின்னஞ்சிறிய மனிதர்களின் உபகதைகளும் ரிதம் படத்தின் பலங்கள்.

இரயில் இந்தப் படத்தில் ஒரு கதாபாத்திரம். அர்ஜுனின் அப்பா 35 வருடங்கள் ஸ்டேஷன் மாஸ்டராக இருந்து ஓய்வு பெற்றவர்.ஒரு இரயில் விபத்தில் மீனா தன் கணவர் ரமேஷ் அரவிந்தையும் அதே விபத்தில் அர்ஜுன் தன் ப்ரியத்துக்குரிய

ஜோதிகாவையும் பறிகொடுக்கின்றனர். இருவரும் சந்தித்துக் கொள்வது மும்பை பெருநகரத்தின் மெட்ரோ ரயில் நிலையங்களில் அடுத்தடுத்து ரயில் தவிர்க்கமுடியாத பிடிவாத யானையாகவே படமெங்கும் வலம் வருகிறது. இந்தியா எனும் பெரிய தேசத்தின் பாசத்திற்குரிய யானையும் ரயிலென்பதை நினைவில் கொள்ளமுடியும். பல கதைகளின் ரயிலைத் தவிர்த்தால் கதைகள் மாறும் என்பதே மெய்.

எப்படியும் சேர்ந்து விடுவார்கள் என்பது யூகிக்கத் தேவையற்ற நிசம். அப்படி ஓபன் ரிஸ்க் உள்ள படங்களை இயக்குவது உண்மையிலேயே பெரும் சவால் தான். வஸந்த் அப்படியான படங்களைப் பார்த்துப் பார்த்துச் செய்வதில் ஸ்பெஷலிஸ்ட்.வஸந்த் இந்தியத் திரை உலகத்தில் மிக அழகாகத் திரைப்பாடல்களைப் படமாக்கும் இயக்குனர்களில் முக்கியமானவர்.அவரது பாடல்கள் கேட்குமின்பத்தை சவால் செய்தபடி பார்க்கும் அனுபவமாய் விரிபவை. எந்த ஒரு பாடலையும் தனியொரு படமாகவும் அதே நேரத்தில் மெயின் பிக்சரின் ஓடுபாதையிலிருந்து விலகாமலும் ஆக்கித் தருவது அவரது மேதமை. இந்தப்படத்திலும் பஞ்ச பூதங்களைப் பாடுபொருளாகக் கொண்டு வைரமுத்து எழுதி ஏ.ஆர். ரஹ்மான் இசைத்துத் தந்த பாடல்களை வஸந்த் படமாக்கியதன் மூலம் தனதாக்கினார். அதிலும் தீம்தனனா பாடலும் காற்றே என் வாசல் வந்தாய் பாடலும் இன்றும் தொலைக் காட்சி சானல்களைத் திருப்பவிடாமல் கண்களைச் சிறையெடுக்கின்றன. வஸந்தின் பாடல்களில் ஒவ்வொரு வரியும் ஒரு குறும்படம் எனலாம். தகும்.

காதலை அதற்குரிய மாண்புடன் படமாக்கியவர்களில் வஸந்த் ஒருவர். காதல் என்பது குடும்பத்திற்கு வெளியே நிகழும் அதீதம் அன்று. மாறாக அது ஒரு மேலதிக உறவு என்பதாகக் காதலுக்கான பிரதிவாதத்தை நிகழ்த்திய அழகிய திரைப்படம் ரிதம்.

71 பார்த்தேன் ரசித்தேன்

சரண் பாலச்சந்தரின் பள்ளியிலிருந்து வந்த இயக்குனர். மாபெரும் மர நிழலிலிருந்து அடுத்தது தழைப்பது அரிது. சரண் அரிய வைரம். தனக்கென்று தனித் திரைமொழி கண்டவர் சரண் அவரது படங்கள் அவற்றின் பின்புலங்களுக்காகவே கொண்டாடப் பட்டன. பாலகுமாரனின் நாவல்களில் இந்தத் தன்மையை நம்மால் உணர முடியும். சரண் திரைக்கதையை வழங்குவதில் செய்து கொண்ட நல்லதொரு வித்யாசம் இத்தகைய கதாசொலல் முறை. யாருடைய கதையில் என்னவெல்லாம் எப்படி நிகழ்ந்து என்னவாக நிறைகிறது என்பதில் எங்கே நிகழ்கிறது என்ற ஏரியாவைத் தன்னுடைய ஸ்பெஷாலிடி சர்க்கிளாகவே ஆக்கிக் கொண்டார் சரண் ரசிகர்களின் மனம் அந்தப் புள்ளியில் ஒன்றிப் போன பிற்பாடு கதை வெண்ணையில் இறங்கும் ஊசியெனவே வழுக்கிக் கொண்டு சென்றாக வேண்டுமே அது நியதியல்லவா வேறுவழி?

அண்ணன் பன்னீர்செல்வம் வக்கீல் (ரகுவரன்). தங்கை பானு மருத்துவக் கல்லூரி மாணவி (சிம்ரன்). இருவரும் பேசிக்கொள்வதில்லை. இவர்களின் வீட்டு மாடி போர்ஷனில் குடியிருப்பவன் பட்டதாரி சங்கர் (ப்ரஷாந்த்). சங்கரும் பானுவும் நெருக்கமான சினேகிதர்கள். அவளிடம் தான் சரிகாவை காதலிப்பதை சொல்லி உருகுபவன் சங்கர். அவன் மீதான தன் காதலை சங்கருக்கே தெரியாமல் தனக்குள் உடைந்து சிதறி நொறுங்குகிறாள் பானு. அவனோடு இருந்து கொண்டே அவன் மீதான தன் காதலை வென்றெடுப்பதற்கான எல்லாமும் செய்கிறாள் பானு. இதை கொஞ் சமும் யூகிக்காதவனாக நட்பும் காதலுமாய்த் தனித்தேங்கும் சங்கர். அவர்கள் வழக்கமாய் பயணிக்கும் பேருந்து வாழ்வில் அடிக்கடி சந்திக்கும் மனிதர்கள் தங்கைக்காக என்ன வேண்டுமானாலும் செய்துவிடத் தயாரான அண்ணன் எதுவுமறியாத சரிகா எல்லாம் தெரிந்த பானு காதலுக்காகக் கசிந்து கரையும் சங்கர் என மெல்லிய முடிச்சுகளும் நல்ல திருப்பங்களும் திரை மீது லயிக்கும் கண்களும் பதைபதைத்துக் காத்திருக்கும் மனங்களுமாய் சரண் எழுதி இயக்கிய பார்த்தேன் ரசித்தேன் நல்ல முறையில் சொல்லப் பட்ட அழகான காதல் கதை.

பரத்வாஜ் தேர்ந்த இசைஞானமும் பாடல்களை வழமையிலிருந்து விலகி ஒலிக்கச் செய்யும் வல்லமையும் மிகுந்தவர். அவருக்குப் பெரிய பலம் வைரமுத்துவின் சொந்தச்சொற்கள். சரண் முன் வைத்த சூழல்களுக்கு பரத்வாஜ் உண்டுசெய்த பாடல்கள் நல்லிசை மழையாய்ப் பொழிந்தன. தமிழ் திரையிசை சரிதத்தில் மிக உன்னதமான இடம் பரத்வாஜுக்கு அவரது பாடல்களின் வழி கிட்டியது. இந்தப் படம் அவைகளுள் வைரவைடூர்யங்கள். பின் இசைக் கோர்வைகள் உடனொலிகள் இடையிசை இழைதல்கள் உப குரல்கள் என அதுவரைக்குமான திரையிசையைத் தன்னாலான அளவு மடைமாற்றவே செய்தன பரத்வாஜின் பாடல்கள். வெள்ளத்தைத் திசை திருப்புவதை விட பெருங்காற்றைத் திசைதிருப்புவது கடினம். அந்த வேலையைத் திறம்படச் செய்தார் பரத்வாஜ். இந்தப் படத்தின் பின்னணி இசைப்பேழை இன்றும் கேட்கத் திகட்டாத நல்மன மருந்தெனவே எஞ்சுகிறது.

எனக்கென ஏற்கனவே பிறந்தவள் இவளோ பார்த்தேன் பார்த்தேன் ரசித்தேன் ரசித்தேன் கிடைக்கலை கிடைக்கலை பூவே புன்னகை தின்னாதே பாடல்கள் தேன் பாட்டில் தேன் டை தேன் மழை தேன் இத்யாதிகளாகவே ஒலித்தன. இன்னும் தொடர்கின்றன.

இந்தப் படத்தின் பலம் சிம்ரன். நடிப்பில் ராட்சஸத்தை உணரச்செய்தார் சிம்ரன். லைலாவும் பிரஷாந்தும் சிம்ரனுக்கு முன்னால் சின்னஞ்சிறிய பொம்மைகளைப் போலானார்கள். ரகுவரன் வினுச்சக்கரவர்த்தி ஜெய்கணேஷ் ஃபாத்திமா பாபு வையாபுரி சார்லி தாமு ஆகியோர் அவரவர் பங்கை நல்முறையில் நேர்த்தினர். ஒரு பாடலுக்கு ஆடிச் சென்றாலும் லேசான வில்லத்தனத்தை மீறித் தன் புன்னகையால் கவர்ந்தவர் ராகவா லாரன்ஸ்.

பார்த்தேன் ரசித்தேன்

தேன் தீராக் கலயம்.

72 டும் டும் டும்

மணிரத்னத்தின் பள்ளியிலிருந்து வந்தவர்களில் குறிப்பிடத் தக்கவர் அழகம்பெருமாள். மெட்ராஸ் டாகீஸ் என்ற நாமதேயத்திலான மணிரத்னத்தின் சொந்தப் பட நிறுவனம் தயாரித்த படம் டும்டும்டும். தமிழில் தென் நிலம் என்றாலே மதுரை என்ற தோற்றமயக்கம் பலகாலமாக நிகழ்ந்து வருவது. அதனைப் புறந்தள்ளி நெல்லைப்புறத்து வாழ்வியலை முன் வைத்த படங்களின் வரிசையில் டும்டும்டும்முக்கு தனி இடமுண்டு.

மருதப்பிள்ளை வசதியானவர். அவர் மகன் ஆதி பட்டண வாசி. மருதப்பிள்ளையிடம் முன் காலத்தில் வேலை பார்த்த வேலுத்தம்பி இன்றைக்கு ஓரளவு தனித்து நின்று தன் வசதியைப் பெருக்கிக் கொண்டவர் எனினும் பழைய முதலாளி மீதான விசுவாசம் குன்றாதவர். வேலுத்தம்பியின் இரண்டாம் மகள் கங்கா மாநிலத்தில் இரண்டாவது மாணவி எனும் பெருமையோடு ப்ளஸ் டூ படிப்பில் தேறுகிறாள். ஊர் பாராட்டுகிறது மருதப்பிள்ளை தன் மகன் ஆதிக்கு கங்காவைப் பெண் கேட்கிறார். மனம் மகிழும் வேலுத்தம்பியும் நெகிழ்ந்து சம்மதிக்கிறார். படிப்பு பாழாகாது என உறுதி கூறப்பட்டாலும் முன் பின் தெரியாத ஆதியை எப்படி மணப்பது எனச் செய்வதறியாமல் திகைக்கிறாள் கங்கா. தனக்கென்று தனிக்கனவுகள் கொண்ட ஆதியும் அம்மாவுக்கு உடம்பு சரியில்லை என்று அழைத்து வரப்பட்டு கல்யாணப் பேச்சு முன்வைக்கப்படுவதைத் தடுக்க முடியாமல் தவிக்கிறான். பெண்ணும் மாப்பிள்ளையும் ஒற்றுமையாய் முயன்று இந்த நிச்சயதார்த்தத்தை நிறுத்த வேண்டுமென முயன்று அதில் வெல்கிறார்கள். இரண்டு குடும்பங்களுக்கும் இடையே பெரும்பகையாவதற்கு வேலுத்தம்பி மீது சுமத்தப்படுகிற பொய் அனுமானம் ஒன்றைக் கண்மூடித்தனமாக நம்புகிறார் மருதப்பிள்ளை என்பது காரணமாகிறது. கலியாணம் நின்று குடும்பங்கள் பிரிகின்றன.

பட்டணத்தில் தன் ஒன்று விட்ட தம்பி வக்கீல் சிவாஜி வீட்டில் தங்கி கங்காவைப் படிக்க வைக்கிறார் வேலுத்தம்பி. அவருடைய மூத்த மகளின் கணவர் சின்னஞ்சிறு குழந்தையோடு தன்னைத் தவிக்க விட்டு இறந்து போன மனைவியையே எண்ணி வாடியபடி வாழ்வை

நகர்த்துவதை நினைத்து உருகுகிறார்.பட்டணத்தில் யதேச்சையாக சந்தித்துக் கொள்ளும் ஆதியும் கங்காவும் மெல்ல ஸ்னேகிதமாகி காதலிக்கத் தொடங்குகின்றனர். வேண்டாமென்று தாங்கள் நிறுத்திய கல்யாணத்தை மறுபடி என்ன செய்தாவது நடத்த வேண்டுமென்ற ஆவலில் திரிகிறான் ஆதி. அதை எப்படியாவது கெடுத்து விட வேண்டுமென அவனது நண்பன் ஜிம் முயல்கிறான். சிவாஜியிடம் ஜூனியர் வக்கீலாக சேர்கிறான் ஆதி.

பட்டணத்துக்கு வருகை தரும் மருதப்பிள்ளைக்கு ஆதி சிவாஜி-யிடம் பணி புரிவது தெரிய வந்து கடுமையாக ஆட்சேபிக்கிறார். அங்கே யதார்த்தமாக சந்திக்க நேர்கையில் அவருக்கும் வேலுத்தம்பிக்கும் இடையே பெரும் வாக்குவாதம் வருகிறது. வேலுத் தம்பி தன் மூத்த மருமகனுக்கே கங்காவை இரண்டாம் தாரமாக கல்யாணம் செய்து வைக்கப் போவதாகக் கூறுகிறார். இத்தனை குழப்பங்களுக்கும் இடையே தான் தவறாகப் புரிந்து கொண்டுவிட்டதையும் வேலுத்தம்பி குற்றமற்றவர் என்பதும் தெரிய வரும் மருதப்பிள்ளை ஊரறிய வேலுவிடம் மன்னிப்பு கோருகிறார். மனம் நெகிழும் வேலுவும் தன் சொற்களால் ஆதுரம் காட்ட தங்கள் திருமணத்தை நிறுத்திய பிறகு காதலிக்கத் தொடங்கிய கங்கா ஆதி இருவருக்கும் கல்யாணம் இனிதே நடக்க டும்டும்டும் கொட்டுகிறது. சுபம்.

இந்தப் படத்தின் சீரான கதையும் உறுத்தாத அதே நேரத்தில் தென் வட்டாரத்து உரையாடல்களைக் கண் முன் கொணர்ந்த வசனங்களும் திரைக்கதை அமைப்பும் ராம்ஜியின் ஒளிப்பதிவும் கார்த்திக் ராஜாவின் இசையும் என எல்லாமே இதன் ப்ளஸ் பாயிண்ட்களாகின. ரகசியமாய் ரகசியமாய் புன்னகைத்தால் பொருளென்னவோ எனும் பாடல் காலம் கடந்து ஒளி குன்றாமல் நிரந்தரித்த ஒரு கலாவைரமாக மாறியது.மற்ற பாடல்கள் எல்லாமுமே கச்சித அற்புதங்களாகவே தனித்தன. விவேக்கின் காமெடி இருவித இழையோடல்களுடன் கதையினை ஒட்டியும் சற்றே நகர்ந்துமென பெரும் ஆரவாரத்தை ஏற்படுத்தியது. இந்தக் கதையில் எளிதில் யூகிக்க

முடியாத கௌதம் கல்பனா இருவரின் பாத்திரங்களுடைய சித்தரிப்பு மானுடம் மீதான வாஞ்சையைப் பறை சாற்றிற்று.

மனிதன் சொற்களால் ஆவதும் அழிவதுமாக இவ்வாழ்வு இருக்கிறது எனும் ஒற்றை வரியைக் கொண்டு பின்னப் பட்ட குடும்பச் சித்திரம் டும்டும்டும் இதில் பங்கேற்ற ஆர்.மாதவன் ஜோதிகா டெல்லி குமார் மலையாள நடிகர் முரளி கௌதம் சுந்தர்ராஜன் கல்பனா விவேக் எம்.எஸ்.பாஸ்கர் வையாபுரி மணிவண்ணன் விகேராமசாமி கலைராணி ரிச்சா மற்றும் சின்னி ஜெயந்த் ஆகியோர் யாவருமே சொல்லிக் கொள்ளத் தக்க பூரிப்பாகவே இந்தப் படத்தை வழங்கினார்கள்.

எத்தனை முறை பார்த்தாலும் சலிக்காத சித்திரம் டும்டும்டும்

73 ஆளவந்தான்

திரைப்படங்களில் தோன்றுகிற கட்டுப்படுத்தப்பட்ட வன்முறை பல வருட காலங்களாகவே ஒப்புக்கொள்ளப்பட்டு வருகிறது. தற்போது ஒவ்வொருவரையும் வருத்தம் கொள்ளச்செய்வது எதுவெனில் திரையில் வன்முறையின் விளைவுகளை விலாவாரியாகக் காண்பிப்பது தான்.

- ஸ்டான்லி குப்ரிக்

சுடரும் சூறாவளியும் என்ற தலைப்பினை வைத்திருக்கலாம். ஆளவந்தான் என்று வந்தது.தாயம் என்ற தலைப்பில் எழுத்தாளராக கமல்ஹாசன் எழுதிய தொடர்கதையின் திரைக்கதையாக்க வடிவம் ஆளவந்தான். அபய் என்ற பேரில் இந்தியிலும் வந்தது. அன்றைய காலத்தின் அதிகப்படி பொருட்செலவில் தயாரிக்கப்பட்ட திரைப்படம் என்ற முதல்மொழியும் இதற்கு இருந்தது. அதிகரித்து வைக்கப் பட்ட எதிர்பார்ப்பை நல்ல முறையில் பூர்த்தி செய்ததா வசூல் வெற்றியா என்பதெல்லாம் வேறு வினாக்கள். ஆளவந்தான் திரை வழங்கல் முறையில் மிக முக்கியமான இந்தியப் படம்.

அன்பை இழத்தல் என்பதன் ஊற்றுக்கண்ணிலிருந்து தொடங்கி இரட்டையர்களின் மனநிலைப் பகிர்தல் வரை பல நுட்பமான விசயங்களைத் தனதே கொண்டிருந்தது தாயம் கதை. இரட்டையர்களில் ஒருவன் நம்மைப் போன்றவன். அடுத்தவனோ அறிவுஜீவி. தன் அறிவுக்குத் தீனி கிட்டாமல் எப்போதும் தீராத தாகத்தோடு அலைபவன். அப்படியானவன் மன நிலை சமன்படுத்தலுக்கான அசைலத்தில் வளர்க்கப்படுபவனாக நந்து என்கிற ஜீனியஸ் ஆக எழுதியதை சற்றும் எதிர்பாராத மனிதப் பேருரு ஒருவனாக மூர்க்கத் தனத்தின் உச்சமாகத் திரைக்காக மாற்றினார் கமல். அவர் எழுதியதை அப்படியே எடுத்திருக்கலாம் அல்லது எடுத்திருக்க வேண்டும் என்பதில் பெரும் ஆதங்கமே எனக்கு உண்டு. தமிழில் எழுதப்பட்ட கதையை திரைக்காக இந்தியப் படமாக ஹிந்தி உள்பட நிலங்களுக்கு ஏற்ப மாற்றங்களைச் செய்ய வேண்டி வந்தது நடிகராக படைப்பாளியாக புரிந்து கொள்ளக் கூடிய ஒன்று தான் என்றாலும் எழுதப் பட்ட தாயம் உன்னதம். எழுதுவதற்கும் எடுத்ததற்கும் இடையே முற்றிலும் வேறாக மாறிப்போயிருந்தது எழுத்தாளர் கமல்ஹாஸன் எழுதிய கதையின் தனித்துவம்.

கொலை என்பதை இச்சையாகக் கொண்டுவிடுகிற மனப்

பிறழ்வாளனைத் தேடி அலைந்து பிடித்து கொல்லும் கதைகள் உலகமெல்லாம் அவ்வப்போது வருகிறவை தான். என்றாலும் இரண்டாயிரமாவது ஆண்டுக்குப் பின்னால் கமல் எழுத்தில் சுரேஷ்கிருஷ்ணா எடுத்த ஆளவந்தான் பல விதங்களில் முன்னோடியாகத் திகழ்ந்தது குறிப்பிடத்க்கது. உதாரணமாக வன்முறை மிகுந்த கதையின் கனம் மிகுந்த பகுதி ஒன்றை கார்ட்டூன் சித்திரங்களின் நகர்தலாக்கிக் கதையைத் தேவையான மறுகரைக்கு நகர்த்திச் செல்லக் கூடிய உத்தி இதில் கையாளப் பட்டது மிகவும் பாராட்டுக்குரியது. பின் காலத்தில் இந்த ஒன்று இப்படியான நகர்த்துதல்களுக்கான பொது முறைமையாகவே கடைப்பிடிக்கவேண்டியதாக மாறியது.

ஷங்கர் எஸான் லாய் மூவரின் இசையில் இந்தப் படத்தின் ஆல்பம் பெரிதும் கவனம் குவித்தது. படம் வெளிவருவதற்கு முன்பாகவே ஒரு எதிர்பாராமையை அதிகரித்து வைப்பதான விளம்பரப் பதாகை போலவே இதன் பாடற் பேழை திகழ்ந்தது. ஆப்ரிக்கா காட்டுப்புலி உற்சாகக் கொண்டாட்டத்தை முன்வைத்தது. உன் அழகுக்கு தாய் பொறுப்பு பாடல் ஆக மென்மையாக வருடிற்று. உன் அழகுக்கு தாய் பொறுப்பு பாடலும் மெல்லிசை பாடியது. ஆனாலும் இந்த ஆல்பத்தில் மின்னி மிளிர்ந்த பாடல் வேறொன்று.

தமிழ்ப் பாடல்களின் தத்துவார்த்த நிரவல் பன்னெடுங்காலமாகவே இருந்து வருகிறது தான். சமரசம் உலாவும் இடமே பூமியில் மானிட ஜென்மம் அடைந்துமோர் புண்ணியமின்றி விலங்குகள் போல் என்ற பாடல் திரைப்படத்தில் இடம்பெற்றது கிட்டத் தட்ட எண்பதாண்டுகளுக்கு முன்னால் என்பது அதன் மீதான வசீகரத்தைக் கூட்டுகிறது. இந்திய அளவில் கண்ணதாசன் தமிழில் முயன்ற பல விடயங்கள் முதன்மையான முயல்வுகளாகவும் கவனம் பெறுபவை. அப்படியான பாடல்களின் வரிசையில் கடவுள் மற்றும் மிருகம் என்ற இரண்டாய்க் கிளைத்தல் குறித்த பல பாடல்களை கண்ணதாசன்

எழுதினார். அவரது சமகாலத்தின் கவிஞர்களும் அப்படியான பாடல்களைத் தந்தார்கள். அடுத்த காலத்தின் கவியான வைரமுத்து கடவுளையும் மிருகத்தையும் கொண்டு ஒன்றல்ல பல பாடல்களை உருவாக்கினார். அவற்றில் ஆளவந்தான் படத்தில் இடம்பெற்ற கடவுள் பாதி மிருகம் பாதி கலந்து செய்த கலவை நான் பாடல் முதலிடம் வகிக்கிறது.

அறிவின் சிதைவையும் குன்றியும் ததும்பியும் ஆவேசம் காட்டும் சலன மனதின் உக்கிரத்தையும் வெளிப்படுத்தும் வண்ணம் இந்தப் பாடல் உருவானது.

கடவுள் பாதி, மிருகம் பாதி, கலந்து செய்த,கலவை நான், வெளியே மிருகம், உள்ளே கடவுள், விளங்க முடியா, கவிதை நான், மிருகம் கொன்று, மிருகம் கொன்று, கடவுள் வளர்க்க, பார்க்கின்றேன்,

ஆனால்,

கடவுள் கொன்று, உணவாய் தின்று, மிருகம் மட்டும், வளர்கிறதே,

ஆளவந்தான் வன்முறையை இசைத்தவன்.

74 பார்த்திபன் கனவு

கல்கி கிருஷ்ணமூர்த்தி எழுதிய வரலாற்றுப் புதினமான பார்த்திபன் கனவு 1960களில் தமிழில் படமாக்கப் பட்டது. இந்தப் பலவண்ணப் பார்த்திபன் கனவு 2003ஆமாண்டு வெளியானது முந்தைய கனவல்ல. கரு பழனியப்பன் எழுதி இயக்கிய இந்தப் பார்த்திபன் கனவு தமிழின் புத்திசாலித்தனமான திரைக்கதைகளின் பட்டியலில் தனது இடத்தை உறுதி செய்து கொண்ட படம். பல காரணங்களுக்காக இந்தப் படத்தின் வருகை முக்கியத்துவம் வாய்ந்ததாகிறது. மாய யதார்த்தப் புனைவாக்க வரிசையில் இந்தப் படத்தை தாராளமாக சேர்க்க முடியும் வாழ்வின் எதிர்பாராமை முன் வைக்கக் கூடிய சின்னஞ்சிறு பொறி போதுமானதாக வேறொரு கதையை அல்லது நிகழ்ந்து கொண்டிருக்கக் கூடிய கதையின் முற்றிலும் எதிர்பாராத திசையைத் திறந்து வைத்து விடும் என்பதைக் கொண்டு தன் கதையை இழைத்தார் பழனியப்பன்.

இரட்டை வேடக் கதைகளில் இந்தப் படம் ஒரு மடைமாற்று. பார்த்திபன் ரசனை மிகுந்தவன். வாழ்வில் தனக்கென்று கனவுகளைக் கையிலேந்திக் காத்திருப்பவன். தான் அடிக்கடி சந்திக்கிற பெண்ணைப் பார்த்து மனதினுள் அவள் மீது பெரிய ஈர்ப்பை வளர்த்துக் கொண்டவனுக்குப் பெண் பார்க்கச் செல்கையில் அவளே வரனாகப் பார்க்க வாய்க்கிறது. மேற்கொண்டு எதையுமே கேளாமல் நீயே என் நாயகி எனத் திருமணத்தைப் பேசி முடிக்கிறான். திருமணமும் நிகழ்ந்து விடுகிறது. தனக்குப் பிரியமானவளே தன் வாழ்விணை என்பதில் பூரித்துக் கொண்டே அலுவலகத்திற்குச் செல்லும் வழியில் ஒரு பெண்ணைப் பார்க்கிறான். அவன் பார்க்கும் அவள் தான் அவன் ஏற்கனவே பலமுறை பார்த்ததும் விருப்பம் கொண்டதுமாகிய ஜனனி என்பது தெரியவருகிறது. திருமணம் செய்துகொண்டதோ ஜனனியின் தோற்ற ஒற்றுமையில் இருக்கும் சத்யாவை. உருவம் ஒன்று என்றாலும் உள்ளம் வெவ்வேறு ரசனைகள் வேறு குணம் வேறு எல்லாமே வேறாகப் புரிய வரும் புள்ளியில் இனித்த அதே வாழ்வு துவர்க்கத் தொடங்குகிறது. தன்னுள் மருகுகிறான் பார்த்திபன்.

அந்த ஜனனி அவர்கள் வசிக்கும் அதே அபார்ட்மெண்டுக்கு எதிர்வீட்டுக்குக் குடிவருவதும் மெல்ல பார்த்திபனுக்கும் அவளுக்கும்

லேசான அறிமுகம் பூப்பதும் இரண்டு பெண்களுக்கும் இடையே நட்பு வலுப்பதும் பார்த்திபனின் வினோதமான இழத்தல் குறித்து அவனது நண்பன் மனோ ஜனனி என நினைத்துக் கொண்டு சத்யாவிடமே பகிர்வதும் ஊடல் விரிசலாகிப் பிரிதல் பின் சேர்தலுமாய் நிறையும் திரைக்கதை.மணிவண்ணன் தேவன் உள்ளிட்ட அனைவருமே நன்கு பரிணமித்தார்கள். ஸ்ரீகாந்த்தும் சினேகாவும் மிகச்சிறப்பான நடிப்பை வழங்கியதன் மூலம் அவரவர் திரைப்பட்டியலில் முக்கியமான பங்கேற்றலை நிகழ்த்திக் கொண்டனர்.

வசனங்களும் கதை நகர்வுக்குத் துணை நிற்கும் காட்சிகளின் கோர்வையும் யதார்த்தத்தை மீறாமல் களமாடினார் கருபழனியப்பன். அத்தனை பாத்திரங்களும் தத்தமது தனித்துவமும் கெடாமல் மைய நீரிழைய்லும் கலந்து தொனித்தது அழகு. கரு பழனியப்பன் படைத்த உலகத்தில் பெண் கதாபாத்திரங்கள் தனித்துவம் ஓங்கித் தென்பட்டனர்.

விவேக் தேவதர்ஷனி சோனியா பங்குபெற்ற நகைச்சுவைக் காட்சிகள் கருத்தாழம் கலந்து உருக்கொண்டது நளினம். வித்யாசாகரின் இசையில் அத்தனை பாடல்களுமே தித்திக்க மறுக்கவில்லை. ஆலங்குயில் கூவும் ரயில் பாடல் சிப்பியிருக்குது முத்துமிருக்குது பாடலின் வேறொரு புதிய கால நல்வரவானது. கனாக்கண்டேனடி பாடலில் தன்னைக் கரைத்து அமுதம் படைத்தார் மதுபாலகிருஷ்ணன் பக் பக் பக் ஹே மாடப்புறா பாடல் படமாக்கப் பட்ட விதம் ரசிக்கவைத்தது.

எளிய மனிதர்களைக் கூட அவரவர் சுயமரியாதை வளையத்துக்குள் படைத்துத் தன் படங்களெங்கும் தோன்றச் செய்தது இயக்குனர் கரு பழனியப்பனின் தனித்துவம். லேசான எள்ளலும் எதிர்பார்ப்பை முன்வைக்கிற கண்டிப்பும் மிக்க மனிதரின் படங்களாகவே கரு.பழனியப்பனின் படங்களைப் புரிந்துகொள்ள முடிகிறது.திரைக்கதை என்பதன் தன் மெனக்கெடல் படைப்பாளியின் பிடிவாதமாகவே மாறுவது பலமுறை நிகழ்கிறது. அந்த வகையில் தான் சேராமல் பிரச்சினை தீர்வு என்பதைத் தாண்டி வாழ்வென்பது நுட்பமான உணர்வுகளை வெளிப்படுத்தக் கூடிய கலயம் மட்டுமே. இதனை நெருங்கிச் சென்று படமாக்கியவர் கரு பழனியப்பன். மாபெரும் திருப்பங்களோ மிகைக் கூவல்களோ இல்லாமல் பார்த்திபன் கனவு யாருக்கு வேண்டுமானாலும் நிகழக் கூடிய சாத்தியங்களின் இருப்புப் பாதையில் நேரந்தவறாமல் கிளம்பிச் சேர்விடம் காண விரைந்தோடும் யதார்த்த ரயிலாய் மனங்கவர்ந்தது. வெளிவந்து பதினொன்பது ஆண்டுகளுக்கு அப்பாலும் அடிக்கடி வெவ்வேரு காரணங்களுக்காகக் குறிப்பிடப் பட்டுக் கொண்டே இருக்கக் கூடிய பார்த்திபன் கனவு புத்தகத்தினிடையே பொத்தி வைத்துத் தொலைக்க விரும்பாத மயிலிறகு போலவே அவரவர் மனங்களில் உறைகிற

பார்த்திபன் கனவு

அழகான நல்ல படம்.

75 அன்பே சிவம்

அன்பு காட்டுறவங்க என்னைப் பொறுத்தவரைக்கும் கடவுளுக்கு சமம்.

(கார்டூனிஸ்ட் மதன் வசனம்)

(கமல்ஹாஸன்) "நல்லா@நல்லசிவம் எனும் கதாபாத்திரத்தின் வழியாக அன்பே சிவம் படத்தில்

சக மனிதனை நேசிக்கிறவன் தான் கடவுள். அப்படியான ஒவ்வொருவரின் உள்ளேயும் கடவுள் குடியிருப்பதாகத் தான் அர்த்தம். சினிமா பரீட்சார்த்தமான கருத்தாக்கங்களை முயன்று பார்க்கிற சோதனைக் கூடம் அல்ல. என்றபோதும் சினிமா அளவுக்கு மக்களின் கூட்டு மனதின் சமான நிலையை மாற்றியமைக்கிற வல்லமை கொண்ட இன்னொரு ஊடகம் இல்லவே இல்லை எனலாம். கலைகளின் சேர்மானமாக சினிமா நிகழ்கிறது. எக்கதை யார்யார் சினிமாவாகிறதோ அக்கதை நற்கதை கண்டு உய்ப்பவன் ரசிகன். ரசிகன் கற்றுக் கொள்பவனாகவே எல்லாத் தருணங்களிலும் இருக்கிறான் உதாசீனமான அல்லது யாராலும் ஏற்றுக்கொள்ள முடியாத மலினமான அல்லது பங்கமான விள்ளல் ஒன்றினைக் கூடத் தனக்கான பாடமாகவே கொள்ளுகிற யாராவது ஒருவன் இருந்துவிடக் கூடும் என்றாகுகையில் சினிமாவின் வீரியம் அதன் அபரிமிதம் புரிய வருகிறது. இன்னொரு புறம் சினிமாவின் உள்ளேயும் வெளியேயும் புழங்கிக் கொண்டிருக்கிற பணம் பிம்பமைய வாதம் அரசியலின் படர்க்கைக் களமாக சினிமாவை நகர்த்திச் செலுத்துகிற முகாந்திரம் நாயக வழிபாடு அதனுள் எப்போதும் உறைந்திருக்கக் கூடிய எதிராளியை இகழுதல் வன்முறை மீதான அபரிமிதங்கள் என இத்தனைக்கும் பதில் தந்தவண்ணமே எல்லா சினிமாக்களும் உருவாக்கம் பெறுகின்றன. எல்லாவற்றுக்கும் அப்பால் சினிமா எப்போதாவது அரியமலர்தலை சாத்தியம் செய்கிறது.

அன்பே சிவம் நான் பார்த்த வகையில் மாபெரிய படம் அது வெளிவந்த போது அதற்கு வழங்கப்பட்ட மதிப்பை வரவேற்பை விடப் பன்மடங்கு அதிகரிக்கப் பட்ட கொண்டாட்டமாக இன்றளவும் தன் கலாச்சாரக் கவன ஈர்த்தலை நிகழ்த்தியவண்ணம் இருக்கிறது.

புவனேஷ்வர் என்கிற வடமாநில நகரத்தில் விமானம் கேன்ஸல் ஆவதால் ஒருவருக்கொருவர் அறிமுகமாகிற நல்லா என்ற நல்லசிவம் மற்றும் அரஸ் என்கிற அன்பரசு.. அவர்கள் அடுத்து வரக்கூடிய தினங்களைப் பகிர்ந்து கொள்ள வேண்டிய சூழல் உருவாகிறது. அன்பரசுவின் உடமைகள் தொலைகின்றன. எப்படியாவது நல்லா என்கிற நல்லசிவத்தின் போரடிக்கும் பேச்சிலிருந்து தப்பி ஓடிவிட விழையும் அன்பரசு அவருடன் தங்கவேண்டிவருவதை வேண்டா வெறுப்பாக உடன்படுகிறான். ட்ரெய்ன் மற்றும் சாலை மார்க்கமாக என்ன செய்தாவது இருவருக்குமே வெவ்வேறு காரணங்களுக்காக தமிழகம் சென்றாக வேண்டும். அரசுக்கு தமிழகத்தில் அடுத்த சில தினங்களில் கல்யாணம் நடக்க இருக்கிறது. நல்லா தன்வசமிருக்கும் 32லட்ச ரூபாய் செக்கை கொண்டு சேர்க்க வேண்டும்.அது அவர் வழக்காடி வென்ற தொகை. இறந்த தொழிலாளிகளின் குடும்ப நலனுக்காக அதைக் கொண்டு சேர்க்க ஆவலாக சென்று கொண்டிருக்கிறார் நல்லா. அவருடைய முகம் மற்றும் உடல் பல இடங்களில் பெரும் விபத்திலிருந்து மீண்டதன் அடையாள மிச்சங்களோடு அவர் தோற்றம் மாறி இருக்கிறது. அவருடைய தோற்றமும் அரசுக்கு அவர் மீது ஒவ்வாமையை ஏற்படுத்தி விடுகிறது.

இருவரும் எல்லாவற்றிலும் எதிர்வாதிகளாகவே இருப்பது நல்லாவுக்கு சிரிப்பையும் அரசுக்கு எரிச்சலையும் உண்டுபண்ணுகிறது. உடமை இழந்ததால் அவனுக்கு நல்லாவை சார்ந்தாக வேண்டிய சூழல். அந்தப் பயணங்களில் இறுதியில் இருவரின் கதையும்

பலவிதங்களில் சந்திப்பதும் நல்லசிவத்தின் முன் கதையும் நமக்கெல்லாம் முழுவதுமாக விளங்குகிறது. அன்பே சிவம் படம் தமிழில் எடுக்கப் பட்ட முக்கியமான படங்களில் ஒன்று.

அச்சமற்ற முகத்தோடும் வயதுக்கேற்ற உறுதியுடனும் வீதி நாடக கலைஞராக வாழ்ந்து வருகிற நல்லாவின் முன் கதை தொடங்குகிறது. மில் ஓனர் கந்தசாமி யுடன் தொடர்ந்து முரண்படுகிறார்கள் தொழிலாளிகள். அவர்களுக்கு ஆதரவான தன் தொடர்ந்த நாடகங்களின் மூலமாக நல்லாவும் அவருடன் முரண்பட்டு வருபவர் தான். எதிர்பாராத திருப்பமாக கந்தசாமியின் மகள் பாலசரஸ்வதி உடன் அறிமுகம் காதலாகிறது நல்லசிவத்துக்கு கந்தசாமியின் பார்வையிலிருந்து விலகி தூர கேரளத்துக்கு சென்று புதிய வாழ்வை ஆரம்பிப்பதற்காக பாலசரஸ்வதி இருக்குமிடம் நோக்கி நல்லசிவம் பேருந்தில் சென்று கொண்டிருக்கும் பயணத்தின் இடையில் மலைப் பாதையில் இருந்து விபத்தாகி உருண்டு விழுகிறது பேருந்து அதில் இருந்து உருவம் சிதைந்து உயிர் தப்புகிறார் நல்லசிவம்

பழைய உருவத்துக்கு சம்பந்தமே இல்லாத ஒச்சங்களுடனான முகமும் நடை குன்றிய கால்களும் பலவீனமான முதுகுத்தண்டுமாய் சிரமங்கள் உடன் வேறொரு அன்பான மனிதராக மாறி இருக்கிறார் நல்லா தன் மறு ஜென்ம வாழ்வை மனித இனம் மீதான வாஞ் சைக்காகவே ஒதுக்கி வாழ்கிறார் பாலசரஸ்வதியை தேடிச் செல்லும்போது அவளுக்கு திருமணமாகி விட்டது என்று நல்லாவிடம் கந்தசாமி பொய் சொல்லுகிறார் நல்லா இறந்துவிட்டதாக தன் மகள் பாலாவை நம்பச் செய்கிறார்.

அரஸ் தான் பாலசரஸ்வதிக்கு நிச்சயிக்கப்பட்டிருக்கும் மாப்பிள்ளை. மெல்ல அரஸ் நல்லாவை ஒரு நண்பனாக கருதத் தொடங்கி தன் திருமணத்துக்கு அவசியம் வரவேண்டுமென்று அழைக்கிறான். தன் மாப்பிள்ளையிடம் பாலாவுடனான காதலை சொல்லாத நல்லாவிடம் டீல் பேசுகிறார் கந்தசாமி. தொழிலாளர்களுக்கு ஆதரவான ஒப்பந்தத்தில் கந்தசாமி கையெழுத்திட்ட திருப்தியுடன் நல்லா பால சரஸ்வதியை சந்திக்காமலே திரும்பிச் செல்கிறார். நல்லாவை தீர்த்துக் கட்டி விடுமாறு தன் ஆளிடம் கட்டளை-யிடுகிறார் கந்தசாமி. மனம் கசிந்து நல்லாவிடம் உண்மைகளைச் சொல்லி தயவு செய்து எங்காவது போய்விடு. முதலாளியிடம் நான் உன்னைக் கொன்னுட்டேன்னு சொல்லிக்கிறேன் என்று அவனைத் தப்பவிடுகிறான் வேலையாள். அவனுடைய மனமாற்றத்தை ரசித்தபடியே அங்கேயிருந்து கிளம்பிச் செல்கிறார் நல்லசிவம்.

மழையும் நாயும் இந்தப் படத்தின் இரண்டு முக்கியக் கதாபாத்திரங்கள் மனிதன் என்பவன் அவன் மனதுக்கு அடிமையாக

மாறுகிறவன் தான் எவர் வாழ்விலும் தன் மனதுக்கு முன் மண்டி-யிடாத ஒரு துகள்கணமும் இல்லாமற் போவதில்லை என்பதை இப்படத்தின் கடைசி இருபது நிமிடங்கள் பறைசாற்றுகின்றன. சுனாமின்னா என்னான்னு தெரியுமா ஸார் என்று அன்பரசுவிடம் நல்லா கேட்கும் போது மாதவன் ஒரு குரலில் அலட்சியமாகத் தெரியும் ஸார் சுனாமின்னா பெரிய அலை என்பார். அடுத்த சில நிமிடங்கள் சுனாமி பற்றி இருவரும் பேசிக் கொள்வார்கள். நல்லசிவம் தன் அப்பாவை பெரிய அலை கொண்டுசென்று விட்டதாக சொல்வார்.

அப்போதைக்குத் தமிழகத்துக்கும் சுனாமி என்ற சொல்லுக்கும் அந்தச் சொல்லளவு மட்டும் தான் தொடர்பிருந்தது. அன்பேசிவம் வெளியானது 2003 ஜனவரி 15 ஆம்தேதி. தமிழகத்தை சுனாமி தாக்கியது அதற்கடுத்த வருடம் டிசம்பர் 26 ஆம் தேதி. கலை சீட்டெடுத்துத் தருகிற கிளி போலத் தான் எல்லாவற்றையும் எங்காவது முன்னும் பின்னுமாய்ப் பேசிவிடுகிறது. அதன் மொழி புரிவதற்குத் தான் காலமும் மனிதர்களும் பெருவிலை தர வேண்டி இருக்கிறது.

ஆர்தர் ஏ வில்சனின் ஒளிப்பதிவு படத்தின் பெரும் ப்ளஸ் பாயிண்ட். முக்கியமாக புவனேஸ்வரிலிருந்து சென்னை வந்து சேரும் வரையிலான மழை தினங்கள் ஒரு காட்சியின் துளிக் கூட செயற்கையின் உறுத்தல் தோன்றிவிடாமல் படமாக்கியதெல்லாம் பெரிய விஷயம்.இந்தப் படத்தைப் பொறுத்தவரை கதை திரைக்கதை இரண்டையும் சுமந்து படத்தை நிமிர்ந்து நிற்கச் செய்ததில் வசனத்திற்குப் பெரும் பங்கு இருப்பது தனித்துச் சொல்லப் பட வேண்டியதே.கமல்ஹாஸனின் கதை திரைக்கதைக்கு வசனங்களை எழுதியவர் கார்டூனிஸ்ட் மதன்.

மாதவனுக்கும் கமலுக்குமான முரண் கமலுக்கும் கிரணுக்குமிடையிலான காதல் நாஸருக்கும் கமலுக்கும் இடை-யிலான முதல்பகுதி வித்யாசம் நாசருக்கும் சந்தானபாரதிக்குமான தனித்த உறவாடல் இரண்டாம் பாதியில் மாதவனுக்கும் கமலுக்கும் இடையிலான புரிந்துணர்வு அதன் பிறகு கடைசியில் நாஸரின் வீழ்ச்சியும் கமலுடன் அவர் செய்து கொள்ளக் கூடிய வணிக சமரசமும் என முழுப்படத்தையும் பல பாகங்களாக வித விதமான தனித்த வசனங்களினூடாக பகுத்துக் காட்டியிருந்தது வசீகரம்.

சில பளிச் இடங்கள்

1 ஒரு விஷயம் சொல்லட்டுமா இந்த தீவிரவாதிங்கள்லாம் நீங்க நினைக்கிற மாதிரி என்ன மாதிரியெல்லாம் இருக்க மாட்டாங்க. ரொம்ப அழகா இருப்பாங்க உங்களை மாதிரி என்று கமல் சிரிக்கும்

காட்சியில் மாதவனின் கண்களில் தெறிக்கும் நட்பற்ற தன்மை முன்னர்த் திரையறியாதது.

2 பக்கத்ல இருக்கறவன் புகையிலை போட்டுட்டு பீப்பி ஊதுரான் என்பதை கம்ப்ளெயிண்ட் ஆக சொல்லும் மாதவனிடம் "பொது இடத்துல ஜோதியோட கலந்துரணும் ரிமோட் கண்ட் ரோல்ல அட்ஜஸ்ட் பண்ணனும்கிறீங்க இது டீவீ இல்ல ஸார் உலகம்" என்பார் நல்லா

3 பணம் குடுத்தாக் கூட வசதி கிடைக்காத ஒரு நாடு இது தட்ஸ் இண்டியா ஃபார் யூ என்பார் அன்பரசு.

பணம் குடுத்தா எதுவேணா எப்பவேணா கிடைக்குனு நினைக்கிறவங்க இருக்கிற வரைக்கும் தட் வில் பீ இண்டியா ஃபர் யூ என்பார் நல்லசிவம்.

நாஸர் இந்தப் படத்தில் கந்தசாமி என்ற பணக்காரனாக தன் செல்வந்தம் தனக்குள் ஊறச்செய்திருக்கும் திமிரைத் தனக்கெதிரே தென்படுகிற யார் மீதும் படர்த்தியபடி தன் மனம் போன போக்கில் வாழ முற்படுகிற எதையும் விலைபேசுகிற எல்லாவற்றிலும் தன்னலம் மட்டுமே பேணுகிற நயவஞ்சக சுயநல மிருகமாகவே மிளிர்ந்தார். படம் முழுவதும் நாஸர் தோன்றுகிற காட்சிகள் எல்லாவற்றையும் அவரே உயிர்ப்பித்தும் இருளிலாழ்த்தியும் முழுமையான நடிகராக மின்னினார். ஆஸ்பத்திரியில் கோலம் அழிந்து சிதைந்து கட்டிலில் கிடத்தப்பட்டிருப்பார் நல்லா. அவரைப் பார்க்கத் தன் உதவியாளர் சகிதம் செல்வார் கந்தசாமி திறந்திருக்கும் ஒரு கண்ணால் பார்த்துக் கொண்டிருக்கும் கமலின் முகத்தில் அழுத்துவதைப் போல் தலையணையை எடுப்பார். உடனே கந்தசாமியை தொட்டு உசுப்பும் அவரது உதவியாளர் சந்தானபாரதி நான் அழுத்தட்டுமா என சைகையால் கேட்பார். உலகின் விசித்திரமான மிருகம் மனிதன் தான் என்பதை தெளிவாக விளக்கும் இந்தக் காட்சி. இதென்ன சினிமாக் கதைன்னு நினைச்சியா பணக்காரப் பொண்ணைக் கொண்டு போய்க் குடிசையில குடும்பம் நடத்த..?நெசம்" என்று உறுமும் போது ஆயிரமாயிரம் செல்வந்தர்களின் ஆணவமொத்தமாகவே நம் கண்முன் நின்றார் நாஸர்.

இது நாஸரின் படம் என்றால் தகும்.

கமல்ஹாஸன் இந்தப் படத்தில் இரட்டை வேடங்கள் என்று சொல்லக் கூடிய அளவில் நல்லசிவத்தின் முன் காலத் தோற்றமாகவும் வீழ்த்தப்பட்ட பிறகு மாமனிதனாக வேறொரு பரிணாமம் தாங்கியும் வாழ்ந்து காட்டினார். தன் குரலாலும் சிரிப்பாலும் தோற்றத்தாலும் நடையாலும் என அவர் தன்னை வருத்திக் கொண்டு நல்லசிவம் அலையஸ் நல்லா எனும் புதிய

மனிதனை நம் எல்லோரும் அறிந்த வெகு காலம் பழகிய நண்பனாக ஒரு பின்பற்றத் தகுந்த கொள்கைவாதியின் சொற்களைப் பேசித் தந்தவனாக நம்மோடெல்லாம் வாழ்ந்து விலகிச் சென்றிருக்கக் கூடிய நல்லதொரு அறிஞனாக மனங்களின் அணுக்கத்தில் ஏற்படுத்தி வைக்கிற பிம்ப அடையாளமானது மிக வலிமையானது. அதே நேரம் போற்றுதலுக்குரிய ஒன்று. இத்தகைய கதாபாத்திரங்களைப் பொய் என்று தள்ளுவதை விட நல்லா எனும் மனிதனை நிஜம் என்று ஏற்றுக் கொள்வது தான் நல்லது. அதுதான் ரசிகமனோபாவத்தின் விழைதலாக நூறு ஆண்டுகளாக தனக்கு விருப்பமான நடிகன் ஏற்கிற பாத்திரங்களை நிசமென்று நம்பி வழிபட்டுத் திளைப்பதில் சுகம் கண்டிருக்கக் கூடிய பெருங்கூட்டம் ஒன்றின் முன்னே வழங்க வாய்க்கிற நியாயமான மாற்று மதிப்பீட்டுக்குரிய திருப்பமாகவும் அமையமுடியும்.தற்செயல் என்பது எல்லாக் கதைகளையும் திருத்தக் கூடிய கதைமாற்றி என்பதற்கான எளிய அழகிய உதாரணம் அன்பே சிவம்.

வைரமுத்து பிரளயன் இருவரின் பாடல்களுக்கும் இசை அமைத்தவர் வித்யாசாகர். இந்தப் படத்தின் தீம் ம்யூசிக் வித்யாசாகரின் மகா இசைத்திறனுக்கு நற்சான்று. யார் யார் சிவம் பாடல் கமல் தன் சொந்தக் குரலில் பாடிய பாடல்களிலேயே முதல் மூன்று இடங்களில் ஒன்றைப் பற்றிவிடுகிற சாமர்த்தியம் கொண்ட பாடல். இந்தப் பாடலுக்குள் நுழைந்து உடனே வெளித்திரும்புதல் அனேகமாக சாத்தியமே இல்லை எனலாம் அந்த அளவுக்கு குறிப்பிட்ட காலம் தன்னுள்ளேயே திரிந்தலைபவர்களாகத் தன்னைக் கேட்பவர்களை மாற்றிவிடுகிற வல்லமை இப்பாடலில் உறைந்தொலிக்கிறது.

கிரண் பசி சத்யா சீமா யூகிசேது ஆர்,எஸ்.சிவாஜி சந்தானபாரதி பூ ராமு(இதில் தான் அறிமுகம்) உமா ரியாஸ் கான் இளவரசு எனப் படமெங்கும் தோன்றும் நடிக முகங்கள் இயல்பின் வெளித் தாண்டாத ஆட்டமாடிகளாகவே உலாவருகின்றனர்.ஒரு சிறிய காவல் நிலையக் காட்சியில் இளவரசு தன் உச்சபட்சத்தை ஸ்கோர் செய்வது அழகு. முதலில் நல்லாவை ஏளனமாகப் பார்ப்பவர் அவர் பெரிய பணக்காரர் கந்தசாமியின் மகளைக் காதலிக்கிறவர் எனத் தெரிந்ததும் அவரை அழைத்துச் சென்று லாக் அப்பின் உள்ளே நின்றவாறு வெகு நட்பாகப் பேசுகிற காட்சி எள்ளளவு என்றாலும் அதன் முக்கியத்துவக் கொள்ளளவு அதிகதிகம்.

கிரணுக்கு இந்தப் படத்தில் பின்னணி தந்தவர் பின்னணி பாடகி அனுராதா ஸ்ரீராம்.இல்லாத புதிய குரலாகவே தொனித்தார் கிரண்.கொஞ்சம் ஹெல்ப் பண்ணக் கூடாதா என்ன சொல்லப் போறீங்கன்னு தெரியாம எப்படி ஹெல்ப் பண்றது ஸாரி சொல்லப் போறேன் இந்த கடைசி வாக்கியத்தை உலகத்தில் அனுராதா ஸ்ரீராம்

தவிர வேறாராலும் அப்படிச் சொல்லவேமுடியாது. நெடுங்காலம் மறவாத ஒரு கனவின் புதிர்ஞாபகம் போல் இல்லாநிஜமாக இருந்தது கிரணின் குரல்.

நல்ல causeக்கு தானே காசு வருது ஐ மீன் ஃபார் எ குட் காஸ் கலைஞன் தான் விலை போகக் கூடாது கலை விலை போகலாம்ல..?

எளிய புத்திசாலித்தனமான வாழ்வின் விளிம்புகளுக்குள் இயங்கத் தலைப்பட்ட உரையாடல்களின் வழியாகவும் உணர்வுகளின் வழியாகவும் சமமாக நகர்ந்து சென்றது அன்பே சிவம் படம். அதுவரை சுந்தர் சி இயக்கிய படங்களிலிருந்து முற்றிலுமாக விலகி ஒளிர்ந்த ஒரே படமாக இதனைச் சொல்லலாம். either anbesivam or any other movie எனும் அளவுக்கு வித்யாசம் காட்டிய சுந்தர் படம் இது தான்.

இந்தப் படத்தின் இன்னொரு ஆச்சரியம் உமா ரியாஸ் பல படங்களில் நடித்த நாடறிந்த குணச்சித்திர நடிகையான கமலா காமேஷின் மகள் உமாரியாஸ் இதில் மெஹ்ருன்னிஸா என்ற கதாபாத்திரத்தில் நாடகக் குழுவில் நல்லாவுடன் இடம்பெறுகிற சக தோழியாக நடித்தார். தன் மனதுக்குள்ளேயே நல்லாவை காதலித்து உருகிக் கொண்டிருக்கும் பெண்ணாக ஒரு கட்டத்தில் வெடித்து உணர்ச்சிக் குவியலாகத் தன் அன்பத்தனையையும் நல்லா முன் பலகாலம் ஒன்றிரண்டாய் சேகரம் செய்த மட்பாண்ட உண்டியலை உடைத்து உள்ளிருக்கும் நாணயங்களைச் சிதறடிப்பது போலக் குமுறுவார். ஐ லைக் யூ என்று சொல்ல முற்படும் நல்லாவிடம் இந்தா பார்...லவ் யூ வேற லைக் யூ வேற என்று கடிவாளம் போடும் இடத்தில் கமல் என்கிற நூறு நூறு படங்கள் நடித்த பெரிய கலைஞனையே வந்து பார் என்று சொடுக்கிட்டுக் கடந்திருப்பார். ஒரே ஒரு படமென்றாலும் உமா ரியாஸ் வாழ்வில் அன்பே சிவம் ஒரு தலைவாயில். இது உமா ரியாஸின் படம்.

மாதவன் கமல்ஹாஸன் எனும் பெரும் பிம்பத்தின் முன் தனக்கு வழங்கப்பட்ட கதாபாத்திரத்தை ஆனமட்டிலும் மிளிர்ந்தார். அவரது வேடத்தில் இன்னொரு சமகால முகத்தை கற்பனை செய்து பார்க்க இயலாத புள்ளியில் நிதர்சனமாகிறது அவரது வெற்றிகரம்.இச்சாபுரம் ரயில் நிலையத்தில் ரயிலைப் பற்ற வேண்டிய நேரம் அவருக்கும் நல்லாவுக்கும் இடையில் நிகழுகிற வாக்குவாதமும் அதில் மாதவனின் நடிப்பும் மிக முக்கியமான ரசவாதம். "உங்களுக்கு பாருங்க உலகம் முழுக்க ஃப்ரெண்ட்ஸ் இருக்காங்க என்னால தான் யார நம்பறதுன்னே தெரியலை" என்று உருக்கமான குரலில் தன்னிடம் எதுவுமே பிழையில்லை என்றாற் போல் மாதவன் சொல்வதெல்லாம் அமேஸிங். ரத்தம் தர மறுப்பதும் பிறகு ஒரு சிறுவனின் உயிரைக் காப்பாற்றுவதற்காக ரத்தம் தருவதும் வழியில் அந்த சிறுவன்

இறந்துபோவதைப் பார்த்து அழுது தீர்ப்பதுமாக மாதவனின் மகா உன்னத நடிப்பு மின்னுகிறது.

யூகி சேது அடுத்த ஆச்சர்யம். உத்தமன் என்ற பேரோடு அறிமுகமாகி சிலமணி நேரங்களிலேயே தேடப்படும் உத்தமத்தின் தற்போதைய நிலைமையை எடுத்துரைக்கும் வினோதத் திருட கதாபாத்திரம். உன்னிப்பாகக் கவனித்தால் பிடிபட்ட பிற்பாடு யூகிசேதுவின் நடிப்பில் முன் காலத்திய ஆச்சர்ய நடிகர் ஒருவரின் நடிப்பு நினைவிலாடும். யூகி சேதுவைத் தவிர அந்த நடிகரது நடிப்பை அத்தனை கச்சிதமாக வேறாராலும் மீமுயல்வு செய்து பார்க்கக் கூட முடியாது என்பது தான் நிசம். அந்த நடிகர் ஜேபி சந்திரபாபு. கீழே கிடக்கும் கண்ணாடியை எடுத்து அணிந்து கொண்டு தன்னிடம் அதுகாறும் பேசியவனது முகத்தை உற்றுப் பார்க்கும் காட்சியில் அள்ளிக் கொண்டு செல்வார் யூகிக்க முடியாத சேது.

காலங்கடந்தும் கைதட்டல்கள் ஓயாமல் ஒலித்துக் கொண்டிருக்கிறது.

அன்பே சிவம்

மகத்தான படம்.

76 காக்க காக்க

கௌதம் வாசுதேவ் மேனன் தமிழ்ப் படங்களின் கதை சொல்லும் முறையில் குறிப்பிடத் தகுந்த திருப்பங்களை நிகழ்த்தியவர்களில் ஒருவர். தனது முதல் படத்தைக் கண்களும் மனசும் பிழியப் பிழியக் காதல் கசிதல் படமாகத் தந்தார் தன்னை யாரென்று நிறுவிய அடுத்த கணமே காக்க காக்க என்ற ரெண்டாம் படத்தை சூர்யா ஜோதிகா இருவரையும் கொண்டு காவல் துறைப் படமாக ஆரம்பித்தார். அதுவரைக்குமான சூர்யாவின் ஏறுமுக வரைபடத்தில் ஜிவ்வென்று மேலேற்றிக் காட்டியது காக்க காக்க. எல்லாமே நன்றாக அமைவது சினிமாவில் அபூர்வமாய்த் தான் நிகழும். இது மூட நம்பிக்கை போலத் தோன்றக்கூடும் ஆனால் இதன் பின்னால் ஒரு படத்தை இப்படியான பெருவெற்றியை நோக்கி இட்டுச் செல்வதன் பின்னால் உறைந்திருக்கக்கூடிய மகா மகா உழைப்பு எத்தனை பேரின் கடின வியர்வை கண்ணீர் ரத்தம் இத்யாதிகளைக் கலந்து சொரிவது என்பதை உணர்கையில் அதன் அரிய வருகை புரியவரும்.

காமிரா வழியாக எதையெல்லாம் சொல்லப் போகிறோம் என்பதில் தெளிவு கொண்ட இயக்குனராக கௌதம் மேனன் தன் கதைகளைத் திரைநோக்கி நகர்த்தினார். மணிரத்னத்தின் பட்டறையிலிருந்து கிளம்பியவர்களில் முதன்மையானவர் கௌதம். வணிக அந்தஸ்தும் அதே நேரத்தில் விரும்பத்தக்க படங்களும் என்பதில் ஆணித்தரம் காட்டும் இயக்குநர் இந்தப் படத்தில் BLACK MAIL TERRORISM எனப்படுகிற ஆள் கடத்தி மிரட்டிப் பணம் பறிக்கும் சமூகவிரோத மனிதர்களின் சின்னஞ்சிறு அசைவுகளைக் கூட சமரசம் இன்றிப் படமாக்கித் தந்தார்.

நாலு போலீஸ் அதிகாரிகள் என்கவுண்டர் ஸ்பெசலிஸ்ட் எனப் பேர் பெற்றவர்கள் சென்னையில் எல்லை மீறிக் கொண்டிருக்கக் கூடிய ஆள் கடத்தல் பேர்வழிகளை ஒருவர் விடாமல் ஒழித்துக் கட்டியே விடுகையில் கடைசி ஒருவன் சேதுவின் தம்பி எனப் புதிதாய் முளைத்து வருகிறான் பாண்டியா. யாரும் எதிர்பாராத வகையில் யாரென்றே தெரியாமல் இருளில் ஒளிந்து கொண்டு தன் அண்ணனைக் கொன்ற போலீஸ் அதிகாரிகளை சின்னாபின்னமாக்கத் துடிக்கிறான். அன்புச்செல்வன் என்ற பேரிலான நாயகனுக்கும்

பாண்டியாவுக்கும் நடக்கிற யுத்தமும் முடிவில் நல்லவன் வாழ்வான் கெட்டவன் அழிவான் எனும் நல் முடிவும் காக்க காக்க கதைக்களன்.

இந்தப் படம் வெளிவருவதற்கு முன் தினம் யாருக்கும் ஜீவன் என்ற பெயர் கூட சரிவரத் தெரிந்திருக்காது. அவர் நடித்து யுனிவர்ஸிடி என்ற படம் வெளியான சுவடற்றுக் காணாது போயிருந்தது. வந்தது காக்க காக்க எத்தனைக்கெத்தனை சூர்யாவை ரசித்தார்களோ அதைவிட ஒரு சதவீதம் அதிகமாகவே யார்றா இந்த வில்லன் என்று அந்தப் பக்கம் சரிந்தார்கள். எதிர் நாயகனை ரசித்தல் என்பதெல்லாம் எளிதில் நடந்து விடுகிற காரியமில்லை. ஒரு ரஜினி அப்புறம் ஒரு ரகுவரன் அதற்கப்புறம் ஒரே ஒரு ஜீவன் தான். அதில் கூட மேற்சொன்ன மூவரையும் ரசிக்கும் சதவீதமும் அவர்கள் மேல் பொழியும் அன்பும் வித்யாசப்படும். சர்வ நிச்சயமாக இது ஜீவனின் படம். அவரை அகற்றிவிட்டு யோசிக்கவே இயலாத அளவுக்கு ஆக்ரமித்தார் ஜீவன்.

ஜீவன் தன் சுருள் கேசத்தினுள்ளே முகத்தை மறைத்துக் கொண்டார் யூகிக்க முடியாத அமைதியோடு அவரது குரல் துணை கதாபாத்திரமாகவே உடன் வந்தது. சொற்களைப் கடித்துப் பற்களுக்கு நடுவே வைத்து கரும்பை முறித்து சாறெடுக்கிறாற் போல் ஜீவன் பேசியதில் மனங்கள் மயங்கின.

தன் அண்ணனிடம் "சேதுண்ணே எங்க போனாலும் அந்த ஊரை நம்ம ஆளணும். அந்த ஊரை ஒரு கலக்கு கலக்கணும். இந்த ஊருக்கே நாம யார்னு காட்டணும்ணே" என்பார். அள்ளிக்கொண்டு போகும். சண்டைக்காட்சிகளில் அவரை ஏன் அடிக்கிறீங்க சூர்யா என்று கதையை மீறி கத்தியவர்களில் நானுமொருவன். ஜோதிகாவுக்கும் சூர்யாவுக்குமான காதல் இந்தப் படத்தின் வருகைக் காலத்தை ஒட்டி அவர்கள் வாழ்வில் நிசமாயிற்று என்பது இந்தப் படத்தைப் பற்றிய மேலதிகப் புள்ளி விவரங்களில் ஒன்று.

பணம் ஆள் கடத்தல் குற்றவுலகம் அதிகாரம் மனித உரிமை சட்டம் காவல்துறை சீருடை பிறப்பிக்கும் கர்வம் பெண் குழந்தைகளுக்குத் தேவைப்படுகிற சமூகப் பாதுகாப்பு நகர்ப்புறங்களில்

ஈவ் டீஸிங் எனும் க்ரூரத்தை எதிர்கொள்வதில் தோன்றும் இடர்கள் என காக்க காக்க சமூகம் சார்ந்த பல முக்கிய விசயங்களைப் பேசிற்று.

ஹாரிஸ் ஜெயராஜ் தாமரை கூட்டணியில் உருவான பாடல்கள் ஆர்.டி.ராஜசேகரின் ஒளிப்பதிவு என எல்லாமே ப்ளஸ் பாயிண்டுகளாகின. உறுத்தாத சலிக்காத நற்படமாயிற்று காக்க காக்க.

காக்க காக்க சூப்பர்ஹிட் போலீஸ் ஸ்டோரி.

77 குடைக்குள் மழை

சீஷோஃப்ரீனியா என்ற பெயரிலான மனநிலைக் குறைபாட்டைப் பற்றி இந்திய அளவில் எடுக்கப்பட்ட முதற் சில திரைப்படங்களில் ஒன்று குடைக்குள் மழை. கதையாய்க் காகிதத்தில் எழுதுவதற்கு எனச் சில சிக்கல்கள் இருக்கின்றாற் போலவே எழுதிய எல்லாவற்றையும் திரைப்படுத்துவதில் முட்டுக்கட்டைகள் இருந்தே தீருமல்லவா..? ஆயிரம் கோடிக் குதிரைகள் என்று எழுதுவதற்கு மூன்றே வார்த்தைகள் போதுமானதாயிருக்கின்றன. அதனைக் காட்சியில் காண்பிக்க க்ராஃபிக்ஸ் என்றால் கூட எத்தனை செலவும் பிரயத்தனமும் ஆகும்..? தமிழ் சினிமாவின் முந்தைய உயரங்களை மாற்ற முயற்சித்த பரீட்சார்த்த சினிமாக்களின் வரிசையில் குடைக்குள் மழை என்ற பெயரை எழுதத் தகும்.

ஆர்.பார்த்திபன் தான் இயக்குகிற படங்களுக்கென்று ஒரு முகமற்ற முகத்தைத் தொடர்ந்து பராமரித்து வந்தார். ஒரு மனிதனை அவனது உள்ளகம் வெளித்தோற்றம் என எளிய முறையில் பகுக்கலாம். அவனறிந்த அகம் அவனறியாத அகம் என்று உப பகுப்பைக் கொண்டு வரைய முனைந்த சித்திரம் தான் இந்தப் படம். தீராக் காதல் கொண்ட ஒருவனின் கதை குடைக்குள் மழை ஆயிற்று.

ஒரு தொலைக்காட்சி நிகழ்ச்சி ஹிடன் காமிரா எனப்படுகிற கண்ணுக்குத் தெரியாமல் காமிராவை வைத்துக் கொண்டு நிஜம் போலவே ஒரு நிகழ்ச்சியைத் திட்டமிட்டு கடைசியில் எல்லாம் சும்மாதான் எனப்படுகிற ப்ராங்க் ஷோக்கள் இன்றைய காலகட்டத்தில் இயல்பான ஒன்றாக நம் வாழ்வுகளுக்குள் மெல்ல நுழைந்து கொண்டிருக்கிறது. இன்றிலிருந்து பதினைந்து ஆண்டுகளுக்கு முன்பாகவே அத்தகைய டிவி நிகழ்ச்சி ஒன்றில் தான் கோமாளியாக்கப்பட்டதைத் தாளவொண்ணாமல் மனம் பிறழ்கிற வெங்கட கிருஷ்ணன் எனும் மனிதனாக நம் கண்களின் முன் தோன்றினார் பார்த்திபன். இந்தக் கணம்கூட இயல்பென்று ஏற்க முடியாத ப்ராங்க் தன்மையை அன்றைய காலகட்டத்தில்தான் காதலிக்கப்படுவதாக நம்பி அந்த ஓரிழைப் பொய்யின் கருணையற்ற கரத்தைப் பற்றிக்கொண்டு பின் செல்கிறான் வெங்கடகிருஷ்ணன். எல்லாம் பொய் எனத் தெரியவரும்போது மனம் நொறுங்குகிறான். தான் விரும்பியதைக் காணத் தொடங்கும் மனவிரிசலினால்

என்னவாகிறான் என்பது குடைக்குள் மழை படத்தின் மிகுதிக் கதை.

கிருஷ்ணன் எனும் சிங்கப்பூர் கோமானாக வந்து இறங்கும் இன்னொரு பார்த்திபன் அவருடைய வணிகமுகத்தின் பிரதி பிம்பம்ஆல்டர் ஈகோ என்ற சொல்லாடலை ஆர்.பார்த்திபன் அளவுக்கு இன்னொரு நடிகர் சாத்தியப்படுத்தவில்லை எனத் தோன்றுமளவுக்கு நிஜத்தில் ஆர்.பார்த்திபன் எனும் படைப்பாளி மற்றும் அவருக்கு புறவுலகம் தந்த நடிக பிம்பம் ஆகிய இரண்டையும் இந்தப் படத்தில் வெவ்வேறு விதங்களில் நம்மால் உணரமுடிகிறது. அதே வேளையில் நிஜம் என்பதையே நிகழ்ந்தது மற்றும் நிகழவிரும்பியது என்ற இரண்டாய்ப் பகுக்கலாம் என்ற அளவில் நம் கண்களின் முன் விரிந்த படத்தின் முதல் பாதிக்கும் அடுத்த பார்த்திபன் வந்த பிறகு நாம் காணும் இரண்டாம் பாதிக்கும் கடைசியில் நமக்குப் படத்தின் பூர்த்தியில் கிடைக்கிற முற்றிலும் எதிர்பார்க்கவே முடியாத மனவிளையாட்டு அபாரமான காட்சி அனுபவமாக மனதில் உறைகிறது.

மிக எளிய காட்சியாக இந்தப் படத்தின் கதையின் அடி நாதம் உறையும். அதன் அதிர்ச்சியிலிருந்து எப்போதுமே பார்வையாளனால் மீள முடியாது. அத்தனை தந்திகளினுள் தன் அன்னையின் மரணமும் ஒளிந்திருந்ததைக் கண்ணுற்று அதிர்கிற காட்சியில் ஆர்பார்த்திபனின் முகமும் உடலும் உள்மனமும் என சகலமும் பரிமளிக்கும். தமிழின் மிகச்சிறந்த காதல் வசனப் படங்களின் பட்டியல் ஒன்றினைத் தயாரிக்கும் போதும் மறக்காமல் குடைக்குள் மழை படத்தின் பெயரை அதன் வரிசையில் எழுதியே ஆகவேண்டும். அத்தனை ரசம் சொட்டும் வசனங்கள் அழகோ அழகு. மதுமிதா போதுமான இயல்பான நடிப்பை வழங்கினார்.

பார்த்திபனின் ரசனை உலகறிந்த ஒன்று. இந்தப் படத்தின் பின்புலத்தில் இடம்பெறுகிற உயிரற்ற பொருட்களுக்கும் இந்தப் படத்தினுள் உயிர் இருந்தது. உதாரணமாகச் சொல்வதானால் ஒரு மாடர்ன் ஆர்ட் சித்திரம் மற்றும் கடிகாரம் டெலிஃபோன் ஆகியவற்றைச் சொல்லலாம். கலை இயக்கம் தொடங்கிப் படக்கலவை

வரை எல்லாமும் குறிப்பிடத் தக்க உன்னதத் தரத்தில் விளங்கின. நா.முத்துக்குமாரின் பாடல்கள் இசைப்பேழையை வளமாக்கின.

தான் கையிலெடுக்கிற எல்லா முடிச்சுக்களையும் கொண்டு கடைசி பத்து நிமிடங்களில் பார்வையாள மனங்களின் அத்தனை ஒவ்வாமை சந்தேகங்கள் அனைத்திற்குமான கேளாவினாக்களுக்கெல்லாமும் விடைகள் தந்துவிடுவது அற்புதமான அறிவுஜீவித்தனமான உத்தி.அந்த வகையில் முதல் முறையை விட இரண்டாம் முறை காணும் போது இந்தப் படம் இன்னொரு உன்னதமாக அனுபவரீ-தியினால இன்பமாகவே ரசிகனுக்கு நிகழ்கிறது. புதிர்த் தன்மை மிகுந்த ஊகிக்க முடியாத விளையாட்டின் இறுதிப்போட்டி தருகிற ரத்த அழுத்தத்தினை எதிர்பாராமையை மனப்பிசைவை எல்லாம் இந்தப் படம் உருவாக்கியது. ரசிக மேதமைக்குள் இயங்க முயன்ற வெகு சில படங்களில் ஒன்றானது. இந்தப் படத்தை வழக்கசாத்தியமற்ற அபூர்வம் என்றே சொல்லலாம்.

ஒளிப்பதிவும் இசையும் படத்தொகுப்பும் இந்தப் படத்தின் உபதளபதிகள் என்றே சொல்லலாம். இளையராஜா தன் குரலில் பாடிய அடியே கிளியே எப்போதைக்குமான சுந்தரகானம். இசை கார்த்திக்ராஜா. மனம் ஆறாமல் பலகாலம் தவிக்கும் சோகக் கவிதையாகவே குடைக்குள் மழை படத்தினைச் சுட்ட முடிகிறது. மிக முக்கியமான திரைப்படம்.

இன்னொரு மழை வேறொரு குடை அசாத்தியம். காதலற்ற காதலின் கவிதை குடைக்குள் மழை.

78 கில்லி

"கனவான்களே.. நீங்கள் இங்கே சண்டையிட இயலாது. இது போருக்கான அறை."

ஸ்டான்லி குப்ரிக் எழுதி இயக்கிய

டாக்டர் ஸ்ட்ரேஞ் லவ் 1964 திரைப்படத்தின் ஒரு வசனம்

தெலுங்கில் குணசேகர் இயக்கிய ஒக்கடு தான் தமிழில் கில்லி என்கிற பெயரில் மீவுரு செய்யப்பட்டது என்றபோதிலும் பல காரணங்களுக்காக கில்லி மிக முக்கியமான படமாகிறது. ஒரு பண்டிகை தினத்தின் முன் தின மாலை தன்னைத்தானே தின்று பெருகும் பொழுது போகும் திசையறியாத சுவையான பரபரப்பு ஒன்றை முன்பு இல்லாத முதல் முறையாகப் படமாக்கித் தந்தார் தரணி. அமர்ந்ததும் எழுந்ததும் தெரியாமல் இடைவேளை வந்ததை நம்ப மறுத்தது ரசிக மனம். செகண்ட் ஹாஃப் அதற்குரிய அழகுகளோடு நிகழ்ந்து முடிந்தது. தான் முதல் முறை பார்த்ததை நம்புவதற்கே அதே படத்தை இரண்டாம் முறை பார்க்கவேண்டியவனானான் தமிழ் ரசிகன்.

அரிசியில் உருவம் செதுக்கும் கலை ஒன்று உண்டு. நுண்பெருக்கி கொண்டுதான் அதைப் பார்க்கவே முடியும். திருக்குறள் சின்னது. அதைவிடப் பல மடங்கு சின்னதான அரிசியில் திருக்குறளை எழுதியவர் உண்டு. நாயகன் என்பவன் நம்ப முடியாதவற்றைச் செய்பவன் என்பது ஒருபுறம் இருக்க, அரிசியில் திருக்குறள் எழுதினாற் போல் சின்னஞ்சிறு கதையை ஒரு திரைப்படத்துக்கு உண்டான அளவு நீளமாய் விரித்தது சாகசம்.

நாயகன் அறிமுகம் கபடிக்காக மதுரை செல்வது நாயகியை அடைவதற்காக அண்ணன்களைக் கொல்லும் வில்லன் வில்லனிடமிருந்து தப்பித்துச் செல்ல வில்லனை நோக்கியே ஓடும் நாயகி கோழி அமுக்குகிறாற்போல் அவளைப் பிடிக்கும் வில்லன் அந்த இடத்தில் வந்தால்தானே ஆபத்பாந்தவன் வில்லனை நல்லதனமாய் நாலு சார்த்திவிட்டு நாயகியைக் காப்பாற்றி சென்னை திரும்பும் நாயகன் இந்த இடத்தில் இடைவேளை ஸ்வாமி.

வில்லனின் பிடியில் சிக்காமல் நாயகியைத் தப்பவைக்கும் நாயக வேலையின் நடுவே வரும் வில்லன் அவனைக் கொன்றழிக்கும் நாயகன் இது இரண்டாம் பகுதி.

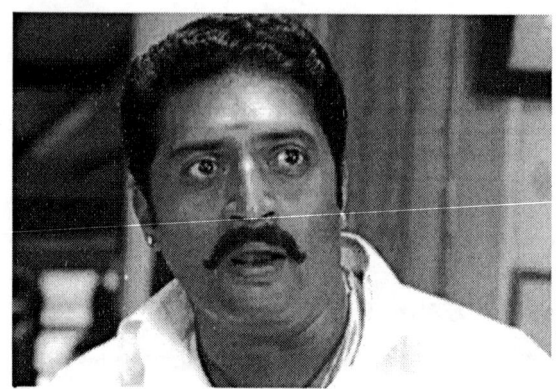

கில்லி புதுவித சினிமாத் திரையாக்கத்திற்கான வாசலாக விளங்கியது. திரைக்கதையை செலுத்தும் விதத்தில் இது தெலுங்கில் முயலப்பட்டதோ வென்றதோ பெரிய செய்தியல்ல. ஏன் எனில் இன்று வரை சினிமாவின் அத்தனை வகைமை உபவகைகளிலும் அங்கே படங்கள் எடுக்கப்பட்டு வருகின்றன. தமிழில் அப்படி அல்ல.திருவிளையாடல் போன்ற படங்கள் இன்றைக்கு ஒன்று கூட இல்லை எனலாம். தமிழில் கால இடைவெளிகளுடன் முயன்று பார்க்கப்பட்டு கைவிடப்பட்ட அத்தனை வகை சினிமாக்களும் அங்கே உண்டு. ஆடி வெள்ளியும் உண்டு ஆயிரத்தில் ஒருவனும் உண்டு திருவிளையாடலும் உண்டு மாயாபஜாரும் உண்டு மர்மத்தீவும் உண்டு எப்போதும் எல்லாவகைமையும் விரும்பப்படுகிற கமர்ஷியல் ப்ரதேசம் தான் தெலுங்கு பேசும் இருதேசமும்.

தமிழில் கில்லி அதுவரைக்குமான கதாமுறையின் அழுத்தம் மற்றும் திருத்தம் ஆகியவற்றை மாற்றி அமைத்தது. இரு வித்யாசமான ஒன்றுக்கொன்று பொருந்தவே பொருந்தாத நாயக வில்ல பாத்திரங்களை சந்திக்க வைப்பதிலிருந்து அவர்களுக்கு இடையிலான முரணை பகையை வெறியை வெற்றி தோல்விகளை அழித்தலை காத்தலை தப்புதலை என எல்லாவற்றையும் அடுத்தடுத்த நகர்வுகளாக்கி அதையே திரைக்கதையுமாக்கிப் படம் செய்வது என்ற புதிய பாணி உருவானது. ரொம்பக் கேள்வி கேட்காதமாதிரி வேகமா படமெடுத்தா போதும் என்ற உபதேசத்தைக் கெட்டியாகப் பற்றிக் கொண்டார் தரணிஅதெப்படி என்று யாருமே யோசித்திராத வண்ணம் அப்படியான நாயக வில்ல வாழ்வுகளில் அதிகம் சென்றால் ஒரு வார காலத்து நிகழ்வுகளை மாத்திரம் கொத்தாக்கிக் கதை செய்தது புதியது. நன்றாகப் பலித்தது.

தரணியின் படமாக்கல் கில்லியை எப்போதும் கொதி-நிலையிலேயே ரசிகர்களைப் பிடித்து வைத்ததன் மூலமாக பெரு வெற்றிப் படமாக்கிற்றுத்ரிஷாவை விஜய் காப்பாற்ற முனைவதற்கு

காதல் என்பதைக் காரணமாக்காமல் இருந்தது பெரிய ஆறுதலாக பார்க்கப் பட்டது. கதையினூடே பெருகும் நகைச்சுவையும் கற்பனைக் காட்சிகளாய்ப் பாடல்களும் கழிந்தன. வித்யாசாகரின் பாடலிசையும் பின்னணி இசையும் பெரிய வேலையை உடனிருந்து பார்த்தாற் போல் நிகழ்ந்தன. தொழில் நுட்ப கச்சிதமும் இதன் வெற்றிக்கு இடுபொருளாயிற்று. த்ரிஷா இந்த நூற்றாண்டின் நதியாவானார். விஜய் எத்தகைய சாகசத்தையும் செய்யத் தக்க வியப்பின் திருவுருவாகவே இப்படத்தில் தன்னை நிகழ்த்தினார். அவரது நாயகமாலையில் முக்கியமான மலராயிற்று கில்லி. ஆசிஷ்வித்யார்த்தி, ஜெனிஃபர், ஜானகி, த்ரிஷா, தணிகலபரணி, தாமு, டி.கே.கலா, மயில்சாமி, பொன்னம்பலம் எனப் பெரும் பட்டாளமே கில்லியில் தோன்றினார்கள் என்றாலும் இது விஜய் மற்றும் பிரகாஷ்ராஜ் படம்.

ப்ரகாஷ் ராஜின் நிழல் கூட நடிக்கும். இந்திய சினிமாவில் சென்ற நூற்றாண்டில் தோன்றிய கடைசி மிகை நடிகர் என்று தாராளமாய் ப்ரகாஷ்ராஜை சொல்ல முடியும். மிகை நடிப்பின் வசதி அப்படியான நடிகர்கள் அண்டர்ப்ளே செய்தால் அதுவும் பெரிதாக விரும்பப் படும். பல படங்களில் ப்ரகாஷ் ராஜ் இவ்விரண்டு நடிப்பு வகைகளையும் நமக்கு அளித்தார்.

கில்லி படத்தில் மதுரை முத்துப்பாண்டி என உள்துறை அமைச்சரின் செல்ல மகனாக அதகளம் செய்தார். இந்த வேடத்தில் எத்தனை நடிகர்களை யோசித்தாலும் ப்ரகாஷ் அளவுக்கு அவர்களில் யாருமே நியாயம் செய்துவிட முடியாது என்பது அவருடைய நடிப்பின் மேன்மைக்கான சாட்சியம்.

கில்லி

பேரிசையின் ஆரவாரம்.

79 காதல்

சினிமா யதார்த்தம் என்பது எப்போதும் கேள்விக்குரியது நிஜநிகர் என்ற ஒன்று சினிமாவில் இல்லவே இல்லை.

- க்ரிஸ்பின் க்ளோவர்

சினிமா எதையும் பூடகமாய்ச் சொல்லும். நேரடியாகப் பேசுவதன் கடினத்தை அனாயாசமாகக் கையாளும். அது தனி மனிதர்களின் மீது எய்யப்படும் ஒற்றை அம்பைப் போலத் தோற்றமளித்தாலும் கூட நிசத்தில் அது கூட்டத்தின் மீது கட்டவிழ்க்கப்படுகிற கண்ணீர்ப்புகைக் குண்டு ஒன்றை ஒத்தது. சினிமா காலம் கடந்த பிற்பாடும் கேள்வியெழுப்பும். அது ஒரு நிழல் நீதி மன்றம்.

இயல்புக்கு அருகே சினிமா உருவாக்கம் வருகையில் நல்லதோர் யதார்த்தப் படம் உண்டாகிறது. எதிர்பார்ப்புக்கு மேலாக நிசத்தின் அருகே அமர்விக்கப் படுகையில் கண்ணுறும் ரசிகன் விதிர்விதிர்க்கிறான். மற்ற எந்தக் கலையின் விளைதல்களை விடவும் சினிமா மூலமான பண்படுத்துதலுக்கான பலாபலன் அதிகம். மேலும் சினிமா மக்களுக்கு என்றென்றும் ப்ரியமான ஊடகம். அதனை விஞ்ச அடுத்தவோர் கலை இன்னும் உருவாகவில்லை என்பதே நிதர்சனம்.

சமூகம் விடாப்பிடிவாதத்தோடு பற்றிக் கொண்டிருக்கிற தவறான பிடிமானங்களினின்றும் மெல்லிய சேலையை முட்பரப்பினின்றும் சின்னதொரு கிழிசலும் ஏற்பட்டு விடாமல் அகற்றுவது போலவே வெகுதூரம் அழைத்துச் செல்கிற வேலையைப் பண்பாடும் கலாச்சாரமும் நிரந்தர முழக்கங்களாக வைத்திருக்கின்றன. அப்படியான முழக்கங்களை மீண்டுமீண்டும் நிகழ்த்துவதற்கு உபயோகமாகும் தொடர்சாலையாகவே அடுத்தடுத்த சினிமாக்களின் வருகை தேவையாகிறது. மாபெரிய மாற்றத்துக்கு ஒற்றை சினிமா போதவே போதாது.

சினிமா என்பது மறைமுகமாகவும் நேரடியாகவும் சரி மற்றும் தவறு ஆகிய இரண்டு தரப்புக்களை ஓங்கி ஒலிப்பதான பிரச்சாரத்தை விடாமல் செய்தவண்ணம் இருந்தே ஆகவேண்டும் அல்லாமற் போனால் சமூகம் தன் மீது குறித்த காலங்களில் பெய்ய வேண்டிய

குளிர்மழை அற்றுப் போய் வெம்மையின் உக்கிரத்திற்குத் தன்னை ஒப்புக் கொடுக்கவேண்டி வரும்.

சாதிகளுக்கு இடையில் நிரந்தரமாய்ப் பேணப்பட்டு வருகிற பகையும் ஒவ்வாமையும் நாடெங்கிலும் சாதி ஆணவத்திற்குப் பலியானவர்களின் கண்ணீர்வற்றாத கதைகளும் சமூகத்தின் எல்லா மௌனங்களையும் எப்போதும் ஆட்சேபித்த வண்ணம் பல கலைகளின் மூலமாகவும் வெளிப்பட்ட வண்ணமே இருக்கின்றன. கலை என்பது ஒரு போராட்ட முறை. கலை என்பது கலகம். எல்லாவற்றுக்கும் மாறாகக் கலை என்பது இன்றளவும் தீர்ந்திடாத வழக்குகளின் மேல் முறையீடு. கலை என்பது சமரசத்திற்குத் தன்னை ஒப்புக்கொடுத்திடாத கொள்கைவாதியின் வினா.

ஒயின் ஷாப் அதிபரின் செல்ல மகள் ஐஸ்வர்யாவுக்கும் மெகானிக் முருகனுக்கும் இடையில் பதின்பருவத்தின் கடைவாசலில் அன்பு பூத்துக் காதலாகிறது. வழியற்ற வழியில் திருமணம் செய்து கொண்டு ஊரை விட்டுச் சென்னை செல்கின்றனர். பெண்ணின் உறவினர்கள் நைச்சிய மௌனத்தோடு புதுமணத் தம்பதியினரை அன்போடு அரவணைப்பது போல பாசாங்கு காட்டித் தங்களூருக்கு அழைத்து வருகின்றனர். முழுவதும் தங்களது கட்டுப்பாட்டில் இருக்கும் இடத்தை நெருங்கியவுடன் அவளது தாலி பறிக்கப் படுகிறது. அவளைக் காதலித்துக் கல்யாணம் செய்தவன் அடித்து நொறுக்கப்பட்டு அவனுடலில் உயிர் மட்டும் எஞ்சுகிறது.தான் யாரென்பதையே மறந்த முருகன் நினைவுகளை இழந்து மனம் பிறழ்ந்து வாழ்வு சிதைந்து பைத்தியமாய்க் காணக் கிடைக்கிறான். தன் கணவன் குழந்தை சகிதம் அந்தச் சாலையில் எதிர்ப்படும் ஐஸ்வர்யா முருகனின் நிலை கண்டு அழுதுவெடிக்கிறாள். காதல் திரைப்படம் முற்றுப்பெறுகிறது.

பாலாஜி சக்திவேலின் படைப்பு நேர்மையும் சமரசம் செய்துகொள்ளாத உருவாக்கத் திறனும் காதல் படத்தை உலகளவிலான ஒன்றாக நிகழ்த்தின. ஷங்கரின் எஸ். பிக்சர்ஸ் சார்பாக பாலாஜி

சக்திவேல் எழுதி இயக்கிய காதல் படத்திற்கு ஜோஷ்வா ஸ்ரீதர் இசையமைத்திருந்தார்.நா முத்துக்குமாரின் எழுத்தில் உனக்கென இருப்பேன் சாகாவரப் பாடலாயிற்று. விஜய் மில்டன் ஒளிப்பதிவு உன்னதமான இருளாகவும் இயல்பான ஒளியாகவும் காணவாய்த்தது.

தண்டபாணி க்ரூரமான வில்லனாகத் தோற்றமளித்தார்.பரத் சந்தியா இருவருக்கும் இடையே உலர்மலராகக் காதல் காண்பவர் நம்பகங்களின் நிரம்பிற்று. சுகுமார் சரண்யா பசங்க சிவக்குமார் ஆகியோரும் குறித்த நடிப்பை நல்கிச் சிறந்தார்கள்.

சாதி ஆணவம் ஒவ்வொரு மனிதனிடமிருந்தும் விட்டு அகல வேண்டிய காட்டுமிராண்டித்தனம். அடுத்தடுத்த காலத்திற்குத் தன் மனமறைபொருளாக சாதியை மேலெழுதி வருவதும் சின்னஞ்சிறிய பிஞ்சுகளின் மனதிலும் சாதி நஞ்சை விடாமல் புகட்டிவருவதும் ஒப்புக்கொள்ளவே முடியாத செயல்பாடுகள். என்றைக்கு மனிதன் முழுவதுமாய் சாதியினின்றும் அகலுகிறானோ அன்றைக்குத் தான் இருளற்ற புதிய ஒளியை அவனடைவதாகப் பொருள்.

சாதியின் வன்மத்தை காதல் திரைப்படம் உண்மைக்கு மிக நெருக்கமாக ஒளி பாய்ச்சிற்று.

80 சந்திரமுகி

ஒரு திரைப்படத்திற்கான ரகசியமென்பது என்னவென்றால் அது ஒரு மாயை என்பதே.

- ஜார்ஜ் லூகாஸ்

மணிச்சித்ரதாழு படம் மலையாளத்தில் பெரும் வெற்றி பெற்றது. இந்த வாக்கியத்தில் உள்ள பெரும் என்ற வார்த்தை அதனளவில் ஒரு நிலத்தில் ஒரு திரைப்படம் என்னமாதிரி பெரிய வரவேற்பைப் பெறுமோ அதனைக் குறிக்கலாம். ஆனால் அதன் மையக் கதையை வாங்கி பி.வாசு தான் உருவாக்கிய ஆப்தமித்ரா கன்னடமும் அதன் மறுவுருவான சந்திரமுகி தமிழ்ப் படமும் பெற்ற வெற்றிகளுக்கு முன்னால் முன் சொன்ன மலையாள மூலத்தின் வெற்றி ஒரு சொல்லளவு தான்.

ரஜினி எனும் சூப்பர் பிம்பம் பாபா படத்தின் பெருந்தோல்விக்கு அப்பால் இன்னொரு சூப்பர்ஹிட்டோடு திரும்பி வரவேண்டும் என்கிற முனைப்பில் பார்த்துப் பார்த்து உருவாக்கப் பட்ட படம் சந்திரமுகி. முந்தைய நிராகரிப்பால் மனம் சோர்ந்த சூப்பர்ஸ்டார் அதனை வெளிப்படுத்தி விடாமல் அதிரி புதிரியான வெற்றி ஒன்றின் மூலமாகப் பதிலெழுத விழைந்த போது பெரும் கூட்டமாக நட்சத்திரங்களோடு களம் இறங்காமல் அழுத்தமான கதை மற்றும் அதன் தேவைக்கேற்ப முகங்களும் மனங்களுமாக படம் செய்தது நன்மை பயத்தது.

பி.வாசு திரைக்கதை அமைப்பதில் நகைச்சுவைக் காட்சிகளைத் தனி ட்ராக்காகவும் கதையின் உப இழையாகவும் இரண்டுமாகச் செய்துவிடுவதில் சமர்த்தர். சந்தான பாரதியின் இணையிலிருந்து வெளியேறி வாசு தனியே இயக்கிய பல படங்கள் கதைக்காகவும் நகைச்சுவைக்காகவும் இன்றளவும் நினைவுகூரப் படுவது மெய். அந்த வகையில் சந்திரமுகி படத்தில் வடிவேலு அதுவரை தான் தாண்டியிருந்த எல்லா உயரங்களையும் தானே தகர்த்தார். வடிவேலு ரஜினி நாஸர் ஆகியோரிடையில் அமைந்த காமெடி நன்றாக பலிதமானது. திரை அரங்குகளில் குழுமிய யாரையும் வடிவேலு வசீகரித்தார். அவரை நீக்கிவிட்டு சந்திரமுகி பற்றிப் பேசவே முடியாது என்ற அளவில் வடிவேலுவின் பங்கேற்பு அமைந்திருந்தது.

ரஜினி எந்த சைகையும் சமிக்ஞையும் இல்லாமல் நடித்த படமாயிற்று சந்திரமுகி. அவர் அரசியல் நகாசுகள் எதுவும் இல்லாமல் தன் படத்தை உருவாக்கினார் பி.வாசு. கதைக்குக் கட்டுப்பட்டு நடித்ததே ரஜினியின் பங்கேற்பாக அமைந்தது. வடிவேலு தன் நிழலாலும் நடித்தார். தனக்குத் தானே பேசிக் கொள்வதாகட்டும் தான் மனதில் நினைப்பதை எல்லாம் அறிந்து தன்னிடமே சொல்லும் டாக்டர் சரவணன் முன்பாக மனதிலும் எதையும் நினைக்கமுடியாமல் தவிப்பதிலாகட்டும் எந்நேரமும் தயங்கி மயங்கித் திரிவதிலாகட்டும் அவருடைய அசைவுகளும் சப்தங்களும் அழுகையும் சிரிப்பும் மௌனமும் ஆவேசமும் என எல்லாமே நகைக்க வைத்தன. தமிழ் சினிமாவின் நகைச்சுவை நடிகர்களின் வரிசையில் வடிவேலு என்கிற மறக்க முடியாத பெயரின் தகர்க்க முடியாத படமாக சந்திரமுகியை எப்போதும் சொல்லலாம். தகும்.

கதையைப் பொறுத்தமட்டில் பலவிதமான பழையகால நம்பகங்களை உயர்த்திப் பிடிப்பதா நிராகரிப்பதா என்ற குழப்பத்தோடு சுற்றிவளைத்து அமைக்கப்பட்டிருந்தாலும் அறிவியலும் தொன்மமும் அடுத்தடுத்த கிண்ணங்களில் வார்த்தெடுத்து மொத்தக் கதைக்கு உடன்வரும் வகையில் பயனாக்கம் செய்யப்பட்டிருந்தது. பழைய ஜமீன் பங்களாவை விலைக்கு வாங்கி அங்கே குடியேறுகிற தன் நண்பனின் குடும்பம் அங்கே ஒரு மறைவறையில் இருப்பதாக நம்பப் படுகிற சந்திரமுகி என்கிற முன் காலத்து நாட்டிய நங்கையின் ஆவி நண்பன் செந்திலின் மனைவி கங்காவின் உடலில் புகுந்து அவள் மூலமாக அத்தனை பேரையும் படுத்தி எடுக்கிறது. உளவியல் நிபுணரான டாக்டர் சரவணன் எப்படி அந்தக் குடும்பத்தைப் பேய்வசத்திலிருந்து காப்பாற்றுகிறார் என்பதே கதை. சொல்ல வந்த கதைக்குள் பழையகாலக் கதை ஒன்று வசீகரமாகத் தோன்றியது. வேட்டையன் மகாராஜா என்ற பேரில் பழைய வில்லத்தனத்தை நினைவுபடுத்தி ரஜினி ஸ்டைலாகத் தோன்றியதை எல்லோரும்

ரசித்தார்கள். கடைசியில் பல சூழ்ச்சிகளை வென்று சுபம் என்றாகும் சந்திரமுகி படம் கதை சொன்ன விதத்துக்காகவும் காமெடிக்காகவும் இசை மற்றும் பாடல்கள் பாந்தமான ஒளிப்பதிவு என எல்லா ப்ளஸ் பாயிண்டுகளும் சேர்த்த அதன் விருந்தோம்பலுக்காகவும் எல்லாக் காலங்களுக்குமான நற்படமாக மாறியது.

நயன் தாரா, நாஸர், ஷீலா, ஸ்வர்ணா, மனோபாலா, விஜயகுமார், வினீத், கே.ஆர்.விஜயா போன்றவர்களோடு பிரபுவும் நடித்திருந்தார். ரஜினிக்கு சமமான கதாபாத்திரத்தில் ஜோதிகா தன் கண்களால் சந்திரமுகி என்கிற முன்காலப் பெண்ணாகத் தத்ரூபம் காட்டினார். மனப்பிறழ்வு என்பதைத் திரையில் பரிணமித்த நடிக வரிசையில் ஜோதிகா இந்தப் படத்துக்காக மெனக்கெட்டதன் பலன் என்றென்றும் அவரை இடம்பெறச் செய்யும் என்பதில் கருத்து மாற்றமில்லை.

வித்யாசாகரின் இசை எல்லாப் பாடல்களுமே மழை என்றானது. வருடக்கணக்கில் ஓடிய தமிழ்ப் படங்களின் வரிசையில் இந்தப் படம் இடம்பெற்றதற்கு இசை உட்பட எல்லாமே காரணங்களாயின. தான் மட்டுமே அறிந்த சபதத்தில் வென்றெழுந்தார் ரஜினி எனும் சூப்பர்ஸ்டார்.

சந்திரமுகி நிலாச்சோறு.

81 புதுப்பேட்டை

வலி என்பது தற்காலிகமானது: திரைப்படம் எப்போதைக்கு மானது.

- ஜான் மிலியஸ்

பாலகுமாரனுடன் செல்வராகவன் இணைந்து வசனங்களை எழுதிய படம் புதுப்பேட்டை. வெளியான காலத்தில் குழப்பமான வரவேற்பை ரசிகர்களிடமிருந்து பெற்றது பின் வந்த காலகட்டங்களில் தமிழின் உன்னதங்களில் ஒன்றாகக் கொண்டாடப்பட்டு வருகிற படம் புதுப்பேட்டை. உயர்ந்ததே உயிர்த்திருக்கும் என்பதை இந்தப் படத்தின் பெயர்கீழ் வாசகமாக இடம்பெறச்செய்தார் செல்வராகவன். இந்தியாவில் எடுக்கப்பட்ட அரசியலினூடாக சாமான்யனின் வாழ்க்கையை தரிசிக்கச் செய்த படங்களில் குறிப்பிடத்தக்க படமாக புதுப்பேட்டையை முன் வைக்க முடியும். தமிழில் அதுவரை போற்றுதலுக்கு உரித்தாக்கப்பட்ட அல்லது அதிகம் கவனிக்காமற் போன படர்க்கை உலகத்தைத் தன் படத்தின் இயங்கு களமாக நிர்ண-யித்ததில் தொடங்குகிறது செல்வராகவனின் வெற்றி பாத்திரங்கள் அனைத்துமே ஆழமாக காலங்காலமாய்க் கதாபுராணங்களின் பாத்திரங்களைப் போலவே அவற்றின் தோன்றலும் எழுச்சியும் முரணும் வீழ்ச்சியும் இடம்பெறச் செய்திருந்தது நன்றாகக் கரம் கொடுத்தது. புதுப்பேட்டை அதன் மனிதர்களுக்காகவும் அவர்தம் வாழ்க்கை மாறுபாடுகளுக்காகவும் அதனூடாகக் கிட்டிய அந்தரங்கமான அக அனுபவமாக மாறியது. நெடுங்காலமாய்த் தனித்தலையும் ஒற்றைப் படகின் மீது படரும் ஒருபுற நிலவொளியும் அதற்கீடெதிர் நிழலிருளுமாய் இந்தப் படம் ஒரு அற்புதம்.

குமாரின் உலகம் அவனுடைய அம்மாவுக்கும் அவனுக்குமான பிணைத்தல். தன் மகனை ஆபீசராக்கி அழகுபார்த்து விட வேண்டுமென்பதே அவளது ஒற்றைப்பெருங்கனா. அதற்கிடையூறாக குமாரின் அப்பனின் கோபக் கணமொன்றில் அவன் கையால் கொல்லப்படுகிறாள் அம்மா. அவளது மரணத்தைப் பார்த்து விக்கித்து அழுதபடியே அந்த இரவெல்லாம் கழிக்கிறான் குமார். எப்படியான இரவு அது..? சற்று முன்தான் அவனுடைய அப்பனின் சினேகிதர்கள் வந்து பிணத்தைக் கொண்டு போய் நடுக்கடலில் மூட்டைகட்டி வீசிவிடுகின்றனர். இந்த உபகாரத்தின் இணைப்பாக அவர்களில் ஒருவன் குமார் எப்போதும் அழுதபடி

இருக்கிறான். எப்படியும் வெளியே சென்று அம்மாவை அப்பன் கொன்றுவிட்டதாகக் கூறிவிடப் போகிறான் ஆகவே அவனை விட்டு விடாதே என அப்பனை எச்சரிக்கிறான். மேலதிகமாக உனக்குத் தான் இன்னொரு குடும்பம் இருக்குதில்ல என்று போகிற போக்கில் OFFER விளம்பரங்களின் கண்மயக்கும் வாசகம் போல ஏற்றிச் சொல்ல அதனை சிரமேற்கொண்டு குமாரையும் முடித்து விடலாம் என்று முடிவில் வந்து அன்றைய இரவைக் குமாரோடு கழிக்கிறான் தகப்பன். ஒரு உசிதகணத்தில் அப்பனின் பிடியிலிருந்து தப்பி ஒரே ஓட்டமாக ஓடி சென்னை எனும் யாருமற்ற நகரத்தின் இருளில் கலைந்து ஒளியில் மீள்கிறான் குமார். அந்தக் குமாருக்கு என்ன நடந்தது என்பது இந்தக் கதையின் முடிச்சு.

யாருமற்றவர்களை ஒரு செவிலித் தாய்போல அரவணைத்துக் கொள்வது நகரங்களின் இயல்பு. குமார் வேலை தேடித் தோற்று அயர்கிறான். அவனுக்குப் பசிக்கிறது. குமார் பிச்சை எடுக்கிறான். கிடைத்த பணத்தில் சாப்பிடுகிறான். அது அவனது விடுதலைக்குப் பிந்தைய முதல் உணவு. பிறகு குமார் பிச்சை எடுப்பதிலிருந்து அன்பு எனும் அந்த வட்டாரத்தின் செல்வாக்கான மனிதரின் குழுவில் ஒருவனாக இடம்பெறுகிறான். அவனுக்கென்று நண்பர்கள் உருவாகின்றனர். மெல்ல மெல்ல அன்பு கூட்டத்தில் குமாருடைய நாற்காலி கனம் பெறுகிறது. அவன் தேவைப்படுகிறான். தன் கால்களால் உறுதியாக நிற்கத் தொடங்குகிறான். கிருஷ்ணவேணி மீது அவனுடைய அன்பின் முதல் மலர் வியப்பின் தினமொன்றில் பூத்து மிளிர்கிறது. கிருஷ்ணவேணி அன்புவின் கட்டுப்பாட்டில் இருக்கிற பல பெண்களில் ஒருத்தி. ஏழ்மையை பாதுகாப்பின்மையை நோய்மையை இரக்கமற்ற தனிமையை இன்னபிறவற்றை எல்லாம் கையிலெடுத்துத் தன் அடிமைகளாக எளிய மனிதர்களை மாற்றிக் கொள்பவன் அன்பு. அவனுக்கு மேலே கட்சி இருக்கிறது. அதன் தலைவர் தமிழ்ச்செல்வன் மாநிலத்துக்கே எதிர்க்கட்சி நாயகர். அவரது அன்பும் ஆசீர்வாதமும் பெற்றவன் அன்பு என்பது அவனுடைய விலாசம் மீதான பயத்தின் இருள் மீது எந்தச் சிறு ஒளியுமே பூத்துவிடாமல் பார்த்துக் கொள்கிறது. அப்படியான அன்புவின் நம்பிக்கைக்குரியவர்களில் ஒருவனாக மாறும் குமாருக்குக் கிருஷ்ணவேணி மீது பித்தாகிறது. அவள் தனக்கே தனக்கென்று வேண்டுமென அவன் நினைப்பதற்குக் காரணம் அவள் ஒருத்தியை மாத்திரம் வன்மவாழ்விலிருந்து விபச்சாரத்தின் கரங்களிலிருந்து விடுவித்துவிடவேண்டும் என்கிற பேரன்பின் சொல்லில் வராத காதல் தான். அதை உணரும் குமார் அன்புவிடம் நேரே சென்று கிருஷ்ண வேணியை விட்டுவிடுமாறு கேட்கிறான். தன் கால்பற்றி வாழத்தொடங்கிய இரண்டுபேர் என்ற கருணை கொஞ்சமும் இல்லாத அந்த மனிதன் பெயரில் மட்டும் அன்பு என்று கொண்டவன் குமாரைக் கடுமையாக எச்சரித்து

அனுப்பி விடுகிறான். கிருஷ்ண வேணியை மிகவும் க்ரூரமாகத் தாக்கி குமாருக்கும் சேர்த்து அவளைத் தண்டித்து அதன் மூலமாக அவளை எச்சரிக்கிறான். குமார் வழியற்றுத் திகைக்கிறான். அவனுடைய நண்பர்கள் அவனை சமரசம் செய்து மறுபடி அன்புவிடம் ராசி செய்துவைக்க அழைத்துச் செல்கிறார்கள். அன்பு முதலில் குமாரை வெறி அடங்கும் வரை அடித்து நொறுக்கி விட்டு எச்சரித்து லேசாக மன்னிக்கவும் செய்து இனி ஒழுங்காக இரு என்கிறான். அந்த நேரத்தில் அவன் காலில் விழுந்து நன்றி சொல்கிற சாக்கில் அன்புவை வெட்டிக் கொலை செய்கிறான் குமார். அந்தக் குமாருக்கு என்ன நடந்தது என்பது தான் இந்தக் கதையின் முடிச்சு.

தமிழ்ச்செல்வனிடம் அன்பு மரணச்செய்தி தெரிவிக்கப் படுகிறது. இனி அன்புவின் ஏரியாவை யார் பார்த்துக் கொள்வார்கள்.? இனி தனக்கு யார் கப்பம் கட்டுவார்கள் என்கிற தன் கவலைகளுக்கு நடுவே அவரை சந்திக்க வரும் குமார் மற்றும் நண்பர்களைக் காறி உமிழ்ந்து அன்புவின் இழப்புக்கு யார் பதில் சொல்வது எனக் கேட்கிறார். என்னை நீங்க உயிரோட விட்டா உங்களை நானும் உயிரோட விட்டுர்றேன் என்று முதுகிலிருந்து பெருவாள் ஒன்றை உருவும் குமாரைப் பார்த்து ஆச்சர்யப்படுகிறார் தமிழ்ச்செல்வன். இத்தினி பெரிய கத்தியை வச்சிட்டா எங்கிட்ட அடி வாங்குனே என்று வியக்கிற தலைவர் இங்கேருந்து போயிட்டா நீ தப்பிச்சுடுவியா..? அன்புக்கு எத்தினி பசங்க இருக்கானுங்க..? விசுவாசிங்க உன்னை உயிரோட விடப்போறதில்லை. நீ மட்டும் இன்னிக்கு ஒரு ராத்திரி உசிரோட இருந்து தப்பிச்சிட்டா நாளைக்கு காலைல அன்போட ஏரியா உன்னுதுடா என்று ஏற்றி விட்டு அனுப்புகிறார். குமாரின் உயிர் வீதியில் எதிராடுகிற அத்தனை பேரின் ஆயுத நுனிகளில் இருக்கிறது. தன் சொற்பக் கூட்டத்தையும் உயிர் பயத்தையும் வீரமாய் வாள் நுனிக்கு மாற்றிக் கொண்டபடி அந்த இரவின் மடியில் புகுகிறான் குமார். ஒருகட்டத்தில் தன் தகப்பனின் இரண்டாவது குடும்பத்தின் விலாசத்தில் அடைக்கலம் புகுகிறான்.அந்தக் குமாருக்கு என்ன நடந்தது என்பது இந்தக் கதையின் முடிச்சு.

இரவெல்லாம் ரத்தம் எதிரில் வருகிற யார் முகத்தைப் பார்த்தாலும் பயம். அந்த இரவு நீண்டு கொண்டே செல்கிறது. ஒரு கட்டத்தில் இருளின் கரத்திலிருந்து சாவியைப் பிடுங்கி அடுத்த தினத்தைத் திறந்து வைக்கிறது சூரியன். நேரே தலைவர் தமிழ்ச்செல்வன் வீட்டு வாசலுக்குச் சென்று அவரது புதிய தளபதியாகப் பதவியேற்றுக் கொள்கிறான் குமார். அவர் அவனை அங்கீகரித்து ஏற்றுக் கொண்டாலும் முன்பு அன்புவுடன் இணக்கத்திலிருந்த சிலரால் அவனது எழுச்சியைத் தாங்கிக் கொள்ள முடியவில்லை. அவர்களில் ஒருவன் தாட்டியத்தோடு எழுந்து

வந்து குமாரின் கன்னத்தில் ஓங்கி அறைகிறான். இனி நான் தான் என்று அங்கேயிருந்து கிளம்பிச் செல்கிறான். இந்தப் புதிய வந்து சேர்ந்திருக்கும் இடத்திலிருந்து பார்க்கும் போது தன்னை எதிர்க்கும் அனைவரையும் கொன்று தள்ளுகிறான் குமார்.தன்னுடைய புதிய வாழ்வின் செல்வந்தத்தில் கொஞ்சத்தை தகப்பனின் இரண்டாவது குடும்பத்திற்கு பகிர்ந்து தந்து அவர்களை அனுப்பி வைக்கிறவன் தகப்பனை மட்டும் நண்பர்களோடு தனியே அனுப்புகிறான். அவர்கள் தகப்பனை ஊரின் ஒதுக்குப் புறத்துக்குக் கூட்டிச் சென்று குழிவெட்டி அதில் படுக்கச் சொல்கிறார்கள். குமாரிடம் கெஞ்சுகிறான் தகப்பன். அவனது ஈவு இரக்கமற்ற அதே குணங்களை அவனுக்கே பரிசாய் மீட்டுத்தந்து அந்தக் குழியில் தள்ளிக் கொல்லுமாறு கட்டளை-யிடுகிறான் குமார். சகாக்கள் செவ்வனே செய்கிறார்கள். தாயின் ஆன்மா மீது கொலைமலர்களைச் சொரிந்தபடி எதுவும் நடக்காத பாவனையில் தன் குற்றவுலகில் சஞ்சரிக்கிறான் குமார். அவனுக்கு என்ன நடந்தது என்பது இந்தக் கதையின் முடிச்சு.

குமார் வளர்கிறான். தமிழ்ச்செல்வனின் குடும்பத்தில் ஒரு பிரச்சினை வருகிறது. அவரது மகளை போதையில் சிலர் படமெடுத்து மிரட்டுவதைச் சொல்லித் தனக்காக எதாவது செய் என்று குமாரிடம் கெஞ்சுகிறார் தலைவர். அத்தனை பேரையும் கொன்று அந்த வீடியோ டேப்பை அவரிடம் தருகிற குமாரிடம் நன்றிப் பெருக்கில் கண் நீர் உகுக்கிறார் தமிழ்ச்செல்வன். அவர் குடும்பமே குமாருக்கு நன்றிக்கடன் பட்டிருக்கும் என்று போற்றுகிறார். தன் மகள் காலமெல்லாம் குமாரின் படத்தைக் கடவுளாக எண்ணி வழிபடவேண்டும் என்று காற்றில் கட்டளையிடுகிறார். எல்லாவற்றையும் நாசூக்காகக் கடந்து தன் உலகம் திரும்புகிறான் குமார். கூடவே இருக்கும் மணியின் தங்கை செல்வி கல்யாணத்தில் தடபுடல் மரியாதை குமாருக்கு தாலியை ஆசீர்வதித்துத் தரச்சொல்கிறார்கள். அவனோ செல்வி கழுத்தில் தாலியைத் தானே கட்டி விடுகிறான். காதலற்ற கட்டாயத்தின் நிமித்தம் அவனோடு வாழவேண்டி நிர்ப்பந்திக்கப் படுகிறாள் செல்வி. மணி குறி வைத்தது பிசகி குமாருக்கு பதிலாக ரவியைக் கொன்றுவிடுகிறான். தன் அண்ணனைக் கொன்றுவிடவேண்டாம் என்ற வேண்டுகோளோடு அவனோடு வாழத் தொடங்குகிறாள் செல்வி.தன் வயிற்றில் குமாரின் குழந்தை வளர்வதைச் சொல்லி தன்னால் இறக்கவும் முடியவில்லை வாழவும் முடியவில்லை என்று அழுகிறாள் கிருஷ்ணவேணி. தன் வாரிசின் வருகைக்காக அந்தக் கணத்திலிருந்தே பரவசத்தோடு காத்திருக்கிறான் குமார்.அந்தக் குமாருக்கு என்ன நடந்தது என்பது இந்தக் கதையின் முடிச்சு.

குமாரின் அடுத்த கட்ட வளர்ச்சி அவன் எழும்பூர் பகுதிச் செயலாளராக அறிவிக்கப் பட்ட நொடியிலிருந்து ஆரம்பமாகிறது.

தன்னை எதிர்க்கும் மூர்த்தியின் தம்பியைக் கொன்று மூர்த்தியை பாதிக்கு மேல் உடல் செயலிழக்கச் செய்து பேருரு எடுக்கிறான் கொக்கி குமார்.அடுத்து வரக் கூடிய இடைத்தேர்தலில் தனக்கு எழும்பூர் தொகுதி ஸீட் வேண்டுமெனக் கேட்கிறான் குமார். அதனை எள்ளி நகையாடுகின்றனர் கட்சியின் மனிதர்கள். அவனிடம் இன்னும் பத்து வருசம் போகட்டும் பார்க்கலாம் என்று கடுமை காட்டும் தலைவரிடம் முரண்பட்டு அவர் குடும்ப மானத்தைத் தான் காத்தது உட்பட கட்சிக்காகத் தன் தியாகங்களை பட்டியலிட்டு கிட்டத் தட்ட மிரட்டல் விடுக்கிறான் குமார். அவனது மிரட்டல் பலனற்றுப் போகிறது. கட்சி எழும்பூருக்கு வேறொருவரை அறிவிக்கிறது. கூட்டமத்தியில் தலைமையை எதிர்த்து பேசும் குமாரை அங்கேயே கொன்றுவிடக் கட்சியினர் துடிக்கிறார்கள். இங்கே வேண்டாம் வெளியே வைத்துக் கொள்ளுங்கள் என்று அறிவுறுத்துகிறார் தமிழ்ச்செல்வன். அங்கே இருந்து தப்பித்து ஓடுகிறான் குமார். அவனுடைய உடனாளிகளை எல்லாம் அனுப்பி விட்டுத் திகைக்கும் போது மணி அங்கே வருகிறான். கொக்கி குமாரின் கையில் அவனது குழந்தையைத் தந்துவிட்டு என்ன இருந்தாலும் ஒரு குழந்தையைக் கொல்ல மனம் வரவில்லை என்று செல்கிறான். குழந்தையை யாரென்றே தெரியாத ஒரு பெண்ணிடம் தந்து எப்படியாவது படிக்கவைத்து வளர்க்குமாறு வேண்டியபடி மீண்டும் தன் குற்ற இருளுக்குள் திரும்புகிறான். இந்தக் குமாருக்கு என்ன நடந்தது என்பது புதுப்பேட்டையின் இறுதிக் காண்டம்.

மூர்த்தியை இந்த முறை மிச்சம் மீதியின்றிக் கொன்றழிக்கிறான் குமார். மூர்த்தியின் கட்சியான ஆளுங்கட்சிக்கு மூர்த்தியின் இடத்தை நிரப்ப ஒருவன் தேவைப்படுகிறான். அந்த இடத்தை அக்கட்சியின் தலைவர் குமாரைக் கொண்டு நிரப்புகிறார். அவனுக்கு அங்கே எம்.எல்.ஏ ஸீட் வழங்கப்படுகிறது. அவனை விட்டு வெகுதூரம் சென்றுவிடுகிறாள் செல்வி. தன் தொலைந்த குழந்தையைத் திரும்பப் பார்க்கவே முடியவில்லை குமாருக்கு. அடுத்த காலங்களில் எம்மெல்.ஏ மந்திரி எனப் பல பதவிகளை வகிக்கிறான் குமார். தமிழ்ச்செல்வன் அரசியல் துறவறம் பெற்று வெளிநாடு சென்று விடுகிறார். இப்படியான சிதைவுகள் இழத்தல்களுக்கு அப்பால் நிலைபெற்று ஓடுகிறது கொக்கி குமாரின் வாழ்க்கை நதி. இங்கே நிறைகிறது புதுப்பேட்டை.

இந்தப் படத்தினூடாகப் பெறக் கூடிய அனுபவம் அலாதியானது. அன்பு கதாபாத்திரத்தில் வரக்கூடிய பாலாசிங் அவருடைய நடிப்பு ஒரு அரக்கனை ஈவு இரக்கமற்ற மனித உருவிலான கொடூரனை அச்சு பிசகாமல் நம் மனத்திரைகளில் லயிக்கச் செய்கிறது. எத்தனையோ திரைப்படங்களில் எவ்வளவோ அதீதமான மன ஒப்புமைக்கு சம்மந்தமே அற்ற வில்லன்களைப் பார்த்துச் சலித்த மனங்களுக்கு

அரங்கு நிறைந்தது | 267

மத்தியில் யதார்த்தத்தின் அளவீடுகளுக்குச் சற்றும் பிசகாத முழுமையான மனிதராகவே கண்முன் தோன்றினார் பாலாசிங்.

தனுஷின் திரைவாழ்வில் ஆடுகளத்தை அனைவரும் போற்றக் கூடும் என்றாலும் புதுப்பேட்டை ஒரு ஒற்றை. இனி ஒரு சட்டகத்தைக் கூட இதனை விஞ்சி தனுஷ் எனும் கலைஞனால் செய்துவிட முடியாது என்று சொல்வது கூட ஏற்றிச் சொல்வதாகாது. புதுப்பேட்டை படத்தை தனுஷ் என்கிற கலைஞனைத் தவிர்த்து வேறொரு நடிகரைக் கொண்டு ஒரு ஷாட்டைக் கூட கற்பனை செய்துவிட முடியாது. அப்படி ஒரு முழுமையான சித்திரம் தனுஷ் என்பவரின் ஆளுமைக்கு உள்ளேயும் வெளியேயும் கொக்கி குமார் என்ற கற்பனை மனிதனை இயல்புமாறா அவதரித்தலெனவே தன் நடிப்பை நல்கினார் தனுஷ். அவருடைய உடல்மொழி குரல் கண்கள் முகமொழி எனப் பல காரணிகள் முன்பறியாத நல் நடிப்பை வெளிப்படுத்தின. தனுஷ் ஆடுகளத்திற்காக தேசிய விருது பெற்றார். அது புதுப்பேட்டையின் கொக்கி குமாருடைய கரங்களில் ஒரு வருடலுக்குத் தந்தே ஆகவேண்டியது.

தமிழ்ச்செல்வனாக வந்த அழகம்பெருமாளை அவருக்கு நன்றாக அறிமுகமானவர்கள் கூட அதன் பிற்பாடுகளில் அரசியல்வாதி என்றே அறிய விரும்புவார்கள். சற்றே பிசகி இருந்தாலும் கூடிக் குன்றி இருந்தாலும் தமிழின் வழமையான வில்ல பாத்திரங்களின் வரிசையில் சென்று காலாவதி ஆகிவிடக் கூடிய அபாயம் இந்தப் பாத்திரத்தின் தோன்றல் கணங்களெங்கும் தொடர்ந்து வந்தது. என்றாலும் அனாயாசமாக அதனையெல்லாம் தன் தனித்துவம் கொண்டு தகர்த்தெறிந்தார் அழகம்பெருமாள். உள்ளூர ஒரு இயக்குநர் நடிகராகவே அவர் தன்னை உணர்ந்திரா விட்டால் இந்தப் பாத்திரம் சோபித்திருக்காது. புதுப்பேட்டை படத்தை இவர்கள் இன்றி மீவுரு செய்யவே முடியாது என்று சொல்வதற்கான காரணங்களாக வருங்காலத்தில் எஞ்சப் போகிற காரணிகளில் தனுஷுக்கு அடுத்த காரணியாகவே அழகம்பெருமாளைச் சொல்லத் தோன்றுகிறது.

அரசியல்வாதி என்னும் பதத்தின் ஏற்ற இறக்கங்கள் ஆழவுயரங்கள் துரோகத்தின் உச்சம் கைகழுவிச் செல்லும் பட்டவர்த்தனம் என்று அவர் இந்தப் படத்தில் தோற்றுவித்த பல பிம்பங்கள் அசலானவை மாத்திரமல்ல முதன்முதலானவைகளும் கூட.

செல்வராகவனின் பெண் கதாபாத்திரங்கள் செல்வியும் கிருஷ்ணவேணியும் அவர்களது தோன்றுதலும் சொற்களும் இயலாமையைக் கண்கள் வழி படர்த்துவதும் நடிகைகளின் நிஜம் அழிந்து அந்தப் பெண்களாகவே நமக்கெல்லாம் காணவாய்த்த வகையில் இருவருமே முக்கியத்துவம் பெறுகிறார்கள். இத்தனை நெடிய குமாரின் கதைகளில் மூன்றாவது பெண்ணாகத் தன் பெயர்சொல்லாப் பெரியவளாக வந்து குமாரின் குழந்தையைக் கைகளில் ஏந்திச் செல்லக் கூடிய பசி சத்யாவின் வருகையும் நீங்குதலும் புதுப்பேட்டையின் திசைகளாகவே நிலைபெறுகின்றன.

யுவன் ஷங்கர் ராஜா இந்தப் படத்தின் பின் இசைக்காகவும் தீம் ம்யூசிக் கோர்வைகளிலும் தனித்துப் பல இடங்களில் ஸ்கோர் செய்தார். உறுத்தாத பாடல்கள் புதுப்பேட்டையின் தனிகீதங்களாகவே காலம் தாண்டி ஒலிக்கின்றன. இசை இந்தப் படத்தின் ஒரு கூடுதல் கதாபாத்திரமாகவே வியாபித்தது என்பதே சரிநிகர் சொல்லாடல்.

அரவிந்த் கிருஷ்ணாவின் ஒளிப்பதிவு பொறுப்பான ஒளி இருள் பங்கீட்டை நேர்த்தியதன் மூலம் நிஜத்திற்கருகாமையில் காண்விழிகளைக் கொணர்ந்து நிறுத்திற்று. கோலாபாஸ்கரின் தொகுப்பு நல்ல அனுபவத்திற்கான உடனிருத்தலாகவே கவனம் கொள்ளத் தக்கது.

செல்வராகவன் தமிழில் இரண்டாயிரமாவது ஆண்டுக்குப் பின்னால் எடுக்கப் பட்ட மிகச்சிறந்த படங்களில் ஒன்றாக புதுப்பேட்டையை அளித்தார்.

கொண்டாட்டத்திற்குரிய சினிமா.

82 இம்சை அரசன் 23ஆம் புலிகேசி

யாரொருவரையும் நீங்கள் அறிந்து கொள்ளும் வரை சாதாரணமாகத் தான் தோற்றமளிப்பார்கள்.

- நாடோடிக் கூற்று

தமிழில் அரிதினும் அரிதான வரலாற்று அங்கத திரைப்பட முயற்சிகளில் எஸ் பிக்சர்ஸ் சார்பாக ஷங்கர் தயாரித்த சிம்புதேவனின் முதல் படமான இம்சை அரசன் இருபத்திமூன்றாம் புலிகேசிக்கு முக்கிய இடம் உண்டு.

காலம் காலமாக கட்டமைக்கப்பட்டு வந்த மற்றும் ஏற்றிச் செல்லப்பட்ட ராஜவேடங்களின் புனித பிம்பங்களை எல்லாம் அடித்து நொறுக்கியது. இக்கதையின் சிறப்பம்சம் எத்தனை காலம்தான் அரசன் என்ற உடன் மிடுக்கும் கம்பீரமும் என்று தோன்றச் செய்து கொண்டிருப்பார்கள். இங்கே புலிகேசி ஆங்கில டபிள்யூ போல் மீசை கொண்டவன் அவனுடைய கொனஷ்டைகள் அந்தப் பாளையத்தின் சகலரையும் மனம் சுளிக்க வைத்தவை. அரசர் மொக்கையப்பருக்கு நெடு நாட்களுக்குப் பிறகு பிறந்த இரட்டைக் குழந்தைகளில் சுயபுத்தி குழந்தையை கொன்றுவிடச் சொல்லி தாய்மாமன் சங்கிலிமாயன் சதி செய்கிறான். சொல்புத்தி குழந்தை மாமன்னர் புலிகேசி ஆக மாற்றுகிறது காலம். மாமா வைத்ததுதான் சட்டம் என்பதை கண்மூடித்தனமாக நம்புகிற புலிகேசி ஆங்கிலேயர்களுக்கு துணை ஒலி தட்டுபவன். அவன் செய்யும் அராஜகங்களுக்கு அளவே இல்லை; நினைத்ததை எல்லாம் நிறைவேற்றி பார்ப்பவன்; குரூர மனம் படைத்த வில்லன் அல்லன் என்றபோதும் அடுத்த கணம் என்ன நிகழுமோ என்கிற அச்சத்தில் மக்களைத் துன்புறுத்துகிறான் கம்பளிப்பூச்சி மகாராஜா.

தன்னை எப்படி புகழ்ந்து ஓத வேண்டும் என்பதிலிருந்து தொடங்குகிறது. புலிகேசியின் இம்சை மாடிப்படி பக்கவாட்டு கைப்பிடிச் சுவரில் இறங்குவது ஆகட்டும் வழுக்குவது ஆகட்டும் காவலாளிகளை எடக்குமடக்காக கேள்வி கேட்டு அகற்றுவதில் ஆகட்டும் வித விநோத தண்டனை வழங்குவதில் ஆகட்டும் செய்தி கொண்டு வந்த புறாவை வறுத்து தின்பதில் ஆகட்டும் அவனுக்கு நிகர் அவன் மாத்திரமே அவனை மந்தத்திலேயே வைத்திருக்கும் சகுனி

மாமனுக்கு அவையெல்லாம் மகிழ்ச்சி ஆனாலும் புலிகேசி பெற்றோர்களுக்கோ அவன் ஒரு கோமாளியாகவே தென்படுகிறான்.ராஜகுருவின் மீறி கட்டளையை மீறி அந்த இரண்டாவது குழந்தை தப்பிப் பிழைக்கிறது. உக்கிர புத்தனாக பல்கலை ஆக செல்வனாக வளர்ந்து திரும்புகிறான் நண்பர்களுடன் சேர்ந்து நாட்டின் போக்கை ஏதாவது செய்து திருத்த வேண்டும் என்று சபதம் கொள்கிறான் அரசனைக் கொல்ல அரண்மனையிலேயே ஆங்காங்கே அவ்வப்பொழுது சதிகள் நடக்கின்றன ஒரு சந்தர்ப்பத்தில் புலிகேசி சிறைக்குச் செல்கிறார் உக்கிரபுத்திரன் புலிகேசி வேடத்தில் ஆட்சியைப் பிடிக்கிறான் சகோதரர்கள் இணைந்தார்களா நல்லது நிறைந்த தான் என்பதெல்லாம் இரண்டாவது பாதியில் கதை.

சிம்புதேவன் படக்கதை ஒன்றின் கதாபாத்திரமாக பிரபல பத்திரிக்கையில் வரைந்த இம்சை அரசன் புலிகேசி பாத்திரம் திரைப்படமாக கண்டது. இந்தியாவில் சொற்பமாக உருவாக்கப்பட்ட spoof வகைமை திரைப்படங்களில் புலிகேசி முக்கியமான ஒன்று குதூகலத்தின் வழியாகவும் கொண்டாட்டத்தின் மறைபொருளாகவும் மாறுகையில் எந்த ஒரு கருத்தும் மிகத் துல்லியமாக காண்பவர் மனங்களை தைக்க வல்லவை. புலிகேசி படமானது ராஜ காலப் பின்னணியில் சமகாலத்தின் அத்தனை மேடு பள்ளங்களையும் எள்ளி நகையாடிற்று.

அயல்நாட்டு குளிர்பானங்களின் வருகை உள்ளூர் பிரபலங்கள் விளம்பர மாடல்களாக மாறுவது அவற்றின் தயாரிப்பு செலவு இரக்கமற்ற முதலாளிகளின் லாப நோக்கு சண்டைகளுக்கு ஸ்பான்சர் செய்வது என அதகளம் காட்டியது படம் மனோரமா நாகேஷ் நாசர் ஸ்ரீமன் மோனிகா இவர்களுடன் மனோபாலா முத்துக்காளை இளவரசு சிங்கமுத்து சிசர் மனோகர் தியாகு வெண்ணிறாடை மூர்த்தி நகைச்சுவை பட்டாளத்தோடு இருவேடங்களில் நடித்தார். வடிவேலு அவரது திரைவாழ்வில் மகா வெற்றிப்படமாக மாறியது. படங்களில் விடுபடல்களும் புலிகேசி படம் எங்கும் இங்கு நிரம்பிய அங்கதமும் கூர்மையான வசனங்களும் கிருஷ்ணமூர்த்தியின் கலை இயக்கமும் படத்தை தூக்கி நிறுத்தின வடிவேலு ரசிகர்கள் ஒவ்வொருவரின் மனங்களுக்கும் கூடு விட்டுக் கூடு பாய்ந்தார். தனித்த திரைமொழியும் பாத்திர வித்தியாசமும் தொழில்நுட்ப நேர்த்தியும் புலிகேசி

திரைப்படத்தை தமிழக மக்களின் கொண்டாட்ட சினிமாவாகவே மாற்றியது.

வடிவேலுவுக்கு எதெல்லாம் பலமோ அவற்றை எல்லாமும் சரிவர அவதானித்து அழகிய நகைச்சுவை மாலையாகக் கோர்த்து அவருக்கே அணிவித்தார் சிம்புதேவன். முழுமையான நாயகத்துவத்தின் காரிஸ்மா செல்வாக்குடன் எடுக்கப்பட்ட ஆள்மாறாட்ட இரட்டைவேடத் திரைக்கதையை கோமாளி ராஜா ஒருவனைக் கொண்டு மாற்றுப் புனைவாக முன்னெடுக்கும் போது மொத்தமாக நிராகரிக்கப்படக் கூடிய அபாயமும் அதனுள் நிலவவே செய்யும். அதனை எளிதான தன் திரை உத்திகளால் தாண்டியபடியே உத்தமபுத்திரன் சாயலுடனான கதையினைக் கொண்டு வடிவேலு எனும் பெருவிருப்ப பிம்பத்தை மக்களின் மனம் மயக்கும் சிரிப்பு ராஜாங்கத்தைக் கட்டமைப்பதற்கு முயன்று அதில் பெருவெற்றியும் அடைந்தார். இன்னும் நெடிய காலத்துக்கு நினைத்த மாத்திரத்தில் மனவசியம் செய்யும் மக்கள் ப்ரிய சினிமாவாக இம்சை அரசன் இருபத்தி மூன்றாம் புலிகேசியின் இடம் சிறப்பானது. மற்றும் தனித்தது.

83 பருத்திவீரன்

ஸ்டுடியோ க்ரீன் தயாரிப்பில் கார்த்தி பொன்வண்ணன் சரவணன் ப்ரியாமணி கருப்பு ஆகியோர் நடிப்பில் யுவன் சங்கர் ராஜா இசையில் ராஜா முகமது தொகுப்பில் ராம்ஜியின் ஒளிப்பதிவில் அமீர் சுல்தான் எழுதி இயக்கிய படம் பருத்திவீரன். மதுரை வட்டாரத்தில் நடைபெற்ற நிஜத்தைப் புனைவாக்கி எடுக்கப்பட்ட திரைப்படம் பருத்திவீரன்.

காதலித்து கலப்பு மணம் புரிந்த பெற்றோரின் மகன் பருத்திவீரன். சாதிப்பிடிமானத்தில் ஊறிய மாமன் கழுவத்தேவனின் மகள் முத்தழகு மீது பருத்திவீரனுக்கு சிறுவயதிலிருந்தே பெருங்காத. அவளும் காதலிப்பதை உறுதி செய்து கொள்ளுகிற நிமிடம் வாழ்வில் தனக்கு எல்லாமே கிடைத்து விட்டாற் போல் கொண்டாடி மகிழ்வது வீரனின் இயல்பு. சித்தப்பன் செவ்வாழையுடனும் பாட்டியுடனும் வாழ்ந்து வரும் வீரன் சிறு சிறு குற்றங்களுக்காகக் காவலும் தண்டனையும் பெற்று வருபவன். எப்படியாவது பெரிய குற்றம் ஒன்றை செய்து பெரிய ஜெயிலில் கொஞ்ச நாட்களாவது இருந்து விட வேண்டுமென்பதே அவனுடைய வாழ்கால லட்சியம் எனக் குறிப்பிடுபவன்.

முத்தழகும் பருத்திவீரனும் பழகுவதை தெரிந்து கொள்ளும் கழுவத்தேவன் எப்படியாவது அவர்கள் இருவரிடையே இருக்கும் காதலை துண்டாடிவிட என்னென்னவோ முயன்று பார்த்தும் அத்தனையும் தவிடுபொடியாகிறது. ஒரு கட்டத்தில் வேண்டா திருமணத்துக்கு ஏற்பாடு செய்கிறார்கள் பெற்றோர் முத்தழகு பருத்தி வீரனோடு வாழ்வதற்காகக் கிளம்பிச் செல்கிறாள்.

பருத்திவீரன் வந்து சேர்வதற்குள் முத்தழகி எதிர்பாராத விஷநிகழ்வொன்றுக்கு ஆட்படுகிறாள். தன்னைக் கண்டம் துண்டமாக வெட்டிவிடுமாறு பருத்திவீரனை இறைஞ்சுகிறாள். பருத்திவீரன் தான் அவளுடைய மரணத்துக்குக் காரணம் என்று தவறாகக் கருதும் கழுவத்தேவனும் அவனுடைய ஆட்களும் பருத்திவீரனைக் கொல்வதோடு நிறைகிறது படம்.

ப்ரியாமணிக்கு மாநில மற்றும் தேசிய விருதுகளைப் பெற்றுத் தந்த படம் பருத்தி வீரன். காட்சி அமைப்புக்களின் அழகியலுக்காகவும்

அரங்கு நிறைந்தது | 273

படம் மொத்தமும் நமக்கு நிகழ்த்தித் தருகிற செஞ்சாந்து வண்ண அனுபவத்திற்காகவும் இயல்பான தெற்கத்தி வசனங்களுக்காகவும் கூர்மையான பாத்திரமாக்கலுக்காகவும் படத்தின் இயங்குதளத்தினுள் உறுத்தாமல் தொனித்துச் சென்ற நகைச்சுவைக் காட்சிகளுக்காகவும் எல்லாவற்றுக்கும் மேலாக ஒளிப்பதிவு மற்றும் யுவனின் முன் நேரா இசைமழைக்காகவும் கூடக் காலம் கடந்து நிற்கும் திரைப்படம் பருத்திவீரன். இளையராஜா தன் குரலில் பாடி வழங்கிய அறியாத வயசு புரியாத மனசு பாடல் இனம் புரியாத நிம்மதியை நிரவிற்று.

விட்டேற்றியாக வாழ்வைக் கழித்துக் கொண்டு திரியும் அச்சு அசலான மனிதர்களை அதற்கு முன் யாருமே கதைப்படுத்தாத அவர்தம் நுட்பமான யதார்த்தங்களைத் திரையில் பெயர்த்துத் தன் திரைவாழ்வின் முக்கியமான படமாக பருத்திவீரனை உருவாக்கினார் அமீர் சுல்தான். இந்தப் படத்தின் மூலமாக நடிகர் சிவக்குமாரின் முகவரியிலிருந்து சூர்யாவுக்கு அடுத்த வரவாக கார்த்தி தன் முதல் படத்திலேயே பெருவாரி ஜனகவனத்தை ஈர்த்தவண்ணம் அறிமுகமானார். பருத்திவீரன் கார்த்தி என்பதே அவரது அடைமொழியாக மாறி ஒலிக்கலாயிற்று. ப்ரியாமணி சரவணன் பொன்வண்ணன் கருப்பு என பலரும் தங்கள் திரைவாழ்வின் உன்னதங்களை நடித்து வழங்கினர்.

பருத்திவீரன் எப்போதாவது வந்து திரும்புகிற பேருந்து சன்னலின் வழி ஒலிக்கிற பெருவிருப்பப் பாடலின் சலிக்காத இசைக்கோர்வை போலவொரு திரைவழி அபாரம்.

84 சுப்ரமணியபுரம்

நான் என் சூழலின் விளைபொருளாக இருப்பதை விரும்பவில்லை. என் சூழல் எனதொரு விளைபொருளாக இருப்பதையே விரும்புகிறேன்.

ஃப்ராங்க் கோஸ்டெல்லோ எனும் கதாபாத்திரம் பேசும் வசனம்.

The Departed *2006.*

மதுரை நகரின் வரைபடத்தில் சுமார் பதினேழு அல்லது பதினெட்டுத் தெருக்கள் அதன் உபவீதிகள் இவற்றை உள்ளடக்கிய பகுதியின் பெயர் சுப்ரமணியபுரம். தனக்கென்று தனிமுகம் ஒன்றை உருவாக்கிக் கொண்ட பிரதேசம். அதேசமயத்தில் மதுரையின் முகமாக வெளிநிலங்களின் புரிதலைப் பராமரித்து வருகிற பகுதிகளில் சுப்ரமணியபுரமும் ஒன்று. ஊர் என்பது ஒவ்வொரு மனிதனின் உள்ளெயும் வெளியேயும் நிரம்பியும் கசிந்தும் அவரவர் கதைகளைக் காலத்தோடு இயைந்த சரித்திரத்தில் மனிதப்பெயர்களோடும் சம்பவங்களோடும் சேர்த்தெழுதப்படுகிற அவனது முதல் விபரம். ஊர் என்பது வெறும் ஊர் மட்டுமல்ல. பல கதைகளின் தலைவாசலும் அதுவே.

பழி மற்றும் பகை ஆகிய இரண்டும் இரட்டைக் குழந்தைகள். வீரம் என்பதன் நிருபணம் உயிர்த்திருத்தல் மற்றும் பழிவாங்கல் என இரண்டுமாகையில் மனிதவாழ்வில் இயல்பாகக்காணப்படுகிற அச்சமற்ற தன்மை அற்றுப்போகிறது. நீ என்னைக்கொல்லாவிட்டால் நான் உன்னைக்கொல்வேன் என்று எல்லோரும் எல்லோரிடமும் சொல்லத் தலைப்படுகையில் காரணம் இரண்டாம் பட்சமாகி விடுகிறது. சமாதானம் என்பது எட்டிக்காயாய்க் கசக்கையில் தீர்வுகள் எல்லாமுமே ஒருமுகம் கொள்கின்றன. அது யாராவது அழிந்த பிறகு யார்மட்டும் எஞ்சப்போவது என்கிற சூத்திரத்தின் நிரந்தர விடையாகிறது. ஆயுதமும்அச்சமும் இணையாத வரைக்கும் எல்லாக்கதைகளும் நெடியனவாக இருக்கின்றன. அச்சம் ஆயுதத்தின் பிடியாகையில் ரத்தம் அதன் நுனியாகிறது. கத்தி எடுத்தவன் கத்தியாலேயே சாவான் என்பது போன்ற முதுமொழிகள் தங்களுக்குள் சேமித்து வைத்திருக்கிற ரத்த சாட்சியங்கள் ஆயிரமா-யிரம். இந்த உலகத்தில் கொன்றழிக்கப்பட்டவர்களின் கதை இருவிதமானது. ஒன்று போர் என்ற பேரில் பெரும் எண்ணிக்கை-

யிலான கொன்றுழொழித்தல். இன்னொன்று காரணகாரிய நியாய தர்மத்தேவைகளுக்காகக் கொல்லப்பட்டவர்களின் கணக்கு. இதுவரை போரே பார்த்திராத நிலமென்ற ஒன்று இருக்குமானால் அது கூடக் கொலை மற்றும் பழி ஆகியவற்றை நிச்சயமாகப் பார்த்திருந்தே தீரும். இது குருதியின் நியதி.

அவரவர் தரப்பின் வழக்காடலாகத்தான் ஆயுதங்களைக் கைக்கொள்வது நடக்கிறது. ஒரு கொலை பிறகு நடக்கப்போகும் பல கொலைகளைக் கைப்பிடித்து அழைத்து வருவது அதன் இயல்பு. முதற்கொலை நல்விதை நிலத்தில் விழுவதுபோலத்தான் அந்த உயிரைப் பறிக்கிறது. தொடர்ந்து கொலைகள் நடந்துகொண்டே இருக்கையில் ஒரு கட்டத்தில் எஞ்சுவோர் யாருமின்றித் தனிக்கும் ஒரு தரப்பும் அதன் எதிர்தரப்பில் எஞ்சும் சிலருமாய்க்கதை அப்போதைக்கு முடிவதுபோல நேர்கிறது. உலகம் கொலைகளின் சுரங்கம். காலம் மானுடவாழ்தலைத் தோண்டத்தோண்டக் கொலைகள் பூத்துக்குலுங்கும் உயிரழியும் வனம்.

சின்னப்பொறிதான் பெருவனத்தை அழிக்கும் என்பதுபோல முதல்முதலில் விழும் சாவு பல காவுகளைக் கேட்டவண்ணம் அந்தரத்தில் அமைதியின்றி அலையும் ஆன்மா போல அலைகிறது. உறவுக்காகவும் நட்புக்காகவும் உடனிருந்தவர்கள் தங்கள் கைகளை உயர்த்தியபடி கொலைக்கடவுளின் முன்பாகச் சரணடைகிறார்கள். கூட இருந்ததற்காகவும் உதவி செய்ததற்காகவும் வெட்டி வீசப்பட்டவர்களின் சரித்திரமானது இன்னும் நெடியது. சட்டமும் தர்மமும் சற்றே தள்ளியிருப்பதாகவே பாவிக்கும் மானுட எத்தனம்கொலைகளுக்குப் பழியெடுக்காமல் சமாதானமடைவதே இல்லை.

ஊடுவேலை என்றொரு பதம் காலங்காலமாகப் புழக்கத்தில் உண்டு. ஒரு கொலை என்பது வெறும் சம்பவமல்ல. அதொருதிட்டமிட்ட நிகழ்வு. கொலை என்பது ஒரு மனிதனை இந்த உலகத்திலிருந்து நீக்குவது. அவனது வாழ்கால மிச்சத்தை அவனிடமிருந்து பறித்துக் கொள்வது. இந்த உலகத்தில் யாரெல்லாம் இருக்கக்கூடாது என்பதை கருணையோடு ஒரு போதும் இயற்கை தீர்மானிப்பதில்லை. இதற்குமேல் இருக்கமுடியாது எனும் நிலையில் இயற்கை மரணத்தை ஊருபரிசைப்போல எல்லோர்க்கும் வழங்குவதில்லை. நோய் விபத்து தற்கொலைசட்டம் வழங்குகிற தண்டனை இவற்றுக்கிடையே சக மனிதனால் அல்லது சகமனிதர்களால் கொல்லப்படுதல் இருப்பதிலேயே வன்மம் மிகுந்த மரண வழியாகிறது.

யார் வாளைப் பாய்ச்சுவது என்பதைவிட யார் சம்பவ இடத்துக்கு வரவழைப்பது என்பது நுட்பமாகப் பார்க்க வேண்டியது.

எதிரிகளை அருகருகே வரச்செய்வதைக் காட்டிலும் வாள்நுனி ஒன்றும் கொடுமையானதல்ல. எப்படி நிகழ்ந்தது என்பதிலிருந்து தான் கொலையின் கதை தொடங்குகிறது. யார் சொல்லி, யாரை நம்பி, யார் அழைத்துச் சென்று கொலையாகும் இடத்துக்குச் சேர்ந்தான் சம்மந்தப்பட்டவன் என்பது காலமெல்லாம் வெவ்வேறு தரப்புகளால் மற்றும் மனிதர்களால் நினைவில் வைத்துக் கொண்டே இருக்கப்படுவதான முள் கொத்து. அதுவெறும் நிகழ்வின் உபகுறிப்பல்ல.

சுப்ரமணியபுரத்தின் கதை மேலோட்டமாகப் பார்த்தால் பழியெடுத்தலின் கதைதான் என்றாலும் இந்திய சினிமாவில் முக்கியமான இடத்தை அது பெற்றதற்குப் பல காரணங்கள் இருந்தன. கதையின் வழங்கல் விதம் முதல்காரணம் காலம் என்பதைக் கதையின் ஒரு பாத்திரமாகவே ஆக்கியது இயக்கத்தின் புத்திசாலித்தனம் என்பதை மீறிக்கதையின் பிடிக்குள் காண்பவரை வரவழைத்து லயிக்கச் செய்துவிட்ட சாமர்த்தியமும்கூட. 1980 ஆமாண்டு தொடங்கும் கதைக்கு முன்பாக இந்தக்கதையின் நிகழ்காலமான 2008ஆமாண்டு ஜெயில்வாசலில் ரிலீசாகி வெளியேவரும் ஒருவனை கொட்டும்மழையில் வாசல் தாண்டிச்சாலையில் கால்வைக்கும் கணத்தில் கத்தியால் குத்துகிறான் ஒருவன் அவனுடன் இருக்கிறான் இன்னொருவன். குத்தியதும் குத்துப்பட்டதும் யார் என்பதெதுவும் தெரிவதற்காகும் முன் 1980 ஆமாண்டு என்று காலக்குறிப்போடு பழையகதைக்குள் நுழைகிறது கதை.

பரமன், அழகர், காசி சுப்ரமணியபுரம் பகுதியைச் சேர்ந்த நண்பர்கள். முன்னாள் கவுன்ஸிலர் சோமு அவரது தம்பி கனகு அடிக்கடி இவர்களுக்கு உதவுகிறாற்போல் போலீஸூக்குப் பசங்களைப்பற்றிப் புகாரும் அளித்து வருகிற இரட்டை நிலைக்காரன். கனகுவின் அண்ணன் மகள் துளசியும் அழகரும் காதலாகின்றனர். அண்ணனுக்கு வரவேண்டிய மாவட்டச் செயலாளர் பதவி இன்னொருவருக்குச் செல்லவே ஆத்திரமடையும் கனகு அழகரையும் பரமனையும் கொம்பு சீவிவிடுகிறான். ஏரியா நன்மைக்காக புதிய செயலாளரைக் கொன்றுவிடுமாறு தூபம் போடுகிறான். துளசி மீதான ஈர்ப்பும் ஒரு காரணியாக கனகுவிடம் நற்பெயர் ஈட்டுவதற்கான வாய்ப்பாக அதனை ஏற்கும் அழகருக்காக பரமனும் சேர்ந்து மாவட்டச் செயலாளரைக் கொன்று விடுகிறார்கள். நண்பர்கள் இருவரும் முன்திட்டமிட்டபடி சரணடைகின்றனர்.

கனகு தன் இரட்டைவேடத்தை தொடங்குகிறான். வெளிப்படையாக அவர்களை ஆதரித்தால் அரசியல்வாழ்வு கெட்டுப்போகும் என்று ஒதுங்குவதாக முடிவெடுத்தால்கூட மறைமுகமாக இருவருக்கும் உதவுவான் என நண்பர்கள் நம்புவதும்

கெடுகிறது. சுயநலக் கனகு தனக்கும் அந்தக் கொலைகளுக்கும் சம்மந்தமில்லை என்றாற்போல் உருவிக்கொண்டு கழன்று விடுகிறான். கையறுநிலையில் தவிக்கிறார்கள் நண்பர்கள். ஜாமீனில் வெளியே எடுக்க உள்ளே ஜெயிலில் கிடைக்கும் புதியநண்பர் ஒருவர் உதவுகிறார். நண்பர்கள் நன்றியோடு வெளியே வருகிறார்கள். தேடிச்சென்று வெட்டினால்தான் ஆச்சு எனக் கனகு மீது வெறியாகிறார்கள். கனகு தப்பிவிடுகிறான். தங்களை ஜாமீனில் எடுத்த நண்பருக்காக அவரது பகையாளியைக் கொல்கிறார்கள். கனகுவைக் கொல்வதற்காக அலையும் அதேசமயம் துளசியைச் சந்திப்பதையும் தொடர்கிறான் அழகர். கனகுவின் ஆட்களின் கையிலகப்பட்டு சாவின் விளிம்புவரை சென்று தப்பிக்கிறான் அழகர். தான் உயிர் வாழ்வதற்கான துருப்புச்சீட்டாகத் தன் அண்ணன்மகள் துளசியை அனுப்புகிறான் கனகு. காதலியை நம்பி வரச்சொன்ன இடத்துக்குச் செல்லும் அழகரைக் கனகுவும் ஆட்களும் கொல்கிறார்கள். சூழ்நிலையின் பிடியிலகப்பட்ட துளசி அழுது வெறித்தபடி சித்தப்பாவோடு செல்கிறாள்.

பரமன் கனகுவை சந்தர்ப்பம் பார்த்து கொல்கிறான். அவனது தலையை வெட்டி எடுத்துக்கொண்டு சென்று அழகர் கொல்லப்பட்ட இடத்தில் வைக்கிறான். தன்னை அரும்பாடுபட்டு சந்திக்கவரும் காசியிடம் எப்படி அழகர்கொல்லப்பட்டான் என்பதையும் கனகு வைத்தான் கொன்றதையும் சொல்லிக்கொண்டிருக்கும்போதே அவனோடு சோமுவின் ஆட்கள் வந்திருப்பதை அறிகிறான். காசி அங்கிருந்து சென்ற பிற்பாடு பரமன் கொல்லப்படுகிறான்.

கதை தீர்ந்துபோய் மறுபடி 2008க்குள் எழுகிறது. சிறைவாசலில் குத்திச் சாய்க்கப்பட்டவன் காசி. தண்டனைக்காலம் முடிந்து அவன் வெளியே வரும்வரை காத்திருந்த டும்கானும் இன்னொரு நண்பனும் தங்கள் நண்பன் பரமனுக்காகப் பழியெடுக்கச் செருகிய கத்திதான் அது. பின்னரும் உயிருக்குப் போராடும் காசியின் மூக்கிலிருந்து

உயிர்க்காற்றுக் குழாயைப் பறித்து அவன் இறப்பதைப் பார்த்து உறுதி செய்த பிறகே ஆஸ்பத்திரியிலிருந்து வெளியேறுகிறான் டும்கான்.

பழியின் சரித்திரத்தின் களமாக உறைகிறது சுப்ரமணியபுரம். பழிவிதைகள் கொலை மலர்களைப் பூத்துத்தருவதன் ஆவேசவனம் இந்தப்படம். ஜேம்ஸ் வசந்தன் இந்தப் படத்துக்கான பின்னணி இசையை நின்று ஒலிக்கும் மென்கோர்வைகளின் சரளியாகவே உண்டாக்கினார். எல்லா இடத்திலும் சற்றே நிதானிக்கப்பட்ட இசைத்தல்கள் ஒருவிதமான மேற்கத்திய மெல்லியல் உணர்வை நிச்சயித்துத் தந்தன. காதல் சிலுவையில் அறைந்தாய் என்னை பாடல் ஒரு துன்பியல் நட்சத்திரம். ஷங்கர் மகாதேவனின் அரியமற்றும் காத்திரமான குரல் வகைமைக்கு நூறுசதவீதம் பொருந்திய பாடலானது. கண்கள் இரண்டால் என் கண்கள் இரண்டால் எண்பதுகளின் காதல் பாடல்களை நினைவுகொள்ளும் வகையில் உருவாக்கப்பட்டது. சின்னக்கண்ணன் அழைக்கிறான் தலையைக்குனியும் தாமரையே இவ்விரண்டு பாடல்களையும்அதிகம் நெருக்கமாக உணரச்செய்த மீவுருத்தன்மையோடு உண்டாகியிருந்தது கண்கள் இரண்டால் பாடல். பொய்யின் மேனி முழுவதும் இருக்கக் கூடிய செதில்களைச் சுரண்டி எடுத்துவிட்டு நம்பவே முடியாத மெய்மையின் நிறத்தை ஏற்றிவிடுவதன் மூலமாக இல்லா மீன் ஒன்றை மெய்யென்று நம்பச் செய்தாற்போல் அரிதினும் அரிய பாடலொன்றை நிகழ்த்தினார் ஜேம்ஸ்வஸந்தன்.

எஸ்.ஆர்.கதிரின் ஒளிப்பதிவும் ரெம்போனின்கலை இயக்கமும் ராஜாமுகமதுவின் தொகுப்பும் மெச்சத்தக்க வகையில் முன் எப்போதோ வாழ்வில் கடந்துவிட்ட காலமென்னும் ரயிலை ஞாபகக் கயிற்றால் பிணைத்துப் பின்னோக்கி இழுத்து வந்து மனக்கண்முன் நிறுத்தின.

தன் முதல் படமாக இதனை இயக்கித் தயாரித்து பரமனாக நடிக்கவும் செய்தார் எம்.சசிக்குமார்.

அழிதலை நோக்கித் திருப்புவதற்கு வாழ்வின் மாபெரிய சம்பவங்கள் அல்லது மானுட எத்தனங்கள்தான் தேவை என்று மீண்டும் மீண்டும் பதியவைத்துக் கொண்டிருந்த சினிமா கதைகளுக்கு மத்தியில் மீனுடலின் துண்டத்தில் ஒட்டிக்கொண்டிருக்கக்கூடிய சிறுமுள்நுனி கூடப்போதும் என்பதான கதானுபவத்தை முன் வைத்த வகையில் முக்கியமான திரைப்படமாகிறது சுப்ரமணியபுரம். கொஞ்சமே கொஞ்சம் கனகுவின் சூது வினயத்தைக்குறித்த முன்யோசனை இருந்திருக்குமேயானால் பரமனின் அறிவுறுத்தலை அழகர் ஏற்றிருந்தானேயானால் சுப்ரமணியபுரத்தின் கதை நகர்ந்து விரியும்சாலைகள் எல்லாமும் மாற்றப்பட்டு மொத்தக் கதையுமேமாறி இருக்கும். அரசியல் என்பது உச்சபட்ச நிராகரித்தலுக்கும் எள்ளலுக்கும்

உரித்தானது என்பதை முன்வைக்கும் கோயில்ட்ரஸ்டியின் சொற்களில் தெறிக்கும் வன்மமும் தானே வலியச்சென்று செலவை ஏற்கும் சோமுவின் நைச்சியமும் எப்படியாவது தன் அண்ணன் நிலையை உயர்த்திவிட வேண்டுமென்று துடிக்கும் கனகுவின் சுயநலமும் காதலியின் உறவினன் தேடி வந்து தன்னிடம் உதவி கேட்பதைத் தனது வாழ்வின் நகர்தலில் முக்கியத்துவம் வாய்ந்த திருப்பமாகவே உணரத் தலைப்படும் அழகரும் தனக்காக ஒரு கொலை செய்யுமாறு வேண்டும் ஜெயில் நண்பனின் முகத்துக்கு நேரான கோரிக்கையும் அழகரின் மரணத்துக்குத் தான் காரணமாகப் போகிறோம் என்று தெரிந்தும் குடும்பத்துக்காக அதனைச் செய்துவிடும் துளசியின் இயலாமையைத் தாண்டியது ரோகமும் அழகருக்காகப் பழியெடுக்கும் பரமனின் வன்மமும் பரமனைக் காட்டிக்கொடுத்துத்தான் லாபமடைய நினைக்கும் காசியின் காட்டிக்கொடுத்தலும் கடைசிவரை நட்புக்கான கொலைகள் தொடர்கதை என்று அறிவித்தபடி கதையை பூர்த்தி செய்யும் டும்கானுமாக இந்தப்படத்துக்கு முன்னும் பின்னுமாய் மதுரை என்ற பெருநகரத்தின் காலம் மாந்தர்கதை இவற்றிலெல்லாம் பின்னிப் பிணையப்பட்ட நம்பமுடியாத அதீதங்களுக்கு நடுவே தனித்தநம்பக மலராய்ப் பொன்னை நிகர்த்து ஆர்ப்பரிக்கிறது சுப்ரமணியபுரம். இந்தக்கதையின் உபகதைகளோடு பெருகும் நகைச்சுவைக் கிளைகள்அத்தனையும்கூட சினிமாவில் காணவாய்த்த அதிஉன்னதத் தனி அனுபவங்களே.

சுப்ரமணியபுரம்
வன்மத்தின்வழிபாடு..

85 தசாவதாரம்

ஒருவர் தனது விருப்பங்களைத் தான் நேசிக்கிறார். விரும்பப் படுபவைகளை அல்ல.

- ஃப்ரெட்ரிக் நீட்ஷே

கே.எஸ்.ரவிக்குமார் தன் அதிரடி வணிக வெற்றிகளால் கவனம் ஈர்த்தார். ரஜினிகாந்துடன் முத்து படையப்பா லிங்கா கமல்ஹாஸனுடன் அவ்வை சண்முகி பஞ்சதந்திரம் அஜீத்தை வைத்து வரலாறு வில்லன் விஜய் நாயகனாக மின்சாரக் கண்ணா என்று அவருடைய காம்பினேஷனுக்கென்று தனித்த மார்க்கெட் இல்லாமல் இல்லை. அப்படியான படங்களில் ரவிக்குமார் இயக்கிய தசாவதாரம் கமலும் அவரும் சேர்ந்து உருவாக்கிய அதுவரையிலான தமிழ்ப்படங்களில் மிகப் பிரமாண்டமான படமாக விரிந்தது.

நடிகனாக ஜெயிப்பவனுக்கு ஒன்றுக்கு மேற்பட்ட வேடங்களில் தன்னைக் காண்பது கூடுதல் பரவசம். தனக்கென்று தானே கோர்த்துச் சூடிக் கொள்கிற நன்மாலை. மூன்று நான்கு வேடங்களிலெல்லாமும் நடிப்பது சத்தியமாகக் கதையின் தேவை அல்ல. ரசிகனைப் பரவசப்படுத்துகிற சாக்கில் தன்னைத் தானே ஊக்கம் செய்து கொள்வதற்கான ஏற்பாடு. வேறு எந்த நிலத்திலும் இப்படி ஒரே மனிதன் ஒரே படத்தில் பல வேடங்களை ஏற்றல் என்பது கிடையாது. இங்கேயே கன்னட மலையாள மொழிகளில் அப்படி நடிப்பதை பெரிதாக ரசிக்க மாட்டார்கள். இந்தி தெலுங்கு தமிழில் அமோக விளைச்சலுண்டு.

ஒருமுறை இந்தியின் பிரபல நடிகர் வெளிநாட்டு சுற்றுப் பயணத்தின் போது அப்போது தான் அவர் மூன்று வேடங்களில் நடித்து மிகவும் பரபரப்பாக ஒரு படம் பேசப்பட்டுக் கொண்டிருந்த நிலையில் அந்தப் பயணம். அயல்நாட்டில் அவர் சந்திக்க வாய்த்த அந்த ஊரின் திரையுலக மனிதரிடம் இன்னார் மூன்று வேடத்தில் நடித்த படம் சக்கை போடு போடுகிறது எனச் சொல்லி அறிமுகம் செய்த போது அவர் சீரியஸாகவே ஏன் மற்ற இரண்டு வேடங்களுக்கு உகந்த நடிகர்கள் உங்கள் ஊரில் கிடைப்பதில்லையா..? எனக் கேட்டாராம். நாம் கேட்டிருக்க வேண்டிய வினா அவ்வளவு தொலைவிலிருந்து ஒலித்திருக்கிறதல்லவா.

சிவாஜி கணேசன் நவராத்திரி படத்தில் ஒன்பது வேடங்கள் ஏற்றார். எம்.என். நம்பியார் திகம்பர சாமியார் படத்தில் பதினோரு வேடங்களில் தோன்றினார். ரஜினி மூன்றுமுகம் கொண்டார். கமல் மைக்கேல் மதன காமராஜனில் நான்கு வேடம் பூண்டார். இவையெல்லாமும் மக்களால் பெரிதாக ரசிக்கப்பட்ட படங்களே. தசாவதாரம் சுனாமி தாக்கியதற்கு முன் பின்னாகப் பின்னப் பட்ட கதை. அதனை ஒட்டி ஒரு புள்ளியில் வந்து சேரும் மக்களில் விதவிதமான கதாபாத்திரங்களை கமல் ஏற்ற படம்.

பத்து வேடங்களில் மிகவும் உயரமான மனிதர் கலிஃபுல்லா சீனத்தை சேர்ந்த குங்ஃபூ வீரர் பாடகர் அவதார் சிங் அமெரிக்க அதிபர் புஷ் போல ஐந்து வேடங்கள் வந்து செல்பவை. முக்கியமான வேடங்கள் இன்னும் ஐந்து. பழங்காலத்தில் சைவ வைணவ சண்டையில் கொல்லப்படுகிற ரங்கராஜ நம்பி சிறிது நேரமே வந்தாலும் ஆவேசமான நடிப்பைத் தந்தார் அந்தக் கமல். அடுத்து மணல் கொள்ளையைத் தடுக்கும் பூவராகனாக அவரது நடிப்பு குறிப்பிடத் தகுந்ததாக இருந்தது. பாட்டியாக வந்த கமலும் ஃப்ளெட்சராக வந்த கமலும் கதையின் தேவைகளைப் பூர்த்தி செய்தார்கள். முக்கியமாகச் சொல்லப்பட வேண்டிய கமல்களில் பல்ராம் நாயுடு என்ற ரா அதிகாரியாக அதிகம் ஸ்கோர் செய்தார் கமல். நாயகனும் அவரே வில்லனும் அவரே என்ற அளவில் ஃப்ளெட்சர் என்கிற கமலிடம் அதிகம் மாட்டிக் கொள்ளும் கோவிந்தராஜன் என்ற நாமகரணத்திலான கமல்ஹாஸனின் அலைதல் தான் படமெங்கும் கதையாய்த் திரிந்த பிரியிழை.

சுனாமிக்கு முதல் கணத்திற்கு யாரையெல்லாம் திரட்டி அந்தப் புள்ளிக்கு கொண்டு வருவது என்கிற விஷயம் தான் கதையாக விரிவது. கமல் இத்தனை வேடங்களில் நடிப்பதற்குக் காட்டிய எத்தனமும் அவைகளில் காட்டிய வித்யாசமும் பிரமிக்கச் செய்தது. தன் பாணி வசனங்களால் தான் எந்தத் தரப்பு என்பதை எப்போதும்

போலவே குழப்பத்தை விட விளக்கிக் குழப்பித்தான் இந்தப் படத்திலும் தெரிந்தார் என்றாலும் அசினுடன் அவர் நிகழ்த்துகிற காதல் தடவிய மென்மையான உரையாடல்கள் ஈர்த்தன.

அமெரிக்காவிலிருந்து இந்தியா வந்து சேரும் சின்னதொரு மூக்குப்பொடி பெட்டி சைஸ் "வைல்" அது வெப்பமானால் உலகமே அழியும்.அத்தனை வீரியமான வைரஸ் அதனுள் இருக்கிறது. அதை பத்திரமாக எடுத்து கடலில் எறிந்து ஊருலகத்தைக் காப்பாற்றுவதற்கு இடையில் சுனாமி வந்து விடுகிறது. அந்த வைல் ஃப்ளெட்சர் கையில் கிடைக்காமல் இருப்பதற்காக போராடி அதில் வெற்றி பெறுகிறார் கோவிந்தராஜ். இந்தப் படம் பல உபகதைகளின் இழைகள் ஒருங்கே சேர்ந்து முடிவது போன்ற ஏற்பாடு. எந்தக் கதாபாத்திரமும் குழப்பியடிக்காமல் அளவாய்ப் பேசியதும் கதையின் பெரும்போக்கைத் துண்டித்துவிடாமல் பார்த்துக் கொண்டதும் தளர்வறியாமல் செய்தன.

பல்ராம் நாயுடுவின் மொழிப்பற்று பாட்டியின் விசால மனம் பூவராகனின் உலகம் மீதான வாஞ்சை கோவிந்தராஜனின் தன் உயிர் போனாலும் ஆண்டாளையும் உலக மக்களையும் காத்துவிடவேண்டுமென்கிற பிரயாசை கலிஃபுல்லாவின் நன்றி மறவாமை அவ்தார் சிங்கின் தான் பாட வேண்டிய பாடல்களின் கருணை ரங்கராஜ நம்பியின் பக்தி தன் தங்கை கொலைக்குப் பழிவாங்குவதற்காக கண்டம் கடந்து வந்து திரும்புகிற சீனனின் உறுதி இத்தனை பாஸிடிவ் பாத்திரமாக்கலுக்கு நடுவே எப்படியாவது இந்த உலகைத் தன் கையால் அழித்துவிட வேண்டுமென்று பிரயாசையால் உயிரே போனாலும் பரவாயில்லை என்று அலையும் ஃப்ளெட்ச்சர் என அத்தனை கதாபாத்திரங்களுக்கும் தனித்தனி குணங்களைப் பின்னி இருந்தது ரசிக்க வைத்த இன்னொன்று.

நெப்போலியன், ஜெயப்ரதா, நாகேஷ், கே.ஆர்.விஜயா, பி.வாசு, ஆர்.சுந்தர்ராஜன், ஈரோடு, சவுந்தர், ஆகாஷ், ரமேஷ் கண்ணா, ரேகா, சந்தானபாரதி, கபிலன், வையாபுரி, மல்லிகா, ஷெராவத், எம்.எஸ்.பாஸ்கர், டான்ஸ் ரகுராம் எனப் பெரிய பட்டாளமே நடித்திருந்தனர். தணிகாசலத்தின் எடிடிங் ரவிவர்மனின் ஒளிப்பதிவு ஹிமேஷ் ரேஷம்யாவின் பாடலிசை தேவி ஸ்ரீ ப்ரஸாதின் பின்னணி இசை வாலி வைரமுத்து இருவரின் பாடல்கள் கமல்ஹாஸனின் கதை திரைக்கதை வசனம் ஆகியவற்றை இயக்கினார் கே.எஸ்.ரவிக்குமார்

முகுந்தா முகுந்தா கிருஷ்ணா பாடல் இன்றளவும் ஒலித்துக் கொண்டிருக்கிறது.

தசாவதாரம் ஒப்புக்கொடுத்தல்.

86 யாவரும் நலம்

(முள்தலை) : தயவுசெய்து கண்ணீர்வேண்டாம். அது நல்லதோர் துன்பத்தை வீணாக்கிவிடும்.

- Hellraiser (1987)

சின்னச்சின்ன நிகழ்வுகள் அதுவும் எப்படி என்றால் யாருக்கும் பெரியதீமையோ அல்லது வலியோ நிகழ்ந்துவிடாத கவன ஈர்த்தல்களாகவே புதிரான நிகழ்வுகள் ஒன்றொன்றாய்த் தொடர்கின்றன. பூஜைரூமில் சாமி படங்கள் மாட்டுவதற்கு ஆணி அடிக்க முடியாமல் போகிறது. பால் தொடர்ந்து திரிந்து போகிறது குறிப்பிட்ட தளத்தில் தானியங்கி லிஃப்ட் நிற்பதே இல்லை. இப்படித் தொடரும் புதிர்களை அவிழ்த்துப் பார்க்க விழைகிறான் மனோகர். அவனும் அவன் அண்ணனும் ஆசையாசையாய் வாங்கி குடியேறிய 13B அபார்ட்மெண்ட் ப்ளாட்டில்தான் அத்தனை நிகழ்வுகளும் நடக்கின்றன.

புதியவீட்டில் டீவீ கனெக்சன் கொடுத்ததினம் சரியாகஒரு சேனலில் யாவரும் நலம் என்றொரு நாடகம் தொடங்குகிறது. அது ஒரு மெகாசீரியல். அதன் கதைமாந்தர்கள் மனோகர் குடும்பத்தைக் கதையாக்கினாற் போலவே இருப்பதைத் தற்செயலாக கவனிக்கிறான் மனோகர். தொடரும் புதிர்த்தனங்களில் மாபெரும் ஒன்றாக ஒரு கட்டத்தில் நாடகத்தில் நிகழ்வது எல்லாம் அச்சுபிசகாமல் அவர்கள் வாழ்க்கையில் அடுத்த தினங்களில் நடப்பதைக் கண்ணுற்று அதிர்கிறான். மெல்லமெல்ல நாடகத்தில் யாரெல்லாம் நிசத்தில் யார் அவர்களுக்கு என்ன நடக்கிறது அல்லது நிசத்தில் என்ன நடக்கப்போகிறது என்ற உச்சபட்ச கவனித்தலினூடே தன் நண்பன் இன்ஸ்பெக்டர் சிவா இருவரும் நாட்டின் புகழ்பெற்ற மருத்துவமேதையும் அவர்களது குடும்ப நண்பருமான டாக்டர் பாலு ப்ரியாவை தக்க சமயத்தில் காப்பாற்றுகிறார்.

நாடகத்துக்கும் அவர்கள் நிசவாழ்க்கைக்குமான தொடர்பு அதிகரித்து நெருக்கமாகிக்கொண்டே செல்கிறது. ஒரு கட்டத்தில் அத்தனை புதிர்களும் திறந்து கொள்ளத்தொடங்குகிறது அப்படி ஒருநாடகமே உலகத்தில் ஒளிபரப்பாகவில்லை என்பதும் யாவரும் நலம் என்ற தலைப்பில் ஒரு கேம்ஷோ மட்டுமே ஒளிபரப்பாவதையும் அறியும் மனோகர் பயத்தில் உறைகிறான். தொடர்ந்து அகழும்

போது நிஜம் வெளிவரத் தொடங்குகிறது. அந்த அபார்ட்மெண்ட் அமைந்திருக்கும் நிலமனையில் 1977 ஆமாண்டு தனிவீடு ஒன்று இருந்திருக்கிறது. அந்தக் குடும்பத்தைச் சேர்ந்தவர்கள்தான் மனோகர் குடும்பத்துக்கு மட்டும் நாடகரூபத்தில் வந்து தங்களுக்குநிகழ்ந்த கொடுமைக்கு நியாயம் கேட்கவிழைகிறார்கள் என்பது புரியவருகிறது. டீவீ செய்திவாசிப்பாளினி ஒருத்தி மீது தீராக்காதல் கொண்ட செந்தில் என்னும் மனம் பிறழ்ந்தவன் அந்தக் குடும்பத்தைச் சேர்ந்த அனைவரையும் கொன்று தீர்க்கிறான். அவனுக்கு மனநோய் என்பது நிரூபணமாகி மனநோயர் காப்பகத்தில் சிறையிடப் பட்டிருக்கிறான் என்பது தெரிகிறது.

நடந்த விபரங்களை அந்தக்கால செய்தித்தாட்களின் மூலம் அறியும் மனோகருக்கு நிஜமாகவே கொன்றவன் செந்தில் அல்ல என்பது தெரியவருகிறது. தன் காதல் நிறைவேறாமற் போனதால் செந்தில் தற்கொலை செய்துகொள்ள அதன் அதிர்ச்சியில் அவனது அண்ணனான டாக்டர் பாலுதான் அத்தனைபேரையும் கொன்றவர் என்பது தெரிகிறது. மனோகர் டாக்டர் பாலுவைக் கொல்கிறான். அத்தனை ஆன்மாக்களும் நிம்மதி அடைகின்றன. மனோகர் ஒரு சாதாரணமான வாழ்க்கையை வாழத்தொடங்குகிறான். படத்தின் இறுதியில் மனோகருக்கு லிஃப்ட்டில் பயணிக்கும்போது ஒரு ஃபோன் அழைப்பு வருகிறது. அதில் மறுமுனையில் டாக்டர் பாலு பேசுகிறார். 13B குடும்பம் டீவீயைக் கைப்பற்றினாற்போல் பாலு செல்ஃபோனைக் கைப்பற்றிவிட்டதாகத் தெரிவிக்கிறார். லிஃப்ட் மிக வேகமாகப் பயணிக்கிறதோடு படம் இருண்டு நிறைகிறது.

பாஸ்கர்ராவ் கதாபாத்திரத்தில் என்.டி.ஆரின் சரித சினிமாக்களான கதாநாயகடு மற்றும் மகாநாயகடு இரண்டிலும் தோன்றிய மராத்தி நடிகரான சச்சின் கெடேகர் தமிழில் டாக்டர் பாலுவாகத் தன் கணக்கைத் தொடங்கினார். யூகிக்கமுடியாத

சாந்தமும் க்ரூரமும் கலந்து நடிப்பது மிகப்பெரிய சவால். அதில் நன்கு வென்றார் சச்சின்.

டெக்னிகல்குழுதான் இப்படத்தின் பெரியபலம். பி.சி.ஸ்ரீராமின் ஒளிப்பதிவு ஷங்கர்எஸான் லாய்மூவரின் குளிரச்செய்யும் இசை ஸ்ரீகர்ப்ரசாத்தின் தொகுப்பு என எல்லாமும் நன்றாகப் பலிதமானது. விக்ரம் கேகுமாரின் இயக்கமும் தெளிந்தநீர் போன்ற திரைக்கதை ஓட்டமும் முன்னர் அறியாதகதை சொல்லல் முறையும் நறுக்குத் தெறித்தார் போன்ற வசனங்களும் மக்களில் அனேகர் நம்பவிரும்புகிற பேய் மறுஜென்மம் கொன்றவனைப் பழிவாங்குவது ஆவியாக அலைவது நியாயம் கேட்பது போன்ற பழைய வஸ்துக்களை எல்லாம் எடுத்து அறிவியலின் சமீபநீர்மம் கொண்டு அலசி அவற்றைப் புதிதாக்கி வழங்கியதன் மூலமாக மட்டுமே மாபெரும் வெற்றிப்படமாக மாற்றினார். இந்தி உள்பட அனேக இந்திய மொழிகளிலும் பின்னர் ஆங்கிலத்திலும் படமாக்கப்பட்ட பெருமைக்கு உரியதானது யாவரும்நலம். மாபெரும் ஆரவாரங்கள் பெருங்கூச்சல் திகில்வழியும் ரத்தம் இவை ஏதுமின்றி அறிவுக்கு அருகே நின்றவாறே அழகான ஒரு திகில் படத்தைத் தரமுடியும் என்று முதன்முதலில் நிரூபித்துக்காட்டினார். அந்தவகையில் தமிழின் சிறந்தபடங்களின் வரிசையில் யாவரும்நலம் எனும் படம் நல்கும் அனுபவத்தைச் சேர்க்கலாம்.

யாவரும்நலம் திகிலாட்டம்.

87 நான் கடவுள்

மனிதன் என்பவன் மிக மோசமான விலங்கினம்.

- ஃப்ரெட்ரிக் நீட்ஷே

நல்லவன் வாழ்வான் என்பது ஒரு தியரி.பொதுவாக நம்ப விரும்பப்படுகிற தியரி மட்டுமல்ல. திரும்பத்திரும்ப போதிக்கப்படுகிற தியரி.

நல்லது செய்தால் நற்பலன் கிடைக்கும் என்பதும் தீயவற்றைச் செய்வது தீயபலனைத் தருமென்பதும் ஆழ்ந்த நம்பிக்கைகள். சகமனிதனை அன்பு செய்வது ஒன்றுதான் மனிதத்தைத் தழைக்கச்செய்யும் என்பது காலம் காலமாகத் தொடர்ந்து எழுதப் பட்டுவரக்கூடிய பொதுவிதி.

மனிதவாழ்க்கை ஆசைகளாலும் நிராசைகளாலும் ஆனது. இரண்டையுமே சேர்த்து கனவு நோக்கம் லட்சியம் என்றெல்லாம் பலசொற்கள் நிறுவித்தருபவை. மனிதன் நம்ப விரும்புகிற தத்துவங்கள் காலம்காலமாய்த் தொடர்பவை மேலும் அந்தந்தக்கால கட்டங்களில் சேர்பவை இவ்விரண்டும் சேர்த்ததே. கதைகள் பாடல்கள் ஓவியம்இசைநடனம் எனப்பல கலைவடிவங்களும் மானுட நம்பிக்கைகளை எடுத்தோதுவதற்கான உபகரணங்களாகப்பயனாவது அவற்றின் பரவலுக்கும் முக்கியக்காரணமாகிறது.

ஏழாம் உலகம் ஜெயமோகன் எழுதிய புதினம். உடல் உறுப்புக் குறைபாடுகளைக் கொண்டவர்களைச் சிறையெடுத்துத் தன் லாபத்திற்காக அவர்களைப் பிச்சை எடுக்கவைக்கும் ஈரமற்ற மனிதவுருவிலான மிருகம் ஒன்றை அடிப்படையாகக்கொண்ட புதினம். இந்த ஒரு கதாபாத்திரத்தின் இரக்கமற்ற செயலைத் தன் திரைக்கதைக்கான ஒரு இழையாக எடுத்துக்கொண்டார் பாலா.

காசியில் காணக்கிடைக்கும் அகோரிகள் மனிதவாழ்வின் பாவபுண்ணியக்கணக்கை நேர்செய்பவர்களாகவும் அவர்கள் ஆசீர்வதித்தால் பிறவியைக் கடக்க முடியுமென்பதும் காலம் காலமாய் ஒரு நம்பிக்கை தொடர்கிறது. இறுதிக்கடனை காசியில் செய்தால் மோட்சம் கிடைக்கும் என்று விரும்பி அதனை காசியில் ஈடேற்றுவது பலரது செயல்முறை. தகனம் திதி உள்ளிட்ட கர்மவினை தீர்க்கும் ஈமச்சடங்குகளை பாவபரிகாரங்களை செய்வதற்கான

புண்ணியத்தலமாக அறியப்படுகிறது காசிநகரம்.அங்கே மட்டுமே இருக்கும் அகோரிகளில் ஒருவரைத் தன் திரைக்கதையின் இரண்டாவது இழையாக்கிக் கதையை உருவாக்கினார் பாலா. வசனங்களை எழுதியவர் ஜெயமோகன்.

ஜோசியன் தன் ஒரு மகனைப் பிரிந்தாகவேண்டும் என்று சொன்னதால் தன் மகன் ருத்ரனைப் பதின்ம வயதில் காசியில் விட்டு விட்டுத் தன் வீடு திரும்பிவிடுகிறார் நமச்சிவாயம். தன் மனைவி மகளிடம் பதினாலு வருடம் அங்கே அவன் வேதம் படிப்பதாகப் பொய்சொல்லி விடுகிறார். அவரோடே இருக்கும் இன்னொரு மகன் தவறி விடுகிறான். 14 வருடங்கள் கழித்து எங்கே என் இன்னொருமகன் என கேட்டமும் மனைவி நிர்ப்பந்தத்தை சமாளிக்க ருத்ரனைத் தேடி காசிக்குத் தன் ஒரே மகளோடு வருகிறார் நமச்சிவாயம்.

குருவிடம் என் மகனை என்னோடு அனுப்புங்கள் எனக்கேட்க அவர் ருத்ரனிடம் நீ பிறவியின் பந்தங்கள் முழுவதையும் முதலில் அறுத்து விட்டுவா. என்னை எப்போது வந்தடைய முடியும் என்பது உனக்குத் தெரியவரும் அப்போது வந்தால் போதும் என்று அவனை ஆசீர்வதித்து அனுப்புகிறார். அவர்கள் இருவரோடு ஊருக்கு வரும் ருத்ரன் அங்கே சிலகாலம் இருப்பதும் தன் காட்சிக்குமுன் நிகழும் நல்ல மற்றும் கெட்ட நிகழ்வுகளை இனம்பிரித்து அவற்றுக்கான விளைவுகளை ஏற்படுத்திய பிறகு மீண்டும் தன் குருவைத்தேடிச் சென்றடைவதும் நான் கடவுள் படத்தின் திரை நகர்தல்.

சாதாரணமாகப் பராமரிக்கப்படாத மற்றும் வழங்கப்படாத வாழ்க்கையை வாழ்ந்து வருகிறவர்களை முழுவதுமாகத் தன் திரைமாந்தர்களாகக் கொண்டு நான்கடவுள் திரைக்கதையை பாலா அமைத்தது குறிப்பிடத்தக்கது. மனுஷனா நீ என்று கேட்கக்கூட நியாயமற்ற மிருகமனம் கொண்ட தாண்டவனை கதையின்

எதிர்மனிதனாக்கி மனுஷனல்ல கடவுள் என்று அஹம்ப்ரம்மாஸ்மி என்று தன்னை உபாசிக்கும் ருத்ரனை கதையின் காப்பானாக்கியதும் உடல் உறுப்புகள் குறைபாடுகளோடு பிறந்து தாண்டவனிடம் விற்கப்பட்டு அவனது மிருகத்தனத்துக்குக் கட்டுப்பட்டு யாசகம் செய்ய நிர்ப்பந்திக்கப்பட்டவர்கள் அவர்களைப் பராமரிக்கும் தாண்டவனின் வேலைக்காரர்கள் தாண்டவனிடம் மனிதர்களை விலைக்கு வாங்கவும் விற்கவும் வந்து செல்கிற அவனை ஒத்தசக மிருகங்கள் தாண்டவனுக்குப் பக்கபலமாக இருக்கும் காவலதிகாரி தாண்டவனின் பணத்துக்குப் பதிலாகத் தன் ஸ்டேஷனுக்கு பிடித்து வரப்பட்ட வேறொரு குழுவிலிருந்து தாண்டவனின் கூட்டத்திற்கு வலுக்கட்டாயமாக அனுப்பப்படுகிற அம்சவல்லி .அவளைத் திருமணம் செய்து கொள்ள வருகிற பெரியவியாபாரி தாண்டவனிடம் வேலைபார்க்கிறவர்களில் ஈரமனம் கொண்ட முருகன் மலைமேல் இருக்கும் மாங்காட்டுச்சாமி எனக்கதையின் பெருவாரி மனிதர்களின் வருகை நிகழ்கிறது.

தாண்டவனால் பாதிக்கப்படுபவர்களின் கையறுநிலை. தாண்டவனால் பலனடைவோர். தாண்டவனால் என்ன நிகழ்ந்து கொண்டிருக்கிறது என்பதை அறியாமல் அவ்வப்போது சிறுநிகழ்வுகளைக் கண்ணுறும் பொதுமக்கள் தன்னை யாராலும் எதுவும் செய்ய முடியாது என்று கெக்கலிக்கும் தாண்டவன். வடகாசியிலிருந்து கிளம்பித் தெற்கே வந்து தாண்டவனை வதம் செய்துவிட்டு மீண்டும் தன் குருவைச் சென்றடையும் ருத்ரனின் வருகைகதையை நிறைவு செய்கிறது. இரண்டு அதீதமனிதர்கள். நல்ல மற்றும் கெட்ட என்பதைவிட கெட்ட மற்றும் கெட்டதை அழிக்கிற என்ற இரண்டாகக் கிளைக்கிறது பாத்திரமாக்கல்.

கனவில் வரக்கூடிய குழப்பங்களைக் கோர்த்தாற்போலத் தோற்றமளித்தாலும் மிகத்தெளிவான நகர்தல்களால் மனங்களைத் தைத்தெடுத்தார் பாலா. மதுபாலகிருஷ்ணன் பாடிய பிச்சைப்பாத்திரம் பாடலும் விஜய்ப்ரகாஷ் பாடிய ஓம்சிவோஹம் பாடலும் இருகரைகளைப்போல அமைந்ததென்றால் படத்தின் பின்னணிஇசை கடலாய்ப் பெருகிற்று. இளையராஜாவின் உக்கிரமான இசை இந்தப்படத்தில் கூடுதல் இயக்கமாகவே திகழ்ந்தது.

பாலா தன் படங்களில் தொடர்ந்து காட்சிப்படுத்துகிறவை இப்படத்திலும் உண்டு. உதாரணமாக அதிகார- நிறுவனத்தின் மீதான எள்ளல். இன்னொன்று திரையினால் கூட்டத்தை வசீகரித்தவர்களின் பிம்பங்களை வேறுகாலத்தின் பாடல்களை இடம்பெறச் செய்வதுசிறுசிறு கதையாடல்களாக முக்கியக் கதைத்திருப்பங்களை அப்படி அப்படியே வெட்டி நிறுத்தி அடுத்ததில்

நுழையும் உலர்தன்மை எதிர்பாராத மற்றும் அதிர்வை நிகழ்த்துகிற கண்டனத்தைப் போகிறபோக்கில் வசனமாக உதிர்த்தல் போன்றவை.

பாலா சிறந்த இயக்குனருக்கான தேசிய விருதைப்பெற்றார். யூகேசசி சிறப்பான ஒப்பனைக்கான தேசிய விருதை அடைந்தார். பூஜா, ராஜேந்திரன், கிருஷ்ணமூர்த்தி, சிங்கப்புலி, அழகன், தமிழ்மணி மற்றும் பலரது நெகிழ் நடிப்பு நான்கடவுள் படத்தைச் சிறப்புற சாத்தியமாக்கிற்று. சுரேஷ்அர்ஸ் தொகுப்பும் ஆர்தர்வில்சன் ஒளிப்பதிவும் வாலி இளையராஜா எழுதிய பாடல்களும் பக்கத்துணையாய் நின்றன.

நான் கடவுள் அஹம் பிரம்மாஸ்மி.

உனக்குள் இறை உணர்.

88 எந்திரன்

தேவையானதும் போதுமானதுமாக அமையும்போது தொழில்நுட்பத்தின் பெயர் அற்புதம்.

- ஆர்தர் சிக்ளார்க்

சுஜாதா எழுத்தின் உச்சத்தை ஆண்ட தமிழின் சூப்பர் ரைட்டர். அவரது இரட்டைத்தொடர்கள் என் இனிய இயந்திரா மற்றும் மீண்டும் ஜீனோ என்ற தலைப்புகளில் ஆனந்தவிகடன் இதழில் வெளியாகித் தமிழ்வாசகர் பரப்பில் பலரைக் கவர்ந்தன. அந்தக்கதை எதிர்காலத்தில் நிகழ்வதாக எழுத்தேற்பாடு.அதில் முக்கியப்பாத்திரமாக ஒரு எந்திரநாய் வரும். அதன் பெயர் ஜீனோ. அது பேசும். படிக்கும் எழுதும் ஓரளவுக்கு எல்லாம்வல்ல ஜீனோவாக அதன் உருவாக்கம் அமைந்தது. இன்றிருக்கும் உலகமல்ல எதிர்கால உலகம். அதனை ஒரே கூரையின் கீழ் ஜீவா என்ற தலைவர் ஆண்டு வருவார். அவரது அடியொற்றிப் பார்க்கும்போது தான் அவரும் ஒரு புனைவு பிம்பம் மட்டுமே என்ற நிசம்வசமாகும். இப்படியான கதையில் ரோபோநாய் ஜீனோ என்பதை மனிதவுரு ரோபோசிட்டி என்று மாற்றி வார்த்தபுனைவின் ஆரம்பமே எந்திரனின் விதையா-யிற்று. சுஜாதாவின் ஒரு பாத்திரம் வேறொன்றாக மாற்றம் பெற்றதே ஒழிய காகிதத்தொடர்கதை கொஞ்சம்கூடத் திரைவசமாகவில்லை. இரண்டும் வேறுவேறுகளே.

மனிதனால்வெல்ல முடியாதவைகளில் ஒன்று மரணம் அடுத்தது பொறாமை. வசீகரன் தன் உருவத்திலேயே சிட்டி என்ற ரோபோவைப் படைக்கிறார்.அவருடைய காதல் தலைவி சனா. சிட்டி ரோபோ நல்ல ரோபோ என்பதிலிருந்து கெட்ட ரோபோ என்று ஆகிறது. அதைவிட சனாவைக் காதலிக்கிறது. தன் காதல் ஈடேறுவதைவிட வசீகரன் சனா காதலால் இணையவிடாமல் தடுக்கிறது. கடைசியில் மனிதன் வென்றெடுத்த இயந்திரத்தைத் தானே அழித்து நீதி பரிபாலனத்தை நிலைநாட்டுகிறான்.

ரஜினிகாந்த் எனும் சூப்பர் பிம்பத்தின் அதிகம் தாண்டிய உயரம் அனேகமாக இந்தப்படம். மெனக்கெடல் வணிகம் பாராட்டு வெற்றி என எல்லாவிதங்களிலும் குறையேதுமின்றி விளைந்த வெற்றி எந்திரனுடையது.

ஐஸ்வர்யாராய் டானிடென்ஸோங்க்பா இருவரும் ரஜினிக்கு இணையான கதாபாத்திரங்களை ஏற்றாலும்கூடவில்லனாக மாறிய சிட்டிரோபோ ரஜினிதான் எல்லோரையும் கவர்ந்தார். காணமுடியாத பழைய வில்ல வருகையாகவே சிட்டியின் வருகை நிகழ்ந்தேறியது. அவ்வப்போது தானொரு பழையவில்லன் என்பதைத் தன் கதாபாத்திரங்களின் குணாம்சங்களின் வழியாக நினைவுபடுத்திக் கொண்டே இருக்கும் சாதுர்ய நடிகர்தான் ரஜினி. சந்திரமுகி படத்தில்கூட வேட்டைய மகாராஜாவாக அவர் தோன்றக்கூடிய காட்சிகள் அவரது ரசிகர்களின் ஆரம்பக்குதூகலங்களை மீட்டெடுப்பதற்கான உத்தியாகவும் புரிந்து கொள்ளத்தக்கதே.

ரஜினியைத்தாண்டி தொழில்நுட்பம் இந்தப்படத்தின் அனாயாசமாக அமைந்தது. ஷங்கரின் திரைத்தோன்றலும் கணிணிபூர்வமான திரைப்பட உருவாக்கங்களும் ஒரேசமயத்தில் ஆரம்பமானவை என்பதால் ஷங்கர் தன் படங்களில் ஆன மட்டும்அவற்றைக்கொண்டு என்னவெல்லாம் செய்யலாம் என்று முயன்று பார்ப்பார். பிற்காலத்தில் யூகிக்கமுடியாத மற்றொரு கதையோடு எந்திரன் அடுத்தபாகம் 2.0 என்ற பேரில் உருவானது வரைக்கும் எத்தனையோ சாட்சியங்கள். இந்தப்படத்தைப் பொறுத்தவரை எல்லாம் நன்றாக அமைந்தது. குறிப்பாக ஏ.ஆர்.ரஹ்மானின் இசையும் வைரமுத்துவின் தமிழும் எஸ்.பி.பாலசுப்ரமணியம் ஹரிஹரன் உள்ளிட்டோரின் குரலும் மெருகேறி மிளிர்ந்ததில் பாடல்கள் அபாரமாய் ரசிக்க வைத்தன.

பிரம்மாண்டம் என்பதன் ஒருவகைமை யூகிக்ககூடிய கதையின் யூகிக்க முடியாத நிகழ்வுகளைப் படமாக்குவது. அடுத்தது யூகிக்க முடியாத கதையை நேரடியாகப் பெயர்த்தெடுப்பது.ஆங்கிலப்படங்கள் பெருமளவு முதல் வகையினைச் சார்ந்தவை. ஷங்கர் எடுத்த எந்திரன் இந்தியத்திரைப்படங்களில் அன்னியத் தன்மையோடு முயலப்பட்டு வெற்றிபெற்ற பெரியபடம். அந்த வகையில் இந்தப்படத்தின் இடைவேளைக்கு அப்புறமான கதைநகர்வு சவாலாகவே அமைந்தது எனினும் சோடை போகவில்லை.

வெளிநாட்டுப் படங்களின் ஓடுபாதையில் தானும் தன்னை நுழைத்துக்கொண்டு நிகழ்ந்த வகையில் எந்திரன் இந்தியப் பெருமிதம்

89 தமிழ்படம்

கலை எதையும் எதிர்க்கும். கலையையும்.

யாரோ

தமிழ்ப்படம் துரைதயாநிதி தயாரிப்பில் சீ.எஸ்.அமுதன் இயக்கத்தில் கண்ணனின் இசையில் டி.எஸ்.சுரேஸ் எடிடிங் செய்ய நிரவ்ஷா ஒளிப்பதிவு புரிந்து 2010 ஆமாண்டு உருவான தமிழ்ப்படம்.

தர்மசாத்து என்பார்கள் அதை அனுபவித்தது தமிழ்சினிமா. இப்படி ஒரு சினிமாவரும் என முன் தலைமுறை எதிர்பார்த்திருக்குமா தெரியாது. ஆங்காங்கே நாகேஷ் தங்கவேலுதொடங்கி கவுண்டமணி வடிவேலு வரை பலரும் பல படங்களில் கிடைத்த இடங்களிலெல்லாம் சினிமாவை நக்கலடித்துக் கொண்டே சினிமாக்கள் செய்துவந்திருந்தாலும்கூட தமிழ்ப்படம் அளவுக்கு எதுவொன்றுமே இறங்கி அடித்ததில்லை. சி. ரங்கநாதன் தொடர்ந்து தன் படங்களில் சினிமாவை ஆனவரைக்கும் கிண்டல் செய்தார். ஆயினும் அவர் படங்கள் விதிவிலக்குப் படங்களாக ஒருபோதும் ஆகவில்லை. சி.எஸ். அமுதன் கையிலெடுத்தபோது சர்வ சினிமாவும் நடுங்கியாக வேண்டியிருந்தது.

நீ வளரணும்னா அந்த சைக்கிள்லே ஏறிபெடலை சுத்துப்பா என்பார் பாட்டி. சுத்தியதும் பெரியபய்யன் ஆவார் சிவா. ஒரு பாட்டில் பணக்காரர் ஆவார் சிவா அவரது வளர்ச்சியை இரண்டு விதத்தில் காட்டுவார் இயக்குனர் ஒன்று வெளிஉலகத்தில் சிவா மின்சாரவாரியம் சிவா விமான போக்குவரத்து நிலையம் சிவா மார்ச்சுவரி சிவா ரத்தவங்கி சிவா ரயில்நிலையம் என்றெல்லாம் காணக்கிடைக்கும். இன்னொருபுறம் யாரிடம் சவால்விட்டு விட்டு உழைத்து சிவா முன்னேறினாரோ அந்த நாயகியின் அப்பா அழகுஒரு காஃபிகேட்டு அது அவர் கைக்குக் கிடைக்கும்போது பணக்கார மாப்பிள்ளையாக திரும்பியிருப்பார் சிவா. அதகளம்.

அரசியல்வாதி கேட்கும் லஞ்சத்துக்கு பதிலாக மூன்று ரூபாய்ப்ளஸ் ஒரு ஐம்பதுபைசா சாக்லேட் ப்ளஸ் வெளியே நிற்கும் ஓட்டைசைக்கிள் என தந்துவிட்டு சைக்கிளைப் பிரிய மனமில்லாமல் கடக்கும் போது ஒரு பார்வை பார்ப்பார் சிவா. சிவாஜி தோற்பார் அந்த இடத்தில். உள்ளே சாவி தரும்போது சைக்கிள்சாவி

அரங்கு நிறைந்தது

கார்ச்சாவிபோலவே இருக்கும்.

ஒரு இரவில் பரதநாட்டியம் கற்றுக்கொள்வது எப்படி என சிவா படிக்கும் அதே காதலார்வத்துடன் ஒரு இரவில் பிரியாணி சமைப்பது எப்படி என இன்னொரு புத்தகத்தை படித்துக்கொண்டிருப்பார் சிவாவின் க்ளாஸ்மேட் எம்.எஸ்.பாஸ்கர். சிவாவின் மற்ற சகாக்கள் வெண்ணிறஆடைமூர்த்தி மற்றும் மனோபாலா. வெண்ணிறஆடைமூர்த்தியின் அப்பாவாக வந்து கண்கலங்க அட்வைஸ் செய்து செல்லும் நடிகர் சிறுவயதினராக இருப்பார். அவர் வந்து செல்லும்வரை அரங்கங்கள் அதிரும்.

குடும்பப்பாட்டு அதுவும் இங்கிலீஷ்பாட்டு பாடி பிரிந்த குடும்பம் சேரும். அமெரிக்க ஜனாதிபதி ஃபோன் செய்து எனக்காக நீங்க மறுபடி வேலைக்கு வந்துதான் ஆகணும் என சிவாவிடம் கெஞ்சுவார். இதெல்லாம் சிறு சாம்பிள்கள்தான். மொத்தப்படமுமே சரவெடியாய் சிதறும்.

சங்கர் முதல் கேஎஸ்.ரவிக்குமார் வரை ரஜினி முதல் சிம்பு வரை யார் படத்தையும் விடாமல் வாரி அடித்தது தமிழ்ப்படம். காலங்காலமாக எதையெல்லாம் செய்து ரசிகன் ரசிப்பான் என்று பூ சுற்றினார்களோ அத்தனை பூவையும் எடுத்து திரும்பிச்சுற்றுவது ஒன்றே நோக்கமாக இருந்தது. அந்த நோக்கத்தில் இருநூறுசதம் ஜெயித்தது இந்தப்படம்

தமிழ்ப்படம் தனக்குள் அடித்து துவம்சம் செய்த தமிழ்ப்படங்கள்:

பாட்ஷா, தேவர்மகன், கந்தசாமி, ரமணா, மாப்பிள்ளை, பில்லா, வேட்டையாடு விளையாடு, காக்க காக்க, மௌனராகம், சிதம்பர ரகசியம், விருமாண்டி, மொழி, காதலுக்கு மரியாதை, அண்ணாமலை, அன்னியன், பாய்ஸ், அபூர்வ சகோதரர்கள், சிட்டிசன்,

வீராச்சாமி, தளபதி, நாயகன், சந்திரமுகி, மின்சாரக்கனவு, கிழக்கே போகும் ரயில், போக்கிரி, ரன், கஜினி, சூர்யவம்சம், நாட்டாமை, சின்னத்தம்பி, திருப்பாச்சி, தசாவதாரம், காதலன், நாளை நமதே, தூள், 7ஜி ரெயின்போ காலனி, வைதேகி காத்திருந்தாள், சென்னை 28, திருமலை, கேப்டன்பிரபாகரன்.

நகைச்சுவை என்பது ஆகக் கடினமான விசயம். அடுத்தவரை சிரிக்கச் செய்வதற்கு முழுமையான ஒப்புக்கொடுத்தலுடன் கூடிய உழைப்பும் முயற்சியும் அவசியம். ஒரு மொழியின் கதை இசை நடனம் ஏன் நடிப்புத்திறன்கூட பல மொழிகளிலும் வெல்லும். காமெடி எனப்படுகிற நகைச்சுவை பெரும்பாலும் அந்தந்த நிலத்துடனே உறையக்கூடிய கலா வினோதம் நகைச்சுவைக் கலைஞர்கள் மொழி வழி நிகழும் வைடூர்யங்கள். நகைச்சுவைப்படம் என்பது திரைப்பட உருவாக்கத்தில் கடினமான பகுதிதான். தமிழ்ப்படம் நகைச்சுவைப் படங்களைத் தொடவே இல்லை. ஸ்பூஃப் எனப்படுகிற எள்ளல்வழி அங்கதம் தமிழில் மட்டுமல்ல உலகின் பல பாகங்களிலும் எடுக்கப்படுவதும் வெற்றி தோல்விகளை சந்திப்பதும் காலம்காலமாகத் தொடர்ந்து வரக்கூடியது தான். தமிழ்மொழியைப் பொறுத்தவரை அபாரமும் அபூர்வமும் இரட்டைக்குழந்தைகள். எழுபதுவருட சினிமா வரலாற்றில் 2010 ஆமாண்டு எடுக்கப்பட்ட தமிழ்ப்படம் அடைந்த வெற்றியை அதன் இரண்டாம் பாகமாக வெளியான தமிழ்ப்படம் 2 பெறவில்லை. இதுவும் நம் நிலத்தின் திரை ரசனையின் வித்யாசங்களில் ஒன்றாகவும் கருதமுடியும்.

தமிழ்ப்படம் எள்ளலும் கிண்டலும்.

90 யுத்தம் செய்

பைபிள் கதாபாத்திரமான ஜூதாஸ் காட்டிக்கொடுத்தவன். இந்தக்கதையில் ஒரு ஜூதாஸ் வருகிறார். அவர் ஒரு டாக்டர். காட்டிக் கொடுக்காமல் உயிரைவிடும் டாக்டர். கொஞ்சம் மூளையும் நிறையப்பணமும் வச்சிட்டு அதிகாரத்தால பணத்தால ஆள்பலத்தால அரசியல்பலத்தால போலீஸ்பலத்தால விரட்டிவிரட்டி ஓட முடியாம செய்றியே எங்களுக்கு இருக்கிற மூளைக்கு நாங்க விரட்டுறோம்.நீஓடு. எங்க ஓடினாலும் தப்பிக்கவே முடியாது என்றாற்போல் தன் கடைசிவாக்கு மூலத்தை ஜூதாஸ் தந்தபடி தன் உயிரை விடுகிற காட்சியில் நாம் வாழும் உலகம் என்ன மாதிரியானது என்பதைப்பற்றிய சித்திரம் மனதை நெருக்குகிறது.

நகரின் பரபரப்பான இடங்களில் வரிசையாக வெட்டப்பட்ட மனிதக்கரங்கள் அட்டைப்பெட்டியிலிடப்பட்டு கிடக்கின்றன. மக்கள் பீதியடைகிறார்கள். காவல்துறையை அரசாங்கம் நெருக்குகிறது. தன் காணாமற்போன தங்கை சாருவைத் தேடுவதற்காக விடுப்புகோரி தன்னை சந்திக்கவரும் ஜேகேயிடம் நீ இந்த கரங்கள் வெட்டப்பட்ட வழக்கை கண்டுபிடி இதோடு உன் தங்கை காணாமற்போன வழக்கையும் சேர்த்து விசாரிக்க கமிஷனரிடம் அனுமதி வாங்கித் தருகிறேன் என்று சிபிசிஐடிபிரிவு டிஎஸ்.பிசந்திரமௌலி ஜேகேயைப் பணிக்கிறார். தனக்கு உதவியாக ஒரு பெண் இரண்டு ஆண் காவலர்களுடன் அந்த வழக்கினுள் நுழைகிறான் ஜேகே.

அடுத்தடுத்த சம்பவங்கள் ஒரு கட்டத்தில் கரங்களுக்கு பதிலாக மனிதத்தலை ஒன்று இமைகள் நீக்கப்பட்டு காவல்நிலையத்தின் எதிரே தர்பூஸ்பழக்கடையின் மூடிய தார்பாலின் போர்வைக்குள் பழங்களுக்கு மத்தியில் இருத்தப்படும் போதுவழக்கு சூடு பிடிக்கிறது.

சில காலத்துக்கு முன்பாகக் குடும்பத்தோடு தற்கொலை செய்து கொண்ட டீன் புருஷோத்தமன் குடும்பத்தின் அந்த முடிவுக்கும் தற்போதைய வெட்டுண்ட கரங்கள் ப்ளஸ் மனிதத்தலை ஆகியவற்றோடு இருக்கும் சம்பந்தம் ஆகியவற்றைத் தொடர்ந்து செல்கையில் ஜேகேயுடன் பார்வையாளர்களுக்கும் இரண்டே முக்கால்மணி' நேரத்தின் நகர்தலின் அயர்ச்சி துளியும் இன்றி ஒச்சமற்ற கதைசொலல் மூலமாக மாபெரும் உணர்வு இழைகளைப்

பெயர்த்துத் தருகிறார் மிஷ்கின். பணம் கண்ணை மறைக்கையில் அதிகாரம் வளைந்து கொடுக்கையில் அன்பைக் கடவுளாகத் தொழுவதைத் தவிர வேறொரு குற்றமும் புரியாத கையறு நிலையில் தள்ளப்படுகிற மென்மன மனிதர்களது வாழ்வில் மிருகங்களாய் நுழைவோர் மனிதர்கள் இல்லை என்பதும் அவர்களைத் தீர்த்துக் கட்டுகிறவரை மனிதத்தன்மையோடு அணுகத்தேவையில்லை என்பதும் அன்புகொடூரமாய்க் கையாளப்படும்போது கொடிதினும் கொடிய வழிமுறைகளில் தண்டிக்கப் படுவதைத் தவிர வேறுவழியே இல்லை என்பதும் யுத்தம் செய்திரைப்படத்தின் திரைக்கதை நகரும் திசைவழி.

மிஷ்கின்தான் நம்புகிற கதை-யினூடாகத் தானே எல்லாருமாய் புகுந்து திரும்பிய பிறகே கதை தொடங்கும் இயல்புள்ள படைப்பாளி.அவருடைய மனிதர்கள் எளியவர்கள். அவர் முன்வைக்கிற உலகம்கடும் சட்டதிட்டங்களுக்கான கீழ்ப்படி தலை முன் வைத்தவண்ணம் எப்போதும் பாதுகாக்கப்பட்டுக் கொள்ளவேண்டிய உலகமாகவே இருக்கிறது. அவருடைய உலகம் மனம் கொண்டவர்கள் மனமற்றவர்கள் என்று இரண்டாய்க் கிளைக்கிறது. மனம் கொண்டவர்களைத் தீண்டியும் துன்புறுத்தியும் கொன்றும் மனமற்றவர்கள் செயல்படும் போதெல்லாம் மிஷ்கின் பரமாத்மாவாகிறார். அவருடைய கதை ஒருபோதும் துன்பியலுக்குத் துக்கமே தீர்வு என்று முடிவதே இல்லை. கணக்கைத் தீர்த்துக்கறைகளை சுத்தம் செய்து அச்சத்தை நிலைநாட்டி அன்பை மாற்றற்ற ஒரே ஒரு ஒன்றாகவே முன் வைப்பவர் மிஷ்கின். அவருடைய கெட்டவர்களுக்குள் கையறுநிலையும் தொடங்கியதைமுடிக்கத் தெரியாத தன்மையும் ஆங்காங்கே காணப்படுவது ரசம். ஒரு கடவுள் தோன்றிக் கதைகளைப்பாதியில் தீர்த்துத்தந்தால் எத்தனை நன்றாக இருக்கும் என மிஷ்கினின் தீயவர்கள்கூட ஒரு ஓரத்தில் ஏங்குவதைக் காணமுடியும். இது திரைப்படைப்புகளில் அத்தனை எளிதில் காணக்கிடைக்கிற சமாச்சாரம் இல்லை. அபூர்வமான அரிய ஒன்றுதான்.

யுத்தம் செய்படத்தில் திரிசங்குவாகத் தோன்றும் செல்வா ஜேகேயின் தங்கை சாருவிடம் பேசும் காட்சியும் இசக்கிமுத்துவாகத்

தோன்றும் மாரிமுத்து தன் கண்ணில் அடிக்கப்பட்ட ஸ்ப்ரேயைப் பற்றித்திட்டியவாறே வண்டியில் ஏறும் காட்சியும் யதார்த்தமான மனித சித்திரங்களை முன் வைக்கிறவை.அதிகாரத்தின் மீதான சாடலே படைத்தலின் உச்சபட்ச சுதந்திரம். இந்தப்படத்தில் இன்னும் இரண்டு காட்சிகள் வரும். அதுவரை ஜேகே தன் தங்கை காணாமற்போன இடத்தின் எதிர்வீட்டுப் பெண்ணிடம் தன்னை போலீஸ் என்றே காண்பித்துக்கொள்ளாமல்விசாரிப்பார். ஆட்டோக்காரர்களிடமும்கூட காவலர் என்றே காண்பித்துக் கொள்ளமாட்டார். பொது உடுப்புதான் அணிவது சிபிசிஐடி பிரி-வினரின் வழக்கம் என்பது வசதியாக இருக்கும். எந்தத்தகவலும் கிடைக்காது. ஒரு கட்டத்தில் ஜேகேவுக்கு இன்னொரு தகவல் கிடைக்கும். ஆட்டோவில் இரண்டுபேர் இருந்தார்கள் என்ற தகவலை உறுதி செய்வதற்காக இன்னொருமுறை அதே பெண்வீட்டுக்கு செல்வார். ஜேகேயைப் பார்த்ததும்.

“ஏம்பா அறிவில்ல உனக்கு எத்தினிவாட்டி சொல்றது?” என எகிறுவார் அந்தப் பெண்ணின்தாய்.உடனே சேரனுக்கு உதவியாளர் கிட்டப்பாவாகவரும் ஈ.ராமதாஸ் அடி செருப்பால வாயை மூடிட்டு உள்ள போ.ப்ராத்தல்கேஸ்ல உள்ள தள்ளிருவேன்.. போ உள்ளே என்பார். ஏற்கனவே பலமுறை காவல்துறையினர் விசாரித்து எல்லாம் சொல்லிவிட்டேனே என அதே பெண் சென்றமுறை சேரனிடம் பதில்சொல்லும் காட்சியும் வரும். சேரன் காவலர் என்று தெரியாமல் அவரைத்திட்டும் அந்த வீட்டின் பெண்மணியிடம்தான் எந்தப் பிரிவில் என்ன பணியிடத்தில் இருந்தாலும் குறைவான அதிகாரத்தை மட்டுமே கையில் கொண்டிருக்கக்கூடிய கிட்டப்பா அந்தப் பெண்மணியிடம் சிந்தும் சொற்கள் போலீஸ் எனும் துறையின் பொது அதிகாரமாக எங்கேயும் தமது கரத்தில் உயர்த்திப்பிடிக்க விரும்புகிற ஒற்றைச்சவுக்காக பார்வையாளன் கண் முன் விரியும். இன்னொரு காட்சியில் காவல்நிலையத்துக்கு நேர் எதிரே தர்பூஸ்பழங்களை ப்ளாட்ஃபாரத்தில் அடுக்கி வியாபாரம் செய்யும் எளியமனிதன்

தன்னால் இயன்ற அளவு தார்பாலின்ஷீட் கொண்டு அந்தக் கடையை மூடிப்போர்த்திக் கட்டிவிட்டு வீட்டுக்குச் செல்வது காட்சியாய் விரியும். அடுத்த கணமேதன் பணிமுடிந்து வீட்டுக்குக்கிளம்பும் அந்த ஸ்டேஷன் காவலர் ஒருவர் தன் இரு சக்கரவாகனத்தை அந்தக்கடை முன் நிறுத்துவதும் தார்பாலீன்ஷீட்டை நெகிழ்த்தி ஒரு தர்பூஸ்பழத்தை எடுத்துத் தன்வாகன பெட்ரோல் டேங்க் மீது இருத்திக் கொண்டு கிளம்பிப்போவதும் காட்சியாகும்.

காவல்நிலையத்திற்கு எதிரே தன் தர்பூஸ்பழக்கடையை நடத்தி வருகிறமனிதன் வீட்டுக்குச்சென்ற பின்னரும்கூட தனக்குண்டான கனியைக்கொய்து செல்லும் மாமூலான காவல்கரங்களை கண்ணுறும் அதேவேளையில் அந்தக்கடைக்காரன் நாளும் கடை நடத்துகையில் நித்யத்தின் எத்தனை கனிகளை அதிகாரத்திற்கான வாடகையாக/விலையாக/அன்பளிப்பாக/லஞ்சமாக தர வேண்டி இருக்கும் என்கிற கணக்கு புரியாமல் இல்லை. இன்னும் ஆழ்ந்தால் அது மேற்சொன்ன எந்த வகைமைக்குக் கீழும் வராது என்பதும் ஒரு கம்பீரத்துக்கு மாற்றாய்த் தரவேண்டிய காணிக்கை என்பதும் புரியவரும். பின்னே காவல்நிலையத்துக்கு நேர் எதிர் ப்ளாட்ஃபாரத்தில் இருக்கிறகடை என்பது கம்பீரமில்லையா என்ன.. அந்தக்கடைக்காரனுக்கே அது வொரு அந்தஸ்தான, ஸ்தலமாகவும் அடையாளமாகவும் இருக்கும் தானே..?

மிஷ்கின் தமிழில் நிகழ்ந்து கொண்டிருக்கும் அற்புதமான படைப்பாளுமை. அவரது படவரிசையின் மூலமாக மிஷ்கினின் கதாமாந்தர்களும் அவர் தம் கதைகளும் கூட்டுமனங்களின் தனித்த இடத்தை நிரடியபடி நிலைக்கின்றன.

இந்தத் திரைப்படம் முன் வைக்கிற அன்பு எளியவர்களின் வாழ்வின் மீதான வன்முறை இவற்றிற்கெதிரான யுத்தத்தை முன் வைக்கிறது. நல்ல எனும் பதத்திற்கும் கெட்ட எனும் பதத்திற்கும் இருந்து வரக்கூடிய காலகாலமுரண் இப்படியான யுத்தங்களின் பின்னே இருக்கக்கூடிய குறைவற்ற நியாயமாகிறது. எப்போதும் உலர்ந்து போகாத ஈரமான அன்பை இறைஞ்சுகிற நல்மனங்களின் கூட்டுக் குரல் யுத்தம் செய்.

91 ஆடுகளம்

தனுஷ் தாப்ஸிபன்னு நரேன் கிஷோர் வ.ஐ.சஜெயபாலன் முருகதாஸ் நடித்த ஆடுகளம் படத்தின் வசனத்தை வெற்றிமாறனுடன் இணைந்து எழுதியவர் விக்ரம் சுகுமாரன் கதை திரைக்கதை எழுதி இயக்கியவர் வெற்றிமாறன். ஒளிப்பதிவு வேல்ராஜ் இசை ஜீவீ ப்ரகாஷ்குமார் பாடல்களை எழுதியவர்கள் சினேகன் ஏகாதசி யுகபாரதி வ.ஐ.சஜெயபாலன் யோகிபி

கதை நடக்கும் களம் மதுரை. திருப்பரங்குன்றம் ஊர் தொடர்ந்து நடக்கும் சேவற் சண்டை. இரண்டு டீம்கள். ஒன்று பேட்டைக்காரன் தலைமையிலான அணி. அடுத்தது இன்ஸ்பெக்டர் ரத்தினசாமி அணி. ரத்தினசாமியின் சேவல் பல வருசங்களாக முயற்சி செய்தும் வெற்றிபெற்றதே இல்லை. என்ன செய்தாவது வெற்றிக் கனியை அடைந்தே தீருவது என்று வெறியே கொள்கிறார் பதவியதிகாரமான ரத்தினசாமி. அவருடைய எதிரியான பேட்டைக்காரரின் சிஷ்யப்பிள்ளை கேபிகருப்பு. அவன் சிறுவனாயிருக்கும் போதிலிருந்தே பேட்டைக்காரரின் கண் பார்த்து வளர்ந்தவன். துரை அந்த ஊரில் ஒரு முக்கியஸ்தன். அவனும் பேட்டைக்காரரின் வழித்தோன்றியன்தான். எத்தனை வருசமானாலும் பேட்டைக்காரரின் சேவலை ஒரு தடவையாவது அடிக்காமல் என் கட்டை வேகக்கூடாதுடா எலே ரத்தினசாமி என்று குரல் தருவது அவருடைய மனச்சாட்சி அல்ல எண்பது வயதான அவரது தாயின் நிசக்குரல்தான் அது.

தகப்பனை இழந்த பிள்ளை என்றாலும் தாய் தன் உயிரையே அவன்மீது வைத்திருக்கிறாள். அவனோ பொறுப்பில்லாமல் சேவல் சண்டை என ஊரைச்சுற்றி வருகிறான். அவனது பார்வையில் படுகிறாள் ஐரின் என்ற பேரிலான ஆங்கிலோ இந்தியப் பெண். ஒரு பக்கம் புதிய மலராய்க் காதல் பூக்கிறது. அவளோ அவனை ஏறெடுத்தும் பார்க்கவில்லை. மெல்ல அவளுடன் மோதல் காதலாய்க் கனிகிறது.

பேட்டைக்காரரின் ஆணிவேர் போல இருக்கும் அயூபை விலைக்கு வாங்க முயலுகிறார் ரத்தினசாமி. அவரை ஏளனமாகப் பேசிவிட்டு மறுத்து திரும்பும் வழியில் அயூப் விபத்தில் மரணிக்கிறார்.

இதற்குக் காரணம் அந்த இன்ஸ்பெக்டர்தான் என வெறியாகும் தன் தரப்பாரை அடக்கி வைக்கும் பேட்டைக்காரர் அயூப் பெயரில் அவர் நினைவாக ஒரு மாபெரும் சேவற் சண்டை டோர்னமெண்டை அறிவிக்கிறார். ஒரு கட்டத்தில் ரத்தினசாமிக்கும் பேட்டைக்கும் நேரடி யுத்தமாகிறது. பேட்டைக்காரர் வேறொரு சேவலைத் தேர்வு செய்வதற்குள் கருப்பு தன் சேவலைக் களமிறக்குகிறான். அதற்கும் தனக்கும் எந்த சம்மந்தமும் இல்லை என்று மைக்கில் அறிவிக்கும் பேட்டைக்காரர் கருப்பு தோற்கப்போவதாக நம்புகிறார். மூன்று பந்தயங்களில் அடுத்தடுத்து ஜெயிக்கிறது கருப்பின் சேவல் சிறந்த பயிற்சியாளர் விருதை பெறுகிறான் கருப்பு. அவனுக்கு ஐரினிடம் பெற்ற கடனை திரும்ப செலுத்தத் தேவையான பணம் கிடைத்துவிட்டதாக மகிழ்கிறான். ஆரம்பத்தில் ரசிக்கிறாற்போலத் தெரிந்தாலும் பேட்டைக்காரர் பொறாமையாகிறார். அவருடைய அகங்காரம் அவரைத் துன்புறுத்துகிறது. தன் சொல்லை மீறி கருப்பு ஜெயித்தது அவரால் தாங்கமுடியாததாகிறது

திட்டமிட்டு காய் நகர்த்துகிறார் பேட்டைக்காரர் அவரை முற்றிலுமாக சந்தேகத்திலிருந்து விலக்கியே பார்க்கும் கருப்பு கடைசி வரைக்கும் நம்புகிறான். துரைக்கும் அவனுக்கும் முட்டிக் கொள்கிறது. எல்லாமே பேட்டைக்காரரின் சூழ்ச்சிகளால் நடக்கிறது துரையின் சேவலுக்கு பேட்டைக்காரர் வைத்த விஷத்துக்கு கருப்பு மீது சினம் கொள்கிறான் துரை. கருப்பின் அம்மா பணம் முழுவதும் இழந்த சோகத்தில் இறந்துவிடுகிறாள். ஐரின் மனதில் நெருப்பை விதைக்கிறார் துரைக்கு துப்புத் தந்துவிட்டு கருப்பை கோவிலுக்கு வரவழைக்கிறார் எல்லாவற்றுக்கும் அப்பால் அனைத்து சதிகளுக்கும் காரணம் பேட்டைக்காரர்தான் என்பதைக் கண்டுபிடிக்கிறான் கருப்பு அவர் தன்னைத்தானே மாய்த்துக் கொள்கிறார். ஆனாலும்

பேட்டைக்காரரைக் காட்டிக் கொடுக்க மனமின்றி ஐரினுடன் தொலைதூரத்தில் உள்ள ஊருக்குச் செல்கிறான் கருப்பு.

திருப்பரங்குன்றம் என்ற ஸ்தலம் முருகனின் அறுபடை வீடுகளில் ஒன்று என்ற பிரசித்தத்தைத்தாண்டி சேவற்சண்டை துவங்கி அந்தச் சிறிய பேரூரின் அசலான குணஅதிசயங்களை அருகே சென்று படமாக்கித் தந்தார் வெற்றிமாறன். தனுஷ் முகமொழியாலும் நடிப்பாலும் மட்டுமன்றி நடனம் பேச்சு கண் புருவ அசைவுகள் வரை தெற்கத்திக்காரப் பயலாகவே மாறினார். இரண்டாம் பாதி முழுக்க இயலாமையும் கோபமும் யாரை நொந்து கொள்வதென்று தெரியாத அயர்ச்சியும் ததும்ப தனுஷின் நடிப்பு உக்கிரமாய்த் தோன்றியது. க்ளைமாக்ஸில் எல்லாம் நம்பிக்கைக்குப் பாத்திரமான பேட்டைக்காரர் செயல்தான் என்பதை அறிந்து நொறுங்கும் காட்சியில் தனுஷ் காண்போர் அனைவரையும் கலங்கடித்தார். அந்த வருடத்திற்கான சிறந்த நடிகருக்கான தேசிய விருதை மலையாள நடிகர் சலீமுடன் ஆடுகளம் படத்திற்காகப் பகிர்ந்து கொண்டார் தனுஷ்.

இந்தப்படத்தில் இன்னொரு மனிதரின் பங்கேற்பும் பரிமளிப்பும் தனியே கூறவேண்டிய ஒன்று. வ.ஐ.சஜெயபாலன் பேட்டைக்காரர் வேடத்தில் நூறு சதவீதம் பொருந்தினார் என்றால் அதற்குப் பாதிக்கும் அதிகமான சதவீதக் காரணமாக விளங்கியவர் ராதாரவி. தன்முகம் தோன்றாத படத்தில் கூடக் குரல் வழியாகவும் தன்னால் நடிக்க முடியும் என்பதை நிரூபிக்கும் வண்ணம் அவருடைய பின் குரல் பேட்டைக்காரராகவே நம் மனங்களில் நிரம்பிற்று. இந்தப் படத்தைக் கண்களை மூடிப்பார்க்க விழைந்தால் இதன் நாயகர் தனுஷா அல்லது ராதாரவியா என்றுதான் குழப்பம் ஏற்படும். அந்த அளவுக்குத் தன் குரலால் வாழ்ந்து காட்டினார் ராதாரவி.

நம்பிக்கை துரோகம் என்பதை எடுத்துச் சொல்ல விழையும்போதெல்லாம் சினிமா அதீதத்தின் பின்னே நின்று கொள்ளும் அல்லது அதிகதிக உணர்வுகளை எழுப்புவதாக முயன்று சொல்ல வந்தவற்றை சிதறடிக்கும். வெகுசில படங்களே அப்படியான நம்பிக்கை துரோகம் எனும் தனிநபர் சீரழிவுக்குக் காரண விஷமாய் இருப்பதை மிகச்சரியான விதத்தில் வெளிச்சொல்ல முயன்றிருக்கின்றன. அப்படியான படங்களில் ஒன்றுதான் ஆடுகளம். மதுரை என்றாலே ரத்தமும் குத்துவெட்டுக் கொலைகளும் என்று திரும்பத் திரும்ப காட்சிப்படுத்த முயன்றவர்களுக்கு மத்தியில் வேறொரு நிசமான மதுரையை அதன் மக்களின் வாழ்க்கைத் தருணங்களின் நகர்தலை முன்வைத்துக் காட்டிய படம் ஆடுகளம்.

ஆடுகளம்

மனிதச் சேவல்கள் மண்ணெங்கும் ரத்தம்.

92 ஆரண்ய காண்டம்

தமிழ்த் திரையுலகத்தின் புத்தம்புதிய முயல்வுகளுக்கென்று தனித்த வரிசை எப்போதும் உண்டு. வெளியாகிற காலத்தைத் தாண்டி வேறொரு ஓட்ட காலத்தைத் தங்களுக்கென்று தேர்வெடுத்துக் கொள்ளும் இப்படியான படங்கள் மக்களுடைய விருப்ப நதி செல்லவேண்டிய அடுத்த வளைதல்களைத் தீர்மானித்துத் தருபவையும் கூட. தியாகராஜன் குமாரராஜா இயக்கத்தில் யுவன் ஷங்கர்ராஜா இசையமைப்பில் எஸ்.பி.பி. சரண் தயாரித்து வழங்கிய ஆரண்ய காண்டம் அப்படியான நதி நகர்தல்களில் ஒன்று

இன்று என்பது ஒரு தினமா அல்லது எப்போதும் எஞ்சிக் கொண்டே இருக்கக்கூடிய ஒற்றையா என்பதை எடுத்துப் பேசுகிற கலைப்படைப்புகள் எல்லா நிலங்களிலும் எல்லாக் காலங்களிலும் தொடர்ந்து இருந்து வருபவை. தத்துவார்த்தமாகவும் சித்தாந்தமாகவும் அதீதங்களுக்குள்ளேயும் தேடிப்பார்த்து விடையறியும் எத்தனங்கள் ஒருபுறம் இருக்க தேடலே விடை என்றாற்போல் கலை அதே விடயத்தைக் கையாளும். இந்தப்படத்தின் திரைக்கதை அதன்மைய இழை இன்று எனப்படுகிற ஒரே ஒரு தினத்தோடு பலரது வாழ்வுகளைத் தொகுக்கத் தொடங்கி அந்த தினத்தின் முடிவோடு அடங்கிவிடுகிறது.

மனிதர்கள் எப்படிப்பட்டவர்கள் என்பதற்கான சாட்சியமாகவும் கதை எனும் கலைவடிவம் எஞ்சக்கூடும். எப்படிப்பட்டவர்கள் அல்ல என்று வாதிட்டுக் கொண்டிருக்கத் தேவை இல்லை. பொது எனும் சொல்லுக்கு அருகாமையில் எப்போதும் வரப்போவதில்லை என்கிற நுட்பமான வித்யாசத்துக்கு அப்பாலான சில குறிப்பிட்ட மனிதர்களின் உயிராட்டமே ஆரண்ய காண்டம். நோக்கமும் சூழலுமே மனிதனை செலுத்துவதும் இயக்குவதும் ஆகிறது என்பது பலமுறை பேசப்பட்ட பொருள்தான். இங்கே பேசிய விதம் குறிப்பிடத்தக்கதாகிறது.

பசுபதி உதிர்த்த ஒரு கூடுதல் சொல் அவனை அந்தத் தினம் முழுவதும் ஓடச்செய்கிறது. கஜபதிக்கும் கஜேந்திரனுக்கும் அவர்களுக்கு உரித்தான பொட்டலம் ஒன்று கைக்குக் கிடைக்காத வெறி அந்த தினத்தின் எல்லா பொத்தான்களையும் திறந்து பார்க்கச்

செய்கிறது. சிங்க பெருமாளுக்குத் தன்னோடே இருப்பவன் தன்னை நோக்கி உதிர்க்கும் ஒரு சொல்லைத் தன் ஆழ்மன உலகத்தின் வேறொரு வீழ்ச்சியோடு பொருத்திப் பார்த்ததன் விளைவு அந்த தினத்தின் விசத்தை அவர் மனதில் பூசிவிடுகிறது. சுப்புவுக்கு இதுவரைக்கும்தான் மேற்கொண்ட தவகாலத்திற்கான வெளிச்சவரம் அந்த தினத்துக்குப் பிறகு இன்னொரு முறை கிடைக்குமா என்று தெரியாத நிலையில் தன் கதையைத் தானே எழுதிக் கொள்ளக்கூடிய தங்க வாய்ப்பு ஒன்றாக அந்த தினம் மலர்கிறது. சப்பை என்று எல்லோராலும் நிராகரிக்கப்படுகிற கோமாளிக்கு அன்றொரு தினம் ராஜாவாகும் வாய்ப்பினை வழங்குகிறாள் சுப்பு. சந்தோஷமாக ஆடு கொலைக்களன் நோக்கி ஆடிய படி நகர்கிறது. தன் தகப்பன் காளையனின் கடனை அடைப்பதற்காக சேவல் சூது ஆட்டத்தில் கலந்து கொள்வதற்காக சேவலை ஒரு கரத்தில் ஏந்தியபடி நகரத்தின் உள்ளே வந்திருக்கிறான் கொடுக்காப்புளி. அந்த நாள் தன் சாயங்காலத்தை நோக்கி விரைந்தோடுகிற மாய ரயில். அவரவர் நிறுத்தம் வரும்போது முடிந்தேறுகிறது அவரவர் கதை.

யுத்தத்தின் கடைசி நாள் அல்லது ஊழிக்காலத்தின் முடிவு நாள் என்பதை குறியீடாகக் கொண்ட படங்கள் தென் இந்தியாவில் குறைவே. ராம்கோபால் வர்மா எடுத்துரைத்த குற்றவுலகத்திற்கு அப்பால் தியாகராஜன் குமாரராஜா இந்தப் படத்தில் நமக்கெல்லாம் காணச்செய்த குற்றவுலகம் அலாதியான துல்லியத்தைத் தனதே கொண்டது.

கதையின் வழமை நகர்தல்களை ரத்து செய்தது ஆரண்ய காண்டம் படம். என்ன என்பதை சொல்லிவிட்டு அடுத்து என்ன நடக்கும் என்பதற்கான அத்தனை சாத்தியங்களையும் மெல்லத் திறந்து வைத்தபடி கதையை மொத்தமாக உடைத்துச் சிதறடிப்பதன் மூலமாக

யூகங்களுக்கு அப்பால் தனித்த இருளீர முகடொன்றில் காண்பவர் மனங்களை செருகி வைத்தார். அனாயாசமா கபடத்தின் முடிவுவரை ஒரே கயிறற்ற கயிற்றில் கட்டுண்டு கிடந்தது பார்வையாள மனம்.

பி.எஸ். விநோதின் ஒளிப்பதிவு ஒற்றி எடுத்த ரகசியத்தின் வரைபடம்போல முன்னர் அறியாத அனுபவமாகவே நேர்ந்தது. ரியல் சவுண்ட் மற்றும் ரியல் லைட் என்பதை பரீட்சார்த்தமாக ஆங்காங்கே முயன்ற படங்களுக்கு மத்தியில் யுவனின் இசை மாத்திரமே பல பக்கங்கள் பேசுவதற்குரிய இடு பொருளானது. யுவன் இந்தப்படத்திற்கென பின்னணி இசையை உருவாக்க மிகவும் மெனக்கெட்டிருந்தார். அது கை கொடுத்தது. செஃபியா வண்ணத்தையும் மெக்ஸிகன் நிலத்தையும் போர்த் தனிமையையும் தந்திரங்களின் விடுபடுதலையும் பூட்டி வைக்கப்பட்டிருக்கும் ம்யூசியத்தின் காலகால தூசிப் படர்தலையும் பாதியில் உறைந்த மழைக்காலத்தின் கடைசி மழையையும் இசையில் கொணர்ந்தது யுவனின் வித்தகம்.

ஜாக்கி ஷெராஃப் யாஸ்மின் பொன்னப்பா குரு சோமசுந்தரம் ரவி கிருஷ்ணா சம்பத் ராஜ் மாஸ்டர் வஸந்த் பாக்ஸர் ஆறுமுகம் பாக்ஸர் தீனா மற்றும் 5 ஸ்டார் கிருஷ்ணா என படத்தில் பங்கேற்ற அத்தனை நடிகர்களும் தங்கள் நிஜம் அழித்து நிழலாய்ப் பெருகினர்.

படத்தில் ஆங்காங்கே இழையோடும் மெல்லிய கார்பன் ஹ்யூமர் எனப்படுகிற சாம்பல் நகைச்சுவை தமிழ் சினிமா முன்னர் அறியாதது.

நீ மட்டும் உயிரோட இருந்த உன்னை கொன்னுருப்பேன் என்று ஒரு இடத்தில் சொல்லும் கஜேந்திரன் பாத்திரம் தன்னிடம் வந்து ஜோசியம் சொல்ல முயலும் 5 ஸ்டார் கிருஷ்ணா மனசுக்குள் ரெண்டு பூக்கள் நினைத்துக்கொள்ள சொல்லிவிட்டு ஒவ்வொரு பூவாய் சொல்லி முடிக்க எல்லாவற்றையும் மறுப்பார். நீங்க மனசுல நெனச்ச அந்த ரெண்டு பூ என்னன்னு சொல்ல முடியுமா எனக் கேட்கும் கிருஷ்ணாவிடம் ப்ரபூ குஷ்பூ எனும்போது திரையரங்கம்உடைந்து சிதறும்.

உங்கப்பான்னா உனக்கு ரொம்பப் பிடிக்குமா எனக் கேட்கப்படும்போது கொடுக்காப்புளி சொல்லும் ஒருவரி பதில் பல தினங்கள் மனசுக்குள் ஒலித்த வண்ணம் இருந்தது

இல்லை.. ஆனாலும் அவர் என் அப்பா.

ஆரண்ய காண்டம். மனித வாழ்வின் மிருகவாதம்.

93 துப்பாக்கி

நான் என்னவெல்லாம் கற்றுக் கொண்டேனோ அவற்றை திரைப்படங்களிலிருந்துதான் கற்றுக் கொண்டேன்.

- ஆட்ரே ஹெபர்ன்

ஏ.ஆர்.முருகதாஸ் தீனா ரமணா மற்றும் கஜினி ஆகிய படங்களை வரிசையாக ஹிட் தந்தவர். அவர் எழுதி இயக்கிய துப்பாக்கி படம் ஆரம்ப காட்சிமுதல் படத்தின் முடிவுவரை விறுவிறுப்புக் குறையாமல் சென்று நிறையும் படம். விஜய் எல்லோர்க்கும் இனியவராக முன் வருவதற்கு மிகவும் உறுதுணையாக இருந்தபடமென்றும் சொல்லலாம்.

கதை என்ன

ஜெகதீஷ் ஒரு ராணுவவீரன். அதைத்தவிர தீவிரவாத எதிர்ப்புச்சங்கிலி ஒன்றின் ஊரறியா ரகசியக் கண்ணியும் அவன். விடுமுறைக்காக மும்பையிலிருக்கும் குடும்பத்தைக் காண வருபவன் திருமணத்துக்குப் பெண்பார்க்கும் படலம் பார்த்த பெண்ணை வேண்டாமென மறுப்பது அதன்பின் அவளையே விரும்புவது என ஒரு இழை அவனது காதலுக்கானது. அடுத்த இழைதான் முக்கியமே அது தற்செயலாக பஸ் ஒன்றில் பிக்பாக்கெட் திருடனைத்தேடித் துழாவுகையில் சம்மந்தமின்றி ஒருவன் தப்பி ஓடுகிறான். பர்ஸ் கிடைத்தபிறகு இவன் ஏன் ஓடுகிறான் என்று ஜெகதீஷ் துரத்துகிறான். சற்றைக்கெல்லாம் அந்த பஸ்ஸில் அந்த மனிதன் வைத்திருந்த பை வெடித்துப் பலரும் பலியாகின்றனர். அந்த மனிதன் போலீஸ் பிணையிலிருந்து மருத்துவமனையில் இரண்டொரு பேரைக்கொன்று விட்டுத் தப்புகிறான். அவனைக் காணவில்லை என்று சொல்லப்படுகிறது. அவனைப் பிடித்து வைத்திருக்கும் ஜெக்தீஷ் அவன் மூலமாக அவனுக்கு உதவிய மருத்துவமனை செக்யூரிடி அலுவலர் வீட்டுக்குச்சென்று தனக்கு உண்மை தெரிந்துவிட்டது என்றுகூறி அவர் தன்னைத்தானே சுட்டுக்கொள்ள நிர்ப்பந்திக்கிறான். வீடு திரும்புகிறவன் தன்னிடம் பிடிபட்டவனிடமிருந்து கிடைக்கும் வெறும் புள்ளிகளாலானவரை படத்தின் புதிரை அவிழ்க்க முயலுகிறான். இதற்கு இடையில் நிஷா எனும் அவன் பெண்பார்த்து மறுத்த நாயகிக்கும் அவனுக்கும் காதல்

பூக்கிறது.

தாங்கள் யாருக்காக வேலை பார்க்கிறோம் என்றே தெரியாமல் பணத்துக்காகவும் மூளைச் சலவை செய்யப்பட்ட தன் உந்துதலினாலும் என்ன கட்டளையானாலும் கீழ்ப்படிந்து அவற்றை நிறைவேற்றுவதற்குத் தங்கள் உயிரையே தரும் ஸ்லீப்பர்செல்ஸ் எனும் இதுவரை அருகே சென்று பார்த்திடாத மனிதர்களை துப்பாக்கிபடம் நெருங்கிப்பார்க்க உதவியது.

மும்பை நகரின் பல இடங்களில் பெரும் சேதத்தை விளைவிக்கக்கூடிய வெடிகுண்டுகளை தனது ஸ்லீப்பர்செல்கள் மூலமாக கொண்டு சேர்த்து ஒரேதினம் பல இடங்களில் குண்டுவெடிப்புகளை நிகழ்த்தி இந்தியாவின் அமைதியைக் குலைப்பதற்காக சதி செய்து அதனை நிறைவேற்றுவதற்காக காத்திருக்கிறான் வில்லன். அவனுக்குக் கொஞ்சமும் தெரியாமல் அத்தனைபேரையும் தன் நண்பனான மிலிட்டரிக்காரன் திருமணத்துக்கு வந்திருக்கும் சகவீரர்களைக் கொண்டு தொடர்ந்து செல்லவைக்கும் ஜெகதீஷ் அத்தனை பேரையும் ஒரேநேரத்தில் சுட்டு வீழ்த்துகிறான். செத்தவர்களில் ஒருவனிடமிருந்து கைப்பற்றும் ஸாடிலைட்ஃபோனில் அவனைத் தொடர்புகொள்கிறான் வில்லன். நீயார்னு எனக்குத்தெரியாது. நீ எங்கே இருக்கேன்னும் தெரியாதுஆனா நான் உன்னைத்தேடி வருவேன். உன்னை என் கையாலகொல்லுவேன் என்று தணிந்த குரலில் சொல்கிறான். அதற்கு ஜெகதீஷின் பதில் நான் காத்திட்டிருக்கேன் வா என்பதாகிறது.

வில்லனின் கைக்கு ஆட்டம் போவது படத்தின் இரண்டாம்பகுதி. கொல்லப்பட்டவர்களில் ஒருவன் வில்லனின் உடன்பிறந்த தம்பி என்பது அவனுக்குக்கூடுதல் குருதிவெறியைத் தராமலா போகும். ஜெக்தீஷ் யார் என்ன என்பதை எல்லாம் தவிர்த்துவிட்டு என்ன உளவியலில் அவன் அத்தனைபேரைக் கொன்றான் என்பதை அழகாகத் துப்புத்துலக்கி திருமணமான நண்பனின் வீட்டை

கண்டறிந்து வரிசையாக அந்த ஆபரேஷனில் ஈடுபட்டவர்கள் ஒவ்வொருவரையாகப் பார்த்துப்பார்த்து தன் கையால் கொல்ல ஆரம்பிக்கிறான் வில்லன். அவனுடைய பிடியில் ஜெக்தீஷின் தங்கைகளும் சிக்குகின்றனர். வில்லனைக் கொன்றழிப்பது மட்டும்தான் அவனுக்குக்கீழே இருக்கக்கூடிய எண்ணற்ற ஸ்லீப்பர்செல்களை முடக்க ஒரேவழி என்று அதனை நிறைவேற்றி நாடு காக்கிறான் ஜெக்தீஷ். நிறைகிறது துப்பாக்கிபடம்.

துப்பாக்கி தமிழில் இரண்டாயிரத்துக்கு அப்புறம் எடுக்கப்பட்ட முழுமையான ஹீரோயிஸப்படம். அது நல்லமுறையில் பலிதமானது என்பதுதான் விஷயம். விஜய் தன்னை ஒரு மக்கள் அபிமான நாயகனாக நிலைநிறுத்திக் கொண்டபிறகு எல்லாம்வல்ல நாயகனாக தோன்ற முயன்ற சில பல படங்கள் அவருக்குக் கை கொடுக்கவில்லை. ஆனால் துப்பாக்கி அத்தனை காயங்கள் மீதும் குளிராய் வருடியது.

இந்தப்படத்தின் அனேக பாத்திரங்கள் நன்றாக வார்த்தெடுக்கப்பட்டிருந்தன. நடிகர்களின் உறுத்தாத நேர்த்தி காட்சி அனுபவத்தை வசீகரம் செய்தது. மனோபாலா சத்யன் ஜெய்ராம் மூவருக்கும் இந்தப்படம் முக்கியமானது என்று சொல்லத்தகும். ஜெய்ராம் விஜய் காஜல் ஆகியோரது எபிஸோட் படத்தின் மைய விறுவிறுப்பைத் துண்டாடாமல் அதேசமயம் இயல்பான நகைச்சுவைத் தூறலாக நனைத்தது. கதை நகர்ந்தவிதமும் குன்றாத சுவாரசியப் பரவலும் துப்பாக்கியின் தோட்டாக்களாகவே திகழ்ந்தன.

காஜல்அகர்வால் நிஷாவாக துல்லியம் நிகழ்த்தி நல்லதொரு நடிப்பை வழங்கினார். ஹாரிஸ்ஜெயராஜின் இசையும் பின்னணி ஸ்கோரும் துப்பாக்கியின் பலங்கள் என்றால் சந்தோஷ்சிவனின் ஒளிப்பதிவு கண்வருடும் கலையானது. வசனங்களும் கதைநகர்ந்த நதியும் துப்பாக்கி படத்தை உயர்த்தி நிறுத்தின. காஜல் ஜெய்ராம் விஜய் மூவருக்குமிடையிலான நகைச்சுவை கதைக்குள் கதையாக உறுத்தாமல் அதேநேரம் ரசிக்கத்தக்க பகுதியாகவும் இருந்தது.

வித்யுத்ஜம்வால் இந்தப்படத்தின் எதிர்நாயகன். அலட்டாத எவ்விதமான மிகைகொனஷ்டைகளும் இல்லாத சன்னமான குரலும் தெளிவான கண்களுமாக வெகுநாட்களுக்கப்பால் முழுமையான தனித்துவமான வில்லனுக்குண்டான கூறுகளோடு தெரிந்தார். ஆர்ப்பாட்டமில்லாத அமைதி என்பதே வில்லத்தனமான குணாம்சம்தான் இல்லையா.

ஏ.ஆர்.முருகதாஸ் இயக்கிய துப்பாக்கிபடம் வணிக எல்லைகளுக்குள் முழுவதுமாக இயங்கிய மற்றுமொரு படம்.

துப்பாக்கி சூப்பர் நாயக சாகசம்.

94 சூது கவ்வும்

எப்போதும் கைவிட்டு விடாதே எப்போதும் சரணடைந்து விடாதே.

- கமாண்டர் க்வின்ஸிடகார்ட் காலக்ஸிக் வெஸ்ட்.

கதையை வித்யாசப் படுத்துவதற்காக எதையுமே செய்யத் தேவையில்லை. அது நடக்கிறகாலம் நிகழ்கிற களம் அடுத்தடுத்த நகர்தல்கள் இவற்றை வழமைக்குச் சம்மந்தமில்லாமல் மாற்றி யோசித்தால் மட்டுமே போதுமானது. இவ்வளவு ஏன்..? கதையை வித்யாசப் படுத்துவதற்குக் கதாபாத்திரங்களின் குணாதிசயங்களை மட்டும் மாற்றி யோசித்தால் போதும். கதை தானாய்ப்புரண்டு அழக்கூடிய குழந்தை மாதிரி.

நலன் குமரசாமி எழுதி இயக்கிய சூது கவ்வும். கலைத்துப் போட்ட சீட்டுக்களைக் கொண்டு புதிய ஆட்டமொன்றைத் துவங்குவதைத்தவிர புதிய திசை புதுநியாயம் ஏதுமில்லை என்பதாகத் தன்னைத் தொடங்கிக் கொள்கிறது கதை.

எப்படியாவது யாரையாவது கடத்தி எதையாவது சம்பாதிப்பதை நோக்கமாகக் கொண்ட நாயகன் ஒரு பெண்ணைக் கடத்த முயலுகையில் கார்ஸ்டார்ட் ஆகத் தாமதமாகவே அவள் தர்மமொத்து மொத்துகிறாள். தப்பித்தோம் பிழைத்தோம் என்று ஒடுகிறான். அவனது கண்களுக்கு மட்டும் புலப்படும் இல்யூஷன் ஷாலினி தன்னிடம் மணிகேட்பவனிடம் சில்றை இல்லைப்பா என்று விரட்டுகிறான். நானென்ன பிச்சையா கேட்டேன் மணி என்னான்னுதானே கேட்டேன் என்று அந்த ஸ்ப்ரிங்சிகையாளர் வாழ்வு வெறுத்து நாயகனைத் துரத்துகிறார்.

க்விக்மணி அதாவது வருந்தாமல் விரைவாகப் பணம் சேர்க்கவேண்டும் என்பது மனிதமூளையின் விசித்திரக் கனவுகளில் ஒன்று எல்லாருக்குமே தனக்கு எதாவதொரு அதிர்ஷ்டம் வராதா என்று ஏங்கப் பிடிக்கிறது. அடுத்தவர் கைப்பொருளைக் கவர்ந்து களவு செய்வதுவரை எல்லோரும் அப்படியான கனவை உதிராமல் பற்றிக்கொண்டு பின்தொடர்ந்து செல்லும் சிலர் அதை குற்றப்பூர்வமாக சாத்தியம் செய்திட விழைகிறார்கள்.

அங்கதம் என்றைக்குமே அபூர்வம்தான். இந்தப்படத்தின்

வசனம் ஆகப்பெரிய பலம். இதை இட்லின்னு சொன்னா சட்னிகூட ஒத்துக்காதுடா என்பதில் ஆரம்பித்து வசனம் மூலமாகவும் காட்சிமொழியாலும் சின்னஞ்சிறு அசைவுகளாலும் ஸ்பூஃப் என்பதற்கான இலக்கணத்தை விஞ்சாமல் பல தெறிப்புக்களோடு சூது கவ்வும் மலர்ந்தது.

என்கவுண்டர் ஸ்பெசலிஸ்ட் தன் பின்புறத்தில் ஸ்டைலாக துப்பாக்கியை செருகும்போது அது வெடித்து விடுகிறது என்பதை ஒரு படத்தின் களைமேக்ஸ் ட்விஸ்ட் ஆக யோசிக்க முடியும் என்பதுதான் இக்கதையின் விசித்திரத்துக்கு ஒரு சான்று.

படத்தின் ஆரம்பத்தில் சொந்த ஊரான திருச்சியில் நடிகை நயன்தாராவுக்கு கோயில் கட்டியதாக செய்தித்தாட்களில் பேருடன் செய்தி வருகிற பாபிசிம்மா இனி ஊரில் இருக்க முடியாது எனும் நிலையில் வீட்டார் நிர்ப்பந்திக்க சென்னைக்குத் தன் நண்பன் அருள்செல்வனது அறையைப்பகிர்ந்து கொள்ள வந்து சேர்கிறார். அந்த செய்தியோடு அடுத்தடுத்த பக்கங்களில் ரவுடி டாக்டர் விடுதலை என்று வருகிறதையும் வாய்திறந்து பேசாத சைக்கோ போலீஸ் அதிகாரி பிரம்மா மாற்றலாவதையும் வாசிக்க முடிகிறது. நண்பன் வந்துசேர்ந்த நேரம் அருள்செல்வனுக்கும் வேலை போகிறது ஏற்கனவே அவருடன் அறையைப் பகிர்ந்திருக்கும் ட்ரைவரான இன்னொரு நண்பர் ஒரு வாரம் முன்பு தான் வேலை இழந்திருக்கிறார். இவர்கள் மூவரும் தனக்கென்று தனிக்கொள்கையோடு ஆள்கடத்தி சம்பாதிப்பதற்கான முயற்சியில் இருக்கும் விஜய்சேதுபதியுடன் கூட்டுசேர்ந்து கொள்வது படத்தின் முதல் விள்ளல்.

ரெண்டாவது விள்ளல் சுவாரசியம் அதிகம் எனலாம். அருமைநாயகம் என்ற பேரில் இந்தியாவின் கடைசி நேர்மையான அரசியல்வாதி என்று கருதப்படுகிற அமைச்சர் ஞானோதயத்தின் ஒரே மகன். அப்பா அமைச்சர் என்பதன் பலனாக ஒரு பன்ரொட்டிகூட வாய்க்கப் பெறாதவன் தொழில் தொடங்க காசு கேட்கும் போது நீ

வேலைக்குபோயி சம்பாதி. அப்பறம் அந்தக்காசுல தொழில் பண்ணு என்று விரட்டும் தந்தை. அவரொரு புகழ் விரும்பி தன்னிடம் லஞ்சம் கொடுக்கவரும் தொழிலதிபர் ஒருவரை லஞ்சஒழிப்பு போலீசாரிடம் கைக்களவாகப் பிடித்துத் தருகிறார் அந்தத் தொழிலதிபரின் தம்பி எப்படியாவது அமைச்சரைப் பழி வாங்கவேண்டுமென்று சில்லறைக்கடத்தல் சேதுபதியிடம் வந்து அமைச்சர் மகனைக் கடத்தி ரெண்டுகோடி பணம் டிமாண்ட் செய்து அமைச்சரிடமிருந்து நீங்களே பெற்றுக் கொள்ளுங்கள் என்று ஆஃபர் வைக்கிறார். இது நல்லாருக்கே என்று தன் புது டீம் சகிதம் இந்த முயற்சியில் இறங்கி சொதப்புகிறார்கள்.

மூன்றாம் விள்ளல் ஆரம்பம். தன்னைத்தானே கடத்த ஆள்செட்டப் செய்து திட்டத்தை செயல்படுத்தும் போது குறுக்கே வந்து கெடுத்துவிட்ட விஜய்சேதுபதி அண்ட்டீமை மன்னித்து மறுபடி அதே ப்ளானை தன் கூட்டாளிகளாக செயல்படுத்த செய்கிறான் வெற்றிகரமாக இரண்டுகோடி பணம் கை வந்து சேர்கிறது. மந்திரி ஞானோதயத்தின் நேர்மை பலிக்காமல் போகிறது. கட்சி நிதியிலிருந்து 2 கோடி பணத்தைத் தந்து மகனை ஒழுங்கா மீட்டுட்டு வீடு போய் சேரு என்று முதல்வர் வலியுறுத்துகிறார். அப்படியே செய்தால் பணத்தை பகிர்வதில் மக்களுக்குள் சண்டைவர மந்திரிமகன் மீண்டும் தன் வீட்டுக்கு மொத்தப் பணத்தோடு சென்று சேர்கிறான். சிறுவண்டி விபத்தில் மற்ற சகாக்கள் அடிபட்டு விழிப்பதோடு இடைவேளை.

தன்மானம் அழிந்துவிட்டதாக புலம்பும் மந்திரி ஞானோதயம் மைத்துனர் மணிகண்டன் எனும் ஐஜியை அதட்டி திண்டுக்கல்லில் இருந்து இன்ஸ்பெக்டர் பிரம்மாவை சென்னைக்கு வரவழைத்து தன் மகனைக் கடத்தியவர்களை 48 மணிநேரத்தில் பிடித்தாக வேண்டும் என்று உத்தரவிடுகிறார். இன்ஸ்பெக்டர் பிரம்மாவிடமிருந்து எப்படி அந்தக்குழு தப்புகிறது என்பது ப்ரீக்ளைமேக்ஸ்.

இனி நீ கட்சிக்கு தேவையில்லை என்று அடுத்து வரவிருக்கும் எலக்சனில் ஞானோதயத்துக்குப் பதிலாக அருமைநாயகத்துக்கு ஸீட் தரப்பட்டு அவரும் ஜெயித்து எம்மெல்லேவாகி மந்திரியுமாகிறார் கடத்தல் சகாக்களில் சேது தவிர்த்த இருவரும் அவரது அந்தரங்க காரியதரிசிகளாகி லஞ்சங்களை மேலாண் செய்வதோடு படம் நிறைகிறது. ஓய்வுபெற்ற மந்திரி ஞானோதயம் தன் செல்லா நேர்மையோடு முறைத்துப் பார்க்கிறார். இல்யூஷன் நாயகி நிசமாகவே எதிர்ப்பட அவளைக் கடத்துகிறார் நோய்மை சேதுபதி.

நலன் குமாரசாமி படமெங்கும் சிறு தூவல்களாக வைத்திருந்த உலர் அங்கதம் இந்தப்படத்தை முக்கியமான அனுபவ சாத்தியமாக்கிற்று. எல்லாமே வெவ்வேறாக என வழக்கத்-

திலிருப்பதையே எடுத்து வழக்கத்திற்கு மாற்றாக்கி அடுக்கிக் கொண்டேசென்றிருப்பதுதிரைக்கதைஅமைப்பின்பலம். நடிகர்களும் சம்பவங்களும் கடைசிவரை வண்ணமயமான காண்இன்பமாக இப்படத்தை மாற்றியது சுவை.

உனக்கு நடிக்கத் தெரியுமா இது தாஸ்

ம்ஹூம் மண்டைஆட்டி தெரியாதென்பது பாபி சிம்மா.

ஸ்கூல்ல காலேஜ்ல எதுனா நாடகம் நடிச்சிருக்கியா மறுபடி தாஸ்.

இதற்கும் தலையை ஆட்டி மறுக்கும் பாபி.

நடிப்பு சொல்லிக்குடுத்து நடிக்க வச்சா நடிச்சிருவியா இது தாஸ்.

இதற்கும் முடியாது என்றாற்போலவே தலையை ஆட்டும் பாபி.

இந்த இடத்தில் ஹப்பா என்று தன் இருகண்களை மூடித் திறந்து நிம்மதியாகி

உன்னை தாண்டா எட்டு மாசமா தேடிட்டிருந்தேன் நீதாண்டா என் படத்தோட ஹீரோ என்பார் தாஸ்.

அவரே பட நிறைவில் பாபியின் கன்னத்தில் பளார் பளார் என்று அறைந்து ஏன் ஏன் ஏண்டா இந்த மூஞ்சிக்கு ரொமான்ஸ் வரமாட்டேங்குது என்பார்.

சந்தோஷ்நாராயணன் மெனக்கெட்டது வீண் போகவில்லை. இந்தப்படத்தின் தீம்மியூசிக்கும் முக்கியமான கட்டங்களில் பின்னணி இசையும் காசுபணம் துட்டு மணி மணி பாடலும் இன்றளவும் மனனத்திலிருந்து நீங்காமல் ஒலித்தவண்ணம் இருப்பது இசையின் மேன்மைக்குச் சாட்சி.

அருள்தாஸ், பாபிசிம்மா, யோகிபாபு, அருள்செல்வன், வெங்கட், முனீஷ்காந்த், எம்.எஸ்.பாஸ்கர், ராதாரவி, சஞ்சிதாஷெட்டி, கருணாகரன் என நடிகர்களும் தினேஷ், கிருஷ்ணன் ஒளிப்பதிவும் ஜான்பால்லியோவின் எடிட்டிங்க் என எல்லாமே நன்றாக அமைந்திருந்தது எனலாம்.

அபூர்வமான அங்கத படங்களில் முக்கியமான ஒன்று.

சூது கவ்வும்.

95 மதயானைக் கூட்டம்

"கடவுள் அடையாளபூர்வமாக வன்முறையை நேசிக்கிறார். நீங்கள் அதனை அப்படியல்ல என்று புரிந்து கொள்கிறீர்கள்".

***லியனார்டோடி காப்ரியோ நடித்து மார்ட்டின் ஸ்கார்கேஸ் இயக்கிய* SHUTTER ISLAND**

வன்மம் என்பது ஒருசொல் அல்ல. கொடுமைகள் பலவற்றுக்கும் பின்னாலிருக்கக்கூடிய தூண்டுதிரியாக வன்மம் ஆழத்தில் புதைந்திருக்கிறது. கண்ணிவெடிகளைப் போலவே இருப்பிடம் தெரியாமலிருக்கக்கூடிய வன்மம் விளைவுகளால் குருதி சுவைக்கிறது. வரலாற்றில் வன்மத்தின் பக்கங்கள் ரத்தத்தில் தோய்ந்தவை. பழிவாங்கும் திரைப்படங்களுக்கு உலகமெங்கும் நிரந்தரமாய் இருக்கும் ரசிகக்கூட்டம் பெரிது. என்ன ஒன்று பழிவாங்கும் திரைப்படங்களில் அத்திபூத்தாற்போலத்தான் யதார்த்தத்தை மீறாத படங்களின் வருகை நிகழ்கின்றது. பெருவாரிப்படங்கள் நட்சத்திர அதீதங்களே.

அடுத்துக் கெடுத்தல் குழி பறிப்பது உடனிருந்து காட்டிக்கொடுப்பது நம்பிக்கை துரோகம் கழுத்தறுத்தல். போன்றவை பொதுவில் நிறுவ முடியாத தனித்த நியாயங்களைத் தனதே கொண்டவை தண்டனையை நன்கு அறிந்த பிற்பாடு முயலப்படுகிற குற்றங்களின் பின்னால் நிலவும் உளவியல் நுட்பமாக அவதானிக்கப் படவேண்டியது. கருணை இன்றி நிகழ்த்தப்படுகிற கொலைகள் கதைகளாகவும் அச்சங்களாகவும் கூட்டப்பெருமிதங்களாகவும் தொடர்கின்றன.

தீர்ப்பை நோக்கியதாக ஒரு கலைப்படைப்பு இருந்தாக வேண்டும்.கடுமையான எதிர்க்குரலை ஆட்சேபங்களை எள்ளல்களை ஒரு சினிமா நிகழ்த்தவேண்டும். வன்முறையைவிடக் கொடுமையானது அதன் பின்னாலிருந்து தூபம்போடும் வன்மத்தின் சுயநலம். மனிதபிடிவாதம் எத்தகைய எல்லைவரைக்கும் செல்லும் என்பதை மனிதமுரண்களுக்கு அப்பாலான நன்மை தீமைகளின் வழிவழியாகஅழுத்திச் சொன்ன திரைப்படைப்புகளில் முக்கியமான ஒன்று விக்ரம் சுகுமாரனின் மதயானைக் கூட்டம்.

ஒவ்வொரு படத்துக்கும் தீம்மியூசிக் என்பதைபோலவே

அரங்கு நிறைந்தது | 313

ஒருமித்த பின்புலவண்ணம் ஒன்று இருக்கும் முதல் பதாகையில் இருந்து படத்தின் எண்டுகார்டு வரைக்கும் சற்றுத் தூக்கலாக ஒற்றைநிறம் ஆதிக்கம் செலுத்தும் வகையில் பயன்படுத்தப்பட்டிருக்கும் உருவாக்கத்தில் இது ஒரு பின்புலஉத்தி. வகையில் குருதி வண்ணத்தை நிகர்த்த செஃபியாடோனை இந்தப் படத்தில் பின்புலவண்ணமாக உணரச்செய்ததில் இருந்து தனது திரைமொழியை துவக்குகிறார் விக்ரம்.

வீரனின் தங்கை செவனம்மா. அவளது கணவர் ஜெயக்கொடி இரண்டாம் திருமணம் செய்ததில் இருந்து அவரிடம் அண்ணனும் தங்கையும் பேசுவதே இல்லை. இரண்டாம் குடித்தனத்தில் ஜெயக்கொடி திடீரென்று மரணமடைய வண்டியில் பிணத்தை ஏற்றிக்கொண்டு தங்கை வீட்டுக்குக் கொணர்ந்து சேர்க்கிறார் வீரா.செவனம்மாவின் ஒரே மகன் பூலோகராசா சித்தி தம்பிபார்த்திபன் தங்கைப்ரேமா என எல்லோரையும் அன்போடு போற்ற நினைப்பவன். அவனது பரிந்துரையால் நீண்ட காத்திருத்தலுக்குப்பிறகு இரண்டாவது குடும்பம் ஜெயக்கொடியின் உடலை பார்த்து இறுதி அஞ்சலி செலுத்த வாய்ப்புக் கிடைக்கிறது.

வீரா ஜெயக்கொடி மரணத்தின்போது செய்ய வேண்டிய செய்முறையினைப் பிறபாடு செய்வதாக செவனம்மாவிடம் தெரியப்படுத்த அவளும் அதனை ஒப்புக்கொள்கிறாள். அதை அறிய நேரும்போது ஆட்சேபிக்கும் பூலோகராசா வீராவையும் அவர் குடும்பத்தையும் கண்டபடி ஏச தள்ளுமுள்ளு வாகையில் வீராவின் மகன் தோட்டத்தில் இருக்கும் தேங்காய்க் கத்திவெட்டி அங்கேயே மரிக்கிறான். தன் மகன் இறந்ததற்குக் காரணம் என பார்த்திபனைக் கொல்ல சபதம் எடுக்கிறார்.

தம்பியைக் காப்பாற்ற உதவுகிறான் பூலோகராசா. முதலில் தானும் உதவும் எண்ணத்தில் அத்தனைநாட்கள் எதிர்கொண்டு பார்த்தே இராதா தன் கணவனின் இரண்டாம் மனைவியான

பார்த்திபனின் அம்மாவைத் தன் தோட்டவீட்டில் மறைத்து வைக்கிறாள் செவனம்மா. கேரளாவிற்குத் தப்பிச் சென்றுவிடும் பார்த்திபன் தன் தோழி உதவியோடு அங்கேயே மறைந்து வாழ்கிறான். தன் மகன் சாவுக்கு பழிக்குப்பழியாக பார்த்திபனைக் கொன்றே ஆகவேண்டும் எனத் துடிக்கும் வீரா தங்கையிடம் உதவி கேட்கிறார்.

அண்ணன் பாசம் கண்ணை மறைக்க தன்னை நம்பிப்புகலிடம் வந்திருக்கும் பார்த்திபனின் அம்மாவுக்கு உணவில் விஷம் கலந்து தருகிறாள் செவனம்மா. அவள் இறந்ததும் பார்த்திபன் இறுதிச்சடங்கு செய்ய வந்தே ஆக வேண்டும் என்ற நிலை ஏற்படுகிறது. ஊர் திரும்பும் பார்த்திபன் இறுதிச்சடங்குகள் அனைத்தையும் செய்து முடித்ததும் வீராவும் அவரது மகனும் மற்றும் உறவினர்களும் கூட்டமாய் தாக்கத் தொடங்குகின்றனர். கடைசிவரை எல்லோரையும் சமாளிக்கிற பார்த்திபனின் மீது மறைந்து தூரத்திலிருந்து வளரியை எறிந்து கொல்கிறார் வீரா. போலீஸ்வந்து வீராவைக் கைது செய்து அழைத்துச் செல்கிறது. பார்த்திபனின் ரத்தக்கறையை நீர் கொண்டு கழுவிவிட்டபடி ஓவென்று அழுகிறாள் செவனம்மா. படம் நிறைகிறது.

விஜி சந்திரசேகர் முருகன்ஜி இருவரையும் தாண்டி வீராவாக வந்த வேலராமமூர்த்தி தமிழ் சினிமாவின் அடுத்த குணச்சித்திரப்பேருரு என்பதைத் தன் இயல்பான நடிப்பால் நிறுவினார். தமிழ் சினிமாவின் புதிய வரவாக இப்படத்தில் நடித்த கதிர் அதிகம் பேசாமல் தன்முகமொழி மூலமாகவே மறக்க முடியாத நல்நடிப்பை நேர்த்தினார். ஏகாதசியின் வரிகளுக்கு என்.ஆர். ரகு நந்தனின் இசையும் உறுதுணையாயிற்று. ராகுல் தர்மனின் ஒளிக்கூட்டு நேரலையின் நுட்பத்தோடு கதையைக் காணச் செய்தது.

பெருமிதமாய்ப் பராமரிக்கப்பட்டு வந்த பல கருத்தாக்கங்களைத் தன் முதல் படம் மூலமாகவே உடைத்து நொறுக்க முனைந்த விக்ரம் சுகுமாரனின் தெளிவான திரைக்கதையும் கதாபாத்திரங்களுக்கு அவர் தேர்ந்தெடுத்த நடிகர்களின் அச்சுப்பிசகாத பொருத்தமும் இயல்பான தெற்கத்தி வசனங்களும் சொல்ல வந்ததை கொஞ்சம்கூடப் பாவனையோ சுற்றி வளைத்தலோ இல்லாமல் நேரடியாகச் சொல்ல முற்பட்ட துணிவும் எனப் பல காரணங்களுக்காக மதயானைக் கூட்டம் கவனத்தில் கொள்ள வேண்டிய திரைப்படமாகிறது.

மதயானைக் கூட்டம்

பெருவழி வன்மம்.

96 மெட்ராஸ்

அவர்கள் எங்களது உயிரைப் பறிக்கலாம். எங்கள் சுதந்திரத்தை ஒரு போதும் கைப்பற்ற முடியாது.

- மெல்கிப்ஸன் ப்ரேவ் ஹார்ட்

முதலில் காளி என்று பெயரிடப்பட்டு அப்புறம் மெட்ராஸ் ஆனது. அட்டகத்தி மூலம் கவனம் ஈர்த்திருந்த பா.ரஞ் சித்தின்இரண்டாவது படம் மெட்ராஸ். சந்தோஷ் நாராயணனின் இசையும் ஜீமுரளியின் ஒளிப்பதிவும் ப்ரவீனின் எடிட்டிங்கும் கானாபாலா கபிலன் உமாதேவி பாடல்களும் ஞானவேல்ராஜா தயாரிப்பும் பா.ரஞ்சித் இயக்கமும் மெட்ராஸின் உருவாக்கப் பின்புலங்கள்.

வெவ்வேறு கட்சிகள் ரெண்டைச் சேர்ந்த அபிமானிகள் அதிகம் வசிக்கும் குடியிருப்புபகுதி அதன் முகப்பில் ஒரு மாபெரும் சுவர் அதில் வரையப்பட்டிருக்கும் கிருஷ்ணப்பனின் முகப்படம்தான் அவர் மகன் கண்ணன் உள்ளிட்டவர்களுக்கு கௌரவம் பெருமை எல்லாமே. அதே ஏரியாவைச் சேர்ந்த மாரி இன்னொரு கட்சியைச் சேர்ந்தவன். அவனைப் பெருமிதத்தோடு பின்பற்றுபவன் அன்பு காளியின் உயிர் நண்பன். அன்பு திருமணமானவன். காளிக்கு பெண் பார்த்துக் கொண்டிருக்கிறார்கள் இன்னும் அமையவில்லை என்றாற்போலக் கதையின் துவக்கம். கலையரசியை யதார்த்தமாக சந்திக்கிற காளி அவள் மீது காதலாகிறான். அன்புவை எப்படியாவது ஒழித்துக் கட்டவேண்டும் என்று ஸ்கெட்ச்போட்டு ஆட்களோடு அதை செயல்படுத்த முயலுகிறான் கண்ணனின் மகன் பெருமாள்.

அவனது ஆட்களிடமிருந்து தப்பியோடும் அன்புவும் காளியும் வேறோர் இடத்தில் ஆசுவாசம் கொள்கின்றனர் அங்கே தனியே சிக்கும் பெருமாளை வேறுவழியின்றிக் கொல்கிறான் காளி. அவனுக்கு அரசியல் பகையும் கொலைவழக்கும் வேண்டாத வேலை என்று அன்பு தான்மட்டுமே பெருமாளைக் கொன்றதாக ஒப்புக்கொண்டு ரிமாண்ட் ஆகிறான். கோர்ட்டுக்கு கொண்டு வரப்படுகிற அன்புவை கண்ணனின் ஆட்கள் கோர்ட் வாசலில் வைத்தே கொல்கின்றனர். அன்பு கொலைக்கு பழிவாங்கியே தீருவேன் என்று கிளம்பும் காளியை கலையரசி ஆற்றுபடுத்துகிறாள் தன் கண்

முன்னாலேயே அன்பு கொல்லப்பட்டதை நினைத்து மனம் நொந்து போகிறான் காளி அவனை மெல்ல மெல்ல பழைய நிலைக்கு கொண்டு வருகிறாள் கலையரசி மெல்ல மெல்ல அந்த சம்பவத்தை மறந்து வேலைக்கு செல்ல ஆரம்பிக்கிறான் காளி.

பின் ஒரு தினம் கலையரசியுடன் சாப்பிட்டுக் கொண்டிருக்கும் போது ஓட்டலில் அடுத்த மேஜையில் மாரியின் ஆளான அணிலைக் கவனிக்கிறான் காளி எதார்த்தமாக அங்கே வந்த காளியைப் பார்த்து பயந்து தனக்கு ஒன்றும் தெரியாது என்றும் எல்லாம் மாரிக்குதான் தெரியும் என்றும் சொல்லிவிட்டு அந்த இடத்திலிருந்து ஓடுகிறான் அணில். மாரி விலைபோனது காட்டிக்கொடுத்தது கண்ணனிடம் காசு வாங்கிக்கொண்டது அதன் பின்னரே அன்பு கொல்லப்பட்டது அரசியல் லாபத்துக்காக நம்பி வந்தவர்களை கைவிடுவதற்கு என்றைக்கு மேகலங்காத ஈரமற்ற நெஞ்சம் கொண்டவர்கள் தான் மாரி கண்ணன் எல்லாருமே ஒரே குட்டையில் ஊறிய மட்டைகள் என அறிந்து கொள்கிறான் காளி.

கலையரசியோடு திரும்பி வரும்வழியில் அந்தச்சுவருக்கு முன்னே எலக்ஷனில் வேட்பாளராக போட்டிபோட இருக்கிற மாரிக்கு ஊரே கூடி நின்று பேண்ட்வாத்தியம் முழங்க ஆரத்தி எடுத்து மரியாதை செய்து மகிழ்ந்து கொண்டிருக்கும் காட்சியை பார்க்கிறான். அருகே சென்று நேருக்கு நேராய் “உனக்கு இப்படி செய்ய எப்படிடா மனசு வந்தது அண்ணே அண்ணே என்று உயிரைவிட உன்ன பெருசா மதிச்சானேடா அன்பு எனக்கேட்டு முகத்தில் குத்தி பல்லை உடைக்கிறான். முதலில் பசப்பு வார்த்தைகளை கூறி ஏமாற்றப்பார்க்கும் மாரி பிறகு தன் சுயரூபத்தை காட்டுகிறான் இன்னிக்கு இந்த மாரி நாளை இன்னொருவன் வருவான் நாம் தொடர்ந்து வருபவர்களை நம்பி இனியும் மோசம் போகக்கூடாது. அதுக்கு முதல்ல இந்த சுவர்ல இந்தப்படம் இருக்கக்கூடாது என்று ஆவேசமாகி பெயிண்டைக் கொட்டி கிருஷ்ணப்பனின் முகத்தை அழிக்க ஆரம்பிக்க ஊரே அதில் இணைந்து கொள்கிறது. பேண்ட் வாத்தியம் முழங்க எல்லோரும் ஆடிப் பாடுகிறார்கள். மாரியின் முகத்தில் கரியநிற பெயிண்ட் கரைசலை ஊற்றுகிறாள் அன்புவின் மனைவிமேரி உனக்கு எங்கையாலதாண்டா சாவு என்று ஆவேசமாகும் மாரியை முடிஞ்சா பாத்துக்கடா போடா என்று விரட்டுகிறான் காளி. நிறைகிறது மெட்ராஸ் படத்தின் கதை. சாதிமதம் செல்வந்தம் என எல்லாவற்றையும் தாண்டி அந்த ஏரியாவின் ஆதிக்கத்தின் குறியீடாகவே அந்தச்சுவர் விளங்குகிறது.சுவர் என்பது வெறும் சுவரல்ல. சுவரில் தொடங்கி சுவரிலேயே முடிகிறது படத்தின் கதை. ஆறுதலைத்தாண்டிய மாறுதலாக காளியும் கலையரசியும் அடுத்த தலைமுறையின் குழந்தைகளுக்கு பெரியாரையும் அம்பேத்கரையும்

அறிமுகம் செய்து விளக்குவதாக காட்சியை அமைத்து படத்தை நிறைத்திருப்பது அர்த்தமுள்ளதாகிறது.

சென்னை என்பதன் வழக்கமான சித்திரத்தை மாற்றி எழுத முயற்சித்த படங்களின் வரிசையில் மெட்ராஸ் படத்துக்கும் முக்கிய இடம் உண்டு. இதுவரை காட்டப்பட்ட வடசென்னையின் அதீத சினிமா காட்சிகளுக்கு மாற்றாக அதன் ஈரமான மனிதர்களின் இயல்பான வாழ்வியலை ரஞ்சித் தன் இரண்டு படங்களிலும் முன் வைத்தார். வடசென்னை என்றாலே வெளிப்படையாக ஒரு அச்சத்தை நிரந்தரமாக தோற்றுவித்துக் கொண்டிருந்த வழக்கமான படங்களிலிருந்து விலகி இதன் ஈரமான மனிதர்களும் இயல்பான உரையாடல்களும் படத்தின் பலங்களாகின.

கார்த்தி தொடர் பிம்பத்தை அகற்றிவிட்டு வேடத்துக்கேற்ற அளவுகளில் நடித்திருந்தது கூறத்தக்கது. பா.ரஞ்சித் தன் படங்களில் தொடர்ந்து இயல்பான காதலை அன்பின் நெருக்கத்தைக் காட்சிப்படுத்தி வருபவர். சினிமாவை அதன் அதீதங்களின் கரப் பிடிகளுக்குள் பாடலும் காதலுமாய் சிக்கிக்கொண்டிருக்கும் தொடர்ச்சியைத் தானும் பின்பற்றாமல் தான் எடுக்கிற எல்லாப்படங்களிலும் பா.ரஞ்சித் முன்வைத்து வருகிற காதல் அழகானது அவரது கதைகளின் காதலர்கள் மிகவும் உளப்பூர்வமாக காதலிப்பவர்கள். சரிகைத் தன்மையும் உண்மையற்ற பொய்மையும் தளும்புகிற வசனங்களைப் பேசுகிறவர்களில்லை மாறாக நம் வாழ்வெங்கும் எளிதாகக் காணக்கிடைப்பவர்கள். காதல் என்பது கண்ணாடி அல்லது தொப்பி போலத் தேவைக்கு அணியவேண்டிய ஒன்று தானே தவிர அது வெகு சிலருக்கு மட்டுமேயான தவப்பலனோ அல்லது நிரூபித்துக் காட்டுகிற வித்தையோ அல்ல. அது யாவர்க்குமான எளிய உணர்தல் மட்டுமே.

சினிமா என்பதன் ஊடக பலத்தை முற்றிலுமாக அறிந்த ஒரு படைப்பாளுமையாக பா.ரஞ்சித் தன் படைப்பு யாரிடம் என்ன

பேசவேண்டும் என்பதில் தீர்மானமான கதை சொல்லியாக தோற்றம் கொள்கிறார். எளிதான வசனங்கள் உறுத்தாமல் நேர்மையாக சிந்திக்க வைக்கும் உரையாடல்களாக மலர்கின்றன. படமெங்கும் வாதப் பிரதிவாதங்களோ நீட்டி முழக்கும் அறிவிக்கைகளோ இல்லாமல் தெளிந்த நீரோடை போலத்தான் எடுத்துக்கொண்ட கதையின் அளவீடுகளுக்குள் இயன்ற உணர்வுகளை முயன்று பார்க்கிற நம்பிக்கைக்குரிய படைப்பாளியாக பாரஞ்சித்தன் கதை சொல்லலில் வெற்றியும் பெறுகிறார். பா.ரஞ்சித் தன் படத்தில் தோன்றச்செய்கிற மனிதர்கள் பார்வையாளனின் நம்பகத்துக்குள் இயங்குபவர்கள். அதீதமான சொற்களைச் சொல்லி செயல்களைச் செய்து புனைவின் பொய்யுரைகளுக்கு மேலொப்பமிட்டுச் செல்கிறவர்களில்லை. மாறாக ஒவ்வொருவரும் பலம்மிக்க பாத்திரங்களாகத் தனித்தன்மையும் தனித்துவக் குணங்களுமாகப் பரிணமிக்கின்றனர்.

மேரியும் கலையரசியும் காளியின் அம்மாவும் மட்டுமல்ல கடைசிக் காட்சியில் யாருக்குவேணும் உன் காசு என்று மாரியின் முகத்தில் பணத்தை விட்டெறியும் முதிய பெண் வரைக்கும் பா.ரஞ்சித் சித்தரிக்கும் பெண்கதாபாத்திரங்கள் தனித்துத் தெரிபவர்கள். சுயமரியாதை கொண்டு மிளிர்பவர்கள் காத்திரமான அன்பை முன்வைத்து அதற்கு நிகரான அன்பை எதிர்பார்ப்பவர்கள் அது தவறும் போது மாபெரும் எதிர்ப்பைப் பதிவுசெய்யத் தயங்காதவர்கள்.

வழக்கமான கதை என்று யூகித்துவிடக் கூடியதும் அப்படியே ஆகிவிடக்கூடியதுமான சாத்தியங்களின் விளிம்புகளுக்குள் தொடங்குகிற கதையை அதன் அடுத்தடுத்த நகர்வுகளைச் சொன்ன விதத்தின் மூலமாகவும் மிக தைரியமான க்ளைமாக்ஸ் காட்சியின் மூலமாகவும் தான் எடுக்க நினைத்த சினிமாவை முயன்று பார்த்தவகையில் பா.ரஞ்சித் எழுதி இயக்கிய மெட்ராஸ் தமிழின் சிறப்பான படங்களில் ஒன்றாகிறது.

மெட்ராஸ் மக்களின் நிலவெளி.

97 சதுரங்க வேட்டை

சரியாக இருப்பதை விட கருணையோடு இருப்பதையே தேர்வு செய்யுங்கள்.

- டாக்டர் வேய்னே டைய்யர்

நல்லவன் வாழ்வான் எனும் பதத்தை எள்ளி நகையாடுவதைப் போலத் தான் செய்தித் தாள்களைத் திறக்கையிலும் தொலைக்காட்சி சானல்களில் லயிக்கையிலும் மீண்டும் மீண்டும் நிகழ்வுகள் வரிசை கட்டுகின்றன. ஃப்ராட் அதாவது எத்தன் எனும் சொல் தூரத்தே இருக்கும் வரை மெலிதான புன்னகையை வரவழைத்து விடுகிறது. அதே சொல் எத்தனைக்கெத்தனை அருகே வருகிறதோ அனல் பூக்கிறது குருதி கசிகிறது. எத்தர்களால் எல்லாவற்றையும் ஏன் உயிரை இழந்தவர்களின் சரித்திரம் சாம்பலான ஏட்டிலெழுதப்படுகிற சாட்சியம்.

கத்தியைக் காட்டிப் பணம் பறிக்கிறவர்களை சாகசக் காரர்களாக சித்தரிக்கிற திரைப்படங்களின் வரிசையில் உண்மையாகவே ரகரகமாக தினுசு தினுசாக மற்றவர்களின் பணத்தை ஏமாற்றிக் கைப்பற்றியபடி அடுத்த அத்தியாயத்தை நோக்கிச் சிட்டாய்ப் பறந்து விடுகிற நிசமான சாகசவிரும்பி ஒருவனது கதை தான் சதுரங்கவேட்டை. நீரள்ளுவோர்க்கு நீர். நிழல்தின்னுவோர்க்கு நிழல்.நியாயம் தர்மம் எல்லாம் ஏட்டிலிருக்கிற சொற்கள்.எடுத்துக் கொள்வோரைப் பொறுத்து மாறலாம்.

ஒருவனது பேராசை அவனது அழிவுக்கும் அவமானத்துக்கும் வீழ்ச்சிக்கும் யாரால் அழைத்துச் செல்லப்படுகிறதோ அந்த நபர் அவமானங்களுக்கு அஞ்சாதவனாகவும் குற்றங்களில் கரைகண்ட மனிதனாகவும் இருந்துவிட்டால் அழிவுகள் அதிகரிக்கும். பலரும் பாதிக்கப் படுவார்கள்.அடுத்தவனின் பேராசையை சிறு தூண்டிலாக்கி அவனது கைப்பொருளைத் தன்மீன்களாக மாற்றிக் கொண்ட காந்திபாபுவின் கதை தான் சதுரங்க வேட்டை.அவனது வாழ்வத்தியாயங்களே திரையின் கதை.

முதல் களப்பலியின் கதையிலிருந்தே காந்திபாபுவின் கதை தொடங்குகிறது.ஒரு ஊரை அதில் வசிக்கும் ஒரு கடை முதலாளியைக் கண்டறிந்து அவரிடம் பலகோடி ரூபாய் மதிப்புள்ள இரண்டு

தலை மண்ணுள்ளிப் பாம்பு நாலு கிலோவுக்கு யாரிடமாவது இருந்தால் பல கோடி ரூபாய்க்கு விலை போகும் எனவும் அதை ஒருவன் மதிப்பறியாமல் சில பல லட்சங்களுக்குத் தரவிருப்பதாகவும் பேசாசையைத் தூண்ட அவரும் சப்புக்கொட்டிக் கொண்டு பையுள் பாம்பை வாங்கிக் கொணர்ந்து வீட்டில் வைத்துவிட்டு அல்லோல கல்லோலப்பட்டு உண்மையில் அதன் எடை கம்மி என்றறிந்து அதன் போஷாக்கான வளர்ச்சிக்காக என்ன செய்யலாம் என்று மண்ணுளி நலத்திட்டங்களை வகுத்துக் கொண்டிருக்கும் போது வெளியூரிலிருந்து வீடு திரும்புகிற மகனும் மனைவியும் சேர்ந்து வீட்டுக்குள் பாம்பு வந்து விட்டதாகக் கருதி அதனை அடித்தே கொன்று விடுவதோடு அண்ணாச்சியின் கனாவில் இடி விழுகிறது.

தொழில்முறை ஒளிப்பதிவாளராகத் தன் கணக்கைத் தொடங்கிப்பின் அறியப்பட்ட நடிகரான இளவரசு பலவிதமான வேடங்களில் நடித்திருந்தாலும் அவரது நடிக வாழ்வின் மிகச்சிறப்பான கதாபாத்திரங்களில் ஒன்றை இந்தப் படத்தில் ஏற்று வழங்கினார். ஏமாறுபவனின் அறியாமையை அதற்குண்டான துல்லியத்தோடு பிரதிபலிப்பது நடிகனுக்குச் சவாலான வெகு சில கடினங்களில் ஒன்று. இளவரசுவின் நடிப்பு ஒரு வேடத்தை எப்படி அதற்குண்டான வெட்டுக்கத்திக் கச்சிதத்தோடு அணுகவேண்டும் என்பதற்கான பாடக்குறிப்பைப் போலவே திகழ்ந்தது.

.தான் யாரை ஏமாற்றுகிறோம். அதனால் அவர்கள் என்னவாகிறார்கள் என்பதைப் பற்றிய கவலை கிஞ்சித்தும் இல்லாத இரக்கமற்ற மனிதனாக இந்தக் கதையின் நாயகன் காந்திபாபு எப்போது தன் செய்கையின் விளைவறிந்து மனம் மாறுகிறான் என்பதே கதை.

உலக வரலாற்றின் சுவாரசியமே வெற்றிகரமான

வேட்டையாடிகள் விதவிதமான காரணங்களுக்குப் பலியான கதைகள் தான். யாதொரு வேட்டையாடியும் நிரந்தரமாக வென்றதே இல்லை.களப்பலியாவது போரிலும் வேட்டையிலும் வெவ்வேறு இருத்தல்களை ஏற்படுத்தி விடுகின்றன.சதுரங்கத்தின் வேட்டைகளை அப்படியே வாழ்க்கையின் நகர்வுகளாக்கினால் ஆயிரமாயிரம் திரைக்கதைகள் கிடைக்கும்.யூகிக்க முடியாத கெட்டவனாக காண்பவர் அனைவரையும் வசீகரிக்கிற ஒருவனாக இருந்தால் மட்டுமே ஒருவன் மோசடிமனிதன் எனும் அந்தஸ்தை அடைய முடியும்.அவனது கதையறியாதவர்களுக்கு அவன் கனவான். கதை அறிந்தவர்களுக்கு அவன் ஃப்ராட்.பணம் சேர்த்துக் கொண்டிருக்கும் பெரிய மனிதன் என்பது அவனைப் பற்றி அவன் சொல்ல விழையும் அடையாள வாசகம்.

இந்தி உள்ளிட்ட இந்திய மொழிகளில் அறியப்பட்ட ஒளிப்பதிவாளர் நட்ராஜ் எனும் நட்டி நாளை எனும் படத்தில் நடிகராக அறிமுகமான நட்டியின் நடிப்பாற்றல் சதுரங்க வேட்டை படத்தில் எல்லோர் கவனத்தையும் கவர்ந்து ஈர்த்தது.. சதுரங்க வேட்டை படத்தை நட்ராஜ் எனும் நடிகரை நீக்கி விட்டு யோசிக்கவே முடியாது என்பது வெறும் புகழ்மொழி அல்ல.இந்தப் படத்தின் உள்ளே புகுந்து நட்ராஜ் செய்து காட்டிய சாகசம். ஒவ்வொரு குற்றத்திற்கான முகம் குரல் தொனி மொழி பார்வை ஏன் விரலசைவு வரைக்கும் ஒரே ஒரு காந்திபாபு என்பவன் விதவினோத அவதாரங்களை எடுப்பதன் மீதான காட்சி நம்பகத்தைக் கச்சிதமாக கையாண்டார் நட்ராஜ்.

குற்றம் நிரூபிக்கப்படாமல் விடுதலையாகும் காந்தி பாபு கோர்ட்டுக்குள்ளேயே சிறுதொலைவு நடந்து தனக்காகக் காத்திருக்கும் வாகனத்தை நோக்கி வருவார். இது வரை எத்தனையோ வில்லத்தனங்களைப் பார்த்திருந்தாலும் அந்த நடையும் அப்போதைய புன்னகையும் அந்தப் படத்திலேயே அதற்கு முன்பின்னாய் வேறெங்கேயும் தோன்றிவிடாத மற்றொன்றாக வழங்கியிருப்பார் நட்ராஜ்.

மனிதனுக்குப் பின்னாலிருக்கும் கதை வெற்றியோ தோல்வியோ அவன் சொல்லத் தொடங்கும் போது கொள்பவரின் வரவேற்பு மாறுகிறது. குற்றத்தை இழைத்துப் பிடிபட்டவனுடைய பின் கதை பத்திரிகைகளில் எழுதுவதற்கு சுவையானதாக இருக்கக் கூடும்.அவனிடம் பொருளிழந்தோருக்கு அது எரியும் நெருப்பில் எதெதையோ வார்த்தாற் போல எரிச்சலே தரும். இந்தப் படத்தின் திரைக்கதை அமைப்பின் வசீகரம் சதுரங்க வேட்டை படத்தை அந்தக் காலத்தோடு உறைந்து விடாமல் அதனை அடுத்த நதிகளிலும் படர்த்திக் கொண்டே சென்றது. தன் முதல் படத்தை இயக்கிய ஹெச்

வினோத் கச்சிதமான வேகம் குன்றாத படமாக இதனைத் தந்தார்.

தமிழில் அபூர்வமான இறுகிய நகைச்சுவை வகை படங்களில் சதுரங்க வேட்டையைக் குறிப்பிடலாம். நடிகர்கள் தேர்வும் அவர்களது வழங்கல் விதமும் படத்தின் எந்தக் கட்டத்தையுமே அலுப்பின்றி நிகழாமல் நிகழ்ந்தாற் போன்ற தன்மையைக் காண்பவரிடத்தில் நேர்த்தின.வசனம் இசை ஒளிப்பதிவு போன்ற பலவும் அமைந்து பெருகி அழகான படமானது.

சதுரங்க வேட்டை.

தன்மீன் தூண்டில்.

98 தர்மதுரை

பலவீனர்களை பலமாக்குவதற்கும் பிரிந்தவர்களை ஒன்றுசேர்ப்பதற்கும் கைவிடப்பட்டவர்களை எழச்செய்வதற்கும் அறியாதவர்களை ஆதர்சிப்பதற்கும் திரைப்படத்திற்குச் சக்தி உண்டு.

- அபிஜித் நஸ்கார்

The Film Testament

தர்மதுரை என்ற பெயரில் ரஜினிகாந்த் நடித்து பெரிதும் அறியப்பட்ட வெற்றிப் படம் ஒன்று உண்டு. அதனை இயக்கியவர் ராஜசேகர். தான் படிக்காதவனாகத் தன் தம்பிகளின் நல்வாழ்வுக்காகத் தன்னலம் பேணாத அண்ணனாக அந்த தர்மதுரையின் சரித்திரம் அமைந்திருந்தது.அதே பெயரை மட்டும் வைத்துக் கொண்டு வேறொரு கதையை படைக்க விழைந்த சீனுராமசாமியின் இந்த நூற்றாண்டின் புதிய தர்மதுரையாக நடித்தவர் விஜய்சேதுபதி. தென்மேற்கு பருவக்காற்று படத்தில் விஜய் சேதுபதியை அறிமுகம் செய்த இயக்குனரின் அடுத்த திரைவார்ப்பாக தர்மதுரையில் நல்லதொரு இயல்பான பரிமாணத்தை வழங்கினார் சேது. சீனுராமசாமியின் திரைமாந்தர்கள் எப்போதுமே இயல்பின் அளவீடுகளுக்குள் கச்சிதமாய்ப் பொருந்துகிறவர்கள் அது தர்மதுரையிலும் தொடர்ந்தது.

கதைப்படி தர்மதுரை குடிகாரன். அவனோடு பிறந்தவர்களும் அக்கா கணவரும் ஏலச்சீட்டு தொழிலை நடத்துகின்றனர் தர்மதுரையைக் கண்ணிமை போல் காப்பது அவனது தாய் பாண்டியம்மாள். தொல்லை பொறுக்க முடியாமல் குடிகாரனை தீர்த்துக் கட்டிடலாமா என உடன்பிறந்தவர்கள் பேசுவது கேட்டு கலங்கிப் போகும் பாண்டியம்மா எங்காவது போய் பிழைத்துக் கொள்ளுமாறு தர்மதுரையை எச்சரிக்கிறார். தான் எதை எடுத்துக் கொண்டு செல்கிறோம் என தெரியாமல் சீட்டு பணம் மொத்தத்தையும் தன்னோடு எடுத்துக் கொண்டு கிளம்பி விடுகிறான் தர்மதுரை.

மதுரை மருத்துவக் கல்லூரியில் பயின்று தேறிய பொது மருத்துவன் தர்மதுரை என்பது தெரியவருகிறது. படிக்கும் போது உடன் படித்த ஸ்டெல்லா தர்மதுரையை மனப்பூர்வமாகக் காதலித்தவள்.அவளைத் தேடிச் செல்கிறான். அவள் இறந்து விட்டது

தெரியவருகிறது. திருமணமாகி தெலுங்குதேசத்தில் வாழச் சென்ற சுபாஷினியைத் தேடிச் செல்கிறான். அவள் பொருந்தாத வாழ்க்கையை முறித்துக் கொண்டு விவாகரத்துக்காகக் காத்திருக்கிறவள் என்பதை அறிகிறான். படிக்கும் போது ஸ்டெல்லா போலவே அவளும் தர்மனை மனதுக்குள் காதலித்தவள் தான். அவளிடம் தனக்கு நிகழ்ந்ததை விவரிக்கிறான். டாக்டர் காமராஜ் எனும் அவர்களது பேராசிரியரின் அறவுறையை மதித்து படித்து முடித்தபிறகு கிராம மக்களுக்கு சேவை செய்ய விழையும் தர்மதுரை விவசாயத் தொழிலாளியான அன்புச்செல்வியை கண்டதும் காதலாகிறான். திருமணம் பேசி நிச்சயமாகிறது. தர்மனுக்குத் தெரியாமல் அவனது குடும்பத்தார் வரதட்சணை கேட்க அதனை ஒட்டி நிகழும் குழப்பங்களின் இறுதியில் தற்கொலை செய்து கொள்கிறாள் அன்புச்செல்வி.

மனமுடைந்து குடிக்கு அடிமையாகும் தர்மதுரை தன் காதலும் வாழ்க்கையும் நாசமானதற்குக் காரணமான சகோதரர்களை கொல்லத் துரத்துபவன் அம்மாவின் முகத்திற்காக அவர்களை விட்டுவிடுகிறான். சுபாஷினிக்கும் அவள் கணவனுக்கும் சட்டப்படி விவாகரத்தாகிறது சுபாஷினியும் தர்மதுரையும் வாழ்வில் இணைகிறார்கள்.காலம் கழிகிறது வந்த ஊரில் சிறந்த மருத்துவராகப் பெயர் பெறும் தர்மதுரை யதார்த்தமாகத் தன் பேராசிரியரை சந்திக்க வாய்ப்புக் கிடைக்கிறது. கண்பார்வையை இழந்த டாக்டர் காமராஜ் தர்மதுரையின் சேவை மனப்பான்மையை உச்சிமுகர்ந்து பாராட்டுகிறார். சீட்டுப்பணத்தை சொன்ன தேதியில் தரமுடியாமல் வீட்டையும் நிலத்தையும் விற்றுப் பணத்தை திருப்பும் தர்மதுரையின் குடும்பத்தார் ஊரெல்லையில் குடிசையில் வசிக்கிறார்கள். தர்மனின் செய்கையால் அவன் மீது கொலைவெறி கொண்டு திரியும் சகோதரர்களில் ஒருவன் அவனைக் கண்டதும் ஸ்பானரால் தலையில் அடிக்கிறான். மருத்துவமனையில் தர்மன் சேர்க்கப்பட்டு சிகிச்சைக்குப் பிறகு கண்விழிக்கிறான். தானும் தன் சூலில் குழந்தையுமாக தர்மதுரைக்காக காத்திருப்பதைச்

சொல்லி சீக்கிரமாகத் திரும்பி வருமாறு ஃபோனில் சொல்கிறாள் நடந்ததெதையும் அறியாத சுபாஷினி. மருத்துவன் ஒருவனின் வாழ்வின் விள்ளல் இங்கே நிறைவடைகிறது.

சீனுராமசாமியின் திரை மாந்தர்கள் யதார்த்தத்திலிருந்து கிளைத்தவர்கள். இயல்பின் எந்த ஒரு ஆட்சேபக் கோட்டையும் தாண்டாமலேயே விளையாட்டின் யாதொரு விதியையும் மீறாமல் ஆட்டத்தை ஆடுபவர்கள். எளிதில் யூகித்து விடக்கூடிய வாழ்வின் இயல்பான சம்பவங்களை அடுக்கி கதையாக்குவதன் மூலமாக புனைவின் மெய்நிகர் புள்ளிக்கு மிக அருகே தன் கதையை தொடங்குவதும் தொடர்வதும் சீனுராமசாமியின் திரைமொழி. அவரது நாயகன்கள் தாய்மையில் கட்டுண்டவர்கள்.பெற்றவளின் சொல்லேந்திகளாகக் கதையின் வீதிகளெங்கும் தேர் வலம் வருபவர்கள் வாழ்வின் பகுதிகளை மெய்மையில் தோய்த்தெடுத்து அன்பை பாசத்தை மனிதநேயத்தை ஏழ்மையில் இருந்து தங்களை விடுவித்துக் கொள்ளப் போராடும் மனிதக் கூட்டத்தின் எத்தனத்தை தோல்வியுறுதலை இயலாமையை பொங்கு வெள்ளமென புதிய காதலை நம்பிக்கை துரோகத்தை வெள்ளந்தி மனிதர்களின் பார்வைகளின் ஊடாக காணச் செய்வது சீனுராமசாமியின் திரை முறை.

சினிமாவிலிருந்து சினிமா தனத்தை முற்றிலுமாக நீக்குவதற்கு தங்கள் படைப்புகளின் வழியாக முனைந்து பார்க்கும் படைப்பாளிகளில் அவரது பெயருக்கு முக்கிய இடமுண்டு. காசி விஸ்வநாதனின் தொகுப்பும் சுகுமாரின் ஒளிப்பொறுப்பும் கச்சிதம்.யுவன் சங்கர் ராஜாவின் இனிய இசையும் வைரமுத்துவின் வார்த்தைகளும் காண்பவர் தங்கள் நெஞ்சடியில் உன்னதமான ஓரிடம் தந்து நினைவுள் போற்றும் இன்னுமொரு நற்படமாக தர்மதுரையை மாற்றின.வைரமுத்து இந்தப் படத்திற்காகத் தன் ஏழாவது தேசியவிருதைப் பெற்றார்.

புனைவும் நிஜமும் சினிமா எனும் இரயிலானது நில்லாமல் பயணிக்கிற இருப்புப் பாதைகளாகின்றன. தர்மதுரை எப்போதாவது காணவாய்க்கிற மலைப்ரதேச மந்திர மலர்.

99 பிச்சைக்காரன்

வெறுமனே திறமையை மட்டும் கொண்டு உங்களால் வென்றுவிடமுடியும் என்று நினைக்கிறீர்களா? கனவான்களே. வெறுமனே திறமையை மாத்திரம் வைத்துக் கொண்டு வெல்வதற்குத் தேவையான திறமை உங்களிடம் கிடையாது.

ஹெர்ப் ப்ரூக்ஸ் எனும் கோச் கதாபாத்திரமாக கர்ட் ரஸ்ஸெல்

miracle *2004* எழுதியவர் Eric Guggenheim

திரைப்படம் எனும் கலை பிற கலைகளிலிருந்து பல விதங்களில் வேறுபடுகிறது. அவற்றில் முதன்மையானது திரைப்படக்கலை மற்ற பல கலைகளின் சங்கமமாக பலவற்றின் கலந்தோங்குகிற பதாகையாக விளங்குவது. இன்னொரு வேறுபாடு என்னவென்றால் திரைப்படமும் காலமும் பிறகலைகளைப் போலன்றிப் பலவிதங்களில் பின்னிப் பிணைந்து ஒழுகுவது.தொழில் நுட்பங்கள் தொடங்கி இசை கலை இயக்கம் கதை தொடங்கும் விதம் சண்டைக்காட்சிகள் பாடல்கள் என்றாகிப் பயன்படுத்தப்படுகிற உத்திகள் வரைக்கும் காலத்தோடு இயைந்து பல விடுபடுதல்களும் கைக்கொளல்களுமாகத் தன்னைப் புத்துயிர்த்தபடி விரைந்தோடுகிற மின்னல் ரயில் தான் திரைப்படமென்பது. நேற்றிருந்த ஒன்று இன்று அறவே இல்லை என்பது எதற்குப் பொருத்தமோ திரைப்படத்தில் சாலப் பொருந்தும். இத்தனைக்கும் மேலாக திரைப்படங்களைப் பொறுத்தவரை கைவிடப்பட்ட ஒன்று பெரும் கால இடைவெளிக்கப்பால் மீண்டும் செல்வாக்குப் பெறுவதென்பது காலம் முன்வைத்தால் ஒப்புக்கொள்ளப்படுமே ஒழிய நேரடியாக நிகழ்வதில்லை.

1960ஆம் ஆண்டுகளில் எடுக்கப் படக் கூடிய திரைப்படம் ஒன்றுக்கான திரைக்கதையை எடுத்து பத்து ஆண்டுகள் கழித்துப் படமாக்கினாலே கூட ரசிகர்கள் முற்றிலுமாகப் புறக்கணிக்கப் படக் கூடிய இடரேற்பு உண்டு. ஆனால் அதையே 2016 ஆமாண்டு திரைப்படமாக்கி அந்த வருடத்தின் மாபெரிய வெற்றிப்படமாக ஆக்குவதென்பது மந்திரத்தால் மாத்திரமே சாத்தியமாகக்கூடிய மாங்கனிக்கு ஒப்பான மாயம். ஆனால் நிசத்தில் அது தான் நிகழ்ந்தது. அப்படியான வருகையும் கொண்டாடப்பட்ட வெற்றியுமாக இந்தியத் திரைப்பட வரலாற்றின் மாபெரும் செல்வாக்குப் பெற்ற செண்டிமெண்டல் சினிமாவாக உருவெடுத்தது சசி இயக்கிய பிச்சைக்காரன்.

அரங்கு நிறைந்தது | 327

அன்னை என்பது உலகளாவிய மனிதமையம். மாபெரும் செல்வந்தன் ஒருவன் தன் அன்னை இனிப் பிழைக்கவே மாட்டாள் என்றான பிறகு தெய்வத்திடம் அன்னையைக் காப்பாற்றித் தா என்று வேண்டிக் கொண்டு தன் செல்வந்தத்தை பாம்பு சட்டையை உரிக்கிறாற் போல் உரித்தெடுத்து எறிகிறான். 48 நாட்கள் யாசகம் எடுத்து தன் உணவுக்குரிய பணத்தைத் தவிர மீதமனைத்தையும் கோயில் உண்டியல்களில் சேர்ப்பித்தபடி யாதொரு வசதியையும் கொள்ளாமல் வறியவர்களோடு தங்கி வாழ்ந்து கொண்ட விரதத்தை முடிக்க வேண்டும் என்பதில் மனித சதிகள் உறவுக்காரர்களின் சூழ்ச்சிகள் பகை முரண் காவல் துறையின் அதிகாரம் எனப் பல குறுக்கீடுகள் வருகின்றன. அவனை உற்று நோக்கி உணர்வு ரீதியாக உடன்வரும் மனம் கவர் தோழியிடத்திலும் தன் உண்மையை ஒரு சொல்லாகக் கூட சொல்வதன் மூலம் விரதகாலத்தில் தன் பழைய செல்வந்தத்தை மீட்டெடுக்க விரும்பாத அருள் புதிய பிறப்பெடுத்தாற் போல் பிடிவாதத்தோடு வேண்டுதலை நிறைவேற்றுகிறான்.

வேண்டுதலை முடிக்கும் நேரம் ஒரு போலீஸ் இன்ஸ்பெக்டர் வந்து அருளை மிரட்டுவார். அப்போது அவர் கையைப் பற்றிக் கெஞ்சும் அருளிடம் பிச்சைக்காரன் நீ என் கையைப் பிடிக்கிறியா என்று அடிப்பார். பொறுமையாக ஒவ்வொரு நாணயமாக எதுவும் சிதறிவிடாமல் உண்டியலில் போட்டு விரதத்தை முடித்த அடுத்த கணம் அருள் இருக்கும் இடத்துக்கு மாபெரிய செல்வச்செழிப்பு மிளிரும் கேரவன் எனப்படுகிற உற்சாகப் பேருந்து வந்து சேரும். அது ஒரு நடமாடும் ஸ்டார் ஓட்டலுக்கு நிகரான கட்டமைப்பை கொண்டது. அதனுள் நுழைந்து குளித்துத் தன் பகட்டாடைகள் அணிந்து மீண்டும் மில்லியனர் அருள் செல்வனாகத் திரும்பும் போது அதே இன்ஸ்பெக்டர் மன்னிப்பு கேட்டு அருளின் கையைப் பற்றும் போது நான் எத்தனையோ நாள் பிச்சைக்காரனா இருந்திருக்கேன். அதெல்லாம் எனக்கு அருவெறுப்பா இல்லை. இந்த நிமிஷம் நான்

ஒரு பணக்காரனா இருக்குறது எனக்கு அருவெறுப்பா இருக்குது என்பான்.

படம் முடிவில் அம்மா பிழைத்து வருகிறாள். அவளுக்குத் தன் மகள் பட்ட கஷ்டம் தெரியவே தெரியாது. அவளோ போகிற போக்கில் அவனுக்கொரு அறிவுரை சொல்கிறாள் ஏனப்பா உங்கிட்டே யாசகம் கேக்குறவங்களை காக்க வைக்கிறே..? இருந்தா குடு இல்லைன்னா உடனே மறுத்திட்டு அனுப்பிடு. காக்க வைக்கிறது தப்பு அருளு.. ஒரு நா அவங்க படுற கஷ்டத்தை நம்மால படமுடியுமா சொல்லு என்கிறாள் அதை ஒப்புக்கொள்கிறவனாய் வெறுமனே தலையை மட்டும் அசைத்துக் கொண்டு உடன் செல்கிறான் அருள். இறைவனுக்கும் அவனுக்குமான டீல் அவனது ப்ரார்த்தனை. அதுவும் நிறைவேறிப் பல நாட்கள் ஆன பிறகும் அதனை யாரிடமும் ஒரு சொல்லாய்க் கூட வெளித்திறக்காத அளவுக்கு அருள் என்னும் மகானைவிடச் சிறந்த நன்மகன் வேடத்தில் மிளிர்ந்தார் விஜய் ஆண்டனி.

தொழில் முறை இசை அமைப்பாளராகத் திரை உலகத்தினுள் நுழைந்த விஜய் மாயூரம் வேத நாயகம் பரம்பரையில் ஒரு வாரிசு. அண்டர் ப்ளே நடிப்பின் உன்னதமான நடிப்பாற்றலைத் தன் படங்களில் தொடர்ந்து தந்து வரும் நடிகராகவும் கவனம் பெற்றவர். ஏக்நாத் ராஜ் எழுதி விஜய் ஆண்டனி இசையமைத்துப் பாடிய நூறு சாமிகள் இருந்தாலும் பாடலானது பல்லாயிரக்கணக்கானவர்களின் வாழ்வுகளுக்குள் அவர்தம் உணர்விழைகளில் சிலவற்றை மனதாழத்தில் எப்போதும் தாலாட்டுகிற பெரும்ப்ரியமாகவே மாறியது.

சசி மனித உணர்வுகளைக் கொண்டு மெல்லிய நூலாம்படைகளைப் பின்ன விழையும் கலைச்சிலந்தி. ஆனால் எத்தனையோ கற்சித்திரங்கள் சின்னாபின்னமான பிற்பாடும் சசி போன்றவர்கள் ஏற்படுத்திவிடுகிற ஞாபகவலைகள் அப்படியே அந்த இடத்திலேயே உறைந்து நிரந்தரித்து விடுவது கலையின் பேரியல்பு.

பிச்சைக்காரன் கடந்து விட்ட ரயிலைப் பின்னோக்கி அழைத்து வந்து ஏறினாற் போன்ற அதிசயம். நம்ப முடியாத அற்புதம்.

100 பரியேறும் பெருமாள்

ஒரு நாட்டின் கலாச்சாரம் என்பது அதன் மக்களின் இதயங்களிலும் ஆன்மாக்களிலும் வாழ்கிறது.

- மகாத்மா காந்தி

அவரவருக்கு அவரவர் நியாயங்கள் அவற்றில் எது நீதியின் கண்களுக்குச் சரி என்பதை வழக்காடி அறியத் தான் நீதி மன்றங்கள். நிகழ்ந்த குற்றங்களை நீதிமன்றம் விசாரிக்கும்போது அங்கே விடுதலை மற்றும் தண்டனை ஒரு புறமாகவும் இழப்பீடு மற்றும் நியாயம் அடுத்த புறமாகவும் எதிர்நோக்கப்படும். கடுமையான சட்ட நடைமுறைகள் நடப்பில் இருக்கிற இந்தியா போன்ற நாட்டில் புரையோடி இருக்கக்கூடிய தீமைகளில் சாதி மீதான மனித வெறிக்குத் தான் தலையாய இடம் .சாதியைக் கெட்டியாகப் பற்றிக் கொண்டு மனிதன் சக மனிதன் மீது நிகழ்த்துகிற வன்முறைகளுக்கு எதிரான தொடர்ந்த போராட்டத்தை எல்லாக்காலத்திலும் கலை முன்னெடுத்திருக்கிறது. கலை ஒருபோதும் எந்த நிறுவனத்தையும் ஆதரிப்பதே இல்லை. சாதி எனும் ஈரமும் இரக்கமுமற்ற பழைய பிடிவாதம் ஒன்றை வழிவழியாக மேலெழுதிக் கொண்டு வருவதற்கு எதிராக எல்லாக் கலைவடிவங்களையும் உயர்த்திப் பிடிப்பது அதி அவசியமாகிறது. திரைப்படம் ஒரு கருத்தை முன்வைக்கும் போது அதன் வீர்யம் அபரிமிதமாகிறது.

மாரி செல்வராஜ் எழுதி இயக்கிய பரியேறும் பெருமாள் வெறுமனே கதை சொல்லி நகர்ந்து செல்கிற திரைப்படங்களின் வரிசையிலிருந்து விலகி தீர்விலிருந்து தொடங்குகிறது. இது பொய் போல நிசத்தைப் பேசிச் செல்லுகிற சினிமா அல்ல. சினிமாத் தனம் என்று சினிமாவைக் கொண்டே கட்டமைக்கப் பட்ட அத்தனை அதீதங்களையும் அறுத்தெறிந்துவிட்டுத் தன் உயிரிலிருந்து குருதி தொட்டுத் தான் சொல்ல வந்த கதையை எழுதி இயக்கி பரியேறும் பெருமாள் படத்தை உருவாக்கி இருக்கிறார் மாரி செல்வராஜ்.

சக மனிதன் மீது காட்ட வேண்டியது அன்பு மட்டுமே அன்றி வன்மம் அல்ல என்பதை அழுத்தம் திருத்தமாகப் பேசுகிறது பரியேறும் பெருமாள்.இந்தப் படமெங்கும் ததும்பிக் கிடக்கிற குறியீடுகள் பார்வையாளனை யோசிக்க வைக்கின்றன. அதீதமான பிம்பசார்தல் ஏதுமின்றி இயல்புவாழ்வில் எது சாத்தியமோ அதுவே

இங்கே பேசுபொருள்.. உரையாட முற்படுவதே ஒரு கலைப்படைப்பின் ஆதார வெற்றியாக முடியும். அந்த அளவில் தான் வெளியான காலத்தோடு உறைந்து தனித்து விடாமல் தொடர் உரையாடல் ஒன்றை சாத்தியப் படுத்துகிற வகையில் மாரி செல்வராஜின் பரியேறும் பெருமாள் தமிழின் முக்கியமான படங்களில் ஒன்றாக எக்காலத்திலும் நீடிக்கும்.

தன் நெடிய தலைமுறையின் வஞ்சிக்கப்பட்ட இருளிலிருந்து கல்வி எனும் விளக்கை ஏந்தியவாறு சட்டம் படிக்க கல்லூரிக்கு வருகிற பரியன் எனும் பாத்திரத்துக்குக் கச்சிதமான தேர்வு கதிர். வலியை நடிப்பில் கொணர்வதன் கடினம் நடிப்பென்பதைத் தன் வேலையாக அல்லாமல் தியானம் போலத் தன்னை அகழ்ந்தெடுத்திருக்கிறார் கதிர். எதிர்வரும் காலங்களில் தமிழின் ஆக முக்கியமான நடிகர்களில் ஒருவராக கதிரை யூகிக்க முடிகிறது.வெறும் யூகமல்ல நிச்சயம் பலிக்கும்.

ஆனந்தி கதாபாத்திரம் கதைக்கேற்ப வடிவமைக்கப்பட்டாற் போலிருந்தாலும் துல்லியம் தவறாமல் இயல்பின் விளிம்பு தவறாமல் பயணமாகிறது. இப்படத்தின் முக்கியக் கூறு ஆனந்தியின் தந்தையாக வருகிற மாரிமுத்துவின் மன ஊசலாட்டங்கள். மஞ்சள் கோட்டில் நின்று கொண்டு சாலை கடக்க முடியாமல் அல்லாடுகிறாற் போல நடுக்கமும் இறுக்கமுமாக அவரது நடிப்பு அத்தனை அசலாக இருக்கிறது.உலகின் எல்லா வெறுப்பையும் சேர்த்து வழங்கப் பட வேண்டியவராக கராத்தே வெங்கடேசன். நண்பனாக வருகிற யோகிபாபு என யாரையும் சொல்லாமல் இருக்கவே முடியாது. இப்படத்தைப் பொறுத்தவரைக்கும் நடிகர்களல்ல கதாபாத்திரங்களே மனதில் நிற்கிறார்கள்.பரியனின் தந்தை தோன்றுகிற கதைப்பகுதி மனதை மண்கொத்தி கொண்டு கொத்தி எடுக்கிறது. இது வாதம் பேசுகிற படமல்ல. இங்கே தேவை புரிதல்.காலகாலத்துக்குமான

புரிதல் மனமாற்றமே பண்பாடு என்பதன் வகுத்தெடுக்கப் பட்ட அர்த்தமாக அமையும். புதியன புரிதலும் பழையன விடுதலும் மட்டுமே நாளை எனும் நாளை ஒளியேற்றி விளக்கி வைக்கும்.

ஸ்ரீதரின் ஒளிப்பதிவு மிளிர்கிறது என்றால் சந்தோஷ் நாராயணனின் இசை வெகு உன்னதத் தரத்தில் உடனோடும் நதியாகிறது. இந்தப் படத்தைத் தயாரித்திருப்பவர் இயக்குனர் பாரஞ்சித். திரைப்பட ஊடகத்தின் நிசமான வலிமை என்ன என்பதை கச்சிதமாக அவதானித்துத் தன் படம் என்ன பேசவேண்டும் என்பதை மிக ஆணித்தரமாக உறுதி வழுவாமல் பேசிய வகையில் போற்றுதலுக்கு உரிய படமாக தன் முதற்படத்தை எடுத்திருக்கக் கூடிய மாரி செல்வராஜ் இன்னும் தமிழ்த் திரையுலகின் கரைகளை விவரித்துத் தரக்கூடிய படைப்புக்களை உருவாக்குவார் என்பது நிச்சயம்.

பரியேறும் பெருமாள்

திரை உன்னதம்.